यू. जी. सी. अभ्यासक्रमावर आधारित आणि
महाराष्ट्रातील सर्व विद्यापीठांच्या पदवी व पदव्युत्तर स्तरावरील
विद्यार्थी व अभ्यासकांना उपयुक्त संदर्भ ग्रंथ !

पाश्चिमात्य
राजकीय विचार

WESTERN POLITICAL THOUGHT

प्रा. र. घ. वराडकर

माजी राज्यशास्त्र विभाग प्रमुख
श्री. शहाजी छत्रपती महाविद्यालय, कोल्हापूर.

NIRALI PRAKASHAN
ADVANCEMENT OF KNOWLEDGE

N1495

पाश्चिमात्य राजकीय विचार **ISBN 978-93-5164-863-5**

प्रथम आवृत्ती : ऑक्टोबर २०१५

© र. घ. वराडकर

प्रकाशक **(POD)**

निराली प्रकाशन

अभ्युदय प्रगती, १३१२, शिवाजीनगर,
जे. एम. रोड, पुणे - ४११ ००५
☎ (०२०) २५५ १२३३६/३७/३९
फॅक्स : (०२०) २५५ ११३७९ E-mail : niralipune@pragationline.com

---

बुक स्टॉल

मुंबई : प्रगती बुक कॉर्नर
जैन भुवन, इंदिरा निवास, १११-अ, भवानी शंकर मार्ग, दादर, **मुंबई** - ४०००२८.
☎ २४२२ ३५२६ / ६६६२ ५२५४ E-mail pbcmumbai@pragationline.com

पुणे : प्रगती बुक सेंटर
- १५७, बुधवार पेठ, **पुणे** - २. ☎ (०२०) २४४५ ८८८७ / ६६०२ २७०७.
- ६७६/ब, बुधवार पेठ, जोगेश्वरी मंदिरासमोर, **पुणे** - २. ☎ (०२०) ६६०१ ७७८४. E-mail : pbcpune@pragationline.com
- २८/अ, बुधवार पेठ, अंबर चेंबर्स, अप्पा बळवंत चौक, **पुणे** - २. ☎ (०२०) ६६२८१६६९.

प्रमुख वितरक केंद्रे

निराली प्रकाशन :

☞ **पुणे :**
- ११९, बुधवार पेठ, जोगेश्वरी मंदिर मार्ग, **पुणे** - ४११ ००२.
  ☎ (०२०) २४४५ २०४४, ६६०२ २७०८. फॅक्स : (०२०) २४४५ १५३८.
- सर्वे नं. २८/२५ धायरी-कात्रज रोड, पारी कंपनीजवळ, **पुणे** - ४११ ०४१.
  ☎ (०२०) २४६९ ०२०४ फॅक्स : (०२०) २४६९ ०३१६.

☞ **मुंबई :** ३८५, एस.व्ही.पी. मार्ग, रसधारा को-ऑप. हाउसिंग सोसायटी लि., गिरगाव, **मुंबई** - ४०० ००४. ☎ (०२२) २३८५ ६३३९/२३८६ ९९७६
फॅक्स : (०२२) २३८६ ९९७६. Email : niralimumbai@pragationline.com

---

इतर वितरक

◈ **निराली प्रकाशन : जळगाव :** ☎ (०२५७) २२२ ०३९५
कोल्हापूर : मोबाईल नं. : ९८५००४६१५५ / ९७६७७ १७१९३
नागपूर : **प्रतिभा बुक्स डिस्ट्रिब्युटर्स :** ☎ (०७१२) २५४७ १२९

---

www.pragationline.com **Fax : (020) 24451538** **info@pragationline.com**

To Order ☞ E-mail : bookorder@pragationline.com Fax : (020) 24451538

मनोगत

पाश्चात्त्य जगाला राजकीय विचारांची फार दीर्घ आणि समृद्ध अशी परंपरा लाभली आहे. ग्रीक संस्कृती ही युरोपची सर्वांत प्राचीन संस्कृती होय. इ. स. पूर्व काळात उदयास आलेल्या त्या संस्कृतीच्या काळापासून आजतागायत अनेक विचारवंतांनी आणि तत्त्ववेत्त्यांनी आपले विचार मांडून राजकीय विचारांचे दालन समृद्ध केले आहे.

या विचारवंतांनी राज्यशास्त्रातील अनेक संज्ञा, संकल्पना यांना जन्म दिला. तसेच माणसाच्या राजकीय जीवनातील अनेक प्रश्नांची उत्तरे शोधण्याचा प्रयत्न केला. याचबरोबर माणसाचे राजकीय जीवन अधिक चांगले बनविण्याच्या दृष्टीने मानवी समूहाला मार्गदर्शन केले. राज्यव्यवस्थेतील दोष दाखवून अधिक चांगली राज्यव्यवस्था कशी निर्माण होऊ शकेल याबाबत आपल्या कल्पना मांडल्या.

पाश्चात्त्य विचारवंतांचे हे विचार केवळ युरोपपुरते मर्यादित राहिलेले नाहीत तर ते जगभर पोहोचले. या विचारांच्या प्रभावातून जगातल्या अनेक देशांत राजकीय बदल घडून आले आणि अधिक प्रगत व अधिक चांगली राज्यव्यवस्था निर्माण करण्याच्या माणसाच्या प्रयत्नांना दिशा मिळाली. या विचारवंतांचे हे ऋण जगाने मान्य केलेले आहे. त्यामुळेच या विचारवंतांच्या विचारांचा अभ्यास जगभरातील राज्यशास्त्राचे अभ्यासक करत असतात.

महाराष्ट्रातही सर्व विद्यापीठांच्या राज्यशास्त्राच्या अभ्यासक्रमात 'पाश्चिमात्य राजकीय विचार' या विषयाचा अभ्यास होत असतो. प्रस्तुत पुस्तकात प्राचीन काळापासून आधुनिक काळापर्यंत होऊन गेलेल्या विचारवंतांमधून निवडक आणि महत्त्वाच्या अशा राजकीय विचारवंतांच्या विचारांची माहिती देण्यात आलेली आहे. यामध्ये प्लेटो, ॲरिस्टॉटल यांसारखे प्राचीन काळातील विचारवंत आहेत; मॅकियाव्हलीसारखा मध्ययुगाच्या अखेरच्या आणि आधुनिक काळाच्या प्रारंभकालीनचा विचारवंत आहे; तसेच हेगेल, मार्क्स, मिल, लास्की असे आधुनिक काळातील विचारवंत आहेत.

कोणत्याही विचारवंताचे विचार समजून घेण्यासाठी तो विचारवंत ज्या काळात आणि ज्या देशात राहत होता तो काळ आणि त्या काळातील त्या देशात असणारी राजकीय व सामाजिक परिस्थिती विचारात घ्यावी लागते. प्रत्येक राजकीय विचारवंत तत्कालीन परिस्थितीच्या संदर्भात आपले विचार मांडत असतो. राजकीय विचारवंतांच्या विचारातून आपल्याला काही शाश्वत मूल्ये दिसून येतात. जी मूल्ये केवळ तत्कालीन परिस्थितीशी संबंधित नसतात तर सर्व काळासाठी उपयुक्त असतात. हे खरे असले तरी कोणत्याही विचारवंतांचे विचार योग्य प्रकारे समजून घेण्यासाठी तत्कालीन परिस्थितीची माहिती घ्यावी लागते. कारण प्रत्येक राजकीय विचारवंत त्याच्या काळात देशासमोर आणि समाजासमोर जे तीव्र स्वरूपाचे प्रश्न निर्माण झालेले असतात त्या प्रश्नांची उत्तरे शोधण्याच्या प्रयत्नातूनच विचार मांडायला प्रवृत्त होत असतो.

प्रस्तुत पुस्तकात प्रत्येक राजकीय विचारवंतांच्या विचारांची माहिती देत असतानाच त्या विचारवंताचा कालखंड, त्यावेळची राजकीय व सामाजिक परिस्थिती यांची माहिती याच उद्देशाने दिलेली आहे की प्रत्येक विचारवंताने आपले विचार कोणत्या उद्देशाने मांडलेले आहेत ते स्पष्ट व्हावे. ही तत्कालीन परिस्थिती लक्षात घेतल्याशिवाय कोणत्याही विचारवंताचे विचार आपण योग्य प्रकारे समजून घेऊ शकणार नाही. म्हणून विद्यार्थिवर्गाला अशी विनंती की, प्रत्येक विचारवंताचा अभ्यास करताना त्याने ज्या सामाजिक व राजकीय पार्श्वभूमीवर आपले विचार मांडलेले आहेत त्याबद्दलची जी माहिती पुस्तकामध्ये दिलेली आहे ती वाचावी; त्याकडे दुर्लक्ष करू नये.

निराली प्रकाशन, पुणे यांच्यातर्फे माझे हे नवे पुस्तक प्रकाशित होत आहे. पुस्तक नवे असले तरी त्याचे लेखन बराच काळ चाललेले होते. दरम्यानच्या काळात इतर काही पुस्तकांचे लेखन करावे लागले. त्यामुळे या पुस्तकाचे प्रकाशन लांबणीवर पडले. पण उशिरा का होईना, या पुस्तकाचे प्रकाशन होत आहे आणि ते विद्यार्थ्यांच्या हाती पडत आहे ही माझ्या दृष्टीने आनंदाची गोष्ट आहे.

हे पुस्तक प्रकाशित होण्यामागे ज्यांची मला मदत झाली त्यांचा येथे कृतज्ञतापूर्वक उल्लेख करणे मी उचित समजतो. माझे प्रकाशक निराली प्रकाशनचे **श्री. दिनेशभाई फुरिया** व **श्री. जिग्नेशभाई फुरिया** यांनी पुस्तक लिहिण्यास प्रोत्साहन दिले, प्रकाशनाची जबाबदारी स्वीकारली आणि अल्पकाळात हे प्रकाशित केले याबद्दल मी त्यांचा आभारी आहे.

श्री. महेश ना. साचणे (पुस्तकनिर्मिती प्रमुख, मराठी विभाग) यांनी पुस्तकाचे लेखन चालू असताना सतत संपर्क ठेवून योग्य वेळेत पुस्तक प्रकाशित होईल याची काळजी घेतली. याबद्दल त्यांचे मनःपूर्वक आभार !

श्री. नितीन भुतडा यांनी या पुस्तकाचे डीटीपी ठरल्या वेळेत उत्कृष्ट व उत्तमरीत्या पार पाडले.

सौ. संध्या कोंडे-देशमुख यांनी या पुस्तकाची मुद्रणप्रत तपासण्याचे काम काळजीपूर्वक केले.

श्री. रवींद्र वाळोदरे यांनी या पुस्तकाचे आकर्षक असे मुखपृष्ठ तयार केले.

या सर्वांचे तसेच निराली प्रकाशनाच्या सर्व कर्मचारीवर्गाचे आभार मानतो.

पुस्तक लिहिताना कोल्हापूर येथील श्री शहाजी छत्रपती महाविद्यालयाच्या ग्रंथालयाच्या संदर्भ ग्रंथासाठी फार उपयोग झाला. हे संदर्भ ग्रंथ उपलब्ध करून दिल्याबद्दल महाविद्यालयाचे प्राचार्य **डॉ. डी. आर. मोरे** आणि ग्रंथालयाचे कर्मचारी यांचा मी मनापासून आभारी आहे.

प्राध्यापक आणि विद्यार्थी यांना हे पुस्तक उपयुक्त ठरेल असा विश्वास वाटतो. पुस्तकासंबंधी काही अभिप्राय, सूचना असतील तर त्या जरूर कळवाव्यात; त्यांचे स्वागतच होईल !

२ ऑक्टोबर, २०१५ (शके १९३७, भाद्रपद कृ. ५)
महात्मा गांधी जयंती ; लालबहादूर शास्त्री जयंती

- प्रा. र. घ. वराडकर

जयंत रेसिडेन्सी,
माळी कॉलनी, टाकाळा,
कोल्हापूर - ४१६ ००८.
(०२३१) २५२३४५०
मोबाईल : ९४२३८१४७७२

E- mail : raghunath.waradkar@gmail.com

SYLLABUS

S. Y. B. A. : Political Science (Special Paper - I)
WESTERN POLITICAL THOUGHT

UNIVERSITY OF PUNE

TERM - I

Unit - 1 : Plato

(a) Ideal State and Philosopher King

(b) Views on Education

(c) Views on Justice and Communism

Unit - 2 : Aristotle

(a) Views on State

(b) Views on Property, Views on Slavery

(c) Views on Revolution

Unit - 3 : Machiavelli

(a) Views on Human Nature

(b) Views on Religion and Morality

(c) Theory of Statecraft

Unit - 4 : J. S. Mill

(a) Views on Utilitarianism

(b) Views on Liberty

(c) Views on Representative Government and State

TERM - II

Unit - 5 : Karl Marx

    (a)   Historical Materialism

    (b)   Theory of Class and Struggle

    (c)   Theory of State and Revolution

Unit - 6 : Hobbes

    (a)   State of Nature

    (b)   Views on Human Nature

    (c)   Theory of Social Contract

Unit - 7 : John Locke

    (a)   Theory of Social Contract

    (b)   Views on Natural Rights

    (c)   Views on Civil Society and State

Unit - 8 : Rousseau

    (a)   State of Nature and Views on Human Nature

    (b)   Theory of General Will

    (c)   Theory of Social Contract

■ ■ ■

SHIVAJI UNIVERSITY, KOLHAPUR

T. Y. B. A. : Political Science

Arts - Part III : Semester - V

CLASSICAL WESTERN POLITICAL THOUGHT

Unit - 1   :   Plato

Unit - 2   :   Aristotle

Unit - 3   :   Machiavelli

Unit - 4   :   Montesquieu

Arts - Part III : Semester - VI

MODERN WESTERN POLITICAL THOUGHT

Unit - 1   :   W. F. Hegel

Unit - 2   :   Karl Marx

Unit - 3   :   Nikolay Lenin

Unit - 4   :   Antonio Gramsci

■ ■ ■

T. Y. B. A. : Political Science

Semester - V

WESTERN POLITICAL THOUGHT

1. Plato

Idealistic Approach —

(a) Theory of Justice
(b) Concept of Ideal State and Philosopher King
(b) Views on Education
(c) Views on Communism
∗ Evaluation

2. Aristotle

Realistic Approach

(a) Thought of State
(b) Classification of State
(c) Concept of Citizenship and Views on Slavery
(d) Causes of Revolution
∗ Evaluation

3. Machiavelli

(a) Advice to King
(b) Views on Means and Ends
(b) Religion and Morality
(c) Diplomacy
∗ Evaluation

4. John Locke

(a) Human Nature and State of Nature
(b) Social Contract Theory
(b) Concept of Natural Rights
(c) John lock Views on —
     (i) Private Property (ii) State and Government
∗ Evaluation

■ ■ ■

NORTH MAHARASHTRA UNIVERSITY, JALGAON

T. Y. B. A. : Political Science

Semester - VI

WESTERN POLITICAL THOUGHT

1. Karl Marx
   (a) Principles of Dialectics
   (b) Materialistic Interpretation of History
   (c) Class Conflict and Theory of Surplus Value
   (d) Class Less and State Less Society
   ◆   Evaluation

2. John Stuart Mill (J. S. Mill)
   (a) Individual Freedom
        (i) Freedom of Thought ; (ii) Freedom of Action
   (b) Views on Women's Liberty
   (c) Representative Government
   (b) Modification of Utilitarianism
   ◆   Evaluation

3. John Rawls
   (a) Thought of Liberty
   (b) Thoughts on Equality
   (c) Theory of justice and Concept of Fairness as Justice
   (b) John Rawls Views on –
        (i) Well-ordered Society ; (ii) Civil Disobedience
   ◆   Evaluation

4. Harold Laski
   (a) Concept of Liberty
   (b) Theory of Right
   (c) Views on State and Society
   (d) Concept on Sovereignty
   ◆   Evaluation

■ ■ ■

Semester - V

WESTERN POLITICAL THINKERS

1. **Plato**

   Views on : Justice, Communism, Education, Ideal State.

2. **Aristotle**

   Views on : State, Citizenship, Revolution.

3. **Niccolo Machiavelli**

   Human Nature,

   Advice to Prince,
   Views on Religion & Morality.

4. **Thomas Hobbes**

   Human Nature,
   Social Contract Theory and Concept of Sovereignty

5. **John Locke**

   Human Nature,
   Social Contract Theory,
   Ideal of Rights.

■ ■ ■

Semester - VI
WESTERN POLITICAL THINKERS

1. Jean Jacques Rousseau

    1.1   Human Nature

    1.2   Social Contract Theory

    1.3   Idea of General Will

2. John Stuart Mill

    2.1   Utilitarianism

    2.2   Idea of Liberty

    2.2   Representative Government

3. Jeremy Bentham

    3.1   Views on State, Government and Rights

    3.2   Ideas on Law and Reform and Punishment

    3.3   Theory of Utilitarianism

4. Karl Marx

    4.1   Dialectical Materialism and Materialistic Interpretation of History.

    4.2   Theory of Class Struggle and Surplus Value

    4.3   Views on State and Revolution

5. Harold Laski

    5.1   Pluralistic Theory of Sovereignty

    5.2   Views on Liberty

■ ■ ■

SOLAPUR UNIVERSITY, SOLAPUR
T. Y. B. A. : Political Science
PAPER - VIII : WESTERN POLITICAL THOUGHT

SECTION - I

1. **Plato**

   Justice, Education, Ideal State.

2. **Aristotle**

   Nature and Classification of State, Citizenship, Revolution.

3. **Machiavelli**

   Human Nature, Role of King, Politics and Morality.

4. **Thomas Hobbes**

   Social Contract Theory, Concept of Sovereignty.

5. **John Locke**

   Social Contract Theory, Concept of Sovereignty.

SECTION - II

6. **Rousseau**

   Social Contract, General Will, Concept of Sovereignty.

7. **Hegel**

   Dialectics, State and Civil Society

8. **Karl Marx**

   Historical Materialism, Theory of Surplus Value, Proletarian Revolution and Communism.

9. **J. S. Mill**

   Utilitarianism, Liberty, Representative Government.

10. **Harold Laski**

    Pluralistic Theory of Sovereignty, Liberty and Equality, Democratic Socialism.

■ ■ ■

MARATHWADA UNIVERSITY, NANDED

T. Y. B. A. : Political Science

Semester - V

PAPER - IX : WESTERN POLITICAL THINKERS

1. Plato

2. Aristotle

3. Machiavelli

4. Karl Marx

Semester - VI

PAPER - XII : WESTERN POLITICAL THINKERS

1. Thomas Hobbes

2. John Locke

3. Jean – Jacques Rousseau

4. John Stuart Mill

■ ■ ■

अनुक्रमणिका

■ ■ ■

1

प्लेटो

"Virtue is knowledge"

इ.स.पूर्व 427 – इ.स.पूर्व 347

प्रास्ताविक

राजकीय प्रश्नांबाबत पद्धतशीररीत्या विचार मांडणारा आणि ते ग्रंथबद्ध करून ठेवणारा प्लेटो हा पहिला ग्रीक विचारवंत होता. प्लेटोच्या पूर्वी सॉक्रेटिससारखा थोर विचारवंत होऊन गेला. सोफिस्ट पंथाच्या विचारवंतांनी आपले विचार मांडले. पण प्लेटोने ज्या पद्धतशीरपणे नगर-राज्यव्यवस्थेच्या स्वरूपाचे विश्लेषण केले, नगर-राज्याच्या उदयाची कारणमीमांसा केली; त्या व्यवस्थेची मूलतत्त्वे व उद्दिष्टे स्पष्ट करण्याचा प्रयत्न केला, तसा पद्धतशीर प्रयत्न त्यापूर्वी कोणी केला नव्हता. सॉक्रेटिसने तर ग्रंथरचनाच केली नाही तर त्याचा भर आपले विचार लोकांना पटवून देण्यापेक्षा लोकांना विचार करण्यास प्रवृत्त करण्यावर होता. किंबहुना, सॉक्रेटिसचे विचार प्लेटोच्या ग्रंथाच्या आधारेच आपल्याला समजून घ्यावे लागतात. सोफिस्ट विचारवंतांनी राज्याच्या स्वरूपासंबंधी आपली मते मांडली. अनेक प्रश्न उपस्थित केले; पण त्यांनीही सुसंबद्ध रीतीने आपले विचार मांडणारी अशी ग्रंथरचना केली नाही. ग्रीक विचारवंतांमध्ये असा प्रयत्न सर्वप्रथम प्लेटोने केला आणि त्यानंतर त्याचा सर्वोत्तम शिष्य ॲरिस्टॉटल याने त्याचे अनुकरण केले. प्लेटो व ॲरिस्टॉटल या गुरू-शिष्यांनी नगर-राज्याचे स्वरूप स्पष्ट करणारे तत्त्वज्ञानच मांडले नाही तर या दोन्ही विचारवंतांनी राजकीय तत्त्वज्ञानाचा अभ्यास व संशोधनाचे कार्य करणाऱ्या संस्था स्थापन केल्या. सबाइन यांनी म्हटल्याप्रमाणे, प्लेटोची 'ॲकॅदमी' आणि ॲरिस्टॉटलचे 'लिसियम' या पाठशालांनी युरोपियन तत्त्वज्ञानाच्या, विशेषतः राज्यशास्त्र व इतर सामाजिक शास्त्रे यातील संबंधाच्या अभ्यासाचा प्रारंभ केला. या क्षेत्रात प्लेटो आणि ॲरिस्टॉटलचे लिखाण हे आद्यप्रवर्तक होते.

प्लेटो यांचे संक्षिप्त चरित्र

प्लेटो यांचा जन्म इ.स.पूर्व 427 मध्ये अथेन्स येथे झाला. त्याच्या जन्माच्या दोनच वर्षे आधी अथेन्सच्या सुवर्णयुगाचा शिल्पकार पेरिकल्सचा मृत्यू झाला होता. वयाच्या ऐंशीव्या वर्षी म्हणजे इ.स.पूर्व 347 मध्ये प्लेटोचा मृत्यू झाला तेव्हा ग्रीक नगर-राज्ये मॅसेडोनियन लष्करी हुकूमशहाच्या नियंत्रणाखाली आली होती आणि ग्रीक संस्कृतीच्या ऱ्हासाला प्रारंभ झाला होता. प्लेटोच्या ऐंशी वर्षाच्या आयुष्याचा काळ हा अशा प्रकारे महत्त्वाच्या राजकीय घटनांचा आणि धामधुमीचा काळ होता. प्लेटोने आपल्या आयुष्यात अथेन्सचे स्पार्टा या दुसऱ्या महत्त्वाच्या नगर-राज्याशी झालेले युद्ध, यत्या युद्धानंतर अथेन्समध्ये महाजनशाहीचा झालेला उदय आणि त्यानंतर पुन्हा झालेली लोकशाहीची प्रस्थापना आणि या लोकशाही राजवटीनेच त्याचा गुरू सॉक्रेटिस याला दिलेली देहदंडाची शिक्षा या घटना पाहिल्या. आपल्या आयुष्याच्या उत्तरार्धात नगर-राज्यव्यवस्थेचा आणि तेथील परंपरांचा होत असलेला ऱ्हास त्याने पाहिला. या सर्व घटना प्लेटोच्या मनावर मोठा परिणाम करणाऱ्या आणि त्याच्या विचारांना विशिष्ट दिशा देणाऱ्या ठरल्या.

प्लेटोचा जन्म एका खानदानी उमराव घराण्यात झाला. त्याचे घराणे सत्ताधारी वर्गाशी संबंधित होते. प्लेटोलासुद्धा तरुण वयात आपण राजकारणात कर्तृत्व दाखवावे अशी आकांक्षा होती; पण तत्कालीन राजकारणातील परिस्थितीने त्याला नाउमेद केले. त्या काळात अथेन्समधील राजकीय जीवन अधःपतित झालेले होते. सत्तेसाठी चाललेली विधिनिषेधशून्य स्पर्धा आणि सत्ताधीशांनी चालविलेला हिंसाचार यामुळे त्याचे मन उद्विग्न झाले. पुढे अथेन्समध्ये लोकशाहीची प्रस्थापना झाली. पण याच लोकशाहीच्या काळात प्लेटोचा गुरू सॉक्रेटिस याच्यावर देशद्रोह आणि धर्मद्रोहाचा खटला भरण्यात आला आणि त्याला देहदंडाची शिक्षा देण्यात आली. सॉक्रेटिसच्या मृत्यूची घटना प्लेटोच्या मनावर मोठा आघात करणारी ठरली. नगर-राज्यातील राजकीय स्थितीबद्दल त्याचा पूर्ण भ्रमनिरास झाला. त्याने अथेन्स सोडले व ग्रीसमधील इतर प्रदेश तसेच इजिप्त, इटली, सिसिली या देशांचा प्रवास केला. त्याने पर्शियालाही भेट दिली असावी असे काही अभ्यासकांचे मत आहे.

या प्रवासात सिसिलीमधील सिरॅकस या राज्याचा हुकूमशहा पहिला डायनीसियस याच्याशी प्लेटोची भेट झाली. प्लेटोच्या विचारांकडे तो आकर्षित झाला, हा राजा सर्वशक्तिमान होता. त्याचा शब्द म्हणजे कायदा होता; पण त्याचबरोबर आपल्या राज्यात त्याने कला-वाङ्मय यांना उत्तेजन दिले होते. तो स्वतःही चांगला नाटककार होता. या राज्यामध्ये प्लेटोला स्वतःच्या कल्पनेतील तत्त्वज्ञ राज्याचे गुण दिसले. आदर्श राज्यकर्ता बनण्यासाठी राजाने कोणत्या कर्तव्यांचे पालन केले पाहिजे हे डायनीसियसला समजावून देण्याचे काम त्याने सुरू केले; पण प्लेटोबाबत डायनिसियसचे मत लवकरच पालटले. त्याने प्लेटोला अटक करून गुलाम म्हणून विकून टाकले. त्या काळात गुलामांना खंडणी भरून स्वतःची गुलामगिरीतून मुक्तता करून घेता येत असे; त्याप्रमाणे प्लेटोने आपली मुक्तता करून घेतली. तो अथेन्सला परतला व तेथे त्याने आपल्या सुप्रसिद्ध ॲकॅडमीची स्थापना केली.

आपल्या आयुष्याचा अखेरचा कालखंड प्लेटोने स्वतः स्थापन केलेल्या ॲकॅडमीच्या कार्यात घालविला. त्याची ॲकॅडमी ही अथेन्समधील सर्वोत्कृष्ट शिक्षणसंस्था म्हणून मान्यता पावली. तत्त्वज्ञान व संशोधन या क्षेत्रात त्या संस्थेने महत्त्वपूर्ण कामगिरी केली. तत्त्ववेत्ता म्हणून प्लेटोसुद्धा या काळात ग्रीक जगतात मान्यता पावला. ठिकठिकाणचे बुद्धिमान व तरुण अभ्यासू त्याच्या ॲकॅडमीमध्ये शिक्षणासाठी येऊ लागले. सुप्रसिद्ध विचारवंत ॲरिस्टॉटल हा सुद्धा त्यापैकी एक होता.

1.1   आदर्श राज्याची कल्पना

प्लेटो हा कल्पितादर्शवादी विचारवंत होता. 'रिपब्लिक' ग्रंथात त्याने आपल्या कल्पनेतील आदर्श राज्याचे चित्र रंगविलेले आहे. आपण त्याची न्यायाची संकल्पना पाहिली. ज्या राज्यात न्यायाची प्रस्थापना झालेली असेल ते प्लेटोच्या कल्पनेतील आदर्श राज्य होय. प्लेटोच्या काळात अथेन्समधील राजकीय जीवन अधःपतित झालेले होते. सत्तालोलुपता आणि स्वार्थ यांनी राजकीय जीवन व्यापलेले होते. अथेन्समध्ये लोकशाही होती; पण त्या लोकशाहीत सत्ता अकार्यक्षम व स्वार्थी लोकांच्या हाती गेलेली होती. प्लेटोच्या दृष्टीने त्या राज्यात न्याय तर नव्हताच; पण ते अधःपतीत राज्य होते. तत्कालीन राजकीय परिस्थितीने प्लेटो उद्विग्न झाला, पण निराश झाला नाही. ही राजकीय परिस्थिती बदलून त्या ठिकाणी न्यायावर आधारित अशा आदर्श राज्याची निर्मिती करता येईल अशी त्याला आशा वाटत होती.

आदर्श राज्याची निर्मिती : 'रिपब्लिक' या ग्रंथामध्ये प्लेटो राज्याची निर्मिती कशी झाली आणि त्याचा ऐतिहासिक विकास कसा झाला याची चर्चा करत नाही तर वास्तवात राज्य कोणत्या स्वरूपाचे आहे याबद्दलही तो फारसी चर्चा करत नाही. त्याच्यासमोर मुख्य उद्देश सर्वच नगर-राज्यांसमोर आदर्शवत अशा एका राज्याची कल्पना मांडण्याचा होता. आदर्श राज्याची कल्पना मांडावयाची असेल तर प्रथम राज्यसंस्थेचे मूलभूत स्वरूप समजून घेतले पाहिजे, राज्यसंस्थेला आधारभूत असणाऱ्या तत्त्वांचा शोध घेतला पाहिजे; असा प्लेटोचा दृष्टिकोन होता. म्हणूनच राज्याचा उदय आणि विकास कसा झाला यासंबंधी चर्चा करण्यापेक्षा राज्यसंस्थेच्या मूलभूत स्वरूपाची चर्चा प्लेटोला महत्त्वाची वाटते.

राज्यासंबंधीचा आपला सिद्धान्त मांडताना प्लेटोने जे आधारभूत तत्त्व सांगितले आहे, ते म्हणजे राज्याची निर्मिती मानवी गरजांची पूर्तता करण्याच्या हेतूने झालेली आहे. माणसाच्या अनेक गरजा असतात. त्यापैकी अन्न, वस्त्र व निवारा अशा काही गरजा तर मूलभूत असतात; पण कोणतीही व्यक्ती स्वतःच्या सर्व गरजा स्वतःच भागवू शकत नाही. माणूस स्वयंपूर्ण नसतो. आपल्या गरजांच्या पूर्ततेसाठी त्याला इतरांवर अवलंबून राहावे लागते. त्याचप्रमाणे प्रत्येक व्यक्ती इतरांची गरज भागविणारे एखादे कार्य करू शकते. यातून माणसामाणसात परस्पर सहकार्याची निकड निर्माण होते. ही परस्पर सहकार्याची निकड हा समाजव्यवस्था आणि राज्यव्यवस्थेचा आधार असतो. समाजाच्या गरजा भागविणारी वेगवेगळी जी कार्ये व्यक्ती करतात त्यातून समाजात विविध वर्ग निर्माण होतात. परस्परांच्या गरजा भागविणाऱ्या या विविध वर्गांच्या उदयातून श्रमविभागणी आणि विशेषीकरण ही तत्त्वे प्रस्थापित होतात. अन्नधान्याचे उत्पादन करणारा शेतकरीवर्ग, वस्त्रोत्पादन करणारे विणकर आणि इतर कारागिरांचा वर्ग अशा प्रकारे श्रमविभागणी व विशेषीकरण होत असे.

हे विविध उत्पादकवर्ग समाजाच्या अन्न, वस्त्र, निवारा या गरजा भागवितात. पण आवश्यक वस्तूंचा पुरवठा एवढीच राज्याची गरज नसते तर राज्याचे संरक्षण व राज्यांतर्गत सुव्यवस्था ही सुद्धा राज्याची एक प्राथमिक व मूलभूत गरज असते. यासाठी सैनिकांचा वर्ग आवश्यक ठरतो आणि कारागिरांना ज्याप्रमाणे विशिष्ट प्रकारच्या कौशल्याची आणि प्रशिक्षणाची आवश्यकता असते तशीच राज्याचे संरक्षण करणाऱ्या सैनिकांचीही असते.

अखेरीस, राज्यातील विविध कार्ये करणाऱ्या वर्गावर नियंत्रण ठेवण्यासाठी व त्यांच्या कार्यामध्ये समन्वय साधण्यासाठी राज्यकर्त्या वर्गाची गरज असते. प्लेटोच्या मते, इतर प्रकारच्या कार्याप्रमाणेच राज्यकारभार करण्यासाठीही विशिष्ट प्रकारचे कौशल्य आणि प्रशिक्षण यांची आवश्यकता असते. म्हणून ज्या व्यक्तींमध्ये असे कौशल्य निसर्गतःच असेल आणि ज्या व्यक्तींना राज्यकारभाराचे प्रशिक्षण देण्यात आलेले असेल अशाच व्यक्तींकडे राज्यकारभाराची जबाबदारी सोपविली पाहिजे. कारण राज्यकर्त्यावर्गाचे राजकीय कौशल्य आणि कार्यक्षमता यावरच राज्याचे हित अवलंबून असते. म्हणूनच प्लेटोने रिपब्लिक ग्रंथात, राज्यकर्त्यावर्गात कोणत्या व्यक्तींचा समावेश करावा, त्या वर्गातील व्यक्तींना शिक्षण व प्रशिक्षण कशा प्रकारे दिले जावे, त्यांची कर्तव्ये कोणती या गोष्टींची विस्ताराने चर्चा केलेली आहे.

प्लेटोची आदर्श राज्याची कल्पना ही मानवी आत्म्याबद्दल प्लेटोची जी कल्पना आहे तिच्याशी निगडित आहे. वासना किंवा संयम, शौर्य, शहाणपण किंवा बुद्धिमत्ता आणि न्याय हे मानवी आत्म्याचे चार गुण/घटक आहेत असे प्लेटो मानतो. व्यक्तीमधील वासना आणि शौर्य या प्रवृत्तींवर जेव्हा बुद्धीचे नियंत्रण राहते तेव्हा व्यक्तीची प्रकृती सुदृढ राहते. जी गोष्ट व्यक्तीच्या बाबतीत खरी आहे तीच समाजाबद्दल खरी आहे. समाजातही वासना, शौर्य किंवा शहाणपण हे गुण असतात. पण सर्व व्यक्तींमध्ये ते सारखेच नसतात; काही व्यक्तींमध्ये वासना हा प्रबळ गुण असतो. काही जणांमध्ये शौर्य तर काही जणांमध्ये शहाणपण किंवा बुद्धिमत्ता हा गुण प्रधान असतो. प्लेटोच्या मते, आदर्श राज्यात प्रत्येक व्यक्तीला तिच्यामधील नैसर्गिक गुणानुसार विशिष्ट कार्य करण्यासाठी आवश्यक ते प्रशिक्षण त्याला मिळाले पाहिजे. प्रत्येक व्यक्तीने आपले कार्य निष्ठापूर्वक केले पाहिजे. अशा प्रकारे संयम हा गुण प्रभावी असणाऱ्या व्यक्तींना विविध वस्तूंच्या उत्पादनाचे कार्य करावे, शौर्य हा गुण असणाऱ्या व्यक्तीने सैनिकी पेशा स्वीकारावा आणि ज्या व्यक्तीकडे शहाणपण हा गुण आहे अशा व्यक्तीने राज्याचा राज्यकारभार सांभाळावा अशी श्रमविभागणी आणि विशिष्टीकरण होणे प्लेटो आवश्यक मानतो. त्याचप्रमाणे माणसामधील वासना व शौर्य या प्रवृत्तींवर जसे बुद्धीचे नियंत्रण आवश्यक असते तसेच आदर्श राज्यात उत्पादकवर्ग आणि सैनिकांचा वर्ग यावर राज्यकर्त्यावर्गाचे नियंत्रण असले पाहिजे तरच राज्य सुव्यवस्थित राहते; असे प्लेटोचे प्रतिपादन आहे.

समाजातील ज्ञानी आणि निःस्वार्थी अशा व्यक्तींच्या हाती राज्यकारभाराची सूत्रे असावीत असा प्लेटोचा आग्रह आहे. कारण राज्यकारभार करणे ही सर्व लोकांना शक्य असणारी गोष्ट तो मानत नाही. राज्यकारभारासाठी श्रेष्ठ दर्जाची बुद्धिमत्ता व कौशल्य यांची आवश्यकता असते. म्हणून आदर्श राज्यात बुद्धिमान व कुशल अशा व्यक्तींच्या हाती राज्यकारभार सोपविला गेला पाहिजे असे त्याचे मत होते. समाजातील अशा बुद्धिमान व्यक्ती निवडण्यासाठी प्लेटोने विशिष्ट प्रकारचा शिक्षणक्रम दिलेला आहे. हा शिक्षणक्रम यशस्वीरीत्या पूर्ण करणाऱ्या व्यक्तींची राज्यकर्तावर्ग म्हणून निवड करावी, त्यांना प्रत्यक्ष राज्यकारभाराचे प्रशिक्षण द्यावे व राज्याच्या गरजेप्रमाणे विविध राजकीय व प्रशासकीय पदांची जबाबदारी त्यांच्यावर सोपवावी अशी त्याची योजना होती.

राज्यकर्तावर्ग ज्ञानी असला पाहिजे. त्याचबरोबर तो निःस्वार्थी असला पाहिजे यावर प्लेटोचा कटाक्ष होता. केवळ ज्ञानी आणि निःस्वार्थी राज्यकर्तेच राज्यकारभाराचे कार्य योग्य प्रकारे आणि निष्पक्षपातीपणे करू शकतील असे त्याचे प्रतिपादन होते. राज्यकर्ते निःस्वार्थी राहावेत, त्यांनी भ्रष्टाचाराला बळी पडू नये यासाठी राज्यकर्तावर्ग कौटुंबिक पाशापासून मुक्त असावा तसेच या वर्गातील लोकांकडे खाजगी मालमत्ताही असू नये असा प्लेटोचा आग्रह होता. कुटुंब असेल तर कुटुंबाच्या पालनपोषणासाठी खाजगी मालमत्तेची जरुरी भासते. यातून अधिकाधिक मालमत्ता मिळविण्यासाठी हाव व आपपरभावाची वृत्ती निर्माण होते. राज्यकर्तावर्ग या वृत्तीपासून अलिप्त असावा. या वर्गातील व्यक्तींच्या अन्न-वस्त्रादी गरजा राज्याने भागवाव्यात आणि या वर्गातील व्यक्तींनी निरिच्छ व संन्यस्त वृत्तीने राहावे. राज्याला गरज भासेल त्यानुसार राजकीय व प्रशासकीय अधिकार पदाची जबाबदारी त्यांनी सांभाळावी. आपले सारे जीवन सार्वजनिक कार्यासाठी, राज्याच्या हितासाठीच व्यतीत करावे अशी आदर्श राज्यातील राज्यकर्त्या वर्गाबद्दलची प्लेटोची कल्पना होती. या राज्यकर्त्यावर्गाच्या हाती राज्याची सर्व सत्ता असावी आणि या सत्तेचा वापर सत्ताधारीवर्गाने आपल्या विवेकबुद्धीनुसार करावा; राज्यकर्त्यावर्गाची सत्ता कायद्याने निर्बंधित असू नये अशीही कल्पना प्लेटोने रिपब्लिक ग्रंथात मांडलेली आहे. म्हणजेच, राज्यकर्तावर्ग ज्ञानी व निःस्वार्थी असेल तर तो कायद्याहूनही श्रेष्ठ आहे असे प्लेटो मानतो.

आदर्श राज्यातील न्याय : आदर्श राज्यात संयम, शौर्य, शहाणपण, न्याय या चारही मूलभूत सद्‌गुणांचा आविष्कार घडून आला पाहिजे. सत्ताधारीवर्गाने राज्याचे धोरण आणि प्रशासन यात बुद्धिकौशल्य दाखविले तर राज्याचा कारभार शहाणपणाचा मानला जातो. सैनिकांनी शौर्याचे प्रदर्शन केले तर ते राज्य 'धैर्यशाली राज्य' म्हणून ओळखले जाते आणि उत्पादकवर्ग राज्यकर्त्यावर्गाचे नियंत्रण व मार्गदर्शन स्वीकारून त्यानुसार कार्य करत असेल तर ते राज्य संयमी मानले जाते. थोडक्यात, उत्पादकवर्ग आणि सैनिकांचा वर्ग यांनी राज्यकर्त्यावर्गाच्या नियंत्रणाखाली आपले कार्य निष्ठेने पार पाडले; तसेच प्रत्येक वर्गाने आपल्याच कार्यावर लक्ष केंद्रित करून इतर वर्गांच्या कार्यात ढवळाढवळ करण्याचे टाळले तर राज्यातील सर्व वर्गाच्या कार्यात सुसंवादित्व निर्माण होते. आपल्या नैसर्गिक गुणांना

अनुसरून कार्य मिळाल्याने ते कार्य प्रत्येक व्यक्ती चांगल्या प्रकारे करतेच; पण ते कार्य करताना तिला आनंद मिळतो आणि तिच्या आत्म्याचा विकास होतो. यामुळे एकाच वेळी राज्याचे व व्यक्तीचे हित साध्य होते. यालाच प्लेटो 'न्याय' असे म्हणतो. 'न्याय' हा अशा प्रकारे व्यक्तिगत गुण आहे तसाच तो सार्वजनिक गुण आहे. व्यक्ती जेव्हा आपल्यातील नैसर्गिक गुण व आपले प्रशिक्षण यांना अनुसरून कार्य करते तेव्हा 'न्याय' या गुणाचा व्यक्तिगत आविष्कार होतो. राज्यातील प्रत्येक वर्ग जेव्हा आपले कार्य निष्ठापूर्वक करतो आणि इतरांच्या कार्यात ढवळाढवळ करत नाही तेव्हा 'न्याय' या गुणाचा सार्वजनिक आविष्कार होतो. ही प्लेटोची आदर्श राज्यातील न्यायाबद्दलची कल्पना होय.

आदर्श राज्याच्या संकल्पनेचे परीक्षण : प्लेटोची आदर्श राज्याची संकल्पना ही स्वप्नरंजक व कल्पितादर्शी आहे. या राज्यात राजकीय सत्ता ही एका वर्गाची मक्तेदारी असली पाहिजे असे प्लेटो मानतो. उत्पादकवर्गाला तो राजकीय सहभागापासून वंचित ठेवू इच्छितो. राज्यकारभार ही श्रेष्ठ दर्जाची कला असून असामान्य अशी बुद्धिमत्ता असणाऱ्या व्यक्तींनाच योग्य प्रकारे राज्यकारभार करता येणे शक्य आहे. म्हणून सर्व व्यक्तींना राजकीय हक्क असू नयेत असे प्लेटोचे मत आहे. हे मत लोकशाही तत्त्वाविरोधी होते. प्लेटोचा लोकशाही पद्धतीला विरोध होता. लोकशाहीत राजकीय निर्णय घेण्याची क्षमता सर्व व्यक्तींमध्ये असे गृहीत धरलेले असते, पण प्लेटोला ते मान्य नव्हते. कोणताही माणूस ज्याप्रमाणे वैद्य बनू शकत नाही, त्यासाठी विशेष प्रकारचे ज्ञान आवश्यक असते; तसेच कोणताही माणूस राज्यकर्ता बनू शकत नाही, त्यासाठीही विशेष ज्ञान व कौशल्य आवश्यक असते असे त्याचे मत होते. म्हणूनच उत्पादकवर्ग, जो कोणत्याही समाजात संख्येने सर्वांत मोठा वर्ग असणार, त्या वर्गाला प्लेटो राजकीय हक्क देण्यास तयार नाही; कारण राजकीय सत्ता वापरण्याची योग्यता त्या वर्गाची नाही असे त्याचे मत होते.

प्लेटो राज्यकर्तावर्ग हा कायद्यापेक्षाही श्रेष्ठ मानतो. त्याच्या मते, कायदा हा सर्वसाधारण स्वरूपाचा असतो. विशिष्ट बाबतीत तो लागू करताना अन्याय होण्याची शक्यता असते. म्हणून राज्यकर्त्यांनी वेगवेगळ्या बाबतीत निर्णय घेताना स्वतःची विवेक बुद्धी श्रेष्ठ मानून निर्णय घेतला पाहिजे. व्यवहारात याचा अर्थ, मूठभर सत्ताधीशांच्या हाती अमर्याद सत्ता देणे असा होतो. म्हणूनच प्लेटोची आदर्श राज्याची कल्पना ही सर्वंकष राजवटीचे समर्थन करणारी कल्पना आहे असा तिच्यावर आक्षेप घेतला जातो. खुद्द प्लेटोनेही अधिक अनुभवानंतर आपल्या दृष्टिकोनात बदल केलेला दिसून येतो. 'स्टेट्समन' आणि 'लॉज' या आपल्या उत्तर आयुष्यात लिहिलेल्या ग्रंथात त्याने कायद्याच्या अधिसत्तेचे तत्त्व मान्य केलेले आहे.

प्लेटोच्या आदर्श राज्याच्या संकल्पनेत राज्य हेच साध्य मानलेले असून व्यक्तीचे स्थान राज्यापेक्षा दुय्यम ठरविण्यात आलेले आहे असा त्यावरील एक प्रमुख आक्षेप आहे. राज्यकर्त्यावर्गाचे इतर वर्गांवर पूर्ण नियंत्रण असावे आणि इतर वर्गांनी त्यांच्यावर सोपविलेले कार्य निष्ठापूर्वक पार पाडावे अशी प्लेटोची अपेक्षा होती. हा दृष्टिकोन

व्यक्तिस्वातंत्र्याच्या विरोधी असून व्यक्ती हे राज्याच्या हातातील साधन बनविणारा दृष्टिकोन आहे असा त्यावर आक्षेप घेण्यात येतो. यामुळेच प्रो-जोडसारखे टीकाकार प्लेटोच्या आदर्श राज्याच्या संकल्पनेची तुलना फॅसिस्ट राज्याशी करतात.

वरील आक्षेपांना असे उत्तर देता येईल की, आदर्श राज्याच्या निर्मितीमागील प्लेटोचा उद्देश केवळ राज्यकर्त्यावर्गाचे हित हा नव्हता तर समाजाचे हित साध्य करणे हा होता; व्यक्तीचे हित व सामाजिक हित यात तो विरोध मानत नव्हता. स्वाभाविकच, प्लेटो व्यक्तिहिताचा विचारच करत नव्हता ही टीका चुकीची ठरते. आपल्याला एवढेच म्हणता येईल की, प्लेटो व्यक्तीचा स्वतंत्रपणे विचार करत नव्हता. तो एकजिनसी अशा समाजाचा विचार करत होता. व्यक्ती ही त्याच्या दृष्टीने एकसंघ व एकजिनसी अशा समाजाचा अविभाज्य भाग असते. व्यक्तिजीवनाला जे महत्त्व व मूल्य प्राप्त होते ते अशा एकसंध समाजात विशिष्ट कार्य पार पाडल्यानेच प्राप्त होत असते. व्यक्तीमधील नैसर्गिक गुणांना योग्य असे कार्य करण्याची संधी तिला मिळणे हाच तिला प्राप्त झालेला सर्वांत महत्त्वाचा हक्क होय. आपले कर्तव्य उत्कृष्ट रीतीने पार पाडण्याचे व्यक्तीला मिळालेले स्वातंत्र्य हेच महत्त्वाचे व्यक्तिस्वातंत्र्य होय असा प्लेटोचा दृष्टिकोन होता.

प्लेटोच्या आदर्श राज्याच्या संकल्पनेचे मूल्यमापन करताना अथेन्समधील तत्कालीन राजकीय परिस्थितीचा त्यावर पडलेला प्रभावसुद्धा विचारात घेणे आवश्यक आहे. अथेन्समधील राजकीय जीवन भ्रष्टाचारी, अकार्यक्षम व अस्थिर होते. तेथील अल्पजनशाही आणि लोकशाही या दोन्हींचा अनुभव प्लेटोने घेतला होता. तो उद्वेगजनक होता. सत्तेसाठी सतत चाललेला संघर्ष आणि उठाव होत असलेले त्याने अनुभवले होते. यासाठीच, सामाजिक सुसंवादित्व आणि राजकीय स्थैर्य याबाबत तो आग्रही बनलेला होता. समाजातील बुद्धिमान व निःस्वार्थी अशा काही लोकांच्या हाती राजकीय सत्ता सुपूर्द केली आणि त्यांना राज्यकारभाराबाबत सर्वाधिकार दिले तर राज्यकारभार कार्यक्षम होईल आणि राजकीय स्थैर्य प्राप्त होईल या आशावादातून त्याने आपली आदर्श राज्याची संकल्पना मांडलेली आहे.

1.2 तत्त्वज्ञ राजा

प्लेटोच्या सर्व संकल्पनांमधील सर्वांत महत्त्वाची आणि सर्वांत अभिनव संकल्पना तत्त्वज्ञ राजाची आहे. प्लेटोच्या सर्व लिखाणामागील मुख्य प्रेरणा राज्याचे ऐक्य दृढमूल करणे आणि राज्यात निःस्पृह व कार्यक्षम शासन निर्माण करणे ही होती. स्वाभाविकच, राज्यकर्ते कसे असावेत यासंबंधीच्या विचारांना त्याच्या तत्त्वज्ञानात मध्यवर्ती स्थान आहे. किंबहुना त्याच्या शिक्षणविषयक आणि साम्यवादी विचारांमागील हेतू गुणवान व निःस्वार्थी असा राज्यकर्तावर्ग निर्माण करणे हाच होता. म्हणून त्याच्या 'तत्त्वज्ञ राजा' या संकल्पनेची थोड्या विस्ताराने माहिती घेणे आवश्यक ठरते. प्लेटोची ही संकल्पना आजच्या आपल्या लोकशाही पद्धतीशी आणि तत्त्वाशी विसंगत आहे तसेच तत्कालीन अथेन्समधील प्रत्यक्ष लोकशाही पद्धतीशीही ती विसंगत होती.

वस्तुतः तत्त्वज्ञ राजाची संकल्पना ही प्लेटोने रिपब्लिक ग्रंथामध्ये जी आधारभूत तत्त्वे स्वीकारलेली आहेत त्यांचीच तार्किक परिणती आहे. 'सद्‌गुण हेच ज्ञान होय' हे रिपब्लिकमधील मध्यवर्ती आधारभूत तत्त्व होय. सद्‌गुण हेच ज्ञान असेल तर निरपवाद सत्य किंवा सुकृत अस्तित्वात आहे आणि त्याचे ज्ञान होऊ शकते. पण हे ज्ञान प्राप्त करण्याची क्षमता सर्वांमध्ये नसते. कारण रिपब्लिक ग्रंथात जे दुसरे गृहीत तत्त्व स्वीकारण्यात आले आहे त्यानुसार सर्व माणसांमधील गुण सारखे नसतात. संयम, धैर्य, शहाणपण या गुणांबाबत व्यक्ती-व्यक्तीमध्ये फरक असतो. ज्या व्यक्तींकडे शहाणपण किंवा बुद्धिमत्ता हा गुण प्रधान असेल अशाच व्यक्ती ज्ञानप्राप्ती करू शकतात. प्लेटोच्या मते, राज्यकारभार करण्यासाठी असामान्य बुद्धिमत्तेची आणि त्याचबरोबर योग्य प्रशिक्षणाची जरुरी असते. कारण प्लेटोच्या मते, राज्यकारभार ही श्रेष्ठ दर्जाची कला व शास्त्र आहे. ज्याप्रमाणे कोणतीही व्यक्ती वैद्य बनू शकत नाही तर त्यासाठी विशिष्ट शिक्षणाची आणि कौशल्याची जरुरी असते त्याचप्रमाणे राज्यकर्त्यांसाठीसुद्धा बौद्धिक श्रेष्ठता आणि प्रशासकीय कौशल्य यांची आवश्यकता असते. ती क्षमता समाजातील काही निवडक लोकांमध्येच असते. थोडक्यात, सर्व माणसे बौद्धिकदृष्ट्या समान दर्जाची नसतात. राज्यकारभारासाठी असामान्य दर्जाची बुद्धिमत्ता आवश्यक असते. म्हणून राजकीय सत्तेत सर्व लोकांचा सहभाग असू नये तर प्रज्ञावंत व प्रशिक्षित अशा निवडक लोकांच्या हाती ती सुपूर्द केलेली असावी. ज्याप्रमाणे संयम हा गुण असणाऱ्या व्यक्ती उत्पादक कार्यासाठी किंवा धैर्य हा गुण असणाऱ्या व्यक्ती सैनिकी पेशासाठी योग्य असतात त्याचप्रमाणे शहाणपण हा गुण असणाऱ्याच व्यक्ती राज्यकारभार करण्यासाठी योग्य असतात असे प्लेटोचे ठाम प्रतिपादन होते.

या दृष्टिकोनामुळेच प्लेटोचा लोकशाही पद्धतीला विरोध होता. लोकशाहीत सर्वांनाच राजकीय हक्क प्राप्त होतात, सर्वच लोक राज्यकारभार करण्यास, राजकीय निर्णय घेण्यास लायक मानले जातात. लोकशाहीत स्वीकारले जाणारे राजकीय समतेचे हे तत्त्व प्लेटोला ढोंगीपणाचे आणि भ्रामक वाटत होते. कारण प्लेटोच्या दृष्टिकोनातून राजनीती हे शास्त्र तर होतेच; पण सर्व शास्त्रांत कठीण शास्त्र होते. राजनीतीमधील डावपेच आणि बारकावे सर्वसामान्य माणसाला समजू शकतील यावर त्याचा विश्वास नव्हता.

प्लेटोचा दृष्टिकोन लोकशाहीविरोधी बनण्यास, तत्कालीन अथेन्समधील राजकीय परिस्थिती बऱ्याच प्रमाणात कारणीभूत होती. सत्तेसाठी चाललेली गटबाजी आणि बंडखोरी यांनी अथेन्सचे राजकीय जीवन अस्थिर व भ्रष्ट बनविले होते. सत्तेसाठी चाललेली बंडखोरी आणि हिंसाचार इतर कोणत्याही गोष्टींपेक्षा राज्याला घातक आहेत असे प्लेटोचे मत होते. यामुळेच त्याच्या विचारांमध्ये राज्यातील सर्व वर्गात सुसंवादित्व राखण्यावर आणि राज्यकर्त्यांचे समाजातील इतर वर्गांवर पूर्ण नियंत्रण असण्यावर भर दिलेला दिसून येतो. राजकीय जीवनात स्थैर्य असणे त्याला राज्याच्या दृष्टीने आवश्यक वाटत होते. हे स्थैर्य निर्माण करावयाचे असेल तर ज्ञानी व कार्यक्षम लोकांच्या हाती राजकीय सत्ता असली

पाहिजे. पण लोकशाहीत अज्ञानी व अकार्यक्षम व्यक्ती सत्ताधीश बनतात; शिवाय लोकशाही पद्धत सत्तास्पर्धा आणि बंडखोरी यांना चालना देते व त्यातून राजकीय अस्थिरता निर्माण होते असा प्लेटोचा लोकशाही पद्धतीवर आक्षेप होता.

अशा प्रकारे अथेन्स नगर-राज्यातील अकार्यक्षमता आणि गटबाजी नाहीशी करून स्थिर व कार्यक्षम शासन निर्माण करण्याच्या उद्देशाने प्लेटोने तत्त्वज्ञ राजाची संकल्पना मांडली. प्लेटोच्या मते, व्यक्तिजीवनामध्ये तसेच राज्याच्या जीवनामध्येही काही चिरस्थायी, शाश्वत असे 'चांगले' किंवा सुकृत असते. हे सुकृत सार्वत्रिक स्वरूपाचे असते. राज्या-राज्याप्रमाणे ते बदलणारे नसते. ते नैसर्गिक असते. परिस्थिती, रूढी, परंपरा यावर ठरत नसते. या चिरस्थायी, शाश्वत आणि नैसर्गिक अशा सुकृतीचे ज्ञान केवळ बुद्धिवंतानाच किंवा प्रज्ञावंतानाच होऊ शकते. ज्याप्रमाणे वैद्याला आरोग्यविषयक ज्ञान असले पाहिजे; एवढेच नव्हे, तर आरोग्य कोणत्या कारणामुळे बिघडते आणि कोणत्या कारणामुळे चांगले राहते याचेही ज्ञान त्याला असले पाहिजे. तरच तो खऱ्या अर्थाने चांगला वैद्य बनू शकतो. त्याचप्रमाणे राज्यकर्त्यालाही राज्याच्या हिताचे काय आणि अहिताचे काय याचे ज्ञान असले पाहिजे तरच तो चांगला राज्यकर्ता होऊ शकतो. म्हणूनच राज्यकर्ता हा ज्ञानप्राप्ती झालेला असा तत्त्ववेत्ता असला पाहिजे. रिपब्लिक ग्रंथात प्लेटोने आपली ही कल्पना पुढील शब्दांत मांडली आहे : ''जर तत्त्ववेत्ते राज्यकर्ते बनले किंवा राज्यकर्त्यांना तत्त्वज्ञानाचे सामर्थ्य प्राप्त झाले आणि राजकीय सत्ता व शहाणपण यांचा संयोग घडून आला, सामान्य कुवतीची माणसे सत्तेच्या क्षेत्रापासून दूर राहिली तरच नगर-राज्ये आणि मानवी समाजही दुरितांपासून मुक्त होऊ शकेल; या नगर-राज्यातील जीवनामधील अंधकार दूर होऊन ते प्रकाशाने उजळून निघेल.''

'तत्त्वज्ञ राजा' या प्लेटोच्या संकल्पवनेचा एक विशेष म्हणजे त्याने राज्यकर्तावर्ग हा कायद्यापेक्षाही श्रेष्ठ मानलेला आहे. तत्त्व--राज्यकर्त्यांची सत्ता निरवाद असेल. आपल्या विवेकबुद्धीनुसार ते राज्यकारभार करतील. लिखित अशा विधिनियमांचे बंधन त्यांच्यावर असणार नाही. कारण प्लेटोच्या मते, कायदे हे सर्वसाधारण स्वरूपाचे असतात. पण समाजात निर्माण होणारा प्रत्येक प्रश्न, प्रत्येक समस्या ही वेगवेगळ्या स्वरूपाची असते. निदान काही प्रमाणात तरी प्रश्ना-प्रश्नात किंवा समस्या-समस्यांमध्ये फरक हा असतोच. त्यावर उपाययोजनाही वेगवेगळी करावी लागते. सर्वच समस्यांबाबत सर्वसाधारण स्वरूपाचा कायदा लागू करणे अन्यायकारक आणि चुकीचे ठरते. म्हणून प्रत्येक प्रश्नाला योग्य न्याय दिला जावा किंवा योग्य निर्णय घेतला जावा यासाठी प्रत्येक प्रश्नाचे स्वरूप पाहून आपल्या विवेकबुद्धीनुसार निर्णय घेण्याचा अधिकार राज्यकर्त्यांना असला पाहिजे. प्लेटोच्या मते, कायद्याचे स्वरूप सर्वसाधारण असते. ही सर्वसाधारणता कायद्याचे वैशिष्ट्य आहे, पण तोच त्यातील दोषही आहे. कारण त्यामुळे कायद्याला ताठर स्वरूप प्राप्त झालेले असते. प्रत्येक समस्येचे स्वरूप वेगवेगळे असल्याने कायद्यामधील ही ताठरता अन्याय करू शकते. ज्ञानी व न्यायप्रिय अशा राज्यकर्त्यांची विवेकबुद्धीच विविध प्रश्नांबाबत निर्णय

देताना आवश्यक ती लवचीकता दाखवू शकते. म्हणून कायद्यापेक्षाही शहाणपण असलेल्या राज्यकर्त्यांची विवेकबुद्धी श्रेष्ठ मानली पाहिजे.

तत्त्वज्ञ राज्यकर्त्यांवर लिखित कायद्याचे नियंत्रण असू नये त्याचप्रमाणे त्यांच्यावर लोकमताचेही दडपण असू नये असा प्लेटोचा आग्रह होता. तत्त्वज्ञ राजाच्या विवेकबुद्धीला जे योग्य वाटेल तेच राज्याच्या हिताचे असेल असे त्याचे मत होते. हा मुद्दा स्पष्ट करताना प्लेटोने राज्याची तुलना मानवी शरीराशी केलेली आहे. मानवी शरीराच्या सर्व अवयवांवर मेंदूचे पूर्ण नियंत्रण असते. तसे असेल तरच शरीराचे कार्य योग्य प्रकारे चालते. त्याचप्रमाणे राज्यात तत्त्वज्ञ राज्यकर्त्यांच्या बुद्धीनुसार चालला पाहिजे तरच तो योग्य प्रकारे होऊ शकेल. इतर वर्गातील लोकांनी राज्यकर्त्यांच्या मार्गदर्शनाखाली आणि नियंत्रणाखाली आपली कर्तव्ये पार पाडावीत, त्यातच राज्याचे व प्रत्येक व्यक्तीचे हित आहे. कारण तत्त्वज्ञ राजालाच, राज्याचे ध्येय व ते साध्य करण्यासाठी वापरावयाचे मार्ग याची सुस्पष्ट कल्पना असू शकते असे त्याचे प्रतिपादन होते.

प्लेटो, तत्त्वज्ञ राजाची सत्ता कायद्याहून श्रेष्ठ मानत असला तरी त्याच्या कल्पनेतील राज्यकर्ता हा बेजबाबदार, निरंकुश असा हुकूमशहा नव्हता. प्लेटोच्या कल्पनेतील तत्त्वज्ञ राजा हा ज्ञाननिष्ठ, सत्यनिष्ठ, द्वेष आणि स्वार्थ या मानवी दुर्गुणापासून अलिप्त राहणारा आणि आत्मसंयमी राजा होता. संन्यस्त वृत्तीने राहणारा आणि केवळ राज्याच्याच हिताची काळजी वाहणारा असा राज्यकर्तावर्ग प्लेटोला अभिप्रेत होता.

'तत्त्वज्ञ राजा' या संकल्पनेचे मूल्यमापन

प्लेटोची 'तत्त्वज्ञ राजा' ही संकल्पना त्याच्या विचारामधील सर्वांत अभिनव व सर्वांत मूलगामी अशी संकल्पना असल्याचे मत फॉस्टर या अभ्यासकाने व्यक्त केले आहे. अशा महत्त्वाच्या संकल्पनेवर अनुकूल व प्रतिकूल टीका होणे स्वाभाविक आहे. यावर होणारी सर्वांत महत्त्वाची टीका म्हणजे ही संकल्पना लोकशाहीविरोधी असून समाजातील काही ठरावीक लोकांच्या हाती अमर्याद सत्ता सुपूर्द करणारी आहे. राज्यकारभार करणे ही श्रेष्ठ दर्जाची कला असून त्यासाठी गुणवान व्यक्तींची जरूरी असते हे मान्य केले तरी मूठभर व्यक्तींच्याच हाती राज्याची सर्व सत्ता सुपूर्द केली जावी आणि इतर लोकांना त्यापासून पूर्णपणे दूर ठेवण्यात यावे हा प्लेटोचा आग्रह आधुनिक लोकशाहीच्या व समतेच्या पुरस्कर्त्यांना मान्य होणारा नाही.

उत्पादकवर्ग हा कोणत्याही समाजात संख्येने सर्वांत मोठा वर्ग असणार ही गोष्ट उघड आहे. नगर-राज्यातही तो सर्वांत मोठा वर्ग होता. केवळ संख्येने मोठा म्हणूनच नव्हे, तर समाजाच्या विविध गरजा भागविणारा वर्ग म्हणूनही त्याला समाजव्यवस्थेत महत्त्वाचे स्थान असले पाहिजे. पण या वर्गाला कोणतेही राजकीय हक्क देण्यास प्लेटो तयार नाही. हे त्या वर्गावर अन्याय करणारे ठरते.

लिखित कायदा आणि लोकमत यापेक्षाही राज्यकर्त्यांची सत्ता प्लेटो श्रेष्ठ मानतो. ही गोष्ट निरंकुश हुकूमशाही निर्माण करणारी ठरते. शरीरातील सर्व अवयवांवर ज्याप्रमाणे मेंदूचे पूर्ण नियंत्रण चालते तसे आदर्श राज्यात तत्त्वज्ञ राजाचे पूर्ण नियंत्रण समाजावर असावे अशी कल्पना प्लेटो मांडतो. ही कल्पना समाजावर निरंकुश सत्ता निर्माण करणारी व जनतेला राज्यकर्त्यांचे दास बनविणारी ठरते.

समाजावर राज्यकर्त्यावर्गाचे पूर्ण नियंत्रण असावे या आपल्या दृष्टिकोनाचे समर्थन करताना प्लेटोने वैद्य व आजारी माणूस यांचे उदाहरण दिले आहे. आजारी माणूस उपचार करून घेताना स्वतःला पूर्णपणे वैद्याच्या स्वाधीन करतो त्याप्रमाणे समाजाने राज्यकर्त्या-वर्गाचे पूर्ण नियंत्रण स्वीकारावे असे प्लेटो म्हणतो. पण समाजाची आजारी माणसाशी तुलना करणे मुळातच चुकीचे आहे.

'तत्त्वज्ञ राजा' या संकल्पनेवर वरीलप्रमाणे काही आक्षेप घेण्यात येत असले तरी या संकल्पनेच्या समर्थनार्थ काही मुद्दे सांगता येतात. चांगला राज्यकारभार करण्यासाठी गुणवान व चारित्र्यवान व्यक्तींची आवश्यकता असते. राज्यकारभार ही श्रेष्ठ दर्जाची कला असून ती श्रेष्ठ दर्जाचे गुण असणाऱ्या व्यक्तींकडे सोपविणे इष्ट होय. राजकीय सत्ता व शहाणपण यांचा संयोग झाला तरच राजकारणातील अनिष्ट प्रवृत्ती नष्ट होतील या मुद्द्यावर प्लेटोचा भर आहे. त्यातील सत्य कोणालाही नाकारता येणार नाही. स्वार्थी व भ्रष्ट व्यक्ती सत्ताधीश झाल्या तर राज्यकारभाराला निकृष्ट दर्जा प्राप्त होतो आणि सत्तेचा वापर स्वार्थासाठी केला जातो याची भरपूर उदाहरणे इतिहासात आणि वर्तमानकाळातही आपणास दाखविता येतील.

राज्यकर्त्यांच्या सत्तेवर लिखित कायद्याची आणि लोकमताची बंधने असू नयेत असे प्लेटोने प्रतिपादन केले असले तरी त्याची तत्त्वज्ञ राजाची संकल्पना ही बेजबाबदार व जुलमी राज्यकर्त्याची नाही; तर सत्यप्रिय आणि न्यायप्रिय अशा राज्यकर्त्यांची ती कल्पना आहे. जो ज्ञानयोगी, आत्मसंयमी, स्वार्थ व द्वेष यापासून अलिप्त असणारा आहे, ज्याने आपले सर्व जीवन राज्याच्या हितासाठीच वाहिलेले आहे आणि सर्व प्रकारच्या मोहापासून जो अलिप्त आहे असा तो राजा आहे. अशा राज्यकर्त्यांच्या हाती अमर्याद सत्ता असली तरी स्वार्थासाठी तो सत्तेचा दुरुपयोग करेल ही शक्यता नाही. अर्थात, आदर्श राज्यातच असा आदर्श राज्यकर्ता असू शकतो. जेथे आदर्श समाज निर्माण झालेला नसेल तेथे अशा राज्यकर्त्याची आपण अपेक्षा करू शकत नाही. म्हणून अशा अपरिपूर्ण अवस्थेतील राज्यात राज्यकर्त्यांच्या सत्तेवर कायद्याचे बंधन असले पाहिजे हे प्लेटोने आपल्या नंतरच्या काळातील लिखाणात मान्य केलेले आहे.

राज्यकर्त्यावर्गाचे प्लेटोने रंगविलेले चित्र हे सन्यस्त वृत्तीच्या ज्ञानयोगी व्यक्तींचे चित्र आहे. सर्व भौतिक सुखांचा, संपत्तीचा, कौटुंबिक जीवनाचा त्याग केल्यानंतरच त्यांना राजकीय सत्ता प्राप्त होणार आहे. किंबहुना, समाजातील सर्वच वर्गांकडून प्लेटो त्यागाची अपेक्षा करतो. संपत्ती असणाऱ्या उत्पादकवर्गाला तो राजकीय हक्क नाकारतो आणि

राजकीय सत्ता हाती असणाऱ्या राज्यकर्त्यावर्गाला संपत्ती बाळगण्याचा अधिकार नाकारतो. अशा प्रकारे समाजाच्या प्रत्येक वर्गाकडून तो सामूहिक हितासाठी काही त्यागाची अपेक्षा करतो. म्हणजेच व्यक्तिगत हितापेक्षा सामूहिक हिताचे महत्त्व मानणे, राज्याच्या हिताबाबत निष्ठा बाळगणे हे मूल्य प्लेटोने प्रतिपादन केले आहे. प्लेटोच्या सिद्धान्तात अशी अनेक उदात्त व चिरंतन मूल्ये मांडलेली दिसतात.

प्लेटोच्या सिद्धान्ताचे मूल्यमापन करताना तत्कालीन नगर-राज्यातील राजकीय परिस्थितीही लक्षात घेणे जरूरीचे आहे. अध:पतित आणि भ्रष्ट राजकरण तसेच राजकीय अस्थिरता ही प्लेटोच्या काळात अथेन्समधील राजकारणाची परिस्थिती होती. इतर कोणत्याही गोष्टीपेक्षा राज्याचे ऐक्य आणि राजकीय स्थैर्य या गोष्टी प्लेटोला महत्त्वाच्या वाटत होत्या. या स्थितीत ज्ञानी व नि:स्वार्थी अशा निवडक लोकांच्या हाती राज्यकारभाराची सर्व सूत्रे सुपूर्द करावीत आणि इतर लोकांनी राजकारणापासून अलिप्त राहावे; तरच नगर-राज्यात चाललेली सत्तास्पर्धा संपुष्टात येईल आणि राजकीय स्थैर्य लाभेल अशा निष्कर्षाप्रत प्लेटो आला आणि त्यातूनच 'तत्त्वज्ञ राजा' या संकल्पनेचा उगम झाला असे दिसून येते.

स्टेट्समन आणि लॉज

आपल्या उत्तर आयुष्यात प्लेटोने 'स्टेट्समन' व 'लॉज' हे दोन ग्रंथ लिहिले. रिपब्लिकमधील प्रभावी भाषाशैली आणि क्रांतिकारक दृष्टिकोन या ग्रंथांतून दिसून येत नाहीत. राजकीय वास्तवतेचा अधिक अनुभव घेतल्यानंतर त्याचा दृष्टिकोन व्यवहारी झालेला दिसून येतो. याचा अर्थ, आपल्या विचारातील मूलभूत तत्त्वांचा त्याने त्याग केला असे नाही तर ही मूलभूत तत्त्वे व सिद्धान्त आदर्श अशा समाजव्यवस्थेतच अमलात आणता येतील, पण असा समाज अस्तित्वात येत नाही तोपर्यंत या तत्त्वाबाबत काही तडजोड करावी लागेल या निष्कर्षाप्रत तो आला.

स्टेट्समन : प्लेटोने 'रिपब्लिक' मध्ये मांडलेल्या विचारात नंतर जे स्थित्यंतर घडून आले त्याचा पहिला टप्पा म्हणजे 'स्टेट्समन' होय. 'लॉज' या त्यानंतर लिहिलेल्या ग्रंथात हे स्थित्यंतर पूर्ण झाले. 'रिपब्लिक' ग्रंथात आदर्श राज्याची सत्ता ही कायदा व रूढी याहून श्रेष्ठ मानली होती. या त्याच्या दृष्टिकोनात 'स्टेट्समन' मध्ये बदल झालेला दिसून येतो. 'रिपब्लिक' ग्रंथात तत्त्वज्ञ राजाच्या सत्तेवर कायद्याचे तसेच रूढी-परंपरांचे बंधन असू नये अशी कल्पना प्लेटोने मांडलेली असली तरी ग्रीक नगर-राज्यांच्या राजकीय परंपरेच्या ती विरुद्ध होती. नगर-राज्यातील विशेषत: अथेन्समधील राजकीय परंपरा ही कायद्याचा व रूढी-परंपरांचा आदर करणारी होती. राज्यकर्त्यांच्या हाती अमर्याद सत्ता देण्याची कल्पना वास्तव परिस्थितीशी जुळणारी नाही याची जाणीव प्लेटोला झालेली या ग्रंथात दिसून येते. लोकशाहीलासुद्धा त्याचा असणारा विरोध सौम्य झालेला दिसून येतो.

लॉज : प्लेटोने आपल्या उतारवयात 'लॉज' हा ग्रंथ लिहिला. तो त्याच्या मृत्यूनंतर प्रसिद्ध झाला. त्याच्या विचारात होत असणारा बदल या ग्रंथात पूर्णत्वाला गेलेला दिसून येतो. कायद्याच्या अधिसत्तेचे तत्त्व या ग्रंथात त्याने मान्य केले आहे. तत्त्वज्ञ राजाची कल्पना वास्तव परिस्थितीत प्रत्यक्षात आणणे अशक्य आहे हे लक्षात आल्यानंतर नगर-राज्याचा कारभार योग्य रीतीने व्हावा, त्यात ज्ञानाचा आविष्कार व्हावा यासाठी प्लेटो वेगळ्या दृष्टीने विचार करू लागला. या त्याच्या विचाराचे फलित म्हणजेच 'लॉज' हा ग्रंथ होय. तत्त्वज्ञ राजा निर्माण करणे अशक्य असेल तर चिरंतन सत्यावर आधारित असे कायदे तरी निर्माण व्हावेत. अशा आदर्श कायद्याची संहिता तयार झाली व त्यानुसार राज्याचा कारभार होऊ लागला तर त्या कायद्याच्या माध्यमातून खऱ्या ज्ञानाचा आविष्कार राज्यामध्ये होईल. अशा प्रकारचे राज्य सर्वोत्कृष्ट किंवा आदर्श राज्य असणार नाही पण चांगले राज्य निश्चितच असेल असा दृष्टिकोन लॉज या ग्रंथात प्लेटोने मांडला. त्याच्या मते, असे राज्य म्हणजे तत्त्वज्ञ राजाची सत्ता असलेले आदर्श राज्य आणि तत्त्वज्ञानाला कोणतेच स्थान नसलेले वास्तव राज्य या दोन आत्यंतिक स्थितीमधील ती तडजोड असेल. आपल्या कल्पनेतील आदर्शाची वास्तव परिस्थितीशी प्लेटोने केलेली ही तडजोड होय. आदर्श राज्याला आवश्यक अशा तत्त्ववेत्या राज्यकर्त्यांचा वर्ग प्रस्थापित समाजातून निर्माण होऊ शकत नाही या सत्याची जाणीव झाल्यानंतर प्लेटो आपल्या मूळ कल्पना व वास्तव परिस्थिती यात तडजोड करण्यास तयार झाला.

'लॉज' या ग्रंथात प्लेटोने राज्याचे रेखाटलेले चित्र हे 'रिपब्लिक' ग्रंथातील चित्राहून अनेक अर्थाने वेगळे होते. 'रिपब्लिक' या ग्रंथात कायदा व रूढी यांच्या निर्बंधापासून मुक्त अशा तत्त्वज्ञ राजाच्या सत्तेची कल्पना मांडण्यात आली आहे तर 'लॉज' या ग्रंथात कायद्याच्या श्रेष्ठत्वाची कल्पना स्वीकारण्यात आलेली आहे. हा या दोन ग्रंथातील मूलभूत फरक म्हणता येईल. पण याचा अर्थ प्लेटोने तत्त्वज्ञ राजाच्या संकल्पनेचा त्याग केला असे नव्हे. तो त्याच्यासमोरचा आदर्श होता; पण ही आदर्श कल्पना वास्तव परिस्थितीत प्रत्यक्षात आणणे शक्य नाही. तडजोड म्हणून त्याने कायद्याच्या अधिसत्तेची कल्पना स्वीकारलेली आहे. प्राप्त परिस्थितीत त्याच्या मते तीच चांगली व्यवस्था होय. रिपब्लिक ग्रंथात आदर्श राज्याची त्याने जी कल्पना मांडलेली आहे त्यात राजकीय हक्क केवळ राज्यकर्त्यावर्गालाच दिलेले आहेत. उत्पादकवर्ग राजकीय हक्कांपासून वंचित ठेवलेला आहे. तसेच राज्यकर्त्यावर्गाला खाजगी संपत्ती बाळगण्याचा आणि कौटुंबिक जीवनाचा अधिकार नाकारण्यात आलेला आहे. या दृष्टिकोनाबाबतही प्लेटोने 'लॉज' या ग्रंथामध्ये तडजोड स्वीकारलेली आहे. उत्पादकवर्गाला राजकीय हक्क असावेत तसेच राज्यकर्त्या-वर्गालाही संपत्तीचा व कौटुंबिक जीवनाचा अधिकार असावा हे त्याने परिस्थितीशी तडजोड म्हणून मान्य केलेले आहे.

'रिपब्लिक' या ग्रंथात प्लेटोने तत्त्वज्ञ राजाच्या अनियंत्रित सत्तेचा पुरस्कार केला. ती व्यवस्था आदर्श राज्यात योग्य असली तरी अपरिपूर्ण समाजव्यवस्थेत शक्य नाही म्हणून 'लॉज' या ग्रंथात प्लेटोने मिश्र शासनव्यवस्थेचा पुरस्कार केलेला दिसून येतो. राज्यसंस्थेचा ऱ्हास का होतो याची कारणे सांगताना प्लेटो म्हणतो की, लष्करीकरणाच्या अतिरेकामुळे स्पार्टाचा ऱ्हास झाला. निरंकुश राज्यसत्तेमुळे पर्शियाचा ऱ्हास झाला. लोकशाहीतील स्वातंत्र्याच्या अतिरेकामुळे अथेन्समधील राजकीय व्यवस्थेचा ऱ्हास झाला. यावरून प्लेटो असा निष्कर्ष काढतो की, कोणत्याही तत्त्वाचा अतिरेक राज्यसंस्थेच्या ऱ्हासाला कारणीभूत ठरतो. राजकारणाच्या दीर्घ अनुभवानंतर आणि ऐतिहासिक घटनांचे मनन केल्यानंतर प्लेटोचे असे मत बनले की कोणतीही एक शासन पद्धत स्वीकारण्यापेक्षा मिश्र शासनव्यवस्था स्वीकारणे योग्य होय. कारण त्यामुळे राज्यातील वेगवेगळ्या राजकीय शक्तींमध्ये साहचर्य आणि सहकार्य राहू शकते. ज्ञानी व न्यायी अशा व्यक्तींच्या हाती सत्ता असावी हे राजेशाहीतील तत्त्व आणि लोकमतानुवर्ती शासन असावे हे लोकशाहीतील तत्त्व यांच्या संयोगानेच राज्यात स्थैर्य निर्माण होऊ शकते. म्हणून राजेशाहीच्या तसेच लोकशाहीच्या तत्त्वांचा संयोग असणारी अशी मिश्र राज्यघटना राज्याची असावी असा पुरस्कार प्लेटोने केला.

1.3 शिक्षणविषयक विचार

प्लेटोच्या दृष्टिकोनातून न्याय म्हणजे समाजातील व्यक्तींना त्यांच्यातील नैसर्गिक गुण व त्यांना मिळालेले प्रशिक्षण यांना अनुसरून योग्य कार्य देणे आणि त्यायोगे समाजातील सर्व वर्गात सुसंवादित्व निर्माण करणे होय. यासाठी आवश्यक गोष्ट म्हणजे प्रत्येक व्यक्तीमधील नैसर्गिक गुण हेरले पाहिजेत आणि त्यानुसार प्रत्येकाला योग्य असे प्रशिक्षण मिळाले पाहिजे. या दृष्टीने प्लेटोने ज्या मार्गाचा पुरस्कार केला तो मार्ग म्हणजे शिक्षण हा होय. सुसंवादी राज्य निर्माण करण्यासाठी मानवी मनाची योग्य त्या प्रकारे जडणघडण, निगराणी करण्याचा शिक्षण हाच एकमेव व विधायक मार्ग होय असे प्लेटोचे मत होते. रिपब्लिक ग्रंथामध्ये शिक्षणासंबंधी इतक्या काळजीपूर्वक आणि विस्ताराने विवेचन करण्यात आलेले आहे की, तो शिक्षणशास्त्रावरील एक उत्कृष्ट ग्रंथ मानला जातो. सुप्रसिद्ध फ्रेंच विचारवंत रूसो याला 'रिपब्लिक' हा ग्रंथ शिक्षणशास्त्रावरील सर्वोत्कृष्ट ग्रंथ वाटतो. 'रिपब्लिक' ग्रंथातील शैक्षणिक विवेचनावरून हे स्पष्टपणे दिसून येते की आपल्या आदर्श राज्याच्या संकल्पनेत प्लेटोने शिक्षणव्यवस्थेला श्रेष्ठ स्थान दिलेले आहे. नागरिकांना जर चांगले शिक्षण मिळालेले असेल तर राज्यासमोरील अडचणी आणि आणीबाणीचे प्रसंग यांचा ते चांगल्या प्रकारे मुकाबला करू शकतात असे प्लेटोचे मत होते. स्वाभाविकच, रिपब्लिक ग्रंथामध्ये शिक्षणविषयक विवेचन इतक्या तपशिलाने करण्यात आले हा योगायोग नसून शिक्षणाचे लेखकाला वाटत असणारे महत्त्वच त्यातून दिसून येते.

प्लेटोच्या तत्त्वज्ञानामागील मूलतत्त्व आपण लक्षात घेतले तर शिक्षणाला त्याने आपल्या आदर्श राज्याच्या संकल्पनेत महत्त्वाचे स्थान देणे स्वाभाविकच मानले पाहिजे. जर सद्‌गुण हेच ज्ञान असेल तर ज्ञानार्जनाने म्हणजेच शिक्षणाने व्यक्तीमधील गुणांचा विकास होत असतो आणि आदर्श शिक्षणव्यवस्था हाच आदर्श राज्याचा खरा आधार असतो हा निष्कर्ष आपल्याला मान्य करावा लागतो. प्लेटोच्या मते, राज्यामध्ये कोणत्याही बाबतीत विकास घडवून आणावयाचा असेल तर चांगल्या शिक्षणाद्वारेच तो घडवून आणता येईल आणि शिक्षणव्यवस्था चांगली नसेल तर इतर क्षेत्रात राज्याने चांगली कामगिरी करूनही त्याचा फारसा उपयोग संभवत नाही. सदोष समाजाची पुनर्बांधणी करून निर्दोष किंवा परिपूर्ण समाज चांगल्या शिक्षणाद्वारेच करता येईल अशी त्याला आशा वाटत होती.

राज्य-नियंत्रित आणि सक्तीचे शिक्षण : शिक्षणाला एवढे महत्त्व प्लेटो देत असल्याने शिक्षणाची जबाबदारी खाजगी संस्था व व्यक्ती यावर सोपवून चालणार नाही तसेच ते ऐच्छिक ठेवून चालणार नाही असे त्याचे मत बनले होते. शिक्षण हे प्रत्येकाला सक्तीचे आणि राज्याच्या नियंत्रणाखाली असले पाहिजे असा त्याचा आग्रह होता. समाजातील प्रत्येक वर्गाचे कार्य त्याला मिळणाऱ्या शिक्षणावर अवलंबून असल्याने सर्वांना शिक्षणाची सोय उपलब्ध होईल, प्रत्येकाला त्याचे कार्य योग्य प्रकारे पार पाडता येईल अशा प्रकारचे शिक्षण मिळेल आणि एकूण शिक्षणक्रम हे राज्याचे हित तसेच सर्व वर्गात सुसंवादित्व राखण्यासाठी अनुरूप असेल असे प्रयत्न करणे हे प्लेटोच्या मते राज्याचे कर्तव्य ठरते. त्याचप्रमाणे शिक्षणावरच राज्याचे हित अवलंबून असल्याने मुलांना शिक्षण देणे अथवा न देणे हे पालकांच्या मर्जीवर न सोपविता शिक्षण हे सर्वांसाठी सक्तीचे असले पाहिजे असा प्लेटोचा आग्रह होता.

प्लेटोच्या शिक्षणविषयक दृष्टिकोनाचे दुसरे महत्त्वाचे वैशिष्ट्य म्हणजे शिक्षण देण्याबाबत त्याने स्त्री-पुरुष असा भेद केलेला नाही. स्त्री व पुरुष यांच्यातील बौद्धिक क्षमतेत मुळात काही फरक नसल्याने मुला-मुलींना सारख्याच प्रकारचे शिक्षण दिले जावे, पुरुषांबरोबर स्त्रियांनाही विविध अधिकार पदांसाठी पात्र समजण्यात यावे असा प्लेटोचा दृष्टिकोन होता.

या ठिकाणी हे सुद्धा नमूद केले पाहिजे की, शिक्षणासंबंधी एवढ्या विस्ताराने चर्चा करणाऱ्या प्लेटोने आपल्या विवेचनात कारागिरांच्या प्रशिक्षणाबाबत कोणतीही चर्चा केलेली नाही. त्याचे सर्व विवेचन राज्यकर्तावर्ग आणि सैनिकांचा वर्ग यांना कोणत्या प्रकारचे शिक्षण दिले जावे याबद्दलच्याच चर्चेने व्यापलेले आहे. प्लेटोने शिक्षणक्रमाचे दोन विभाग केले आहेत : (1) प्राथमिक शिक्षण आणि (2) उच्च शिक्षण. यांपैकी प्राथमिक शिक्षणक्रमात कारागिरांच्या वर्गासहित सर्वांचा अंतर्भाव त्याला अभिप्रेत असावा. हे प्राथमिक शिक्षण पूर्ण केल्यानंतर जे आपली बौद्धिक क्षमता सिद्ध करतील त्या व्यक्तींची निवड उच्च शिक्षणासाठी करून त्यातून राज्यकर्त्यांचा वर्ग आणि सैनिकांचा वर्ग तयार करण्यात यावा अशी प्लेटोची योजना होती.

प्राथमिक शिक्षण : प्राथमिक शिक्षणासंबंधी प्लेटोची कल्पना ही पूर्णपणे नवी कल्पना नव्हती. अथेन्स आणि स्पार्टा या नगर-राज्यात प्राथमिक शिक्षणाच्या ज्या पद्धती अस्तित्वात होत्या त्या पद्धतीतच काही सुधारणा करून प्लेटोने स्वतःची योजना तयार केली. अथेन्समधील शिक्षणपद्धती आणि स्पार्टामधील राज्य-नियंत्रित शिक्षणपद्धती यांचा मेळ घालून आणि त्यात स्वतःच्या काही सुधारणा करून प्लेटोने आपली शिक्षणविषयक योजना सादर केली. आपल्या राज्याशी निष्ठा असलेले तरुण तयार करणे हे स्पार्टाच्या शिक्षणपद्धतीचे वैशिष्ट्य होते. तसेच स्पार्टामधील शिक्षण हे राज्य-नियंत्रित होते. या कल्पना प्लेटोने आपल्या शिक्षणपद्धतीत स्वीकारल्या. प्लेटोने तयार केलेल्या शिक्षणक्रमाचा उद्देश राज्याला आवश्यक अशी विविध कार्ये निष्ठापूर्वक पार पाडणारे तरुण तयार करणे हा होता. पण प्लेटोच्या शिक्षणक्रमाचा उद्देश स्पार्टन परंपरेसारखा असला तरी त्याच्या शिक्षणक्रमाचा आशय अथेन्सच्या परंपरेला अनुसरून होता. अथेन्समधील शैक्षणिक परंपरेप्रमाणे प्लेटोचा शिक्षणक्रमही मानवी मनाची नैतिक व बौद्धिक जोपासना करण्याच्या उद्देशाने तयार केलेला होता. अथेन्सच्या परंपरेप्रमाणे सुशिक्षित माणूस म्हणजे चारित्र्यवान आणि नीतिमान माणूस होय. प्लेटोचाही शिक्षणक्रम चारित्र्य आणि नीतिमत्ता या गुणांची जोपासना करण्याच्या उद्देशाने तयार केलेला होता.

प्राथमिक शिक्षणक्रमाचे प्लेटोने दोन विभाग पाडलेले होते : (1) संगीत (2) शारीरिक शिक्षण. शारीरिक शिक्षणाचा उद्देश सुदृढ शरीर व सुदृढ मन घडविणे हा होता. सुदृढ शरीर घडविण्यासाठी शारीरिक शिक्षण होते तर मनाच्या सुदृढतेसाठी संगीताचे शिक्षण होते. मात्र, संगीत व शारीरिक शिक्षण हे शब्द आपण नेहमी वापरतो; त्याहून अधिक व्यापक अर्थाने प्लेटोने वापरले होते. संगीतामध्ये गायन-वादन याबरोबरच अभिजात काव्याचे रसग्रहण करणे आणि अन्वयार्थ लावणे याचाही समावेश होता. तसेच शारीरिक शिक्षणामध्ये कवायती, व्यायाम, खेळ याबरोबरच औषधोपचाराचे ज्ञान यांचाही समावेश होता. या दोन्ही प्रकारच्या प्राथमिक शिक्षणाचा उद्देश व्यक्तीची नैतिक व बौद्धिक उन्नती घडवून आणणे हा होता. संगीताचे शिक्षण देण्यामागील उद्देश मनाचा विकास घडविणे हा तर होताच; पण शारीरिक शिक्षणाचा उद्देशही केवळ बलोपासना हा नव्हता तर शारीरिक सुदृढतेबरोबरच धैर्य, संयम या मानसिक गुणांचीही जोपासना करणे हा होता. संगीताच्या शिक्षणामागेही संगीत आणि काव्य यातील सौंदर्यापेक्षाही संगीतातील आणि अभिजात काव्यातील नैतिक मूल्यांचा प्रभाव तरुणांवर पडावा असा प्लेटोचा उद्देश होता. शिकविल्या जाणाऱ्या काव्यात कोणत्याही प्रकारच्या अनैतिक कल्पनांचा समावेश नसावा. ते विशुद्ध स्वरूपात शिकविले जावे यावर त्याचा कटाक्ष होता. म्हणूनच सर्व प्रकारचे काव्य व संगीत, मग ते प्राचीन असो अथवा समकालीन असो; राज्याकडून छाननी करूनच ते शिक्षणक्रमात समाविष्ट करण्यात यावे अशी त्याची शिफारस होती.

हे प्राथमिक शिक्षण सर्व मुला-मुलींना वयाच्या पाचव्या वर्षापासून म्हणजेच बालपणापासून वयाच्या विसाव्या वर्षांपर्यंत म्हणजेच तारुण्यातील पदार्पणापर्यंत देण्यात यावे अशी प्लेटोची योजना होती.

उच्च शिक्षण : प्लेटोच्या शिक्षणविषयक विचारातील सर्वांत वैशिष्ट्यपूर्ण आणि नावीन्यपूर्ण योजना म्हणजे त्याने सुचविलेली उच्च शिक्षणाची योजना होय. प्राथमिक शिक्षण पूर्ण करणाऱ्या तरुणांपैकी ज्यांची बौद्धिक पात्रता श्रेष्ठ दर्जाची असेल अशा तरुणांची निवड उच्च शिक्षणासाठी करावी व त्यांना वयाच्या विसाव्या वर्षापासून ते तीस वर्षांपर्यंत उच्च शिक्षण देण्यात यावे अशी प्लेटोची योजना होती. राज्यकर्तावर्ग तयार करणे हा या शिक्षणाचा उद्देश होता. उच्च शिक्षणाचा अभ्यासक्रम म्हणून प्लेटोने त्या काळात ज्ञात असलेल्या गणित, खगोलशास्त्र आणि तर्कशास्त्र या शास्त्र विषयांची निवड केली होती. हे शिक्षण घेणाऱ्या तरुणवर्गातून भावी काळातील राज्यकर्ते निर्माण होणार तेव्हा त्यांचे विचार तर्कशुद्ध व शास्त्रशुद्ध असावेत या हेतूने प्लेटोने वरील शास्त्रीय विषय अभ्यासासाठी निवडले होते.

हा अभ्यासक्रम पूर्ण झाल्यानंतर पुढील पाच वर्षे म्हणजे तीस ते पस्तीस वर्षे वयापर्यंत तत्त्वज्ञान व तर्कयुक्त वादविवादाचे शिक्षण द्यावे अशी प्लेटोची योजना होती. तत्त्वज्ञान आणि तर्कशुद्ध विचार यामुळे वास्तव जगाचे योग्य ज्ञान विद्यार्थ्यांना होईल. अशा प्रकारे ज्ञान प्राप्त झालेली व्यक्तीच योग्य शासक बनू शकेल असा प्लेटोचा विश्वास होता. प्लेटोने स्थापन केलेल्या ॲकॅडमीमध्ये हा उच्च शिक्षणाचा कार्यक्रम बऱ्याच प्रमाणात अमलात आणलेला होता आणि प्लेटोची ही ॲकॅडमी केवळ तत्त्ववेत्ते नव्हेत तर प्रशासक व शासक तयार करण्यासाठी स्थापन झालेली होती हे लक्षात ठेवले पाहिजे.

सर्व शिक्षणक्रम यशस्वीरीत्या पूर्ण केलेल्या आणि आपल्या बौद्धिक क्षमता सिद्ध केलेल्या तरुणांना प्रत्यक्ष प्रशासकीय आणि सैनिकी कामाचा अनुभव यावा म्हणून त्यानंतरची पंधरा वर्षे प्रशासनामध्ये व सैन्यामध्ये त्यांना काम देण्यात यावे. अशा प्रकारे शिक्षण व प्रशिक्षण पूर्ण केलेल्या सर्व प्रकारच्या कसोट्यांना उतरलेल्या व्यक्तींचा मिळून राज्यकर्तावर्ग बनेल. राज्यात न्यायाची प्रस्थापना करण्याची जबाबदारी या वर्गाची असेल. या वर्गातील व्यक्तींनी सवड मिळेल तेव्हा आपला वेळ मनन-चिंतनात घालवावा. पण राज्याला त्यांची जेव्हा जरुरी भासेल तेव्हा राज्यकारभाराची पडेल ती जबाबदारी त्यांना पार पाडावी लागेल आणि आपल्या ज्ञानाचा उपयोग राज्याच्या हितासाठी करावा लागेल. अशी एकंदरीत प्लेटोची योजना होती.

1.4 न्यायविषयक संकल्पना

'सद्‌गुण हेच ज्ञान होय' हे सॉक्रेटिसने मांडलेले तत्त्व रिपब्लिक ग्रंथातील मध्यवर्ती सूत्र आणि आधारभूत तत्त्व आहे. याचा अर्थ असा होतो की, सुकृत किंवा सत्य असे काही अस्तित्वात आहे आणि प्रज्ञावंतांना त्याचे ज्ञान होऊ शकते. वेगळ्या भाषेत, 'चांगले' किंवा सुकृत याला वास्तव जगात अस्तित्व आहे आणि जो प्रज्ञावंत किंवा बुद्धिवंत आहे तो त्याचे ज्ञान प्राप्त करू शकतो. प्लेटोचे हे प्रतिपादन म्हणजे ग्रीक तत्त्ववेत्त्यांना सतत भेडसावणाऱ्या एका व्यापक स्वरूपाच्या प्रश्नाला दिलेले उत्तर होते. हा व्यापक स्वरूपाचा प्रश्न म्हणजे

मूल्य किंवा तत्त्व हे परिस्थितीनुसार ठरत असते की परिस्थिती बदलली तरी टिकून राहणारी अशी काही शाश्वत मूल्ये किंवा तत्त्वे आहेत; या प्रश्नाबाबत सोफिस्ट आणि इतर विचारवंतांशी प्लेटोचे मतभेद होते. निरपवाद व चिरंतन अशी मूल्ये किंवा तत्त्वे अस्तित्वात आहेत आणि त्यांचे ज्ञानही होऊ शकते. पण त्यासाठी प्रज्ञा किंवा बौद्धिक क्षमतेची आवश्यकता असते आणि ही बौद्धिक क्षमता समाजातील निवडक लोकांकडेच असते. स्वाभाविकच, शाश्वत अशा सत्याचे किंवा तत्त्वाचे ज्ञान अशा व्यक्तींनाच होऊ शकते असे प्लेटोचे प्रतिपादन होते. सोफिस्ट आणि इतर काही विचारवंत अशा शाश्वत मूल्यांचे अस्तित्व मानत नव्हते. त्यांचे मत प्लेटोला मान्य नव्हते. या विचारवंतांचे विचार ग्रीक संस्कृतीच्या दृष्टीने धोकादायक आहेत असे त्याचे मत होते.

शाश्वत मूल्ये अस्तित्वात आहेत आणि त्यांचे ज्ञानही होऊ शकते; पण हे ज्ञान मिळविण्याची पात्रता श्रेष्ठ बुद्धिमत्ता असलेल्या व्यक्तींनाच आहे. या प्लेटोच्या प्रतिपादनातूनच रिपब्लिकमधील दुसरे महत्त्वाचे सूत्र आकाराला येते. ते म्हणजे मूलतः सर्व माणसे समान नसतात. प्लेटोच्या मते, माणसांमध्ये चार प्रकारचे गुण असतात : संयम, धैर्य, शहाणपण आणि न्याय. यांपैकी 'न्याय' हा गुण सर्वांमध्ये सारखाच असतो. पण इतर तीन गुणांबाबत माणसा-माणसामधील क्षमता वेगवेगळी असते. काही व्यक्तींमध्ये संयम हा गुण प्रधान असतो. अशा व्यक्ती उत्पादक कार्यासाठी योग्य असतात. विविध वस्तूंचे उत्पादन करून त्या मार्गाने संपत्ती मिळविण्यात त्यांना आनंद प्राप्त होत असतो. हा कारागीर किंवा उत्पादकवर्ग होय. काही व्यक्तींमध्ये धैर्य हा गुण प्रधान गुण असतो. अशा व्यक्ती युद्धकार्यासाठी योग्य असतात. हा योद्धांचा वर्ग होय. राज्याचे संरक्षण करणे हे त्यांचे कार्य असते. ज्या व्यक्तींमध्ये शहाणपण हा प्रधान गुण असतो अशाच व्यक्ती राज्यकारभार करण्यास योग्य असतात. कारण राज्यकारभार करण्यासाठी श्रेष्ठ दर्जाची बुद्धिमत्ता व कौशल्य आवश्यक असते. हा वर्ग म्हणजे राज्यकर्ता-वर्ग होय.

न्याय म्हणजे काय ?

प्लेटोने मांडलेली न्यायाची संकल्पना हा त्याच्या तत्त्वज्ञानातील उत्कर्ष बिंदू होय. ज्या तत्त्वामुळे अथवा मूल्यामुळे समाजात न्याय प्रस्थापित करता येईल अशा तत्त्वांचा अथवा मूल्यांचा शोध घेणे हे रिपब्लिक ग्रंथाचे प्रधान उद्दिष्ट आहे. स्वाभाविकच, रिपब्लिक ग्रंथातील प्लेटोच्या तत्त्वज्ञानाची चर्चा करताना प्लेटोच्या मते, न्याय म्हणजे काय हे पाहणे महत्त्वाचे ठरते. आपण यापूर्वी पाहिल्याप्रमाणे संयम, धैर्य आणि शहाणपण या तीन गुणांनी समाज युक्त असतो असे प्लेटोचे प्रतिपादन होते. प्रत्येक व्यक्तीत यापैकी कोणतातरी एक गुण प्रधान असतो. संयम हा प्रधान गुण असणाऱ्या व्यक्ती कारागिरी आणि विविध गोष्टींचे उत्पादन या कार्यासाठी योग्य असतात. कारण संपत्ती मिळविण्यात त्यांना आनंद लाभतो. धैर्य हा गुण अंगी असणाऱ्या व्यक्ती सैनिकी पेशासाठी लायक असतात. कारण युद्ध करण्यात आणि युद्धात शौर्य गाजविण्यात त्यांना आनंद मिळतो. शहाणपण हा ज्यांचा प्रधान गुण असतो अशा व्यक्ती राज्यकारभार करण्यास योग्य असतात.

कारण राज्यकारभार करणे हे श्रेष्ठ दर्जाचे बौद्धिक कार्य आहे आणि ज्या व्यक्तींमध्ये ती बौद्धिक कुवत असेल अशाच व्यक्ती योग्य प्रकारे राज्यकारभार करू शकतात. प्लेटो म्हणतो, जेव्हा समाजातील प्रत्येक वर्ग, त्याचे नैसर्गिक गुण आणि त्याला मिळालेले प्रशिक्षण यांना अनुसरून उचित तेच कार्य करतो, प्रत्येक वर्गाचे कार्य इतर वर्गाच्या कार्याला पूरक ठरते, सर्व वर्गांमध्ये सुसंवादित्व निर्माण होते तेव्हा समाजजीवनाला परिपूर्णता लाभते व न्याय प्रस्थापित होतो. प्लेटोच्या या दृष्टिकोनाप्रमाणे, समाजातील उत्पादकांचा वर्ग, सैनिकांचा वर्ग आणि राज्यकर्त्यांचा वर्ग या तीन प्रमुख घटकांनी आपले कार्य निष्ठेने व योग्य प्रकारे पार पाडल्याने प्रत्येक वर्गाचे कार्य इतर वर्गांच्या कार्याला पूरक ठरते. सर्वांच्या कार्यात सुसंवाद निर्माण होतो आणि समाजात न्यायाची प्रस्थापना होते. असा 'न्याय' या संकल्पनेचा अर्थ सांगता येईल.

पण समाजातील विविध वर्गांमध्ये सुसंवादित्व असणे एवढाच 'न्याय' या संकल्पनेचा अर्थ मर्यादित नाही. प्लेटोची न्यायाची कल्पना त्याहून व्यापक आहे. न्याय हा व्यक्तिगत गुण आहे तसाच तो सार्वजनिक गुण आहे. कारण न्याय प्रस्थापित झाल्याने व्यक्तीचे सर्वोच्च हित साध्य होते आणि समाजाचेही हित साध्य होते. व्यक्तीमधील गुणानुसार आणि तिला मिळालेल्या प्रशिक्षणानुसार व्यक्तीला कार्य करण्याची संधी मिळाली तर ते कार्य ती व्यक्ती चांगल्या प्रकारे पार पाडतेच; पण असे कार्य करण्यात तिला श्रेष्ठ दर्जाचा आनंद मिळतो आणि समाजातील प्रत्येक व्यक्तीला तिच्या गुणवत्तेनुसार काम मिळाले आणि ते काम तिने निष्ठेने व चांगल्या प्रकारे पार पाडले तर त्यात सर्व समाजाचेही हित साध्य होते. एवढेच नव्हे, तर प्लेटो असेही म्हणतो की व्यक्तीला तिच्या नैसर्गिक गुणानुसार कार्य करण्यास मिळाले तर ते कार्य करण्यात तिला जो आनंद मिळतो त्यामुळे तिच्या आत्माचाही पूर्ण विकास होतो. प्लेटोच्या या विधानामुळे तो राजकीय प्रश्नांची चर्चा करतो आहे की आध्यात्मिक प्रश्नांची चर्चा करतो आहे असा प्रश्न काहींना पडला. पण प्लेटोच्या बाबतीत हा प्रश्न निरर्थक आहे. कारण प्लेटो व्यक्तिगत जीवन आणि सामूहिक जीवन यात फरक करत नाही. त्याच्या दृष्टीने व्यक्तीबाबत जी गोष्ट खरी आहे तीच राज्याबाबतही खरी आहे. म्हणूनच, तो राज्यातील न्यायाची तुलना व्यक्तीच्या आरोग्याशी करतो आणि अन्याय म्हणजे अनारोग्य समजतो. माणसामधील वासना आणि धैर्य यावर विवेकबुद्धीचे नियंत्रण राहते तेव्हा माणसाचे आरोग्य चांगले राहते. तीच गोष्ट समाजाबद्दलची खरी आहे. उत्पादकवर्ग आणि सैनिकांचा वर्ग यावर शहाणपण असणाऱ्या राज्यकर्त्यावर्गाचे नियंत्रण राहते तेव्हा समाजाचे हित साध्य होते.

न्यायाची आपली संकल्पना मांडताना प्लेटोच्या नजरेसमोर तत्कालीन राजकारणातील प्रश्न होते. नगर-राज्यात अल्पजनशाही असो अथवा लोकशाही असो; राज्यकर्ते आपला स्वार्थ साधण्यात मश्गुल असत आणि त्यांच्या या वृत्तीचे समर्थन सोफिस्ट विचारवंत करत होते. या सोफिस्ट विचारवंतांच्या मते, राज्यकर्ते आपल्या हितासाठी सत्तेचा वापर करतात; ही गोष्ट नैसर्गिक आणि योग्यच असून सबलांचे हित म्हणजेच न्याय होय.

सोफिस्ट विचारवंतांच्या या व्यक्तिवादी दृष्टिकोनाला विरोध दर्शवून प्लेटोने राज्यासंबंधी एकात्मिक अथवा सेंद्रिय दृष्टिकोन मांडला. राज्याचे हित व व्यक्तीचे हित यात संघर्ष अथवा विरोध नसतो असे प्रतिपादन केले.

प्लेटोचा अल्पजनशाही आणि लोकशाही या दोन्ही पद्धतींना विरोध होता. अल्पजनशाहीत सत्ताधीश वर्गाचाच स्वार्थ साधला जातो तर लोकशाहीत अज्ञानी व अकार्यक्षम लोकांच्या हाती सत्ता गेल्याने राज्यकारभार निकृष्ट बनतो असे त्याचे मत होते. सॉक्रेटिसप्रमाणेच प्लेटोसुद्धा राज्यकारभार ही श्रेष्ठ दर्जाची बुद्धिमत्ता असणाऱ्या व्यक्तींनाच साध्य होणारी कला आहे असे मानत होता. जिथे राजकीय स्वार्थाऐवजी सामूहिक उद्दिष्टांबाबतची निष्ठा असेल, सामाजिक अव्यवस्थेऐवजी सुसंवादित्व असेल, अकार्यक्षमतेऐवजी कार्यक्षमता असेल असे राज्य निर्माण व्हावे हा प्लेटोचा उद्देश होता.

न्याय म्हणजे काय याविषयी स्वतःची संकल्पना मांडताना प्लेटोने प्रारंभी समकालीन विचारवंतांच्या न्यायविषयक दृष्टिकोनांची चिकित्सा केली आहे. 'सेफॅलस' या विचारवंतांच्या घरी काही तत्त्ववेत्त्यांमध्ये वादविवाद चालला असून प्रत्येक जण स्वतःची न्यायविषयक संकल्पना मांडतो आणि सॉक्रेटिस त्याचा प्रतिवाद करतो अशी मांडणी करून प्लेटोने या चर्चेच्या अखेरीस सॉक्रेटिसच्या संवादातून स्वतःची न्यायविषयक कल्पना मांडलेली आहे. चर्चेच्या प्रारंभी न्यायाच्या पारंपरिक कल्पनेबाबत चर्चा होते. पारंपरिक कल्पनेनुसार मित्राला मित्र म्हणून आणि शत्रूला शत्रू म्हणून जशास तशी वागणूक देणे म्हणजे न्याय होय. सॉक्रेटिस ही कल्पना स्वीकारत नाही. कारण कोणत्याही व्यक्तीला, शत्रूलासुद्धा हानी पोहोचविणे हा न्याय होऊ शकत नाही असे तो म्हणतो.

सोफिस्टांचा न्यायविषयक दृष्टिकोन : ही चर्चा चालू असताना **थ्रॅसिमॅकस** हा सोफिस्ट विचारवंत आपला दृष्टिकोन मांडतो. सॉक्रेटिसच्या मताला विरोध करून तो म्हणतो की सबलांचे हित म्हणजेच न्याय होय. शासितांच्या नव्हे, तर शासकांच्या हिताचे रक्षण करण्याकरिताच शासन अस्तित्वात असते. शासनव्यवस्था कोणत्याही प्रकारची असो; शासनाचे कायदे हे सत्ताधीशांच्या हितासाठी असतात आणि हे कायदे दंडशक्तीच्या आधाराने अमलात आणले जातात. या कायद्यानुसार वागणे म्हणजे न्यायाने वागणे होय. जे या कायद्यांना विरोध करतात त्यांची वर्तणूक अन्यायाची आणि शिक्षापात्र ठरते. थोडक्यात, थ्रॅसिमॅक्सच्या मते, 'बळी तो कान पिळी' हाच न्याय सर्वत्र असतो.

प्लेटो याला उत्तर देताना म्हणतो की, वैद्याचे काम रोग्यावर उपचार करून त्याचा रोग बरा करणे हे असते; मेंढपाळाचे काम मेंढ्यांचे रक्षण करण्याचे असते तसेच शासकांचे कार्य निःस्वार्थ बुद्धीने शासितांचे हित पाहण्याचे असते. म्हणून शासकांनी केवळ स्वतःच्या हिताचा विचार करणे अयोग्य होय.

ग्लुकॉनचा दृष्टिकोन : ग्लुकॉन हा तत्त्ववेत्ता यानंतर न्यायाबाबत आपले दृष्टिकोन मांडतो. त्याच्या मते, प्रत्येक माणसाचा प्रयत्न आपले जीवन सुखी-समाधानी बनविण्याचा असतो आणि यासाठी शक्य झाल्यास तो इतरांवर अन्याय करण्यासही तयार असतो.

पण आपण इतरांशी अन्यायाने वागलो तर इतरही आपणाशी अन्यायाने वागतील ही त्याला भीती असते. प्रत्येकाने आपल्या हितासाठी इतरांवर अन्याय करावा ही परिस्थिती अखेरीस कोणालाच मानवणारी नसते. म्हणून समाजातील लोक परस्परांशी करार करतात. त्यानुसार आपण दुसऱ्यावर अन्याय करणार नाही आणि इतरांनाही तो करू देणार नाही या तत्त्वाला प्रत्येक जण मान्यता देतो. अशा प्रकारे ग्लुकॉनच्या मतानुसार, न्याय ही नैसर्गिक गोष्ट नसून आपल्यावर अन्याय होईल या भीतिपोटी तो निर्माण झालेला असतो. समाजाने व्यवहारातील गरज म्हणून स्वीकारलेला तो संकेत असतो. हा संकेत शासनाचा आधार बनतो. शासनाचे कायदे त्यानुसार निर्माण केले जातात.

ग्लुकॉनच्या प्रश्नाला उत्तर देणे सोपे नव्हते; कारण ग्लुकॉनने उपस्थित केलेला प्रश्न न्यायाच्या खऱ्या स्वरूपाबाबत होता. व्यक्तीची खरी प्रवृत्ती अन्यायाने वागण्याची असते आणि न्याय म्हणजे त्याने व्यवहारात स्वीकारलेली तडजोड असते असे ग्लुकॉनचे प्रतिपादन होते. त्याला उत्तर देताना प्रत्येक व्यक्तीत न्याय हा गुण बसत असतो; न्याय हा वैश्विक आणि नैसर्गिक आहे आणि न्यायानुसार वागण्यातच व्यक्तीचे हित असते हे सिद्ध करणे आवश्यक होते. यासाठी प्लेटो (सॉक्रेटिसच्या संभाषणातून) जो युक्तिवाद करतो तो युक्तिवाद म्हणजे आपण प्रारंभी पाहिलेली प्लेटोची न्यायाची संकल्पना होय. प्लेटोच्या या संकल्पनेप्रमाणे न्याय हा व्यक्तिगत गुण आहे तसाच तो सामाजिक गुण आहे. कारण अनेक व्यक्तींचा मिळून समाज बनतो. त्यामुळे व्यक्तीमध्ये ज्या प्रवृत्ती वसत असतात त्यांचाच आविष्कार समाजामध्ये दिसून येतो. मानवी मनात वसत असणारे हे गुण म्हणजे संयम (वासना), शौर्य, शहाणपण आणि न्याय हे होय. यांपैकी 'न्याय' हा गुण सर्वांमधील समान गुण आहे. पण इतर तीन गुणांच्या बाबतीत व्यक्ती-व्यक्तीत फरक असतो. काही व्यक्तींमध्ये संयम (अथवा वासना) हा प्रधान गुण असतो; काही व्यक्तीमध्ये शौर्य तर इतर काहींमध्ये शहाणपण हा प्रधान गुण असतो. समाजातील हे तीन प्रकारचे गट आणि त्यांना अनुरूप असे कार्य यांची वर्गवारी प्लेटोने याप्रमाणे केली आहे.

* संयम किंवा वासना : कारागीर किंवा उत्पादकवर्ग
* शौर्य : सैनिकांचा वर्ग
* शहाणपण : राज्यकर्त्यांचा वर्ग

प्रत्येक व्यक्तीला तिच्यातील नैसर्गिक गुणानुसार आणि तिला मिळालेल्या प्रशिक्षणानुसार कार्य मिळाले आणि ते कार्य तिने निष्ठापूर्वक केले तर समाजातील सर्व वर्गात सुसंवादित्व निर्माण होते. यामुळे समाजजीवनाला परिपूर्णता लाभते. त्याचप्रमाणे आपल्या नैसर्गिक गुणांना अनुरूप असे कार्य करण्याची संधी मिळाल्याने ते कार्य करण्यात व्यक्तीला आनंद लाभतो. तिची आत्मोन्नती होते. म्हणजेच एकाच वेळी समाजाचे आणि व्यक्तीचे हित साध्य करणारा न्याय प्रस्थापित होतो.

प्लेटोच्या न्यायविषयक सिद्धान्ताचे मूल्यमापन

प्लेटोच्या न्यायाच्या संकल्पनेवर अनेक टीकाकारांनी टीका केलेली आहे. काहींच्या मते, प्लेटोचा न्यायविषयक सिद्धान्त सर्वंकषवादी आहे. तो व्यक्तीचे स्वतंत्र अस्तित्व नाकारतो आणि राज्य हे व्यक्तिविकासाचे साधन न मानता राज्य हेच साध्य मानतो. प्रो-जोड, पॉपर इत्यादी टीकाकारांच्या मते, प्लेटोचा सिद्धान्त आणि फॅसिझममधील सर्वंकषवाद यात फार मोठे साम्य आढळते. फॅसिझमप्रमाणेच प्लेटोचा सिद्धान्तसुद्धा राज्यकारभार करणे हा सत्ताधीशवर्गाचा विशेषाधिकार मानतो. इतर वर्गातील लोक राज्यकारभार करण्यास योग्य नाहीत असे मानतो. उत्पादकवर्गाला राजकीय सहभागापासून वंचित ठेवतो आणि त्याला कोणतेही राजकीय हक्क देण्यास विरोध करतो.

'न्याय' या संज्ञेचा जो अर्थ सर्वसाधारणपणे आपल्याला अभिप्रेत असतो त्याच्याशी प्लेटोच्या न्यायविषयक सिद्धान्ताचे कोणत्याही प्रकारे साम्य नाही असाही पॉपर यांचा आक्षेप आहे. 'न्याय' या संकल्पनेचा जो अर्थ आपणास अभिप्रेत आहे त्यामध्ये व्यक्ती-व्यक्तीत, गटा-गटात, वर्गा-वर्गात भेदाभेद करणारा कायदा असू नये. कायद्यानुसार मिळणारी वागणूक सर्व व्यक्तींच्या बाबतीत सारखीच असावी. सामाजिक जीवनात व्यक्तिस्वातंत्र्यावर काही बंधने आवश्यक असतात. ती सर्व व्यक्तींच्या बाबतीत सारखीच असावीत. म्हणजेच कोणत्याही गटाला विशेषाधिकार असू नयेत. त्याचप्रमाणे राज्याचा नागरिक म्हणून जे फायदे मिळत असतात त्यात सर्व नागरिकांचा वाटा असावा तसेच न्यायदानाचे कार्य निष्पक्षपाती असावे अशा तत्त्वांचा समावेश होतो. पण प्लेटोची न्यायाची कल्पना या तत्त्वांशी संबंधित नाही. उलट, प्लेटो विशिष्ट वर्गाला राज्यकारभार करण्याचा विशेषाधिकार असणे हाच न्याय समजतो.

प्लेटोच्या न्यायाच्या सिद्धान्तामध्ये व्यक्तीला राज्याहून दुय्यम स्थान दिलेले आहे असा या सिद्धान्तावर एक आक्षेप घेतला जातो. व्यक्ती राज्यासाठी जे कार्य पार पाडत असते त्यामुळेच तिच्या जीवनाला अर्थ व महत्त्व प्राप्त होत असते असे हा सिद्धान्त मानतो. उत्पादकवर्ग, जो कोणत्याही समाजात मोठ्या संख्येने असतो त्या वर्गास राजकीय हक्क प्लेटो नाकारतो. याउलट, राज्यकर्त्यावर्गास खाजगी संपत्ती बाळगण्याचा अधिकार तो नाकारतो. यामुळे हा सिद्धान्त व्यक्तिस्वातंत्र्याच्या विरोधी असून व्यक्तीला राज्यसंस्थेच्या हातातील एक साधन ठरविणारा सिद्धान्त आहे अशी त्यावर टीका केली जाते.

प्लेटोच्या सिद्धान्तावरील या टीकेला उत्तर देताना असे म्हणता येईल की, प्लेटोने आपल्या चर्चेचा प्रारंभच व्यक्तीमधील गुणांपासून केलेला आहे. व्यक्तीला तिच्यातील गुणांना योग्य अशा स्वरूपाचे कार्य मिळाले तर ते कार्य करण्यात त्या व्यक्तीला आनंद मिळतो, तिच्या आत्म्याचा विकास होतो असे प्लेटो म्हणतो. यामुळे प्लेटो व्यक्तीचा विचारच करत नाही असे म्हणता येणार नाही. प्लेटो व्यक्तीचे मन हे समाजमनाचीच लघु प्रतिकृती मानतो. व्यक्तिमनाचे जे स्वरूप आपल्याला सूक्ष्म स्वरूपात दिसते तेच समाजात स्थूल स्वरूपात दिसते असे तो मानतो. व्यक्तीचे जीवन आणि सार्वजनिक जीवन यात तो

अंतर मानत नाही. व्यक्तिजीवन हा एकूण समाजजीवनाचाच अविभाज्य भाग आहे असे तो मानतो. त्यामुळे त्यांच्या दृष्टीने समाजहितामध्येच व्यक्तीचे हित सामावलेले आहे. सार्वजनिक हित आणि व्यक्तिगत हित यात विरोध असू शकेल हे प्लेटोला मान्य नाही. त्यांच्या दृष्टीने राज्यात जेव्हा न्यायाची प्रस्थापना होते तेव्हा राज्य विकसित पावते, त्याला परिपूर्णता लाभते तसाच व्यक्तीचा आत्मिक विकास होतो, तिच्या जीवनाला सार्थकता लाभते.

1.5 प्लेटोचा साम्यवाद

आदर्श राज्यात न्यायाची प्रस्थापना करण्याची जबाबदारी ज्या राज्यकर्त्यावर्गाची होती तो राज्यकर्तावर्ग ज्ञानी व निःस्वार्थी असणे आवश्यक होते. यासाठी प्लेटोने दोन मार्गांचा पुरस्कार केला : (1) राज्य नियंत्रित शिक्षण आणि (2) संपत्तीचा व स्त्रियांचा साम्यवाद. ज्ञानार्जनासाठी शिक्षणाचा मार्ग होता आणि व्यक्ती निःस्वार्थी राहावी यासाठी साम्यवादाचा मार्ग होता. यापैकी प्लेटोच्या शिक्षणविषयक विचारांची माहिती आपण घेतली. या ठिकाणी प्लेटोच्या 'साम्यवाद' या संकल्पनेची माहिती आपण घेऊ. प्लेटोने पुरस्कारिलेली साम्यवादी व्यवस्था ही 'पालकवर्गासाठी' होती. 'पालकवर्ग' यामध्ये राज्यकर्तावर्ग व सैनिकांचा वर्ग या दोन्ही वर्गांचा समावेश होतो. त्यामुळे प्लेटोने स्पष्टपणे नमूद केलेले नसले तरी त्याचा साम्यवाद हा राज्यकर्त्यावर्गाबरोबरच सैनिकांच्या वर्गासाठीही होता असा निष्कर्ष आपल्याला काढावा लागतो. उत्पादकवर्गाला मात्र त्याने साम्यवादी व्यवस्थेतून वगळलेले आहे.

प्लेटोने दोन प्रकारच्या साम्यवादाची कल्पना मांडलेली आहे : (1) संपत्तीचा साम्यवाद आणि (2) स्त्रियांचा साम्यवाद. आपण या दोन्ही संकल्पनांची माहिती घेऊ.

संपत्तीचा साम्यवाद : प्लेटोच्या आदर्श राज्याच्या संकल्पनेत राज्यकर्त्यावर्गावर विशेष स्वरूपाची जबाबदारी होती. समाजातील इतर वर्गांवर नियंत्रण ठेवण्याचे व त्यायोगे सर्व वर्गांच्या कार्यात सुसंवादित्व राखण्याचे कार्य राज्यकर्त्यावर्गाचे होते. हे कार्य योग्य प्रकारे होण्यासाठी 'राज्याचे हित हेच आपले हित' अशी दृढ भावना राज्यकर्त्यावर्गाची असणे आवश्यक होते. तसेच राज्यकर्त्यांनी आपले सर्व ज्ञान आणि कर्तृत्व किंबहुना आपले सारे जीवन राज्यासाठीच अर्पण करावे अशी प्लेटोची अपेक्षा होती. सार्वजनिक कार्याला सर्वस्व वाहिलेला आणि संन्यस्त जीवन जगणारा असा राज्यकर्ता प्लेटोला अपेक्षित होता. यासाठी राज्यकर्त्यावर्गाचे वेगळे हितसंबंध निर्माण होणार नाहीत तसेच स्वार्थ व मोह यांना ते बळी पडणार नाहीत याची खबरदारी घेणे आवश्यक होते. यासाठी प्लेटोने ज्या जीवनपद्धतीचा पुरस्कार केला ती पद्धती म्हणजे साम्यवाद होय.

पालकवर्गातील लोकांना कोणत्याही प्रकारची खाजगी मालमत्ता असू नये. त्यांना स्वतःचे घरदारही असू नये. राज्याने पुरविलेल्या निवासस्थानात त्यांची वस्ती असावी. राज्यानेच त्यांच्या अन्न-वस्त्रादी आवश्यक त्या गरजा भागवाव्यात. या वर्गातील व्यक्तींनी

धनसंचय करू नये तसेच कोणत्याही प्रकारचा ऐषाराम उपभोगू नये. त्यांचे जीवन साधे व शक्य तेवढे नैसर्गिक असावे. जीवनासाठी अत्यावश्यक अशाच वस्तूंचा गरजेपुरता पुरवठा त्यांना करण्यात यावा असे प्लेटोचे प्रतिपादन होते.

संपत्तीच्या साम्यवादाचा पुरस्कार करण्यामागे प्लेटोचा उद्देश राजकीय सत्ता व आर्थिक सत्ता यांची फारकत व्हावी हा होता. ज्या व्यक्तींच्या हाती राजकीय सत्ता आहे त्यांचे स्वतःचे आर्थिक हितसंबंध असतील तर राजकीय सत्तेचा वापर ते आपले आर्थिक हितसंबंध जपण्यासाठी करतील आणि स्वहितासाठी जनतेच्या हिताचा बळी देतील ही शक्यता असते. म्हणूनच प्लेटोने राज्यकर्त्यावर्गाच्या हाती राजकीय सत्ता असेल; पण त्याचे आर्थिक हितसंबंध असणार नाहीत आणि उत्पादकवर्गाकडे संपत्ती असेल पण त्या वर्गाला राजकीय हक्क असणार नाहीत अशा व्यवस्थेचा पुरस्कार केला. राज्याचे हित साध्य करण्यासाठी कार्य करत राहणे हेच राज्यकर्त्यावर्गाचे जीवित कार्य प्लेटोने मानलेले आहे. या जीवित कार्यावर त्यांची अढळ निष्ठा राहावी यासाठी आर्थिक व इतर कोणत्याही मोहापासून त्यांना अलिप्त ठेवणे प्लेटोने श्रेयस्कर मानले.

राज्यकर्त्या व्यक्तींना खाजगी मालमत्ता बाळगण्यास प्रतिबंध करण्यामागे प्लेटोचा दुसराही उद्देश होता आणि तो म्हणजे राजकीय अधिकारपदे ही व्यक्तीच्या अंगी असलेल्या गुणांच्याच आधारे मिळावीत, संपत्तीच्या प्रभावातून ती प्राप्त होऊ नयेत हा होता. राज्यकर्त्यावर्गाला खाजगी मालमत्ता बाळगण्याचा अधिकार दिला तर राजकीय सत्ता ही गुणांच्या नव्हे तर संपत्तीच्या आधारे प्राप्त केली जाईल. राजकीय सत्तास्पर्धेत गुणांना नव्हे तर संपत्तीलाच महत्त्व प्राप्त होईल अशी रास्त भीती प्लेटोला वाटत होती. राजकीय सत्ता गुणवान व्यक्तींच्याच हाती राहावी यासाठी खाजगी मालमत्तेचा हक्कच राज्यकर्त्यावर्गाला नाकारणे प्लेटोला श्रेयस्कर वाटले. संपत्ती आणि सत्ता यांचा संयोग प्लेटोला अत्यंत घातक वाटत होता. असा संयोग राज्यकर्त्यावर्गाचे आणि त्याचबरोबर राज्याचेही अधःपतन घडवून आणेल; म्हणून या दोन घटकांची फारकत घडवून आणणे योग्य आहे असे त्याचे मत बनले.

स्त्रियांचा साम्यवाद : राज्यकर्त्यावर्गाकडे खाजगी मालमत्ता असू नये याचबरोबर राज्यकर्त्यांना कौटुंबिक जीवनही असू नये असे प्लेटोचे मत होते. किंबहुना, खाजगी मालमत्ता आणि कुटुंबसंस्था परस्परावलंबी आहेत. कुटुंबसंस्थेमुळे खाजगी मालमत्तेची गरज निर्माण होते. खाजगी मालमत्तेशिवाय कुटुंबसंस्था टिकू शकत नाही. तेव्हा एखाद्या वर्गाला खाजगी मालमत्तेचा अधिकार नाकारावयाचा असेल तर त्या वर्गाला कौटुंबिक जीवनाचा अधिकारही नाकारावा लागतो. कौटुंबिक जीवनाचा अधिकार देऊन खाजगी मालमत्तेचा अधिकार नाकारता येत नाही.

पण राज्यकर्त्यावर्गाला कौटुंबिक जीवन असू नये या प्लेटोच्या प्रतिपादनामागे केवळ एवढे एकच कारण नव्हते. राज्यकर्त्यावर्गासाठी कुटुंबसंस्था ही अनेक दृष्टीनी प्लेटोला अनिष्ट वाटत होती. कुटुंबसंस्थेमुळे आपल्या कुटुंबापुरताच विचार करण्याची संकुचित वृत्ती निर्माण होते; कुटुंबासाठी अधिकाधिक संपत्ती मिळविण्याची अभिलाषा निर्माण होते. शिवाय

कुटुंबसंस्था स्त्रियांना कौटुंबिक जीवनात बंदिस्त करून टाकते. त्यामुळे स्त्रियांच्या कर्तृत्वाचा आणि गुणांचा समाजाला फायदा घेता येत नाही अशी प्लेटोची टीका होती. स्वतःच्या कुटुंबाबद्दल व्यक्तीला जिव्हाळा निर्माण होतो. हा जिव्हाळा तिच्या राज्याबद्दलच्या निष्ठेला बाधक ठरतो. व्यक्ती कुटुंबातच आपले सुख व समाधान शोधू लागते. कुटुंब ही तिच्या दृष्टीने निवाऱ्याची, समाधान व आपुलकी मिळण्याची जागा बनते. यामुळे राज्य-समाज यापेक्षा व्यक्ती स्वतःच्या कुटुंबाचे हित प्रधान मानू लागते. त्याचबरोबर आपल्या अपत्यांच्या भवितव्याची तिला चिंता असते. आपल्या मुलांचे भवितव्य सुरक्षित राहावे, त्यांना सुखी-समाधानी जीवन जगता यावे या हेतूने पालक अधिकाधिक मालमत्ता मिळविण्याचा, तिचा संचय करण्याचा प्रयत्न करतात. यातून माणसाची स्वार्थी वृत्ती बळावते. प्लेटो अशा प्रकारे कुटुंबसंस्थेकडे स्वार्थ व अभिलाषा या प्रवृत्ती जोपासणारी संस्था म्हणून पाहतो.

कुटुंबसंस्था ही माणसामधील प्रज्ञा आणि कर्तृत्व गुणांना दोन प्रकारे मारक ठरते असाही प्लेटोचा आक्षेप होता. एक म्हणजे कुटुंबसंस्था माणसाच्या, विशेषतः स्त्रियांच्या व्यक्तित्व विकासाला प्रतिबंध करते. स्त्रीला घराच्या चार भिंतीत अडकवून टाकले जाते. मुलांना जन्म देणे आणि सांभाळणे हेच तिचे जीवित कार्य बनते व अशा प्रकारे स्त्रियांमधील बुद्धिमत्ता व गुणवत्ता वाया घालविली जाते. समाजासाठी तिचा उपयोग करून घेता येत नाही. दुसरे म्हणजे मुलांना कुटुंबात दिले जाणारे शिक्षण निकृष्ट दर्जाचे असते. राज्य नियंत्रित शिक्षणसंस्थांकडून दिल्या जाणाऱ्या शिक्षणाला ते पर्याय होऊ शकत नाही. म्हणून कुटुंबसंस्थाच नष्ट केली तर माणसामधील स्वार्थी वृत्ती जोपासणारे केंद्र नाहीसे होईल. घराच्या चार भिंतिआड दडपलेली स्त्री मुक्त होईल, तिच्या बुद्धीचा व कर्तृत्वाचा लाभ राज्याला व समाजाला होईल. शिवाय कुटुंबात मिळणाऱ्या शिक्षणापेक्षा अधिक चांगले शिक्षण राज्यातर्फे चालविण्यात आलेल्या शिक्षणसंस्थांतून मुलांना देता येईल असे प्लेटोचे प्रतिपादन होते.

राजकीय कार्ये पार पाडण्यास स्त्री ही पुरुषांएवढीच योग्यतेची आहे असे प्लेटोचे मत होते. कुटुंबसंस्थेला त्याचा विरोध असण्याचे एक प्रमुख कारण कुटुंबसंस्थेत स्त्रीला असणारे दुय्यम स्थान हे होते. ग्रीक नगर-राज्यात कुटुंबातील स्त्री ही आर्थिक बाबतीत पुरुषावर अवलंबून होती. स्त्रियांना कोणतेही राजकीय हक्क नव्हते. घरकामाच्या रहाटगाडग्यातून स्त्रीला मुक्त करण्यासाठी आणि तिच्यामधील गुणांचा राज्याला उपयोग करून घेण्यासाठी स्त्रीला शिक्षण देण्याचा आणि पुरुषांच्या बरोबरीने तिला राजकीय हक्क देण्याचा मार्ग प्लेटोने सुचविला.

स्त्रियांचा साम्यवाद ही आपली संकल्पना मांडताना स्त्रियांना घरकामाच्या चक्रातून मुक्त करणे आणि त्यांना पुरुषांच्या बरोबरीने राजकीय हक्क प्रदान करणे एवढाच विचार मांडून तो थांबत नाही तर स्त्री-पुरुषांच्या सामूहिक जीवनाची क्रांतिकारक कल्पनाही त्याने मांडली. कुटुंबसंस्था नष्ट केल्यानंतर राज्यकर्त्यावर्गातील लोकांच्या वंशवृद्धीसाठी, या वर्गात जन्माला

येणाऱ्या मुलांच्या पालनपोषणासाठी काही पर्यायी व्यवस्था सुचविणे आवश्यक होते. प्लेटोने यासाठी जी योजना मांडली ती योजना म्हणजेच स्त्रियांचा साम्यवाद होय. या योजनेनुसार प्लेटोने असे सुचविले की, राज्यकर्त्यावर्गातील स्त्री-पुरुषांनी समूह जीवन जगावे. त्यांच्या निवाऱ्याची, अन्न-वस्त्रादी दैनंदिन गरजांची व्यवस्था राज्याने करावी. या एकत्र राहणाऱ्या स्त्री-पुरुषांमध्ये लैंगिक संबंध राज्याच्या नियंत्रणाखाली घडून यावेत. यासाठी श्रेष्ठ दर्जाची गुणवत्ता व शरीरसंपदा असणाऱ्या स्त्री-पुरुषांची योग्य वयात निवड करून त्यांच्यात हे संबंध घडवून आणावेत. म्हणजे जन्माला येणारी नवी पिढी बौद्धिक व शारीरिकदृष्ट्या अधिक सक्षम व कर्तृत्ववान निपजेल.

स्त्री-पुरुषातील हे संबंध तात्पुरते असतील. पती-पत्नी असे त्यांचे नाते असणार नाही. विशेष म्हणजे जन्माला येणाऱ्या या मुलांना त्यांच्या मातांपासून अलग करून राज्यानेच त्यांचे एकत्रितपणे संगोपन करावे. या मुलांना आपले आई-वडील कोण हे माहीत असणार नाहीत. आई-वडिलांनाही आपले मूल कोणते ते माहीत असणार नाही. ही मुले राज्याची असतील, सर्व वडीलधाऱ्या माणसांना ही मुले आपलीच वाटतील आणि यातून आपपरभाव नाहीसा होऊन राज्यात पूर्ण एकात्मता निर्माण होईल. राज्य म्हणजे एक मोठे कुटुंब ही भावना निर्माण होईल. अशा राज्यातील राज्यकर्त्यांमध्ये भावनात्मक ऐक्य निर्माण झालेले असेल आणि त्यामुळे देशद्रोहासारख्या प्रवृत्ती कधीही डोके वर काढू शकणार नाहीत अशी कल्पना प्लेटोने मांडली. पारंपरिक कुटुंबसंस्था नष्ट करून स्त्रियांचा साम्यवाद अमलात आणल्याने स्त्री-मुक्ती, स्त्रीला पुरुषांच्या बरोबरीने राजकीय हक्कांची प्राप्ती, स्त्रियांमधील गुणांचा आणि कर्तृत्वाचा राज्याला लाभ, गुणवान अशा भावी पिढीची निपज ही अनेक उद्दिष्टे साध्य होतील असे प्लेटोचे प्रतिपादन होते.

स्त्रियांच्या साम्यवादासंबंधी प्लेटोची वरील संकल्पना अभिनव आणि क्रांतिकारक स्वरूपाची होती यात काही शंका नाही. राज्याबद्दल त्याने स्वीकारलेल्या दृष्टिकोनाशी सुसंगतच अशी ही संकल्पना होती. राज्य हे खऱ्या अर्थाने एक समूह किंवा एक मोठे कुटुंबच असले पाहिजे असे प्लेटो मानत होता. स्वाभाविकच, कुटुंबामध्ये स्त्री ज्याप्रमाणे विशिष्ट भूमिका पार पाडत असते, तिला विशिष्ट स्थान असते; तसेच राज्यातही असले पाहिजे असे प्लेटोचे मत बनले. आदर्श मानवी समूहातील प्रत्येक व्यक्तीने सामूहिक कार्यात सहभागी झाले पाहिजे. सामूहिक जीवनाहून अलिप्त असे कोणत्याही व्यक्तीचे जीवन असू नये अशी प्लेटोची अपेक्षा होती.

प्लेटोच्या साम्यवादाचे मूल्यमापन

प्लेटोची अभिनव अतिक्रांतिकारक स्वरूपाची साम्यवादाची संकल्पना, तत्कालीन परिस्थितीच्या संदर्भात आपण समजून घेतली पाहिजे. नगर-राज्यातील लहानशा आणि एकात्म स्वरूपाच्या समाजात ही कल्पना तो अमलात आणू इच्छित होता. नगर-राज्यातील राजकीय जीवन विशुद्ध बनावे आणि राज्याचे ऐक्य दृढ व्हावे ही त्याची आकांक्षा होती. त्याने मांडलेल्या साम्यवादाचे गुण पुढीलप्रमाणे सांगता येतील.

साम्यवादाचे गुण :

(1) सत्ता आणि संपत्ती यांचा संयोग झाला तर राजकीय जीवनाचा ऱ्हास होतो. म्हणून राजकीय सत्ता आणि आर्थिक सत्ता एकाच वर्गाच्या हाती केंद्रित होऊ नयेत. हे महत्त्वाचे तत्त्व प्रतिपादन करण्यात प्लेटोने राजकीय जीवनाबद्दल आपली सखोल दृष्टी दाखवली यात शंका नाही. सत्ताधीशांचे आर्थिक हितसंबंध राजकीय जीवन भ्रष्टाचारी बनवितात ही गोष्ट आजही आपणास दिसून येते. प्लेटोच्या काळात अथेन्समधील राजकीय जीवन असे भ्रष्टाचारी बनले होते. त्याचे शुद्धीकरण व्हावे ही प्लेटोची इच्छा होती. त्यामुळे राज्यकर्त्यांना संपत्ती व कौटुंबिक जीवन यापासून वंचितच ठेवावे म्हणजे त्यांचे आर्थिक हितसंबंध निर्माण होण्याचा प्रश्नच उद्भवणार नाही या निर्णयाप्रत प्लेटो आला.

(2) नगर-राज्यात स्त्रियांना राजकीय हक्क नव्हते. घराच्या चार भिंतिआड त्यांचे जीवन बंदिस्त होते. प्लेटोच्या दृष्टीने यामुळे स्त्रियांवर अन्याय होत होताच; पण त्यांच्यामधील गुणांचा राज्याच्या दृष्टीने काही उपयोग होत नव्हता. त्यांच्यामधील गुणवत्ता वायाच जात होती. ज्या स्त्रियांकडे श्रेष्ठ दर्जाची बुद्धिमत्ता आणि गुण असतील त्यांना पुरुषांच्या बरोबरीने राजकीय अधिकार प्राप्त झाले पाहिजेत आणि त्यांच्या गुणांचा उपयोग सार्वजनिक कार्यासाठी राज्याने करून घेतला पाहिजे असा प्लेटोचा दृष्टिकोन होता. त्याचप्रमाणे शिक्षणाबाबत स्त्री-पुरुष असा भेद प्लेटो करत नव्हता. प्राचीन काळातील परिस्थितीचा विचार केल्यास प्लेटोने अशी कल्पना मांडणे ही विशेष महत्त्वाची गोष्ट मानावी लागेल.

(3) प्लेटोने आपले विचार राज्याचे ऐक्य टिकावे आणि दृढ व्हावे या उद्देशाने मांडलेले आहेत. प्लेटोचा काळ हा ग्रीक नगर-राज्य संस्कृतीच्या ऱ्हासाचा काळ होता. नगर-राज्यात राजकीय अस्थिरता आणि भ्रष्टाचार होता. सत्तास्पर्धेमुळे राजकीय जीवनाचे अधःपतन झालेले होते. सत्ताधीशांचे आर्थिक हितसंबंध आणि अयोग्य व्यक्तींच्या हाती असलेली राजकीय सत्ता ही प्लेटोच्या मते याची कारणे होती. म्हणून गुणवान व्यक्तींची निवड करून त्यांच्या हाती राजकीय सत्ता सुपूर्द करणे आणि सत्ताधारीवर्गाचे वेगळे आर्थिक हितसंबंध असणार नाहीत अशी व्यवस्था करणे प्लेटोला गरजेचे वाटले. यासाठी त्याने साम्यवादाची कल्पना मांडली. या साम्यवादाने राजकीय जीवनातील सत्तास्पर्धा आणि भ्रष्टाचार संपुष्टात येऊन राज्याचे ऐक्य दृढ होईल अशी त्याची भावना होती.

साम्यवादाचे दोष :

साम्यवादाची संकल्पना मांडण्यामागील प्लेटोचा उद्देश चांगला होता. राजकीय सत्ता आणि संपत्ती एकाच वर्गाच्या हाती एकवटलेली असू नये, स्त्रियांना शिक्षणाचा व पुरुषांबरोबर राजकारणात सहभागी होण्याचा अधिकार असावा, घरकामाच्या रगाड्यात अडकून पडलेली स्त्री मुक्त व्हावी, व्यक्तित्व विकासाची तिला संधी मिळावी तसेच

संपत्तीच्या नव्हे तर गुणाच्या आधारे राजकीय सत्ता प्राप्त व्हावी, राजकीय जीवनातील भ्रष्टाचार आणि सत्तास्पर्धा नाहीशी होऊन राज्याचे ऐक्य दृढमूल व्हावे, या प्लेटोच्या उद्दिष्टांबाबत दुमत होण्याचे कारण नाही. पण यासाठी प्लेटोने पुरस्कारिलेल्या मार्गांबाबत मात्र मतभेद निर्माण होऊ शकतात. वरील उद्दिष्टे साध्य करण्यासाठी प्लेटोने सुचविलेला साम्यवादाचा मार्ग अत्यंत जहाल मार्ग तर आहेच; पण तो अव्यवहार्यही आहे. त्यातील दोष पुढीलप्रमाणे सांगता येतील :

(1) सत्ता व संपत्ती यांचा संयोग अनिष्ट व समाजविघातक ठरतो, यात संशय नाही. पण राज्यकर्त्यावर्गाकडे खाजगी मालमत्ताच असू नये असे म्हणणे अयोग्य होय. खाजगी मालमत्ता असणे हीच अनिष्ट गोष्ट आहे असे प्लेटो मानतो ते चुकीचे आहे. खाजगी मालमत्ता व्यक्तिजीवनात महत्त्वाचे कार्य बजावत असते. खाजगी मालमत्ता दैनंदिन जीवनात स्थैर्य, सुरक्षितता व भवितव्याबद्दल निश्चितता प्राप्त करून देत असते. आपल्या दैनंदिन गरजा भागविण्यासाठी आणि प्रतिष्ठेने व सन्मानाने जीवन जगण्यासाठी खाजगी मालमत्ता आवश्यक असते. राज्यकर्त्यांच्या भ्रष्टाचाराला प्रतिबंध करणे ही गोष्ट वेगळी आणि खाजगी मालमत्ता बाळगण्यापासून त्यांना वंचित ठेवणे ही गोष्ट वेगळी आहे. म्हणूनच असे म्हणता येईल की, राज्यकर्ते भ्रष्टाचारी होऊ नयेत म्हणून प्लेटोने सूचविलेला उपाय आत्यंतिक स्वरूपाचा आहे.

(2) राज्यकर्तावर्ग खाजगी मालमत्तेप्रमाणे कौटुंबिक जीवनापासूनही अलिप्त असावा असे प्लेटो म्हणतो. राज्यकर्त्यावर्गासाठी कौटुंबिक जीवन तो अनिष्ट मानतो. कुटुंबसंस्थेकडे पाहण्याचा प्लेटोचा हा दृष्टिकोन एकांगी स्वरूपाचा आहे. कुटुंबसंस्थेमुळे खाजगी मालमत्तेची जरूरी भासते, आपपरभाव निर्माण होतो हे खरे असले तरी कुटुंबसंस्था मानवी जीवनाच्या काही मूलभूत गरजा भागविते. ती एक नैसर्गिक अशी संस्था असून माणसाच्या मूलभूत प्रवृत्तीतून तिचा उदय झालेला आहे. तसेच प्लेटो गृहीत धरतो त्याप्रमाणे केवळ वंशवृद्धी हेच कुटुंबसंस्थेचे कार्य नाही. प्रेम, वात्सल्य, त्याग, आज्ञापालन या गुणांची जोपासना कौटुंबिक जीवनात होत असते. ही संस्था नैसर्गिक, आवश्यक व चिरस्थायी आहे. प्लेटो समजतो त्याप्रमाणे ती अनिष्ट नाही. ती व्यक्तीला स्वास्थ्य, निवारा, आपुलकी देणारी जागा असते.

(3) राज्य हे एका मोठ्या कुटुंबाप्रमाणे असले पाहिजे अशी कल्पना प्लेटो मांडतो. पण राज्य म्हणजे कुटुंब नव्हे. कुटुंबसंस्थेचे स्वरूप वेगळे आहे व राज्यसंस्थेचे स्वरूप वेगळे आहे. कुटुंबसंस्था ही माणसाची लैंगिक व वंशवृद्धीची गरज भागविणारी तसेच लहान मुलांचे पालनपोषण करण्याची जबाबदारी पार पाडणारी संस्था आहे तर राज्य ही समाजाची राजकीय गरज पूर्ण करणारी संस्था आहे. अनेक संस्थांची कोणतीही एक संस्था माणसाच्या सर्व गरजा पूर्ण करू शकत

नाही. म्हणून कुटुंबसंस्थेची गरज राज्यसंस्था पूर्ण करू शकणार नाही. प्लेटोचा पट्टशिष्य ॲरिस्टॉटल यानेदेखील कुटुंबसंस्थेचे महत्त्व प्रतिपादन केले आणि राज्य व कुटुंबसंस्था यातील फरक स्पष्ट केलेला दिसून येतो.

(4) लहान मुलांना त्यांच्या माता-पित्यांपासून अलग करून राज्यातर्फे त्यांचे पालनपोषण करण्याची प्लेटो कल्पना मांडतो. ती अवास्तव आणि अयोग्य आहे. यामुळे लहान मुलांचे योग्य प्रकारे पालनपोषण होण्याऐवजी त्यांच्यावर अन्याय होण्याचीच शक्यता जास्त आहे. कारण आईची ममता व वात्सल्य याला कोणताही पर्याय असू शकत नाही. माता-पित्यांकडून त्यांच्या अपत्यांचे जसे पालनपोषण होऊ शकेल तसे इतर कोणत्याही मार्गाने होऊ शकणार नाही. तसेच लहान मुलांना आपल्या माता-पित्यांसमवेत कुटुंबात राहण्यात जी सुरक्षितता जाणवेल ती इतरत्र जाणवणार नाही.

(5) गुणवान स्त्री-पुरुषांच्या संबंधातून अधिक गुणवान अशी नवी पिढी जन्माला येईल ही प्लेटोची कल्पना अशास्त्रीय म्हणावी लागेल. बुद्धिमान माता-पित्यांची मुले बुद्धिमानच निपजतात असे प्रजजनशास्त्र आपणास सांगत नाही. त्यामुळे गुणवान स्त्री-पुरुषांचा संबंध घडवून आणून आपण अधिकाधिक गुणसंपन्न अशी नवी पिढी निर्माण करू ही प्लेटोची कल्पना केवळ स्वप्नरंजन होय.

वरील आक्षेपांव्यतिरिक्त प्लेटोच्या साम्यवादावर असाही आक्षेप घेण्यात येतो की, त्याचा साम्यवाद हा सामूहिक हितासाठी व्यक्तीच्या व्यक्तित्वाचा आणि हिताच बळी देणारा विचार आहे. अर्थात हा आक्षेप चुकीचा आहे. सार्वजनिक कार्याला जीवन वाहिल्याने व्यक्तीचे व्यक्तित्व लोप पावत नाही तर ते विकसित होत असते. राज्यासाठी त्याग करणाऱ्या व्यक्तीचे व्यक्तित्व उन्नत व व्यापक बनत असते.

प्लेटोचा साम्यवाद आणि आधुनिक साम्यवाद

एकोणिसाव्या शतकात औद्योगिक क्रांतीनंतर कार्ल मार्क्स आणि फ्रेडरिक एंजल्स या जर्मन तत्त्ववेत्त्यांनी साम्यवादी तत्त्वज्ञान मांडले. पुढे रशियन नेता लेनिन याने त्या तत्त्वज्ञानात काही भर घातली. आधुनिक काळातील हा साम्यवाद यात नावातील साम्य सोडले तर फारसे साम्य नाही. त्याचे उद्देश, स्वरूप, व्याप्ती या बाबतीत भेदच अधिक दिसून येतो. हा भेद पुढीलप्रमाणे सांगता येईल :

(1) प्लेटोचा साम्यवाद हा राज्यकर्ते आणि सैनिक या वर्गांसाठीच होता. उत्पादक-वर्गाला त्यातून प्लेटोने वगळले होते. त्यामुळे त्याच्या साम्यवादात राज्याच्या आर्थिक रचनेत कोणताही बदल अपेक्षित नव्हता. खाजगी उत्पादन पद्धती अबाधित राखून आणि कोणत्याही उत्पादकाच्या हितसंबधांना बाधा न आणता प्लेटोला साम्यवादी व्यवस्था अमलात आणावयाची होती. कारण 'आहेरे' वर्गाकडून 'नाहीरे' वर्गाचे होणारे शोषण थांबविणे हा प्लेटोचा उद्देशच नव्हता.

उत्पादकवर्गाचा, व्यक्तिगत मालकीचा आणि संपत्ती मिळविण्याचा अधिकार त्याला मान्य होता. याउलट, आधुनिक साम्यवाद राज्याच्या सर्व अर्थव्यवस्थेत आमूलाग्र बदल करू इच्छितो. उत्पादनाच्या साधनांची खाजगी मालकी नष्ट करून सार्वजनिक मालकी प्रस्थापित करण्याचा मार्ग त्यात स्वीकारला जातो. कारण भांडवलदारवर्गाकडून श्रमिकवर्गाचे होणारे शोषण थांबविणे हा आधुनिक साम्यवादाच उद्देश आहे. अशा प्रकारे प्लेटोचा साम्यवाद आणि आधुनिक साम्यवाद यांची उद्दिष्टेच वेगवेगळी आहेत. तसेच उत्पादनव्यवस्थेवर होणाऱ्या परिणामाबाबतही त्यात फरक आहे.

(2) प्लेटोचा साम्यवाद उत्पादनाच्या साधनांबाबत नसून उपभोग्य वस्तूंच्या बाबतीतला आहे. पालकवर्गातील व्यक्तींना अन्न, वस्त्र, निवारा या मूलभूत गरजा भागविण्यासाठी जरुरीपुरता वस्तूंचा पुरवठा व्हावा आणि त्यात सर्वांना समान वाटा असावा अशी त्याची साम्यवादाची कल्पना होती. जमीन, भांडवल अशा उत्पादनाच्या घटकांमध्ये सामूहिक मालकीची कल्पना प्लेटोच्या साम्यवादात नव्हती. आधुनिक साम्यवादात उत्पादनाची साधने सार्वजनिक मालकीची होणे अभिप्रेत आहे.

(3) प्लेटोचा साम्यवाद मुख्यतः राजकीय स्वरूपाचा आहे तर आधुनिक साम्यवाद मुख्यतः आर्थिक स्वरूपाचा आहे. कारण प्लेटोच्या साम्यवादाचा मुख्य उद्देश राजकारणातील अस्थिरता व भ्रष्टाचार नष्ट करून राज्याचे ऐक्य दृढ करणे हा होता. त्याच्या साम्यवादात संपत्तीचे विषम विभाजन कायम राहणार होते. कारण संपत्तीमध्ये सर्वांना समान वाटा प्राप्त करून देणे हे प्लेटोच्या साम्यवादाचे उद्दिष्ट नव्हते. राज्यकर्त्या व्यक्तींकडे खाजगी मालमत्ता असू नये असे प्रतिपादन करण्यामागेही त्याचा उद्देश आर्थिक नव्हता तर राजकीय होता. कारण यामागे आर्थिक समता निर्माण करण्याचा त्याचा उद्देश नव्हता तर राज्यकर्ते भ्रष्टाचारी बनू नयेत हा राजकीय उद्देश त्यामागे होता. याउलट, आधुनिक साम्यवादाचा उद्देश समाजाच्या संपत्तीत सर्वांना समान वाटा देऊन आर्थिक समता निर्माण करणे हा आहे.

(4) प्लेटोच्या साम्यवादाची व्याप्ती मर्यादित आहे. नगर-राज्यातील एका लहानशा वर्गापुरता तो मर्यादित आहे. आधुनिक साम्यवाद हा वैश्विक स्वरूपाचा आहे. राज्यातील सर्व वर्गांवर तो परिणाम करणारा आहेच. शिवाय त्याचे स्वरूप आंतरराष्ट्रीय आहे. सर्व जगातील भांडवलशाही व्यवस्था नष्ट करून नवी साम्यवादी व्यवस्था सर्वत्र निर्माण करण्याचे त्याचे उद्दिष्ट आहे. याउलट, साम्यवाद मांडताना प्लेटोच्या नजरेसमोर फक्त नगर-राज्य व्यवस्था होती. तीच व्यवस्था तो आदर्श मानत होता आणि ती कशी टिकविता येईल हाच त्याच्यासमोरचा प्रश्न होता. त्यामुळे सर्व नगर-राज्याचे ऐक्य हे त्याच्यासमोरील उद्दिष्ट नव्हते.

(5) आधुनिक साम्यवादाचा राज्यसंस्थेला विरोध आहे. राज्य हे 'आहेरे' वर्गाने 'नाहीरे' वर्गाचे शोषण करण्यासाठी वापरलेले साधन आहे असे आधुनिक साम्यवाद मानतो. म्हणून वर्गविरहित आणि राज्यविरहित समाज निर्माण करणे हा शोषणमुक्तीचा मार्ग आहे असे आधुनिक साम्यवाद मानतो. प्लेटोचा साम्यवाद राज्यसंस्थेच्या विरोधी नाही तर राज्यसंस्थेचे व्यक्तिजीवनात अनन्यसाधारण महत्त्व मान्य करणारा आहे आणि त्याचा उद्देश राज्याचे ऐक्य दृढ व्हावे हा आहे.

(6) प्लेटोच्या साम्यवादात सन्यस्त वृत्तीची कल्पना अभिप्रेत आहे. राज्यकर्तावर्ग लोभ, मोहापासून अलिप्त राहावा यासाठी ती योजना आहे. खाजगी मालमत्ता स्वार्थी वृत्ती निर्माण करणारी म्हणून अनिष्ट मानलेली आहे. आधुनिक साम्यवाद मालमत्ता अनिष्ट मानत नाही. त्याचा प्रयत्न संपत्तीची आणि मालमत्तेची विषम वाटणी टाळून सर्वांना त्यात समान वाटा प्राप्त करून देण्याचा आहे.

प्लेटोचा साम्यवाद आणि आधुनिक साम्यवाद यात वरीलप्रमाणे भेद असले तरी सत्ता व संपत्तीचा संयोग समाजजीवनाला हानिकारक ठरतो याबाबत दोन्ही विचारांमध्ये एकमत आहे. सत्ता व संपत्तीच्या संयोगामुळे राज्यकर्ते भ्रष्टाचारी आणि अधःपतित बनतात असे प्लेटो मानतो तर सत्ता व संपत्तीच्या संयोगामुळे समाजात शोषक व शोषित वर्ग निर्माण होतात असे आधुनिक साम्यवाद मानतो.

प्रश्नावली

1. प्लेटोची आदर्श राज्याची संकल्पना विशद करून तिचे परीक्षण करा.
2. प्लेटोच्या 'तत्त्वज्ञ राजा' या संकल्पनेचे मूल्यमापन करा.
3. प्लेटोच्या शिक्षणविषयक विचारांची चर्चा करा.
4. प्लेटोच्या न्यायविषयक संकल्पनेचे टीकात्मक परीक्षण करा.
5. प्लेटोची साम्यवादाची संकल्पना स्पष्ट करून तिचे टीकात्मक परीक्षण करा.

⊙ **टीपा लिहा :**

1. प्लेटोचे शिक्षणविषयक विचार
2. प्लेटोप्रणीत संपत्तीचा साम्यवाद
3. प्लेटोप्रणीत स्त्रियांचा साम्यवाद
4. प्लेटोचा साम्यवाद आणि आधुनिक साम्यवाद.

■■■■

2

ॲरिस्टॉटल

इ.स.पूर्व 384 – इ.स.पूर्व 322

"State came into being for the sake of life and continues to exist for the sake of good life."

प्रास्ताविक

राजकीय विचारांच्या इतिहासात ॲरिस्टॉटलला अनन्यसाधारण असे स्थान आहे. राज्यशास्त्रातील अनेक संज्ञा व संकल्पनांचा तो जनक मानला जातो. मध्ययुगीन काळात केवळ 'तत्त्वज्ञ' या संज्ञेनेच त्याचा उल्लेख केला जात असे. ॲरिस्टॉटलची बुद्धिमत्ता चतुरस्त्र होती. तत्त्वज्ञान, राज्यशास्त्र, नीतिशास्त्र, काव्यशास्त्र याचबरोबर भौतिकशास्त्र, जीवशास्त्र अशा विविध विषयांमध्ये ॲरिस्टॉटलचे महत्त्वपूर्ण योगदान आहे. ॲरिस्टॉटल हा प्लेटोचा शिष्य होता. पण राजकीय विचार मांडताना ॲरिस्टॉटलने ज्या पद्धतीचा वापर केला ती प्लेटोने वापरलेल्या पद्धतीहून भिन्न पद्धती होती. प्लेटो हा आदर्शवादी विचारवंत होता. त्याने निगमन पद्धतीचा वापर करून आपले विचार मांडले. पण ॲरिस्टॉटल हा वास्तववादी विचारवंत होता. राजकीय विचार मांडताना त्याने विगमन किंवा शास्त्रीय पद्धतीचा वापर केलेला आहे. राज्यशास्त्रात शास्त्रीय पद्धतीचा वापर करणारा तो आद्य विचारवंत होता. यामुळेच ॲरिस्टॉटलला राज्यशास्त्राचे जनक मानले जाते.

ॲरिस्टॉटल याचे संक्षिप्त चरित्र

ॲरिस्टॉटलचा जन्म इ.स.पूर्व 384 मध्ये थ्रेस प्रांतातील 'स्टॅगिरा' या गावी झाला. त्याचे वडील मॅसिडोनियाच्या राजाचे राजवैद्य होते. वडिलांच्या या वैद्यकीय पेशामुळे ॲरिस्टॉटलच्या कुटुंबात जे वातावरण होते त्याचा परिणाम होऊन ॲरिस्टॉटलला पुढील काळात जीवशास्त्र व भौतिकशास्त्रात रस निर्माण झाला असावा असे मानता येईल. ॲरिस्टॉटलच्या बालपणातील आयुष्याबद्दल फारसी माहिती उपलब्ध नाही. कौटुंबिक परंपरेला अनुसरून आपल्या वडिलांप्रमाणेच ॲरिस्टॉटलने वैद्यकीय पेशा करावा अशी त्याच्या कुटुंबाची अपेक्षा असावी. पण अथेन्समध्ये प्लेटोने स्थापन केलेल्या ॲकॅडमीची कीर्ती ऐकून आणि उत्तम दर्जाचे शिक्षण घेण्याच्या उद्देशाने वयाच्या सतराव्या वर्षी ॲरिस्टॉटल हा अथेन्स या नगर-राज्यात आला आणि प्लेटोच्या ॲकॅडमीमध्ये सामील झाला. त्यानंतरची वीस वर्षे म्हणजे प्लेटोच्या मृत्यूपर्यंत ॲरिस्टॉटल या ॲकॅडमीमध्ये राहिला. प्लेटोशी त्याचे अत्यंत निकटचे ऋणानुबंध निर्माण झाले. प्लेटो त्याला आपल्या सर्व शिष्यांमध्ये सर्वांत बुद्धिमान शिष्य मानत असे.

प्लेटोच्या मृत्यूनंतर ॲकॅडमीचे प्रमुख पद आपल्याला मिळेल अशी ॲरिस्टॉटलची अपेक्षा होती, पण तसे झाले नाही. तो मान प्लेटोचा पुतण्या स्पेसिपस याला मिळाला. त्यामुळे ॲरिस्टॉटलने अथेन्स सोडले. तो आशिया मायनरच्या प्रदेशात गेला. तेथील ॲटरनॉसचा राजा हरमिअसच्या दरबारात राहिला. या राजाच्या पुतणीशी त्याचा विवाह झाला. जीवशास्त्र या विषयात ॲरिस्टॉटलला रुची होती. आशिया मायनरमधील या वास्तव्यात त्याने जीवशास्त्रासंबंधी बरीच माहिती गोळा केली.

पुढे मॅसिडोनियाचा राजा फिलिप याच्या निमंत्रणावरून तो मॅसिडोनियाच्या दरबारात दाखल झाला. तेथे राजपुत्र अलेक्झांडर यांचा शिक्षक म्हणून त्याची नेमणूक झाली. सहा वर्षे हे शिक्षकाचे कार्य केल्यानंतर ॲरिस्टॉटल इ.स.पूर्व 335 मध्ये अथेन्समध्ये परत आला. तेथे त्याने स्वतःची शिक्षणसंस्था स्थापन केली. तिचे नाव 'लिसियम' असे होते. आयुष्याच्या अखेरची बारा वर्षे ॲरिस्टॉटलने या संस्थेत अध्यापनाचे व लेखनाचे कार्य केले. ॲरिस्टॉटलच्या कार्यामुळे लिसियमला नावलौकिक मिळाला. ती एक अग्रगण्य शिक्षणसंस्था बनली. अर्थात, ॲरिस्टॉटलचे हे यश अल्पकाळ टिकले. सम्राट अलेक्झांडरच्या मृत्यूची वार्ता जेव्हा अथेन्समध्ये पोहोचली तेव्हा मॅसिडोनियन साम्राज्याच्या विरूद्ध तेथे उठाव झाला. ॲरिस्टॉटल हा अलेक्झांडरचा समर्थक आणि मित्र मानला जात असल्याने त्याला अथेन्स सोडणे भाग पडले. त्यानंतर वर्षभरातच म्हणजे इ.स.पूर्व 322 मध्ये त्याचा मृत्यू झाला.

ॲरिस्टॉटलचा काळ हा ग्रीक संस्कृतीच्या ऱ्हासाचा कालखंड होता. ग्रीक नगर-राज्याचा वैभवशाली काळ इतिहासजमा झालेला होता. मॅसिडोनियाचा राजा फिलिप याने नगर-राज्यांचा पाडाव करून ग्रीसवर आपली सत्ता प्रस्थापित केलेली होती. नगर-राज्यातील राजकीय परिस्थितीच्या या अधःपतनाबद्दल ॲरिस्टॉटलला खेद वाटत होता. प्लेटोप्रमाणेच ॲरिस्टॉटललाही ग्रीक नगर-राज्यांच्या वैभवशाली काल हा आदर्श वाटत होता. त्याच्या समकालीन राजकीय परिस्थितीबाबत तो उदासीनच होता.

ॲरिस्टॉटल हा जन्माने अथेन्सचा नागरिक नव्हता. त्यामुळे अथेन्सच्या राज्यकारभारात सक्रिय सहभाग घेणे त्याला शक्य नव्हते. परंतु प्लेटोच्या ॲकॅडमीत घालविलेली वीस वर्षे आणि मॅसिडोनियाच्या राजदरबारात घालविलेला काळ यामुळे राज्यकर्त्यावर्गाशी त्याचा निकटचा संपर्क आला. राजकीय घडामोडींचा त्याला जवळून परिचय झाला.

विचारांची वैशिष्ट्ये

ॲरिस्टॉटल हा चतुरस्र बुद्धिमत्तेचा विचारवंत होता. राज्यशास्त्र, तर्कशास्त्र, जीवशास्त्र, भौतिकशास्त्र, इतिहास अशा विविध विषयांत त्याला रस होता. या वेगवेगळ्या विषयांमध्ये त्याचे मौलिक योगदान आहे. राज्यशास्त्रावरील त्याच्या लिखाणामध्ये सर्वांत महत्त्वाचा व मान्यता पावलेला ग्रंथ 'पॉलिटिक्स' हा आहे. ॲरिस्टॉटलचे राजकीय विचार मुख्यतः या ग्रंथाच्या आधारेच आपल्याला समजून घ्यावे लागतात.

ॲरिस्टॉटल हा प्लेटोचा शिष्य होता. पण अनेक मूलभूत बाबतीत त्याचे विचार प्लेटोहून भिन्न आहेत. प्लेटो आदर्शवादी विचारवंत होता. राज्याचे स्वरूप कसे आहे यापेक्षा ते कसे असावे हे स्पष्ट करण्याचा त्याचा उद्देश होता. याउलट, ॲरिस्टॉटल हा वास्तववादी विचारवंत होता. वास्तव राजकीय परिस्थितीच्या आधारे निष्कर्ष काढण्याचा

त्याचा प्रयत्न होता. ॲरिस्टॉटलने यासाठी ऐतिहासिक तसेच तुलनात्मक पद्धतीचा वापर केला. प्लेटोच्या लिखाणाबद्दल ॲरिस्टॉटलची अशी तक्रार होती की, प्लेटोने इतिहासाकडे पुरेसे लक्ष दिले नाही. तसेच राज्यासंबंधीची आपली योजना मांडताना मानवाचे खरे स्वरूप व इतिहासात राज्यसंस्थेचा झालेला विकास यांचा पुरेसा विचार केला नाही. ॲरिस्टॉटलला तत्कालीन राजकीय संस्थांचे तसेच त्यांच्या ऐतिहासिक विकासाचे ज्ञान होते. ॲरिस्टॉटलचे विश्लेषण इतिहासावर तसेच प्रत्यक्ष केलेल्या निरीक्षणावर आधारलेले आहे. त्यामुळे त्यात स्पष्टता आणि अचूकता दिसून येते. असे मानले जाते की, 'पॉलिटिक्स' हा आपला ग्रंथ लिहिण्यापूर्वी ॲरिस्टॉटलने 158 राज्यघटनांचा तुलनात्मक अभ्यास केलेला होता. त्या आधारेच त्याने आपले निष्कर्ष काढले.

ॲरिस्टॉटलने आपल्या विवेचनासाठी ज्या पद्धतीचा वापर केला ती प्लेटोने वापरलेल्या पद्धतीच्या बरोबर उलट होती. प्लेटोची पद्धती ही निगमन पद्धती होती. प्लेटोने गृहीत धरलेली तत्त्वे ही तो निरपवाद आणि परिपूर्ण मानत असे. त्या तत्त्वांना अनुसरून परिस्थितीचे विश्लेषण करत असे. सामान्याकडून विशेषाकडे जाणारी अशी ही पद्धत असते. याउलट, ॲरिस्टॉटलची पद्धती ही विगमन पद्धती होती. ही पद्धत विशेषाकडून सामान्याकडे जाणारी असते. प्रथम माहितीचे संकलन करणे, त्या माहितीचे वर्गीकरण आणि विश्लेषण करणे व त्या विश्लेषणाच्या आधारे निष्कर्ष काढणे असे या पद्धतीचे स्वरूप असते; तिलाच 'शास्त्रीय पद्धती' असे म्हणतात. शासनसंस्थांचे प्रत्यक्ष कार्य कशा प्रकारे चालते याचा अभ्यास करण्यासाठी ॲरिस्टॉटलने या शास्त्रीय पद्धतीचा वापर केला.

ॲरिस्टॉटलला परंपराबद्दल आदर होता. प्लेटोने आपले विचार मांडताना समाजाच्या परंपरांना फारसे महत्त्व दिलेले नाही. पण ॲरिस्टॉटल परंपरांचे महत्त्व जाणत होता. परंपरा या अनेक शतकांच्या अनुभवाने संचित असतात, त्यांच्याकडे आपण दुर्लक्ष करू शकत नाही असे ॲरिस्टॉटलचे मत होते. त्याचप्रमाणे ॲरिस्टॉटल कायद्याचे श्रेष्ठत्व मानणारा होता; याबाबतही त्याचे विचार प्लेटोपेक्षा भिन्न होते. प्लेटोने कायद्यापेक्षाही राज्यकर्त्यावर्गाची विवेकबुद्धी श्रेष्ठ मानलेली आहे. ॲरिस्टॉटलला ही कल्पना मान्य नव्हती. कायद्यापेक्षा राज्यकर्ते श्रेष्ठ मानल्यास आणि त्यांच्या विवेकबुद्धीवर अवलंबून राहिल्यास निर्णय देताना पक्षपात होण्याची शक्यता असते. राज्यकर्त्यांचे पूर्वग्रह, त्यांच्या इच्छा-आकांक्षा यांचा प्रभाव त्यांच्या निर्णयावर पडण्याची शक्यता असते. शासन निष्पक्षपाती असले पाहिजे तरच ते चांगले शासन होय. म्हणून राज्यात कायदा हा सर्वश्रेष्ठ मानला पाहिजे असे ॲरिस्टॉटलचे प्रतिपादन होते. कायद्याची अधिसत्ता, घटनात्मक शासनसंस्था या तत्त्वांचा पुरस्कार हे ॲरिस्टॉटलचे राजकीय विचारातील महत्त्वाचे योगदान आहे.

अशा प्रकारे राजकीय विचार मांडताना विगमन किंवा शास्त्रीय पद्धतीचा वापर, ऐतिहासिक आणि तुलनात्मक विश्लेषण पद्धती, निरीक्षणावर आधारित सुस्पष्ट व अचूक विचार, वास्तववाद, परंपरांबद्दल आदर, कायद्याच्या अधिसत्तेचा पुरस्कार ही ॲरिस्टॉटलच्या राजकीय विचारांची ठळक वैशिष्ट्ये आहेत.

2.1 राज्याचा उदय आणि स्वरूप

'पॉलिटिक्स' या आपल्या ग्रंथातील पहिल्या विभागात ॲरिस्टॉटलने राज्याचा उदय, त्याचे स्वरूप आणि राज्यसंस्थेचा उद्देश या प्रश्नांची चर्चा केली आहे. तत्कालीन सोफिस्ट विचारवंत असे मानत होते की, राज्य हे लोकांनी करार करून निर्माण केलेले आहे. ते नैसर्गिक नसून समाजाने एक तडजोड म्हणून स्वीकारलेले आहे. सोफिस्ट विचारवंतांच्या या दृष्टिकोनाचा प्रतिवाद करण्याच्या हेतूने ॲरिस्टॉटलने आपला दृष्टिकोन मांडलेला आहे. राज्य हे कृत्रिमरीत्या निर्माण झालेले नाही किंवा प्रबळांनी आपल्या बळाच्या जोरावर ते निर्माण केलेले नाही तर ते निसर्गतःच निर्माण झालेले आहे आणि त्याला नैतिक मूल्य आहे हे सिद्ध करण्याचा ॲरिस्टॉटलचा हेतू आहे.

राज्य – नैसर्गिक संस्था : प्लेटोप्रमाणेच ॲरिस्टॉटलही राज्य ही नैसर्गिक संस्था मानत असे. ते अशा अर्थाने नैसर्गिक आहे की मानवी जीवनासाठी उदयास आले आणि माणसाला अधिक चांगले जीवन जगता यावे यासाठी अस्तित्वात राहिले आहे. राज्याशिवाय आणि राज्याबाहेर मनुष्य आपले भवितव्य घडवू शकणार नाही; कारण मनुष्य हा राजकीय प्राणी आहे. राजकीय जीवन ही निसर्गानेच ठरविलेली माणसाची नियती आहे. माणसाच्या ज्या स्वाभाविक गरजा असतात त्यांच्या पूर्ततेसाठी तसेच मानवी गुणांच्या विकासासाठी राज्य आवश्यक आहे.

ॲरिस्टॉटल म्हणतो, आपल्या गरजा व इच्छा पूर्ण करण्यासाठी लोकांनी केलेल्या प्रयत्नातून राज्याचा उदय झालेला आहे. राज्याचा उदय होण्यापूर्वी कुटुंबसंस्थेचा उदय झाला. कुटुंबसंस्थेचा उदयसुद्धा माणसाच्या नैसर्गिक गरजांतून झालेला आहे. वंशवृद्धीच्या हेतूने स्त्री-पुरुष संबंध निर्माण झाले. जीवनावश्यक वस्तूंच्या उत्पादनासाठी मालक व गुलाम संबंध निर्माण झाले व त्यातून कुटुंबसंस्था उदयास आली. कुटुंबसंस्था ही अशा प्रकारे माणसाच्या भौतिक गरजा पूर्ण करणारी संस्था आहे. पण केवळ भौतिक गरजा भागल्या म्हणून माणूस समाधानी राहू शकत नाही तर त्याला बौद्धिक आणि नैतिक गरजाही असतात. त्या पूर्ण झाल्याखेरीज मानवी जीवनाला परिपूर्णता लाभत नाही. आपल्या नैतिक व बौद्धिक गरजा पूर्ण करण्यासाठी आणि अधिक परिपूर्ण जीवन जगण्याच्या उद्देशाने अनेक कुटुंबे एकत्र येऊन त्यांनी राज्य निर्माण केले.

मनुष्य हा बुद्धिमान प्राणी आहे. त्याच्याजवळ संभाषण करण्याची तसेच संघटना निर्माण करण्याची क्षमता आहे. हाच इतर प्राणी व मनुष्यप्राणी यांच्यातील महत्त्वाचा फरक आहे. माणसाजवळील या क्षमतेमुळे राज्य निर्माण करण्याची त्याला निसर्गतःच गरज भासते. कारण राज्यात राहूनच त्याच्या क्षमतेचा आणि व्यक्तित्वाचा विकास होऊ शकतो. राज्याशिवाय राहणारा एकतर पशू असेल किंवा देवतरी असेल. मनुष्य मात्र राज्याशिवाय चांगले जीवन जगू शकत नाही. राज्य नसेल तर माणसाचे जीवन पशुतुल्य बनेल.

राज्य ही माणसाची बौद्धिक गरज भागविणारी संस्था आहे, म्हणून राज्य हे नैसर्गिक आहे. याच दृष्टिकोनातून ॲरिस्टॉटलने राज्याची व्याख्या केलेली आहे. तो म्हणतो, ''परिपूर्ण आणि स्वयंपूर्ण जीवनासाठी म्हणजेच सुखी व सन्माननीय जीवनासाठी निर्माण झालेला, कुटुंब आणि गावे यांचा संघ म्हणजे राज्य होय.'' त्याच्या मते, राज्यात राहणे हेच माणसाच्या दृष्टीने इष्ट आहे; कारण तो राजकीय प्राणी आहे. राज्यात राहूनच माणूस समृद्ध जीवन जगू शकतो आणि आपले भवितव्य घडवू शकतो.

राज्य – सर्वोच्च संस्था : ॲरिस्टॉटलच्या मते, राज्य ही सर्व संस्थांमधील सर्वोच्च संस्था आहे. सर्व मानवी संस्थांना समाविष्ट करून घेणारी आणि सर्व संस्थांमध्ये श्रेष्ठ असणारी अशी ती संस्था आहे. ती सर्वश्रेष्ठ अशा अर्थाने आहे की, मानवाचे सर्वोच्च हित साध्य करणे हे तिचे उद्दिष्ट आहे. सुखी आणि समृद्ध जीवन जगण्याची संधी मिळणे हेच माणसाचे सर्वोच्च हित होय आणि ते राज्यसंस्थेमुळेच साध्य होऊ शकते. ॲरिस्टॉटलने राज्याची व्याख्यासुद्धा राज्याच्या उद्दिष्टांच्या अनुषंगाने केलेली आहे. त्याच्या दृष्टिकोनानुसार, राज्य म्हणजे सुखी व सन्माननीय जीवनासाठी कुटुंबे व गावे यांचा बनलेला संघ आहे. कुटुंबसंस्था माणसाच्या भौतिक गरजा भागविते; पण उच्च दर्जाच्या नैतिक व बौद्धिक गरजांच्या पूर्ततेसाठी माणसाला राज्यसंस्थेची जरुरी भासते. म्हणून ती श्रेष्ठ संस्था आहे. तसेच राज्यात कुटुंबे व गावे या इतर घटकांचा समावेश होतो. म्हणून ती सर्व मानवी संस्थांची संस्था आहे. कुटुंब किंवा गावे या घटकांचे कार्य मर्यादित असते, पण राज्याचे कार्य व्यापक असते. माणसाला स्वतःचा बौद्धिक व नैतिक विकास घडवून आणण्यासाठी अधिक व्यापक क्षेत्र राज्यामुळे प्राप्त होते.

प्रथम कुटुंब, नंतर गाव आणि अखेरीस राज्य अशा प्रकारे सामाजिक संस्थांचा विकास झालेला आहे. या विकासक्रमात राज्य ही विकासाची अंतिम व सर्वोच्च अवस्था आहे. सामाजिक उत्क्रांतीमध्ये कुटुंबसंस्था ही प्रारंभी निर्माण झालेली संस्था होय. कुटुंबसंस्था ही प्रारंभिक संस्था आहे तसेच तिचे कार्यसुद्धा माणसाच्या दैनंदिन गरजा भागविणे यापुरते मर्यादित आहे. माणसाच्या काही प्राथमिक स्वरूपाच्या सांस्कृतिक गरजा भागविण्याच्या उद्देशाने गाव निर्माण झाले. ही सामाजिक उत्क्रांतीतील दुसरी अवस्था होय. या उत्क्रांतीतील अंतिम आणि सर्वोच्च संस्था राज्य ही आहे. मूल्ये व उद्दिष्टे या दोन्ही दृष्टीने राज्य सर्वोच्च आहे. कुटुंबसंस्था किंवा गाव यांचे उद्दिष्ट मानवी जीवनाचे परिरक्षण करणे, माणसाला समूहजीवन प्राप्त करून देणे यापुरते मर्यादित आहे. पण राज्याचे उद्दिष्ट माणसाला सुरक्षितता प्राप्त करून देण्याएवढे मर्यादित नाही तर माणसाला समृद्ध व प्रगत जीवन जगण्याची संधी प्राप्त करून देणे हे राज्याचे उद्दिष्ट आहे. म्हणून राज्याचे उद्दिष्ट हे इतर संस्थांपेक्षा उदात्त व श्रेष्ठ आहे.

राज्याचे सेंद्रिय स्वरूप : ॲरिस्टॉटलच्या मते, राज्य सर्वसमावेशक आहे. ज्याप्रमाणे संपूर्ण वा वस्तुतः त्यातील सर्व घटकांचा समावेश होतो त्याचप्रमाणे राज्यात सर्व मानवी संस्था व संघटना समाविष्ट असतात. राज्यामुळेच त्यांना आणि व्यक्तीला परिपूर्णता लाभते.

प्राण्यांचे शरीर वेगवेगळ्या अवयवांचे बनलेले असते. पण हे अवयव अलग-अलग कार्य करू शकत नाहीत. संपूर्ण शरीराचा अविभाज्य भाग म्हणूनच ते कार्य करतात. सर्व अवयवांना एकत्र ठेवणारे आणि त्यांच्यात एकसंघता आणणारे प्राणतत्त्व अस्तित्वात असते म्हणूनच शरीराच्या विविध अवयवांचे कार्य चालू असते. डोळे पाहण्याचे कार्य करतात आणि कान ऐकण्याचे कार्य करतात, ते शरीराचा अविभाज्य भाग म्हणूनच होय. शरीरापासून त्यांना अलग केल्यास हे कार्य ते करू शकणार नाहीत. याचप्रमाणे कुटुंब किंवा गाव हे राज्याचे अविभाज्य घटक आहेत आणि राज्याचे घटक म्हणूनच त्यांना खऱ्या अर्थाने अस्तित्व प्राप्त होत असते. हीच गोष्ट व्यक्तीबाबतही खरी आहे. व्यक्तीला परिपूर्ण जीवनाची प्राप्ती राज्यामुळेच होते. राज्याशिवाय व्यक्तीचे जीवन अधुरे राहील. मानवाला व मानवी संस्थांना जे मूल्य व महत्त्व प्राप्त होते ते राज्यामुळेच होय. राज्याशिवाय त्यांचे अस्तित्व अर्थशून्य बनेल.

मात्र, राज्यसंस्थेचे श्रेष्ठत्व प्रतिपादन करत असताना ॲरिस्टॉटलने व्यक्ती-व्यक्तीमधील विविधता लक्षात घेतलेली आहे. राज्य ही व्यक्तीच्या हितासाठी, तिच्या उन्नतीसाठी कार्य करणारी संस्था आहे असे मानलेले आहे. ॲरिस्टॉटलचा गुरू प्लेटो हा 'राज्याचे ऐक्य' हे आदर्श मूल्य मानत होता. हे ऐक्य टिकविण्यासाठी राज्यातील प्रत्येक वर्गाने आपल्या सुखाचाही त्याग केला पाहिजे, राज्याच्या हितासाठी व्यक्तीने कार्य केले पाहिजे; कारण राज्याच्या हितामध्येच व्यक्तीचे हित आहे, असे तो मानत होता. पण ॲरिस्टॉटलचा दृष्टिकोन याहून भिन्न आहे. राज्याच्या ऐक्यासाठी व्यक्तिहिताचा बळी देण्याची कल्पना ॲरिस्टॉटलला मान्य नव्हती. व्यक्तीचे हित हे राज्याच्या हितापेक्षा दुय्यम नसून राज्य ही व्यक्तीच्या हिताचे रक्षण करण्यासाठीच निर्माण झालेली संस्था आहे. व्यक्तीच्या जीवित-वित्ताचे आणि हक्काचे रक्षण करणे एवढ्यापुरतेच राज्याचे कार्य आहे असे ॲरिस्टॉटल मानत नाही. व्यक्तीला अधिक उदात्त व चांगले जीवन प्राप्त करून देणे हे राज्याचे कार्य आहे असे ॲरिस्टॉटल मानतो. व्यक्तीला सुरक्षित जीवन देण्यापुरतेच राज्याचे कार्य मर्यादित असेल तर खऱ्या अर्थाने ते राज्यच नव्हे; कारण राज्याचा उदय मुळी व्यक्तीला उदात्त व चांगल्या जीवनाची प्राप्ती व्हावी यासाठी झालेला आहे असा ॲरिस्टॉटलचा दृष्टिकोन आहे. सर्वसाधारण नागरिकांचे सर्वोच्च कल्याण साधणे हे राज्याचे उद्दिष्ट असल्याने नागरिकांना काही प्रमाणात व्यक्तिस्वातंत्र्य देणे क्रमप्राप्त ठरते. कारण क्षमता व गरजा याबाबत व्यक्ती-व्यक्तीत फरक असतो. त्यामुळे काही प्रमाणात व्यक्तीला स्वातंत्र्य असेल तरच ती स्वतःच्या क्षमतेचा विकास करू शकते असे ॲरिस्टॉटलचे प्रतिपादन आहे.

2.2 ॲरिस्टॉटलचे कुटुंबसंस्थेसंबंधी विचार

प्रारंभी कुटुंबसंस्थेचा उदय झाला आणि अनेक कुटुंबाचे मिळून राज्य निर्माण झाले असे ॲरिस्टॉटलचे मत होते. या कुटुंबसंस्थेचे स्वरूप, तिचे घटक यांची चर्चा ॲरिस्टॉटलने केलेली आहे. ही चर्चा करताना अनेक मूलभूत अशा आर्थिक प्रश्नांचाही ऊहापोह ॲरिस्टॉटलने केलेला आहे.

ॲरिस्टॉटलच्या मते, राज्याप्रमाणेच कुटुंब ही सुद्धा नैसर्गिक संस्था आहे. माणसाच्या दैनंदिन गरजा भागविणारी ती संस्था आहे. अन्न, वस्त्र आणि निवारा या माणसाच्या प्राथमिक गरजा असतात. तसेच माणसामध्ये लैंगिक भावना आणि वंशवृद्धीची प्रबळ इच्छा असते. आपल्या या भौतिक गरजांची पूर्तता करण्याचा जो प्रयत्न माणसाने केला त्याचा स्वाभाविक परिणाम म्हणजे कुटुंबसंस्थेचा उदय होय. कुटुंबसंस्था माणसाची लैंगिक गरज भागविते, त्याचप्रमाणे आर्थिक सुरक्षितता प्राप्त करून देते. पण कुटुंबसंस्थेकडे केवळ आर्थिक आणि जीवशास्त्रीय दृष्टिकोनातून पाहून चालणार नाही. ती माणसाच्या केवळ भौतिक गरजा भागविणारी संस्था नाही तर प्रेम आणि वात्सल्य या मानवी गुणांची जोपासनाही कुटुंबसंस्थेत होत असते. कुटुंबात मूल जन्माला येते. माता-पित्याकडून त्याचे संगोपन केले जाते. या कौटुंबिक वातावरणात वाढत असताना प्रेम, वात्सल्य अशा गुणांची शिकवण त्याला मिळते. म्हणून कुटुंबसंस्था टिकविली पाहिजे असे ॲरिस्टॉटलचे मत आहे. कुटुंबसंस्थेबद्दल प्लेटोचा जो दृष्टिकोन आहे तो ॲरिस्टॉटलला मान्य नव्हता. कुटुंबसंस्था ही स्वार्थ आणि अभिलाषा या वृत्तीची जोपासना करणारी संस्था आहे असे प्लेटोचे मत होते. त्या मताचा प्रतिवाद करताना ॲरिस्टॉटल म्हणतो की, कुटुंबसंस्था ही काळाच्या कसोटीला उतरलेली आणि आपली उपयुक्तता सिद्ध केलेली संस्था आहे. ती जर उपयुक्त नसती तर काळाच्या ओघात नष्ट झाली असती; ती टिकून राहिलेली आहे. याचाच अर्थ, मानवी जीवनात तिचे विशिष्ट प्रयोजन आहे. अशी संस्था नष्ट करणे चुकीचे आहे.

अर्थात, कुटुंबसंस्थेच्या दोषाकडे ॲरिस्टॉटलने दुर्लक्ष केलेले नाही. कुटुंबसंस्था किंवा खाजगी मालमत्ता यावर राज्याचे योग्य नियंत्रण ठेवण्यास ॲरिस्टॉटलचा विरोध नाही. परंतु कुटुंबसंस्था किंवा खाजगी मालमत्ता यातून निर्माण होणाऱ्या अनिष्ट गोष्टी केवळ कायद्याने दूर होणाऱ्या नाहीत. कारण कुटुंबसंस्थेमुळे किंवा खाजगी मालमत्तेमुळे ज्या अनिष्ट प्रवृत्ती निर्माण होतात त्याचे खरे कारण माणसामधील स्वार्थी वृत्ती आहे. मानवी स्वभावातील हा दोष दूर करण्याचा मार्ग म्हणजे लोकांना योग्य प्रकारचे शिक्षण देणे आणि त्यांना चांगल्या सवयी लावणे हा आहे. चांगल्या शिक्षणामुळे आणि चांगल्या सवयीमुळे स्वार्थ, अभिलाषा या दुर्गुणावर माणूस नियंत्रण ठेवू शकेल. अशा परिस्थितीत कुटुंबसंस्था किंवा खाजगी मालमत्ता मानवी जीवनाला हानिकारक न ठरता उपकारक ठरतील. कुटुंबसंस्थेसारख्या संस्थेवर राज्याचे नियंत्रण मर्यादित प्रमाणातच असले पाहिजे, राज्याचे अतिरेकी नियंत्रण असल्यास कुटुंबसंस्थेत सुधारणा होण्याऐवजी तिच्यात अधिकच दोष निर्माण होतील असे ॲरिस्टॉटलचे मत आहे. थोडक्यात, कुटुंबसंस्थेतील दोष दूर करण्यासाठी कायदेशीर नियंत्रणाऐवजी सामाजिक आणि नैतिक नियंत्रण अधिक योग्य ठरते असे ॲरिस्टॉटलचे प्रतिपादन आहे.

कुटुंबसंस्था आणि राज्य यातील फरक केवळ प्रमाणाचा नसून तो प्रकाराचा आहे असे ॲरिस्टॉटल मानतो. कुटुंब आणि राज्य यांचे मूलभूत स्वरूप सारखेच आहे, राज्य म्हणजे कुटुंबसंस्थेचेच व्यापक रूप आहे असे प्लेटो मानत होता. प्लेटोची ही कल्पना

ॲरिस्टॉटलला मान्य नाही. ॲरिस्टॉटलचे प्रतिपादन असे की, राज्यात शासक आणि शासित असे एकाच प्रकारचे संबंध असतात. पण कुटुंबामध्ये पती आणि पत्नी, पालक आणि पाल्य, मालक आणि गुलाम असे तीन वेगवेगळ्या प्रकारचे संबंध असतात. राज्यात राज्यकर्त्यांचा प्रत्येक नागरिकांशी असणारा संबंध सारखाच असतो. पण कुटुंबात, कुटुंबप्रमुखाचे पत्नीशी, मुलांशी आणि गुलामांशी असणारे संबंध वेगवेगळ्या प्रकारचे असतात. म्हणून कुटुंबसंस्था ही राज्यसंस्थेहून मूलतः वेगळ्या प्रकारची संस्था आहे.

2.3 ॲरिस्टॉटलचे गुलामगिरीसंबंधी विचार

कुटुंबसंस्थेच्या संदर्भात विचार मांडताना ॲरिस्टॉटलने ज्या प्रश्नांची चर्चा केलेली आहे त्यातील सर्वांत महत्त्वाचा प्रश्न गुलामगिरीच्या स्वरूपाबाबत आहे. ग्रीक नगर-राज्यात गुलामगिरी अस्तित्वात होती आणि ॲरिस्टॉटल गुलामगिरीचा समर्थक होता. गुलाम हा कुटुंबसंस्थेचा एक आवश्यक घटक आहे असे तो मानत होता. त्याच्या मते, कुटुंबसंस्थेचे कार्य योग्य प्रकारे चालण्यासाठी तिला काही साधनांची जरुरी असते. ही साधने सजीव असतात तसेच निर्जीव असतात. गुलाम हे कुटुंबसंस्थेसाठी आवश्यक असे सजीव साधन आहे तर मालमत्ता हे निर्जीव साधन आहे.

काही सोफिस्ट विचारवंत गुलामगिरी अन्यायकारक मानत होते. त्यांच्या मते, गुलामगिरी ही नैसर्गिक नसून ती केवळ रूढींवर आधारलेली आहे. निसर्गतः सर्व माणसे समान आहेत; म्हणून मालकाची गुलामावरील सत्ता ही अनैसर्गिक व अन्यायकारक आहे. सोफिस्टांच्या या मताला ॲरिस्टॉटलने विरोध दर्शविला असून गुलामगिरीचे समर्थन केले आहे. समाजाचे कार्य योग्य प्रकारे चालण्यासाठी ज्यांच्याकडे बौद्धिक क्षमता जास्त आहे त्यांचे नियंत्रण बौद्धिक क्षमता कमी असणाऱ्या किंवा मुळीच नसणाऱ्या लोकांवर असले पाहिजे. ज्याप्रमाणे आत्म्याचे नियंत्रण शरीरावर असते किंवा बुद्धीचे नियंत्रण वासनेवर असते त्याप्रमाणे कुटुंबात किंवा राज्यांत बुद्धिमान व्यक्तीचे नियंत्रण कमी बुद्धिमान व्यक्तींवर असले पाहिजे; तरच या संस्था योग्य प्रकारे आपले कार्य पार पाडू शकतील. बौद्धिक सामर्थ्य असणाऱ्या व्यक्ती मालक बनणे हे नैसर्गिक आहे. तसेच ज्यांच्याकडे बौद्धिक क्षमता नाही तर केवळ शारीरिक बळ आहे त्यांनी गुलाम बनणे हे नैसर्गिक आहे. माणसाच्या भौतिक गरजा भागविणे हे कुटुंबसंस्थेचे उद्दिष्ट असते तर माणसाचा बौद्धिक आणि नैतिक विकास घडविणे हे राज्यसंस्थेचे उद्दिष्ट असते. ही उद्दिष्टे प्राप्त करण्यासाठी बौद्धिक क्षमता आणि शारीरिक क्षमता यांचा संयोग होणे आवश्यक असते असे ॲरिस्टॉटलचे प्रतिपादन आहे.

गुलामगिरी ही मालक व गुलाम या दोन्ही घटकांना उपकारक आहे असे ॲरिस्टॉटल म्हणतो. मालकवर्गाच्या तसेच गुलामाच्याही दृष्टीने त्याने गुलामगिरीचे समर्थन केले आहे. मालकाला गुलामांची आवश्यकता असते; कारण त्यांच्यामुळे शारीरिक कष्टाच्या कामातून मालकाची मुक्तता होते व आपल्या बौद्धिक गुणांचा विकास करण्यासाठी आवश्यक ती

सवड किंवा फुरसत मालकाला मिळते. कुटुंबाचा मालक शारीरिक कष्टाच्या कामातच अडकून पडला तर तो बौद्धिक कार्य करू शकणार नाही, चांगले जीवन जगू शकणार नाही. कुटुंबप्रमुखाला आपला बौद्धिक विकास साध्य करण्यासाठी शारीरिक कष्टाची कार्ये गुलामाकडे सोपविणे आवश्यक ठरते. संगीतकाराला ज्याप्रमाणे वाद्याशिवाय संगीत निर्माण करणे अशक्य असते त्याचप्रमाणे गुलामांच्या साहाय्याशिवाय चांगले जीवन जगणे मालकाला अशक्य असते. गुलामगिरी ही गुलामाच्या दृष्टीनेही तेवढीच समर्थनीय आहे. ज्यांच्याकडे केवळ शारीरिक बळ आहे पण बौद्धिक क्षमता नाही त्यांनी बौद्धिक गुणवत्ता असणाऱ्या व्यक्तींच्या नियंत्रणाखाली राहणे त्यांच्या दृष्टीने हितकारक आहे. बौद्धिक क्षमता नसणाऱ्या व्यक्ती स्वतःहून संयमी जीवन जगू शकत नाहीत. आपल्या वासनेवर नियंत्रण ठेवू शकत नाहीत. पण बौद्धिक क्षमता असणाऱ्या मालकाच्या नियंत्रणाखाली त्या राहिल्या तर मालकाच्या बौद्धिक गुणांचा लाभ त्यांनाही होतो आणि गुलाम अधिक चांगले जीवन जगू शकतात.

मूल्यमापन

गुलामगिरीसंबंधी ॲरिस्टॉटलच्या दृष्टिकोनाचे योग्य मूल्यमापन करावयाचे असेल तर प्रथम काही गोष्टी लक्षात घेणे आवश्यक आहे. ग्रीक नगर-राज्यात गुलामगिरी अस्तित्वात होतीच; या प्रथेला समाजाची मान्यता होती आणि ग्रीकांच्या दृष्टीने ती उपयुक्त प्रथा होती. पण गुलामगिरी ही मान्यताप्राप्त आणि उपयुक्त प्रथा आहे एवढ्यासाठीच ॲरिस्टॉटलने तिचे समर्थन केलेले नाही तर नागरिकत्वासंबंधी ॲरिस्टॉटलने मांडलेल्या कल्पनेनुसार गुलामगिरी ही आवश्यक ठरते. नगर-राज्याच्या सार्वजनिक कार्यात नागरिकांना क्रियाशील सहभागी व्हायचे असेल आणि नागरिक म्हणून आपली कर्तव्ये योग्य प्रकारे पार पाडावयाची असतील तर त्यांच्या बौद्धिक गुणांचा विकास झाला पाहिजे आणि त्यासाठी त्यांना पुरेसा वेळ मिळाला पाहिजे. म्हणून नागरिकांना शारीरिक श्रमाच्या कामातून शक्य तेवढी मोकळीक मिळाली पाहिजे. गुलामगिरीमुळे ही गोष्ट शक्य होत असते असे ॲरिस्टॉटल मानतो.

ॲरिस्टॉटलच्या मते, गुलामाचा वर्ग हे उत्पादनाचे साधन नसून बौद्धिक व सार्वजनिक कार्यासाठी आवश्यक असा वेळ मिळावा यासाठी वापरावयाचे साधन आहे. गुलामांचा वापर संपत्ती निर्माण करण्याचे किंवा उत्पादनाचे साधन म्हणून केला जात असेल तर त्या गुलामगिरीचे समर्थन करता येणार नाही. मालकाने आपल्या बौद्धिक विकासासाठी आणि राज्यविषयक कर्तव्ये पार पाडण्यासाठीच गुलामांच्या सेवेचा उपयोग करून घेतला पाहिजे. संपत्ती किंवा सत्ता मिळविण्यासाठी नव्हे; असे ॲरिस्टॉटलचे आग्रही प्रतिपादन आहे. त्याचप्रमाणे मालकाशी येणाऱ्या संपर्कामुळे गुलामांनाही अधिक चांगल्या जीवनाचा लाभ झाला पाहिजे. ॲरिस्टॉटलची गुलामगिरीची संकल्पना ही अशा प्रकारे मालक व गुलाम या दोन्ही वर्गांना लाभ व्हावा या हेतूने मांडलेली संकल्पना आहे. गुलामाचे शोषण करणाऱ्या गुलामगिरीला त्याचा सक्त विरोध आहे.

अर्थात, गुलामगिरीचे समर्थन करताना ॲरिस्टॉटलचा हेतू चांगला होता हे मान्य केले तरी हे समर्थन न्याय्य आणि योग्य मानता येणार नाही. कारण ज्या गृहीतत्त्वाच्या आधारे ॲरिस्टॉटलने गुलामगिरीचे समर्थन केलेले आहे, ते गृहीतत्त्वच मुळात समर्थनीय नाही. समाजात काही स्त्री-पुरुष असतात की ज्यांच्याकडे बौद्धिक गुणवत्ता मुळीच नसते आणि ते केवळ श्रमाची कामे करण्याच्याच योग्यतेचे असतात, हे गृहीतत्त्व मान्य होण्यासारखे नाही; कारण ते वास्तव नाही. वादाकरिता आपण हे गृहीत धरले की काही माणसांकडे ॲरिस्टॉटल म्हणतो त्याप्रमाणे बौद्धिक गुणवत्ता मुळीच नसते तरीदेखील अशी क्षमता नसलेली माणसे कोणती, हे ठरवायचे कसे हा प्रश्न शिल्लक राहतोच. समाजात बौद्धिक गुणवत्ता नसलेली माणसे कोणती ते ठरविण्याबाबत ॲरिस्टॉटलने कोणतीही कसोटी सांगितलेली नाही. तो एवढेच म्हणतो की, युद्धामध्ये बंदिवान झालेले सैनिक जर रानटी टोळ्यांचे असतील तर त्यांना गुलाम करण्यास हरकत नाही. मात्र बंदिवान सैनिक ग्रीक असतील तर त्यांना गुलाम करण्यास तो विरोध करतो. ग्रीक लोक इतर वंशीय लोकांपेक्षा बौद्धिकदृष्ट्या श्रेष्ठ आहेत असा ग्रीकांचा जो समज होता त्यालाच अनुसरून ॲरिस्टॉटलने हे विधान केलेले आहे.

अर्थात, ॲरिस्टॉटलने गुलामगिरीचे समर्थन केलेले असले तरी गुलामांना माणुसकीने वागविले पाहिजे, त्यांना अमानुष वागणूक दिली जाता कामा नये तसेच त्यांचे शोषण होता कामा नये असे त्याने आग्रहपूर्वक प्रतिपादन केले आहे. तसेच गुलामगिरीचे समर्थन त्याने आर्थिक कारणांसाठी केलेले नसून नैतिक आधारावर केलेले आहे हे सुद्धा लक्षात घेतले पाहिजे. ॲरिस्टॉटलने आपल्या मृत्युपत्रात अशी सूचना केलेली होती की, त्याच्याकडे असलेल्या गुलामांपैकी एक स्त्री व तीन पुरुष गुलामांची गुलामगिरीतून मुक्तता करण्यात यावी तसेच इतर गुलामांनाही त्यांची इच्छा असेल तर गुलामगिरीतून मुक्त करण्यात यावे; पण त्यापैकी कोणाचीही विक्री करू नये. यावरून गुलामांना माणुसकीच्या भावनेने वागविले पाहिजे अशी जी शिकवण ॲरिस्टॉटल आपल्या विचारातून देत होता तशीच त्याची प्रत्यक्ष जीवनातील वर्तणूक होती हेच सिद्ध होते.

2.4   ॲरिस्टॉटलचे मालमत्तेसंबंधी विचार

ॲरिस्टॉटलचे गुलामगिरीसंबंधीचे विचार पाहिल्यानंतर त्याच्या मालमत्तेसंबंधीच्या विचारांची माहिती घेणे आवश्यक आहे. गुलामगिरी व मालमत्ता ही कुटुंबसंस्थेसाठी आवश्यक अशी साधने आहेत असे ॲरिस्टॉटल मानतो. यापैकी गुलाम हे सजीव साधन आहे तर मालमत्ता हे निर्जीव साधन आहे. कुटुंबसंस्थेचे कार्य योग्य प्रकारे चालण्यासाठी; एवढेच नव्हे, तर कुटुंबसंस्थेच्या अस्तित्वासाठीच मालमत्ता हे अपरिहार्य असे साधन आहे. अन्न, वस्त्र, निवारा या माणसाच्या प्राथमिक व आवश्यक गरजा असतात. या गरजा भागविल्याशिवाय माणसाला चांगले जीवन जगता येणे शक्य नसते; किंबहुना या प्राथमिक गरजा भागल्या नाहीत तर त्याला जिवंत राहणेच शक्य होणार नाही. माणसाच्या या व अशा प्रकारच्या इतर गरजा भागविण्याचे साधन 'मालमत्ता' हे असते. सुरक्षित व चांगले

जीवन जगता यावे म्हणून माणूस मालमत्ता मिळविण्याचा प्रयत्न करत असतो. माणसामधील ती एक नैसर्गिक प्रवृत्ती आहे. म्हणून ॲरिस्टॉटल खाजगी मालमत्तेचे समर्थन करतो.

अर्थात, कुटुंबाच्या गरजा योग्य प्रकारे भागू शकतील तेवढीच मर्यादित मालमत्ता कुटुंबाकडे असली पाहिजे. खाजगी मालमत्ताच नसणे हे ज्याप्रमाणे अनिष्ट आहे त्याचप्रमाणे गरजेपेक्षा जास्त मालमत्ता असणे हे सुद्धा अनिष्ट होय. मालमत्ता हे कुटुंबाच्या गरजा भागविणारे साधन आहे. या गरजांनुसार, मालमत्तेची मर्यादा ठरली पाहिजे असे ॲरिस्टॉटल म्हणतो. खिळे ठोकण्याचे काम आपण हातोड्याने करतो. यासाठी हातोडा पुरेसा जड असला पाहिजे. पण हातोडा प्रमाणापेक्षा जास्त वजनाचा असेल तर त्याचा आपण वापरच करू शकणार नाही. त्याचप्रमाणे गरजांपेक्षा जास्त मालमत्ता साठविणे अयोग्य असते. अधिकाधिक मालमत्ता मिळविण्याच्या वृत्तीमुळे समाजात भ्रष्टाचार फोफावतो व समाजाचे अधःपतन होते. काही लोकांच्याच हाती मालमत्तेचा संचय होतो आणि समाजात दारिद्र्य व गुन्हेगारी वाढते. म्हणूनच ॲरिस्टॉटलने खाजगी मालमत्ता संपूर्ण नष्ट करणे किंवा संपत्तीचा अतिरिक्त संचय करणे या दोन्ही गोष्टी त्याज्य मानल्या आणि त्यांचा सुवर्णमध्य म्हणजे कुटुंबाच्या गरजांनुसार मर्यादित स्वरूपात खाजगी मालमत्ता असावी या मताचा पुरस्कार केला.

या ठिकाणी मर्यादित मालमत्ता म्हणजे किती मालमत्ता हे ठरविण्याचा प्रश्न उपस्थित होतो. यासाठी खाजगी मालमत्ता बाळगण्याचा हेतू किंवा तिचे उद्दिष्ट जाणून घेणे आवश्यक आहे. ॲरिस्टॉटलच्या मते, मालमत्ता हे चांगले किंवा नैतिक जीवन जगण्यासाठी आवश्यक असे साधन आहे. आतिथ्य औदार्य हे गुण जोपासणे चांगल्या व नैतिक जीवनासाठी महत्त्वाचे असून यासाठी मालमत्ता आवश्यक असते. असे चांगले जीवन जगता येणे शक्य व्हावे हा मालमत्ता प्राप्त करण्याचा उद्देश असला पाहिजे. या गरजांपेक्षा अधिक मालमत्ता साठविणे चांगल्या जीवनासाठी उपकारक नसून अपायकारक ठरते. मालमत्ता हे चांगले जीवन जगण्याचे साधन असते, साध्य नव्हे.

याच कारणामुळे ॲरिस्टॉटल वस्तुविनिमयाची पद्धती ही नैसर्गिक व योग्य मानतो. व्यापार हा संपत्ती मिळविण्याचा अनैसर्गिक मार्ग मानतो. कारण जीवनावश्यक वस्तूंचे योग्य प्रकारे वितरण करणे एवढाच व्यापाराचा उद्देश नसतो; तर प्रचंड नफा कमविण्याच्या हेतूने व्यापारात पैसा गुंतविला जातो. यामुळे खाजगी मालमत्ता बाळगण्यामागचे खरे उद्दिष्ट साध्य न होता तिला अनिष्ट स्वरूप प्राप्त होते. खाजगी मालमत्तेचे खरे उद्दिष्ट माणसाला नीतिमान आणि चांगल्या जीवनाची प्राप्ती करून देणे हे आहे. हे उद्दिष्ट साध्य करण्यासाठी मालमत्तेवर मर्यादा असली पाहिजे. अर्थात, ही मर्यादा घालताना कायदेशीर नियंत्रणापेक्षा सामाजिक व नैतिक नियंत्रण असणे अधिक चांगले असे ॲरिस्टॉटल म्हणतो.

मर्यादित स्वरूपातील खाजगी मालमत्तेचा ॲरिस्टॉटल समर्थक असल्यामुळे त्याने प्लेटोच्या साम्यवादाच्या कल्पनेला विरोध केलेला आहे. प्लेटोच्या साम्यवादावर ॲरिस्टॉटलने घेतलेले आक्षेप हे आर्थिक तसेच नैतिक कारणांसाठी आहेत. त्यातही त्याचा

भर हा नैतिक कारणांवर आहे. आर्थिक कारणांवरून ॲरिस्टॉटलने प्लेटोच्या साम्यवादावर घेतलेले आक्षेप थोडक्यात याप्रमाणे सांगता येतील. मालमत्ता सार्वजनिक मालकीची असेल तर तिच्याविषयी सर्वच बेफिकीर राहतात व तिच्याकडे सर्वांचेच दुर्लक्ष होते. व्यक्तिगत मालमत्तेची काळजी जशी घेतली जाते तशी सार्वजनिक मालमत्तेची घेतली जात नाही. सार्वजनिक मालमत्तेची निर्मिती सर्वांच्या सामूहिक प्रयत्नातून झालेली असल्याने तिच्या वाटणीवरून लोकांमध्ये तंटे निर्माण होण्याची शक्यता असते. प्रत्येक व्यक्तीने केलेले श्रम व तिला उत्पादनांचा मिळणारा वाटा याची योग्य सांगड घालणे कठीण असते. आपण केलेल्या श्रमाच्या तुलनेत आपल्याला मिळालेला वाटा कमी आहे अशी काही लोकांची भावना बनते व त्यांच्यात असंतोष निर्माण होतो.

ॲरिस्टॉटलने खाजगी मालमत्तेचे समर्थन नैतिक कारणांवरूनही केलेले आहे. चांगले व नैतिक जीवन जगण्यासाठी खाजगी मालमत्ता हे आवश्यक असे साधन आहे असे तो मानतो. आपण यापूर्वीच पाहिल्याप्रमाणे आतिथ्य, औदार्य व स्नेह वृद्धिंगत करण्यासाठी व्यक्तीकडे मालमत्ता असणे जरुरीचे आहे. मालमत्ता नसलेली व्यक्ती परिपूर्ण स्वरूपात नागरी जीवन जगू शकत नाही. तसेच ती सार्वजनिक कार्यात कोणतेही योगदान देऊ शकत नाही असे ॲरिस्टॉटल म्हणतो.

खाजगी मालमत्ता असल्यानंतर समाजात काही प्रमाणात आर्थिक विषमता राहणार हे ॲरिस्टॉटल स्वाभाविक मानतो. पण ज्याप्रमाणे खाजगी मालमत्ता मर्यादित असली पाहिजे त्याचप्रमाणे समाजात आर्थिक विषमतादेखील मर्यादित प्रमाणातच असली पाहिजे. काही लोकांच्या हाती मोठ्या प्रमाणात मालमत्ता असेल तर समाजात फार मोठी विषमता निर्माण होईल. अशी विषमता वर्गसंघर्षाला कारणीभूत ठरते आणि राज्याचे स्थैर्य धोक्यात येते असे मत त्याने नोंदविले आहे. थोडक्यात, व्यक्तीकडे तिच्या गरजा योग्य प्रकारे भागतील एवढी मर्यादित खाजगी मालमत्ता असावी, मालमत्तेची ही मर्यादा सामाजिक व नैतिक नियमांनी ठरविलेली असावी आणि समाजात आर्थिक विषमता काही प्रमाणात असणे स्वाभाविक असले तरी ती फार मोठ्या प्रमाणात असू नये असे खाजगी मालमत्तेसंबंधी ॲरिस्टॉटलने विचार मांडलेले आहेत.

2.5 ॲरिस्टॉटलचे नागरिकत्वासंबंधी विचार

राज्याचे नागरिक कोणाला म्हणायचे आणि 'नागरिकत्व' या संज्ञेचा अर्थ काय, या प्रश्नांची चर्चा ॲरिस्टॉटलने 'पॉलिटिक्स' या आपल्या ग्रंथात केली आहे. राज्यात केवळ वास्तव्य आहे म्हणून व्यक्ती राज्याची नागरिक बनत नाही. ॲरिस्टॉटलच्या काळात नगर-राज्यात परकीय लोक तसेच गुलाम यांचे वास्तव्य असे. पण त्यांना नागरिक मानले जात नसे. कायदेशीर अधिकार प्राप्त होणे आणि राज्याचे संरक्षण मिळणे ही सुद्धा नागरिकत्वाची कसोटी मानता येत नाही. कारण परकीय लोकांनाही हे अधिकार असतात. नागरिक असणाऱ्या माता-पित्यांचे अपत्य असते हा आधार मानूनही प्रश्न सुटत नाही.

कारण माता-पिता हे कोणत्या कारणामुळे नागरिक बनले हा प्रश्न त्यातून निर्माण होतो. थोडक्यात, वास्तव्य कायदेशीर अधिकार किंवा जन्म या आधारे नागरिकत्वाची व्याख्या करता येत नाही असे ॲरिस्टॉटल म्हणतो.

ॲरिस्टॉटलच्या मते, नागरिकत्व हे अधिकार व कार्ये यावरून ठरत असते. ''राज्याच्या सार्वभौम सत्तेत सहभागी होण्याचा ज्यांना अधिकार आहेत ते नागरिक'' अशी ॲरिस्टॉटलची नागरिकत्वाची व्याख्या आहे. म्हणजेच, नागरिक आणि इतर व्यक्ती असा भेद नागरिकांना असणाऱ्या राजकीय हक्कांच्या आधारे करता येतो. ॲरिस्टॉटलची नागरिकत्वाची ही संकल्पना समजून घेताना अथेन्समधील राजकीय व्यवस्थेचे स्वरूप लक्षात घेणे आवश्यक आहे. अथेन्समध्ये त्या काळात प्रत्यक्ष लोकशाही अस्तित्वात होती. सार्वजनिक प्रश्नाची चर्चा करण्यासाठी, कायदे करण्यासाठी नागरिकांची सभा भरविण्यात येई. सर्व नागरिकांना त्यात सहभागी होता येत असे. नागरिकांची ही सभा म्हणजे अथेन्समधील सर्वोच्च राजकीय सत्ता होती. मात्र त्या काळात गुलाम, स्त्रिया, परकीय लोक यांना मतदानाचा अधिकार नव्हता. नागरिकत्वाचे अधिकार असलेल्या लोकांची संख्या मर्यादित होती. त्यामुळेच सर्व नागरिकांना राजकीय सत्तेत सहभागी होणे शक्य होते. अथेन्समध्ये राजकीय अधिकारपदे तसेच न्यायाधीश-पदे ही निर्वाचित असत. प्रत्येक नागरिकाला या पदासाठी निवडणूक लढविण्याचा अधिकार असे. नागरिकांची संख्या मर्यादित असल्याने बहुतेक नागरिकांना एखादे राजकीय पद भूषविण्याची संधी मिळत असे. अशा प्रकारे ॲरिस्टॉटलच्या 'नागरिकत्व' या संकल्पनेमध्ये केवळ लोकप्रतिनिधी निवडून देण्याचा अधिकार असणे एवढाच मर्यादित अर्थ अभिप्रेत नाही तर राज्याच्या कार्यकारी, कायदेशीर आणि न्यायिक सत्तेमध्ये प्रत्यक्ष आणि क्रियाशील सहभाग असणे त्यात अभिप्रेत आहे.

ग्रीक नगर-राज्यात लोकशाही, हुकूमशाही, महाजनशाही, राजेशाही असे वेगवेगळे प्रकार होते. परंतु कोणत्याही नगर-राज्यात गुलाम, स्त्रिया आणि परकीय लोक यांना नागरिकत्वाचे हक्क नसत. आधुनिक काळातील नागरिकत्वाच्या संकल्पनेपेक्षा त्या काळातील ग्रीकांची नागरिकत्वाची संकल्पना फारच संकुचित होती. ॲरिस्टॉटलने तर शारीरिक कष्टाची कामे करणाऱ्या लोकांनाही नागरिकत्वाच्या कक्षेतून वगळले आहे. कारण राज्यकारभार करणे किंवा न्यायदानाचे कार्य करणे यासाठी उच्च दर्जाची बौद्धिक क्षमता आणि नैतिकता आवश्यक असते असे ॲरिस्टॉटल मानतो. अशा प्रकारची गुणवत्ता सर्व व्यक्तींकडे नसते. शिवाय, बौद्धिक गुणवत्तेबरोबरच राज्यकारभारात प्रत्यक्ष सहभागी होण्यासाठी व्यक्तीला पुरेशी फुरसत किंवा श्रमाच्या कामापासून मोकळीक असली पाहिजे. कारागीर, मजूर इत्यादी श्रमजीवी लोकांना अशी फुरसत नसते. म्हणून ते नागरिकत्वाची कर्तव्ये पार पाडण्यास असमर्थ असतात असा ॲरिस्टॉटलचा दृष्टिकोन आहे.

प्लेटो आणि ॲरिस्टॉटल या दोन्ही विचारवंतांनी नागरिकत्वाचे आणि राज्यकारभार करण्याचे अधिकार ठरावीक लोकांनाच असावेत असे प्रतिपादन आहे; याचे कारण राज्यकारभार करण्यासाठी उच्च प्रतीची बौद्धिक गुणवत्ता आवश्यक असते असे हे

विचारवंत मानत होते. असे बौद्धिक कार्य करण्यासाठी शारीरिक श्रमाच्या कामापासून मोकळीक किंवा फुरसत मिळाली पाहिजे. ही फुरसत कारागीर, मजूर यांना मिळत नाही; म्हणून ॲरिस्टॉटल या वर्गांना नागरिकत्वाचे अधिकार नाकारतो. या ठिकाणी ॲरिस्टॉटलच्या दृष्टीने फुरसत म्हणजे काय ते पाहणे जरुरीचे आहे.

आपण व्यवहारात फुरसतीचा वेळ हा शब्दप्रयोग ज्या अर्थाने करतो तो अर्थ ॲरिस्टॉटलला अभिप्रेत नाही. फुरसत म्हणजे दैनंदिन कामातून मोकळीक मिळणे असे आपण समजतो. फुरसतीचा वेळ म्हणजे आपल्या दृष्टीने मनोरंजन करण्याचा वेळ होय. पण ॲरिस्टॉटलच्या दृष्टीने फुरसत म्हणजे आराम किंवा मनोरंजन करणे नव्हे तर विशिष्ट प्रकारचे कार्य करणे होय. त्याने माणसाची दोन प्रकारची कार्ये मानलेली आहेत. काही कार्ये ही आपल्या भौतिक गरजा भागविण्यासाठी माणसाला करावी लागतात. यामध्ये शेती, पशुपालन, कारागिरी इत्यादी कार्यांचा समावेश होतो. ही उत्पादक स्वरूपाची कार्ये होत. दुसऱ्या प्रकारची कार्ये ही माणसाच्या नैतिक आणि बौद्धिक गरजा भागविणारी असतात. ज्ञानसाधना, चित्र, शिल्प, काव्य इत्यादी कलांची साधना माणूस करतो. तिचा उद्देश सत्यम्-शिवम्-सुंदरम् या सर्वश्रेष्ठ मानवी गुणाची जोपासना करण्याचा असतो. ही दुसऱ्या प्रकारची कार्ये ॲरिस्टॉटल फुरसतीची कार्ये मानतो. आपल्या भौतिक गरजा भागविण्यासाठी माणूस जी कार्ये करतो ती वगळता इतर प्रकारच्या जवळजवळ सर्व कार्यांचा समावेश ॲरिस्टॉटल या फुरसतीच्या कार्यामध्ये करतो. विज्ञान, तत्त्वज्ञान, धर्म या क्षेत्रातील कार्य, कला, क्रीडा, वाङ्मय या क्षेत्रातील कार्य याचबरोबर सार्वजनिक स्वरूपाचे सामाजिक व राजकीय कार्य या सर्व कार्यांचा समावेश यामध्ये होतो. स्वाभाविकच कायदे करणे, राजकीय प्रश्नांची चर्चा करणे, राजकीय अधिकारपदे भूषविणे इत्यादी कार्ये ही ॲरिस्टॉटल दुसऱ्या प्रकारची कार्ये मानतो. त्यासाठी शारीरिक श्रमाच्या कार्यापासून मोकळीक मिळणे आवश्यक मानतो. ज्या व्यक्तीचा सर्व वेळ आणि सर्व शक्ती आपल्या चरितार्थासाठी श्रम करण्यात खर्च होत असेल ती व्यक्ती आपल्या बौद्धिक गुणांचा विकास करू शकणार नाही; त्यामुळे राजकीय स्वरूपाची कार्ये पार पाडण्यास ती सक्षम असू शकणार नाही असे ॲरिस्टॉटल म्हणतो. ॲरिस्टॉटलच्या दृष्टीने फुरसतीची कार्ये ही अशी कार्ये आहेत की ज्यासाठी शिक्षण आणि ज्ञानसाधना आवश्यक असते.

प्लेटोची नागरिकत्वाची संकल्पना आणि ॲरिस्टॉटलची नागरिकत्वाची संकल्पना यात तत्त्वतः फरक वाटला तरी व्यवहारात या दोन्ही विचारवंतांच्या दृष्टिकोनात फारसा फरक नाही असेच दिसून येते. प्लेटो सत्ताधारीवर्ग आणि सैनिकांचा वर्ग याबरोबरच कारागीर, मजूर, शेतकरी इत्यादी उत्पादक वर्गातील लोकही राज्याचे नागरिक आहेत असे मानतो. ॲरिस्टॉटल उत्पादक वर्गातील लोकांना नागरिक मानत नाही. त्यामुळे तत्त्वतः या दोन विचारवंतांच्या नागरिकत्वाबद्दलच्या दृष्टिकोनात फरक आहे असे म्हणता येईल. पण प्लेटो उत्पादक वर्गाला नागरिक मानत असला तरी राजकीय सत्तेत त्यांचा सहभाग असू नये असे मानतो. त्यामुळे व्यावहारिकदृष्ट्या या दोन्ही विचारवंतांच्या दृष्टिकोनाचा अर्थ सारखाच मानावा लागेल.

राज्यघटना

आपण पाहिल्याप्रमाणे राज्यकारभारात प्रत्यक्षरीत्या सहभागी होण्याचा अधिकार असणे ही ॲरिस्टॉटल नागरिकत्वाची कसोटी मानतो. राज्यकारभारात सहभागी होण्याचा अधिकार कोणाला असेल आणि कोणाला असणार नाही हे राज्याच्या राज्यघटनेवरून ठरते. राज्यघटना या राज्या-राज्यानुसार वेगवेगळ्या असतात. यामुळे ॲरिस्टॉटलने आपल्या विवेचनात राज्यघटनांची चर्चा केलेली आहे. ''ज्या नियमानुसार शासनसंस्थेचे कार्य चालते ते नियम निश्चित करणारी, शासनाची विविध अधिकारपदे कोणाकडे असावीत ते ठरविणारी व्यवस्था म्हणजे राज्यघटना'' अशी ॲरिस्टॉटलने राज्यघटनेची व्याख्या केलेली आहे. याचा अर्थ असा की, राज्याचे स्वरूप राज्यघटनेनुसार ठरते आणि सत्ताधारीवर्ग कोणता आहे यानुसार राज्यघटनेचे स्वरूप ठरते. राज्याची राज्यघटना बदलली तर राज्याचे स्वरूपही बदलते. ॲरिस्टॉटलच्या दृष्टीने राज्यघटना म्हणजे केवळ शासनसंस्थेची रचना ठरविणारे नियम नव्हेत. राज्यघटना ही राज्यातील नागरिकांचा स्वभावधर्म, त्यांची गुणवैशिष्ट्ये व्यक्त करत असते. राज्यातील नागरिकांची ती जीवनपद्धती असते. ॲरिस्टॉटलने राज्य आणि राज्यघटना यात एकरूपता मानलेली आहे. कोणत्याही राज्याची राज्यघटना ही त्या राज्यातील नागरिकांच्या गुणवैशिष्ट्यानुसार ठरत असते. नागरिक आपल्या चारित्र्याने आणि बौद्धिक क्षमतेने राज्याला विशिष्ट दर्जा प्राप्त करून देतात आणि राज्यघटनेद्वारे राज्यातील नागरिकांचे चारित्र्यातून त्यांची बौद्धिक गुणवत्ता व्यक्त होत असते. म्हणूनच राज्याच्या राज्यघटनेमध्ये जेव्हा बदल होतो तेव्हा तो बदल हा केवळ शासनसंस्थेच्या रचनेतील बदल नसतो तर लोकांच्या नैतिक, सामाजिक, आर्थिक जीवनपद्धतीतील तो बदल असतो. एखाद्या देशातील हुकूमशाही किंवा अल्पजनशाही राजवट नष्ट होऊन तिथे लोकशाही शासनपद्धती निर्माण होते तेव्हा केवळ शासनसंस्थेच्या रचनेतच बदल होत नाही तर लोकशाहीमुळे व्यक्तिस्वातंत्र्याच्या मूल्याची प्रस्थापना होते व तेथील जनतेच्या जीवनपद्धतीत बदल घडून येत असतो. ग्रीक नगरराज्यात लोकशाहीचे पुरस्कर्ते आणि महाजनशाहीचे पुरस्कर्ते यांच्यात सतत संघर्ष चालू होता. ग्रीकांच्या काही नगर-राज्यात महाजनशाही होती. तिथे सत्ता ही काही लोकांच्या हातात असे. याउलट, अथेन्ससारख्या नगर-राज्यात जिथे लोकशाही होती तिथे सर्व नागरिकांना राजकीय सत्तेत सहभागी होता येत असे. म्हणूनच सत्ता किती लोकांच्या हाती आहे या गोष्टीला ॲरिस्टॉटलने महत्त्व दिलेले आहे. तसेच राज्यघटनेत बदल होणे म्हणजे राज्याच्या स्वरूपात बदल होणे असे तो मानतो.

2.6   ॲरिस्टॉटलच्या शासनसंस्थांचे वर्गीकरण

प्राचीन काळातील ग्रीक विचारवंत राज्य आणि शासनसंस्था असा भेद करत नसत. पण ॲरिस्टॉटलने राज्य व शासनसंस्था यात स्पष्टपणे फरक केलेला दिसून येतो. राज्यात सर्व नागरिकांचा समावेश होतो आणि शासनसंस्थेत सत्ताधारी व्यक्तींचा समावेश होतो असा या दोन्हीत त्याने फरक केलेला आहे.

शासनसंस्थांचे शास्त्रशुद्ध आणि सुस्पष्ट असे वर्गीकरण सर्वप्रथम करण्याचा मान ॲरिस्टॉटलकडे जातो. ॲरिस्टॉटलच्या पूर्वी प्लेटो व इतर काही ग्रीक विचारवंतांनी असे वर्गीकरण करण्याचा प्रयत्न केला होता; पण त्यांच्या वर्गीकरणात शास्त्रशुद्धतेचा अभाव होता. तसेच, राज्य व शासनसंस्था असा फरकही ते करू शकले नव्हते. ॲरिस्टॉटलने तत्कालीन 158 ग्रीक नगर-राज्याच्या राज्यघटनेचा अभ्यास करून त्या आधारे आपले वर्गीकरण केले आहे. हे वर्गीकरण करताना त्याने तुलनात्मक पद्धतीचा वापर करून शासनसंस्थेचे योग्य प्रकार व अयोग्य प्रकार कोणते ते ठरविलेले आहेत.

ॲरिस्टॉटलने शासनसंस्थांचे वर्गीकरण दोन कसोट्यांच्या आधारे केलेले आहे :

(1) सत्ताधारी व्यक्तींची संख्या आणि (2) त्यांचे उद्दिष्ट.

राज्याची सार्वभौम सत्ता किती व्यक्तींच्या हाती आहे ही पहिली कसोटी होय. सत्ता एका व्यक्तीच्या, काही व्यक्तींच्या किंवा अनेक व्यक्तींच्या हाती असू शकते व त्या आधारे शासनसंस्थांचे वेगवेगळे प्रकार ठरतात.

सत्ताधारी व्यक्ती सत्तेचा वापर कोणत्या उद्देशाने करतात ही दुसरी कसोटी होय. ॲरिस्टॉटलच्या मते, सत्ताधारी व्यक्तींचे उद्देश दोन प्रकारचे असू शकतात :

(1) योग्य आणि चांगला ; (2) अयोग्य किंवा भ्रष्ट.

राज्यातील सर्व लोकांना चांगले आणि समृद्ध जीवन जगण्याची संधी प्राप्त करून देणे हा राज्याचा खरा उद्देश नसतो. सत्ताधीश जेव्हा सत्तेचा वापर सर्व लोकांच्या हितासाठी करतात, सर्वांना चांगले जीवन प्राप्त करून देण्यासाठी शासन प्रयत्नशील असते तेव्हा शासनसंस्थेचा तो योग्य अथवा चांगला प्रकार असतो. राज्यकर्ते सत्तेचा वापर लोकहिताऐवजी स्वतःचे हित साधण्यासाठी करू लागतात तेव्हा शासनसंस्थेचा तो अयोग्य किंवा भ्रष्ट प्रकार असतो. अशा भ्रष्ट प्रकारात ज्यांच्या हाती सत्ता त्यांच्यासाठीच राज्य अशी परिस्थिती निर्माण होते आणि राज्यसंस्थेचा खरा उद्देश दुर्लक्षिला जातो.

वरील दोन कसोट्यांच्या आधारे ॲरिस्टॉटलने शासनसंस्थांचे एकूण सहा प्रकार केलेले आहेत. त्यांपैकी (1) राजसत्ता (2) महाजनसत्ता (3) लोकसत्ता हे प्रकार तो योग्य अथवा चांगले मानतो; तर (1) हुकूमशाही (2) धनिकशाही (3) समूहशाही हे भ्रष्ट अथवा अयोग्य प्रकार मानतो.

ॲरिस्टॉटलचे वर्गीकरण

संख्या	उद्देश	
	योग्य प्रकार	**अयोग्य प्रकार**
एक	राजसत्ता (Monarchy)	हुकूमशाही (Tyranny)
काही	महाजनसत्ता (Aristocracy)	धनिकशाही (Oligarchy)
अनेक	लोकसत्ता (Polity)	समूहशाही (Democracy)

सत्ता जेव्हा एका व्यक्तीच्या हाती असते आणि ती व्यक्ती निःस्वार्थ बुद्धीने सर्व हित साध्य करण्याच्या दृष्टीने राज्यकारभार करत असते तेव्हा राजसत्ता अस्तित्वात असते. सत्ताधीश व्यक्ती सार्वजनिक हिताऐवजी स्वार्थी वृत्तीने सत्तेचा वापर करू लागते तेव्हा तिथे हुकूमशाही निर्माण होते.

सत्ता काही व्यक्तींच्या हाती असते आणि सत्ताधारी व्यक्ती सर्व जनतेच्या हितासाठी सत्तेचा वापर करतात तेव्हा तिथे महाजनसत्ता असते. सत्ताधारी व्यक्ती जनतेच्या हिताऐवजी सत्ताधारीवर्गाचेच हित साधण्यासाठी सत्तेचा वापर करू लागतात तेव्हा तिथे धनिकशाही निर्माण होते.

सत्ता अनेक लोकांच्या हाती असते आणि सत्तेचा वापर सर्वांच्या हितासाठी केला जातो तेव्हा तिथे लोकसत्ता असते. जेव्हा सत्तेचा वापर गरीब वर्गाच्याच हितासाठी केला जातो तेव्हा समूहशाही निर्माण होते.

ॲरिस्टॉटलने आपल्या वर्गीकरणात राज्यकर्त्या लोकांची संख्या हे दुय्यम किंवा बाह्य लक्षण मानलेले असून राज्यकर्त्या वर्गाचे स्वरूप आणि त्याचे उद्देश ही महत्त्वाची कसोटी मानलेली आहे. उदाहरणार्थ, धनिकशाहीमध्ये सत्ता काही लोकांच्या हाती असते आणि समूहशाहीत ती अनेक लोकांच्या हाती असते; हा त्यातील महत्त्वाचा फरक नसून धनिकशाहीत श्रीमंतवर्ग हा सत्ताधीशवर्ग असतो तर समूहशाहीत गरीबवर्ग हा सत्ताधीशवर्ग असतो. हा या दोन प्रकारातील मुख्य फरक आहे.

■ **राजसत्ता** : निःस्वार्थी आणि गुणवान अशा एका व्यक्तीच्या हाती सत्ता असणे म्हणजे राजसत्ता होय. राजसत्ता असते तिथे राजपद हे राजघराण्यातील व्यक्तीला आनुवंशिकतेने प्राप्त होत असते. राज्यकर्ता असामान्य गुणवत्तेचा आणि कर्तृत्वाचा असेल तर शासनसंस्थेच्या सर्व प्रकारात राजसत्ता हा सर्वोत्तम प्रकार ठरतो; कारण अशा राजसत्तेमध्ये लोकांच्या हिताचे सर्वांत चांगल्या प्रकारे रक्षण होऊ शकते.

■ **हुकूमशाही** : हुकूमशाही हा शासनसंस्थेचा भ्रष्ट प्रकार होय. तसेच शासनसंस्थेच्या सर्व प्रकारातील सर्वांत निकृष्ट प्रकार होय. या पद्धतीत सत्ता एका व्यक्तीच्या हाती असते. अशी व्यक्ती बहुधा बळाच्या जोरावर आणि लोकहिताचा विचार न करता राज्यकारभार करत असते.

■ **महाजनसत्ता** : सत्ता काही व्यक्तींच्या हाती असेल आणि सत्ताधारी व्यक्ती निःस्वार्थ बुद्धीने, सर्व लोकांच्या हितासाठी सत्तेचा वापर करत असतील तर ती महाजनसत्ता होय.

■ **धनिकशाही** : धनिकशाही हा महाजनसत्तेचा भ्रष्ट प्रकार असतो. या पद्धतीत राज्याची सत्ता ही मूठभर धनिकवर्गाची मक्तेदारी बनलेली असते आणि सत्तेचा वापर सत्ताधारीवर्गाच्याच हितासाठी केला जात असतो. परिणामी, श्रीमंतवर्ग आणि गरीबवर्ग यांच्यातील दरी वाढत जाते. धनिक लोकांना राजकीय सत्तेत सहभागी होण्याची संधी मिळते; पण बहुसंख्य गरीब लोकांना सत्तेपासून वंचित ठेवले जाते.

■ **लोकसत्ता** : लोकसत्ता म्हणजे अनेक लोकांची सत्ता होय. पण आधुनिक काळात आपण लोकशाही हा शब्दप्रयोग ज्या अर्थाने करतो त्यापेक्षा ॲरिस्टॉटलला अभिप्रेत असणारा अर्थ वेगळा आहे. धनिकशाहीत मूठभर श्रीमंत लोकांच्या हाती सत्ता असते तर समूहशाहीत गरीबवर्गाच्या हाती सत्ता असते. पण लोकसत्ता या प्रकारात या दोन्ही पद्धतींचा समन्वय साधण्याचा प्रयत्न असतो. फार श्रीमंत किंवा अगदी गरीब नसलेल्या अशा मध्यमवर्गाची सत्ता म्हणजे लोकसत्ता असे या प्रकाराचे वर्णन करता येईल. राज्यातील गरीब किंवा श्रीमंत या वर्गापेक्षा मध्यमवर्ग मोठ्या संख्येने असेल तर लोकसत्ता निर्माण होऊ शकते. असा मध्यमवर्ग सत्ताधारी असेल तर गरीब आणि श्रीमंत या वर्गात होणारा संघर्ष टाळून त्यांच्यात संतुलन ठेवण्याचे कार्य मध्यमवर्ग करू शकतो. शासनाला स्थैर्य प्राप्त करून देऊ शकतो. यामुळे ॲरिस्टॉटल लोकसत्ता हा शासनसंस्थेचा चांगला प्रकार मानतो.

■ **समूहशाही** : समूहशाही हा लोकसत्तेचा भ्रष्ट प्रकार होय. या पद्धतीत संख्येने मोठ्या असणाऱ्या गरीब वर्गाच्या हाती सत्ता असते. कारागीर, श्रमजीवी लोक सत्ताधारी बनतात तेव्हा राज्यकारभाराचा दर्जा खालावतो. कारण राज्यकारभार करण्यासाठी जी बौद्धिक क्षमता आवश्यक असते आणि जो फुरसतीचा काळ आवश्यक असतो तो सर्वसामान्य लोकांकडे नसतो. त्यामुळे राज्यात अव्यवस्था निर्माण होते. सत्ता बहुसंख्याक-वर्गाच्या हाती असली पाहिजे या तत्त्वाचा समूहशाहीत अतिरेक होतो. समाजातील धनिकवर्ग त्यामुळे असंतुष्ट बनतो व राजकीय अस्थिरता निर्माण होते असे ॲरिस्टॉटल म्हणतो.

ॲरिस्टॉटलने आपल्या वर्गीकरणात राज्यकर्त्या व्यक्तींची संख्या हे दुय्यम किंवा बाह्य लक्षण मानलेले असून राज्यकर्त्यावर्गाचे स्वरूप आणि त्यांचे उद्देश ही महत्त्वाची कसोटी मानलेली आहे. त्याचे वर्गीकरण हे सत्ताधारी व्यक्ती या कोणत्या वर्गातील आहेत यावर मुख्यतः आधारलेले आहे. अशा प्रकारे, राजसत्तेत सत्ताधीश व्यक्ती राजघराण्यात जन्मलेली आणि आनुवंशिकतेने सत्ता प्राप्त झालेली असते तर हुकूमशाहीत बळाचा वापर करून सत्ता प्राप्त केलेली असते. महाजनसत्तेत सामाजिकदृष्ट्या श्रेष्ठ वर्गाच्या हाती सत्ता असते तर धनिकशाहीत ती धनिकवर्गाच्या हाती असते. लोकसत्ता असते तिथे मध्यमवर्ग सत्ताधीश असतो तर समूहशाहीत गरीबवर्गाकडे सत्ता असते.

शासनसंस्थेच्या विविध प्रकारांपैकी कोणता प्रकार सर्वांत चांगला याची चर्चा ॲरिस्टॉटलने केली आहे. राज्यातील लोकांची गुणवैशिष्ट्ये आणि त्यांच्या गरजा यांना अनुरूप अशी शासनसंस्था असली पाहिजे असे तो म्हणतो. आदर्श समाजातच आदर्श शासनसंस्था निर्माण होऊ शकते. आदर्श गुणवत्ता असणारे नागरिक राज्यात असतील तर तिथे राजसत्ता आणि महाजनसत्ता हे प्रकार योग्य ठरतात. शासनसंस्थेच्या सर्व प्रकारात राजसत्ता हा सर्वोत्तम प्रकार होय. जिथे गुणवान अशी एक व्यक्ती सर्व जनतेच्या हितासाठी निःस्वार्थ बुद्धीने राज्यकारभार करत असते अशा राजसत्तेमध्ये लोकांच्या हिताचे सर्वोत्तम प्रकारे रक्षण होऊ शकते. पण अशी आदर्श राजसत्ता आदर्श सामाजिक परिस्थितीतच निर्माण होऊ शकते. तशी आदर्श समाजव्यवस्था प्रत्यक्षात आढळणे कठीण असते.

अशा परिस्थितीत ॲरिस्टॉटलने मिश्र राज्यव्यवस्थेचा पुरस्कार केलेला आहे. मिश्र राज्यव्यवस्था म्हणजे ज्यात धनिकशाही आणि समूहशाही या पद्धतीचा संयोग झालेला असेल अशी व्यवस्था होय. धनिकशाही आणि समूहशाहीत विशिष्ट तत्त्वाचा अतिरेक होतो. त्यामुळे समाजात असंतोष निर्माण होतो आणि शासन अस्थिर बनते. म्हणून सर्वसाधारण परिस्थितीत लोकसत्ता हा शासनसंस्थेचा सर्वोत्तम प्रकार होय असे ॲरिस्टॉटल मानतो. कारण लोकसत्तेमध्ये धनिकशाहीचे तत्त्व आणि समूहशाहीचे तत्त्व यांचा समन्वय साधला जातो. गरीब आणि श्रीमंत या परस्परविरोधी वर्गात संतुलन राखण्याचे कार्य लोकसत्ता करते. राज्यकारभार करण्याची कुवत नसलेल्या लोकांच्या हाती सत्ता असणे हा समूहशाहीचा दोष असतो तर अनियंत्रित आणि बेजबाबदार शासन हा धनिकशाहीचा दोष असतो. पण लोकसत्तेत हे दोन्ही दोष टाळले जातात. तिथे बहुसंख्याकाच्या इच्छेनुसार राज्यकारभार चालतो. त्याचबरोबर गुणवत्ता असलेल्या लोकांकडे राजकीय अधिकारपदे असतात. त्यामुळे महाजनसत्ता आणि लोकशाही या दोन्ही पद्धतींच्या गुणांचा संयोग लोकसत्तेत झालेला असतो. म्हणजेच लोकसत्तेमध्ये कोणत्याही पद्धतीत अतिरेक टाळून मध्यम मार्ग स्वीकारलेला असतो. समाजातील कोणत्याही वर्गात त्यामुळे असंतोष निर्माण होत नाही व शासनसंस्थेला स्थैर्य प्राप्त होऊ शकते. म्हणून सर्वसाधारण परिस्थितीत लोकसत्ता हाच सर्वोत्कृष्ट शासनप्रकार आहे असे ॲरिस्टॉटल म्हणतो.

राजकीय बदलांचे चक्र

ॲरिस्टॉटलच्या काळात राजकीय अस्थिरता आणि शासनसंस्थेत सतत होणारी स्थित्यंतरे हे ग्रीकांच्या राजकीय जीवनाचे वैशिष्ट्यच बनलेले होते. जवळजवळ प्रत्येक राज्यात राजकीय उलथापालथ होऊन एका पद्धतीचा अस्त होणे ही नवीन शासनपद्धती उदयास येणे ही नित्याची गोष्ट बनली होती. ॲरिस्टॉटलने या राजकीय स्थित्यंतराचा चिकित्सक दृष्टीने अभ्यास केला आणि असा निष्कर्ष काढला की प्रत्येक शासनपद्धतीमध्ये जे अंगभूत दोष असतात; त्यामुळे काही काळाने त्या शासनपद्धतीविरुद्ध राज्यात असंतोष निर्माण होतो व क्रांती होऊन नवीन शासनपद्धती उदयास येते. साधारणपणे एका विशिष्ट क्रमाने शासनसंस्थेमध्ये अशी स्थित्यंतरे होत राहतात व राजकीय बदलांचे चक्र चालू राहते.

प्रथम राजसत्ता अस्तित्वात असते. राजसत्तेत आनुवंशिकतेने सत्ता प्राप्त झालेली व्यक्ती निःस्वार्थ बुद्धीने व पक्ष हिताच्या दृष्टीने राज्यकारभार करत असते. पण राजघराण्यात जन्माला येणाऱ्या सर्वच व्यक्ती निःस्वार्थ आणि प्रजाहित पक्ष असतात असे नव्हे. त्यामुळे कालांतराने राजसत्तेचे अधःपतन होते व त्यातून हुकूमशाही निर्माण होते. हुकूमशाहीत लोकहिताकडे दुर्लक्ष करून सत्ताधीश व्यक्ती स्वार्थी वृत्तीने व बेजबाबदारपणे कारभार करू लागते. जनतेवर जुलूम आणि अन्याय होऊ लागतो तेव्हा समाजातील अभिजनवर्ग त्या विरुद्ध बंड करून सत्ता आपल्या हाती घेतो व महाजनसत्ता उदयास येते. महाजनसत्ता ही काही व्यक्तींची सत्ता असते आणि सत्तेचा वापर सर्व लोकांच्या हितासाठी केला जातो. पण सत्तेचा गुणधर्मच असा असतो की, कालांतराने सत्ताधारीवर्गात स्वार्थी

वृत्ती निर्माण होते. सत्तेचा वापर सत्ताधारीवर्गाच्या हितासाठी होऊ लागतो. यातून धनिकशाही निर्माण होते. या पद्धतीत सत्ताधारीवर्ग श्रीमंत बनतो. बहुसंख्य असलेल्या गरीबवर्गावर अन्याय होतो. यातून समाजात असंतोष निर्माण होऊन क्रांती होते व लोकसत्ता उदयास येते.

लोकसत्ता असते तिथे समाजात बहुसंख्य असणाऱ्या वर्गाची सत्ता निर्माण होते. लोकसत्तेत जोपर्यंत सर्व लोकांचे हित साधण्याचा उद्देश ठेवून राज्यकारभार केला जात असतो तोपर्यंत तो शासनसंस्थेचा योग्य प्रकार असतो. पण बहुसंख्याकवर्ग आपलेच हित साध्य करण्यासाठी सत्तेचा वापर करू लागतात आणि अल्पसंख्य लोकांच्या हिताकडे दुर्लक्ष करतात तेव्हा त्याचे अधःपतन होऊन समूहशाही उदयास येते. समूहशाहीत समाजातील धनिकवर्गावर अन्याय होऊ लागतो. बहुसंख्याकवर्ग स्वार्थी हेतूने सत्तेचा वापर करू लागतात. सर्वसामान्य लोकांकडे राज्यकारभार करण्याची कुवत नसते; त्यामुळे राज्यात अव्यवस्था आणि अराजक निर्माण होते. या परिस्थितीत समाजातील एखादी गुणवान आणि कर्तृत्ववान व्यक्ती राज्याची सत्ता आपल्या हाती घेते आणि पुन्हा राजसत्तेचा उदय होतो. अशा प्रकारे राजकीय बदलांचे चक्र चालू असते.

सर्व राज्यात क्रमाक्रमाने शासनसंस्थेचे हे प्रकार उदय पावत असले तरी प्रत्येक राज्यात याच एका विशिष्ट क्रमानेच ते उदयास येतील असे नाही. काही ठिकाणी ते वेगळ्या क्रमानेही उदयास येऊ शकतात असेही ॲरिस्टॉटलने म्हटले आहे.

ॲरिस्टॉटलच्या वर्गीकरणाचे मूल्यमापन

शास्त्रीय अभ्यासात वर्गीकरणाला महत्त्व असते. वर्गीकरण केल्याशिवाय कोणत्याही विषयाचे पद्धतशीर ज्ञान मिळविणे शक्य नसते. राज्यशास्त्रात शासनसंस्थेचे सुस्पष्ट आणि शास्त्रीय दृष्टिकोनातून वर्गीकरण सर्वप्रथम करण्याचा मान ॲरिस्टॉटलकडे जातो. त्यामुळे ऐतिहासिकदृष्ट्या ॲरिस्टॉटलच्या वर्गीकरणाला महत्त्व आहे.

तत्कालीन ग्रीक नगर-राज्यातील शासनसंस्थेचा तुलनात्मक पद्धतीने अभ्यास करून ॲरिस्टॉटलने त्यांचे वर्गीकरण केले आहे. त्यामुळे त्याच्या वर्गीकरणावरून त्या काळातील शासनसंस्थांच्या प्रकाराची आपल्याला माहिती मिळते. या दृष्टीनेही त्याचे वर्गीकरण महत्त्वाचे आहे. प्राचीन ग्रीक विचारवंत राज्य आणि शासनसंस्था यात फरक करत नसत. पण ॲरिस्टॉटलने वर्गीकरण करताना राज्य आणि शासनसंस्था यात स्पष्टपणे फरक केला आहे. हे सुद्धा त्याच्या वर्गीकरणाचे एक महत्त्व आहे.

ॲरिस्टॉटलच्या वर्गीकरणात राज्यकर्त्यांची संख्या महत्त्वाची मानलेली आहे. त्यांच्या गुणवैशिष्ट्यांकडे दुर्लक्ष केले आहे. त्यामुळे त्याचे वर्गीकरण यांत्रिक स्वरूपाचे बनलेले आहे असे काही टीकाकारांनी मत व्यक्त केले आहे. परंतु ही टीका चुकीची आहे. कारण ॲरिस्टॉटलच्या वर्गीकरणामध्ये राज्यकर्त्यांची संख्या ही एक कसोटी असली तरी ती दुय्यम आहे. त्याच्या वर्गीकरणाची खरी कसोटी राज्यकर्त्यावर्गाचे स्वरूप आणि त्यांचा उद्देश हीच आहे.

ॲरिस्टॉटलचे वर्गीकरण अनेक दृष्टीने महत्त्वाचे असले तरी आधुनिक काळात उपयोगी पडणारे नाही. कारण आधुनिक शासनसंस्थांचे संसदीय शासन, अध्यक्षीय शासन, एकात्मक शासनपद्धती, संघराज्य असे जे अनेक प्रकार दिसून येतात त्यांना या वर्गीकरणात स्थान नाही. अर्थात, ॲरिस्टॉटलने त्याच्या काळात अस्तित्वात असणाऱ्या शासनसंस्थांचा विचार करून आपले वर्गीकरण केले आहे. भविष्यकाळात निर्माण होणाऱ्या सर्व प्रकारांचा समावेश आपल्या वर्गीकरणात करणे त्याला शक्य नव्हे आणि तशी अपेक्षा करणेही चुकीचे आहे.

ॲरिस्टॉटलने राजकीय बदलांच्या चक्राची जी कल्पना मांडलेली आहे त्याबद्दल असा आक्षेप घेता येईल की, सर्व राज्यांत अशा पद्धतीने शासनसंस्थेत बदल होत राहतात असे दिसून येत नाही. तसेच शासनसंस्थेत होणारे बदल विशिष्ट क्रमानेच होतात असेही दिसून येत नाही. ॲरिस्टॉटलच्या काळात ग्रीक नगर-राज्यात जी राजकीय अस्थिरता होती आणि शासनसंस्थेच्या स्वरूपात जे सतत बदल घडून येत होते त्याचा प्रभाव ॲरिस्टॉटलच्या विचारांवर पडलेला होता व त्या आधारेच त्याने राजकीय बदलांच्या चक्राची कल्पना मांडलेली आहे. त्या काळात असे राजकीय बदल होत असले तरी ते सर्वकालीन सत्य मानता येणार नाही.

2.7 ॲरिस्टॉटलचे राजकीय बदलांचे चक्र आणि क्रांतीविषयक विचार

ॲरिस्टॉटलचा काळ हा ग्रीक नगर-राज्यातील राजकीय अस्थिरतेचा काळ होता. शासनसंस्थेत सतत होणारे बदल हे ग्रीकांच्या राजकीय जीवनाचे वैशिष्ट्य बनले होते. जवळजवळ प्रत्येक नगर-राज्यात राजेशाही, महाजनशाही, लोकशाही, हुकूमशाही असे वेगवेगळे शासनप्रकार उदयास येत आणि नष्ट होत होते. सतत होणाऱ्या या प्रकारच्या राजकीय स्थित्यंतरामुळे राजकीय क्रांती का होते याची सखोल कारणमीमांसा करणे ॲरिस्टॉटलला आवश्यक वाटले. नगर-राज्यातील राजकीय अस्थिरता नाहीशी होऊन राजकीय स्थैर्य कसे निर्माण होईल हा ॲरिस्टॉटलसमोरचा प्रश्न होता. तत्कालीन राजकीय जीवनात कोणत्या अनिष्ट प्रवृत्ती निर्माण झालेल्या आहेत त्यांचा शोध घेऊन त्याने क्रांती होण्याची कारणे सांगितलेली आहेत. त्याचप्रमाणे क्रांती टाळण्यासाठी कोणती खबरदारी घेतली पाहिजे हे सुद्धा स्पष्ट केले आहे. तत्कालीन शासनसंस्थांच्या कार्याचे निरीक्षण करून त्याने असा निष्कर्ष काढला की, अल्पजनशाही आणि लोकशाहीत राजकीय स्थैर्य राहत नाही व क्रांतीची शक्यता वाढते; कारण या दोन्ही प्रकारात विशिष्ट तत्त्वांचा अतिरेक केला जातो. परिणामी, सत्ताधारी वर्गाविरुद्ध असंतोष निर्माण होतो व त्यातून क्रांती घडून येते. ही क्रांती टाळण्यासाठी अल्पजनशाही तसेच लोकशाहीतील राज्यकर्त्यांनी कोणती खबरदारी घेतली पाहिजे त्याचे मार्ग व उपाय ॲरिस्टॉटलने सुचविलेले आहेत. तसेच महाजनशाही आणि लोकशाही या दोन्ही पद्धतीतील तत्त्वांचा संयोग असणारी शासनव्यवस्था स्थैर्य देऊ शकेल असा निष्कर्ष काढला आहे.

क्रांतीची कारणे

राज्यात राजकीय स्थैर्य कसे निर्माण होऊ शकेल या प्रश्नाचे उत्तर शोधताना क्रांती होण्याची कारणे कोणती आणि ती टाळण्याचे उपाय कोणते याचा शोध घेणे ॲरिस्टॉटलला आवश्यक वाटले. 'पॉलिटिक्स' या आपल्या ग्रंथात या दोन्हींची ॲरिस्टॉटलने विस्ताराने चर्चा केलेली आहे. या ग्रंथाच्या संपूर्ण एका विभागात क्रांतीची कारणमीमांसा केलेली आहे. दुसऱ्या संपूर्ण विभागात क्रांती होऊ नये आणि शासनाला स्थैर्य लाभावे यासाठी कोणती उपाययोजना केली पाहिजे त्याची चर्चा केलेली आहे.

ॲरिस्टॉटलच्या मते क्रांती होण्याची कारणे पुढीलप्रमाणे असतात :

(1) राज्यकर्त्यांच्या कारभाराविषयी असणाऱ्या सार्वत्रिक असंतोषामुळे क्रांती होऊ शकते. तसेच काही महत्त्वाकांक्षी व्यक्ती राजकीय सत्ता प्राप्त करण्यासाठी क्रांती घडवून आणू शकतात. अशा कोणत्याही घटकामुळे क्रांती झाली तरी त्याची कारणे मानसिक असतात व त्यांचे स्वरूप दुहेरी असते. विशिष्ट तत्त्वप्रणालीचा किंवा राजकीय दृष्टिकोनाचा आग्रह हे कारण असते. तसेच काही प्रेरकशक्ती लोकांना क्रांती करण्यास प्रवृत्त करत असतात. सत्ताधारीवर्गाचे धोरण विशिष्ट वर्गाचेच हित पाहणारे असेल व राज्यातील इतर वर्गांना न्याय मिळत नसेल तर त्या वर्गात राज्यकर्त्यांविषयी असंतोष निर्माण होतो व ते क्रांती करण्यास प्रवृत्त होतात. अशा प्रकारे अल्पजनशाहीत धनिकवर्ग सत्ताधीश असतो आणि त्या वर्गाविरुद्ध लोकशाहीवादी तसेच गरीबवर्गात असंतोष निर्माण होतो. त्याचप्रमाणे लोकशाही शासनपद्धतीत धनिकवर्ग असंतुष्ट बनतो. कारण संपत्ती व सामाजिक स्थान याबाबत आपण श्रेष्ठ असूनही आपल्याला राजकीय सत्तेत महत्त्वाचा वाटा मिळत नाही, आपल्यावर अन्याय होतो अशी या वर्गाची भावना बनते व तो वर्ग क्रांती घडवून आणण्यास प्रवृत्त होतो. थोडक्यात, समाजातील एखाद्या मोठ्या किंवा महत्त्वाच्या वर्गात आपल्यावर अन्याय होत असल्याची भावना निर्माण होणे हे क्रांतीचे मूलभूत कारण असते.

(2) समाजातील एका वर्गाला राजकीय सत्तेत वाजवीपेक्षा जास्त वाटा मिळत असेल आणि दुसऱ्या वर्गाचे न्याय्य हक्क डावलले जात असतील तर समाजात अन्यायाची भावना निर्माण होते. अशा प्रकारे राजकीय अधिकारपदे आणि सत्ता यांचे असमतोल वाटप हे क्रांतीचे महत्त्वाचे कारण असते. समाजातील एका वर्गाकडून दुसऱ्या वर्गावर होणारा अन्याय हे क्रांतीचे मुख्य कारण असले तरी बहुधा काही मानवी प्रेरणा किंवा इच्छा यांची त्याला जोड मिळालेली असते आणि त्यातून लोक राजकीय बदल घडवून आणण्यास प्रवृत्त होतात. राजकीय अधिकार पदामुळे होणारे लाभ आणि मिळणारे मानसन्मान यामुळे राजकीय सत्ता प्राप्त करण्याची इच्छा लोकांमध्ये निर्माण होते. सत्ताधीशांना सत्तेमुळे मिळणारा लाभ आणि मानसन्मान, राजकीय भ्रष्टाचार, त्यांचे अवास्तव वाढलेले प्रस्थ, सत्ताधीशांची उर्मट वागणूक यामुळे लोकांमध्ये त्यांच्याविषयी चीड निर्माण होते व राजकीय बदल घडवून आणण्यास लोक अनुकूल बनतात. निवडणुकीतील

कटकारस्थाने, राज्यकर्त्यांनी निष्काळजीपणाने राज्यद्रोही लोकांना दिलेली अधिकारपदे, राज्यकारभारात होणाऱ्या लहानसहान चुकांकडे राज्यकर्त्यांचे होणारे दुर्लक्ष अशा गोष्टींमुळेसुद्धा राजकीय बदलाला लोक अनुकूल बनतात. थोडक्यात, राजकीय सत्तेमुळे होणारे लाभ व मानसन्मान मिळविण्यासाठी तसेच भ्रष्ट आणि उन्मत्त सत्ताधीशांना शिक्षा देण्यासाठी लोक क्रांती करण्यास प्रवृत्त होतात असे ॲरिस्टॉटल म्हणतो.

(3) क्रांतीची ही सर्वसाधारण कारणे विशद केल्यानंतर वेगवेगळ्या प्रकारच्या शासनसंस्थांमध्ये बदल आणि क्रांती होण्यास कोणती विशेष प्रकारची कारणे असतात त्याची चर्चा ॲरिस्टॉटलने केली आहे. लोकशाहीत गुणवत्ता नसलेले लोक राजकीय नेते बनतात आणि त्यांचे धोरण हे धनिकवर्गाच्या विरोधी असते हे लोकशाहीविरुद्ध होणाऱ्या क्रांतीचे साधारणतः कारण असते. अल्पजनशाहीत गरीबवर्गावर होणारा अन्याय आणि दडपशाही तसेच सत्ताधारीवर्गातील फुटीरपणा ही क्रांतीची कारणे असतात. महाजनशाहीत राजकीय सत्ता ही कमीतकमी व्यक्तींच्या हाती केंद्रित होत जाते आणि ते क्रांतीचे कारण असते. हुकूमशाहीत, हुकूमशहाचा जुलमी कारभार आणि उन्मत्तपणा हे क्रांतीचे कारण असते.

(4) ॲरिस्टॉटलने असेही मत नोंदविले आहे की, समाजाची विभागणी गरीब आणि श्रीमंत अशा दोन वर्गांमध्ये झालेली असेल तर ती स्थिती क्रांतीला अत्यंत अनुकूल ठरते. श्रीमंतवर्गाचा ऐषाराम आणि त्या तुलनेत आपले दुःखी-कष्टी जीवन याची जाणीव ज्यावेळी गरीबवर्गाला होते त्यावेळी तो क्रांती करण्यास प्रवृत्त होतो. परंतु समाजात तिसरा वर्ग म्हणजेच मध्यमवर्ग असेल तर समाजात काही प्रमाणात संतुलन निर्माण होते व क्रांतीची शक्यता कमी होते. म्हणून ज्या राज्यात प्रबळ असा मध्यमवर्ग असेल त्या राज्यात क्रांतीची शक्यता कमी असते.

क्रांती टाळण्याचे उपाय

ॲरिस्टॉटलने क्रांतीच्या कारणांची जशी विस्ताराने चर्चा केली आहे तशीच क्रांतीला प्रतिबंध करण्यासाठी कोणती उपाययोजना करावी याचीही विस्ताराने चर्चा केलेली आहे. त्याने क्रांती टाळण्याचे सर्वसाधारण उपाय सुचविले आहेत त्याचप्रमाणे वेगवेगळ्या शासनपद्धतीमध्ये ज्या दोषांमुळे क्रांतीची शक्यता निर्माण होते ते विशिष्ट प्रकारचे दोष टाळण्याचे मार्गही सांगितलेले आहेत.

(1) समाजातील एखाद्या वर्गामध्ये आपल्यावर अन्याय होत असल्याची भावना निर्माण होणे हे क्रांतीचे मूलभूत कारण असते. म्हणून ही अन्याय झाल्याची भावना निर्माण होणार नाही याची खबरदारी घेणे आणि तशी भावना निर्माण झाली असेल तर ती दूर करणे हा क्रांती टाळण्याचा सर्वांत महत्त्वाचा उपाय होय. राज्यघटनेची आधारभूत तत्त्वे सर्व नागरिकांच्या सहमतीने ठरविल्यास आणि घटनात्मक अधिकारांचा वापर संयमाने केल्यास ही गोष्ट साध्य करता

येते. राज्यघटनेला सर्व नागरिकांचा पाठिंबा नसेल तर निदान बहुसंख्य नागरिकांचा तरी तिला पाठिंबा असावा. राजकीय हक्कांपासून वंचित असणाऱ्या वर्गावर जुलूम व जबरदस्ती करणे सत्ताधीशांनी टाळावे तसेच शासक व शासित यात चांगले संबंध निर्माण केले जावेत. कोणतीही एक व्यक्ती किंवा एक वर्ग राजकीयदृष्ट्या अतिसामर्थ्यशाली बनणार नाही याची खबरदारी घ्यावी. न्यायाधीश पदे ही संपत्ती मिळविण्याची साधने बनू नयेत असे उपाय ॲरिस्टॉटलने सुचविले आहेत.

(2) दुसरी आवश्यक गोष्ट म्हणजे राज्याच्या राज्यघटनेबद्दल आदर निर्माण होईल अशा प्रकारे लोकांना शिक्षण दिले पाहिजे. राज्यघटना ही राजेशाही, लोकशाही, महाजनशाही किंवा अल्पजनशाही अशा कोणत्याही प्रकारची असो; त्या घटनेच्या तत्त्वाची जोपासना होईल अशा प्रकारचे प्रशिक्षण लोकांना दिले पाहिजे. राज्यघटनेच्या तत्त्वांवर नागरिकांमध्ये आदर व निष्ठा निर्माण करणारे शिक्षण त्यांना देणे हा राज्यघटनेची प्रतिष्ठा राखण्याचा आणि क्रांती टाळण्याचा सर्वोत्कृष्ट मार्ग होय.

(3) तिसरी गोष्ट म्हणजे कायद्याचे पालन करण्याची सवय लोकांना लावली पाहिजे. कायदा व सुव्यवस्था बिघडेल अशी कोणतीही गोष्ट राज्यकर्त्यांनी होऊ देऊ नये. शासनाविरुद्ध होणाऱ्या लहानसहान उद्रेकांबद्दल आणि हालचालींबद्दल राज्यकर्त्यांनी दक्ष राहिले पाहिजे. कारण अशा लहान-मोठ्या घटना पुढे उग्र स्वरूप धारण करून राज्यात अस्थिरता निर्माण करू शकतात.

(4) प्रत्येक शासनपद्धती विशिष्ट तत्त्वप्रणालीवर आधारित असते. पण या तत्त्वांचा अतिरेक होऊ देता कामा नये. असा अतिरेक झाला तर क्रांतीची शक्यता निर्माण होते. म्हणून राज्यकर्त्यांनी अधिकारांचा वापर संयमाने केला पाहिजे आणि सर्व नागरिकांना योग्य ती न्याय्य वागणूक दिली पाहिजे. राजकीय सत्तेचा संयमाने वापर हा क्रांती टाळण्याचा चांगला उपाय असतो. राजकीय सत्ता ही मूठभर लोकांची मिरासदारी आहे आणि इतरांना ती प्राप्त करणे शक्य नाही अशी भावना निर्माण होऊ नये. यासाठी अधिकारपदाचे वाटप समाजातील वेगवेगळ्या गटात झाले पाहिजे आणि राजकीय सत्तेत अधिकाधिक लोकांचा सहभाग असला पाहिजे. राज्यकारभार चोख व स्वच्छ असला पाहिजे. अधिकारपदांचा वापर स्वार्थ साधण्यासाठी किंवा भ्रष्टाचारासाठी केला जाणार नाही याची खबरदारी घेतली पाहिजे.

राज्यकारभाराबाबत चर्चा करण्याचा, त्यावर टीका करण्याचा अधिकार सर्व नागरिकांना दिल्यास ही गोष्ट साध्य होऊ शकेल. कारण त्यामुळे राज्यकारभार पारदर्शक बनेल व लोकमताचे त्यावर नियंत्रण राहील. राजनैतिक घडामोडींबाबत गुप्तता पाळण्याचे आणि नागरिकांची एकप्रकारे फसवणूक करण्याचे काही राजकारणी लोकांचे धोरण असते ते ॲरिस्टॉटलला मुळीच मान्य नव्हते.

ॲरिस्टॉटलने यानंतर विविध शासनपद्धतींमध्ये क्रांती कोणत्या उपायांनी टाळता येईल व शासनाला कोणत्या उपायांनी स्थैर्य प्राप्त करता येईल त्याची चर्चा केलेली आहे. शासनसंस्थेच्या प्रत्येक प्रकाराचे स्वरूप आणि त्या प्रकाराविरुद्ध क्रांती होण्याची कारणे या आधारे क्रांती टाळण्याचे उपाय सांगितले आहेत. उदाहरणार्थ, लोकशाही पद्धतीत लोकशाहीचे तत्त्व व महाजनशाहीचे तत्त्व यांची सांगड घातल्यास विरोधकांचा विरोध शमविता येतो व लोकशाहीला स्थैर्य प्राप्त होते. महाजनशाहीमध्ये सत्तेचे अतिरिक्त केंद्रीकरण टाळल्यास शासनाला स्थैर्य प्राप्त होऊ शकते. अल्पजनशाहीत गरीबवर्गालाही प्रशासनाच्या कार्यात सहभागी करून घेतल्यास शासनाला स्थैर्य प्राप्त होऊ शकते. लोकशाहीत धनिकवर्गाची मालमत्ता सुरक्षित राहील, ती हिरावून घेतली जाणारी नाही याची खात्री धनिकवर्गाला वाटली तर लोकशाहीला स्थैर्य प्राप्त होऊ शकते. हुकूमशाहीत, हुकूमशहाने लोभ किंवा लालसा यावर नियंत्रण ठेवले, राज्यातील गुणी जनांचा गौरव केला, राज्याला वैभव प्राप्त करून दिले आणि जनतेचा पाठिंबा प्राप्त केला तर हुकूमशाहीलासुद्धा स्थैर्य लाभू शकते असे ॲरिस्टॉटलने म्हटले आहे.

ॲरिस्टॉटलच्या राजकीय विचारांचे मूल्यमापन

ॲरिस्टॉटलचे राजकीय विचारातील योगदान महत्त्वपूर्ण आहे. कारण त्याच्या विचारातून प्राचीन ग्रीक नगर-राज्यातील राजकीय जीवनाची आणि शासनपद्धतीची वास्तव माहिती आपल्याला मिळते. राज्यशास्त्रीय विचारांमध्ये शास्त्रीय पद्धतीचा वापर करणारा तो पहिला विचारवंत होता. आपले राजकीय विचार मांडताना त्याने तत्कालीन 158 नगर-राज्यांतील राज्यघटनांचा तौलनिक अभ्यास करून तसेच इतिहासाचा आधार घेऊन ते मांडलेले आहेत. राज्यशास्त्रात ऐतिहासिक आणि तुलनात्मक पद्धतीचा त्यानेच प्रथम वापर केला. राज्यशास्त्रातील अनेक संज्ञा, संकल्पना, व्याख्या यांचे जनकत्व ॲरिस्टॉटलकडे जाते. प्राचीन ग्रीक विचारवंत राज्य आणि शासनसंस्था यात फरक करत नसत. पण ॲरिस्टॉटलने राज्य व शासनसंस्था यात स्पष्टपणे फरक केलेला दिसून येतो. शासनसंस्थांचे शास्त्रशुद्ध व सुस्पष्ट वर्गीकरण सर्वप्रथम करण्याचा मानही ॲरिस्टॉटलकडे जातो. तत्कालीन ग्रीक नगर-राज्यातील राजेशाही, महाजनशाही, लोकशाही, हुकूमशाही इत्यादी शासनप्रकारांचे त्याने केलेले विश्लेषण; राज्यघटना, नागरिकत्व, गुलामगिरी, आदर्श राज्य, क्रांतीची कारणे व त्यावरील उपाय याबद्दलचे त्याचे विचार; ग्रीकांच्या राजकीय जीवनाबद्दलचे त्याचे सखोल ज्ञान आणि त्याचा शास्त्रीय दृष्टिकोन याची साक्ष देतात. राजकीय विश्लेषणात तर्कशुद्ध आणि शास्त्रीय पद्धत प्रस्थापित करून त्याने महत्त्वपूर्ण योगदान दिलेले आहे. म्हणूनच त्याला 'पाश्चात्त्य राज्यशास्त्राचा जनक' असे संबोधले जाते.

अर्थात, ॲरिस्टॉटलच्या विचारांवर तत्कालीन ग्रीक संस्था, संकल्पना व दृष्टिकोन यांचा प्रभाव पडलेला आहे. इतर वंशीयांपेक्षा ग्रीक लोक बौद्धिकदृष्ट्या श्रेष्ठ आहेत असे तो मानतो. ग्रीकांची नगर-राज्य व्यवस्था ही परिपूर्ण आणि सर्वोत्कृष्ट राज्यव्यवस्था मानतो. गुलामगिरीचे समर्थन करतो. तसेच कारागीर व श्रमजीवीवर्गाला नागरिकत्वाचे हक्क असू नयेत असे प्रतिपादन करतो. ॲरिस्टॉटलच्या या सर्व कल्पना तत्कालीन ग्रीक लोकांच्या दृष्टिकोनाला अनुसरून होत्या. त्या काळात या कल्पनांना महत्त्व असले तरी आजच्या

परिस्थितीत त्यांना महत्त्व उरलेले नाही. पण याचबरोबर ॲरिस्टॉटलच्या विचारांमध्ये अनेक महत्त्वाच्या संकल्पना आणि तत्त्वे ही सार्वकालीन आहेत. आजच्या काळातही त्यांचे महत्त्व कमी झालेले नाही किंवा ती कालबाह्य झालेली नाहीत. यातच ॲरिस्टॉटलच्या विचारांचे श्रेष्ठत्व दिसून येते.

ॲरिस्टॉटलच्या विचारातील अशी महत्त्वाची सार्वकालीन तत्त्वे पुढीलप्रमाणे सांगता येतील :

'मनुष्य हा राजकीय प्राणी आहे' हे ग्रीकांच्या राजकीय विचारातील एक प्रमुख तत्त्व होते. ॲरिस्टॉटलने हे स्पष्टपणे व ठळकपणे आपल्या विचारात मांडले. राज्य हे माणसाला किमान सुरक्षित आणि सुव्यवस्थित जीवन जगता यावे म्हणून निर्माण झाले आणि अधिक चांगले जीवन जगण्याचे ध्येय साध्य करण्यासाठी अस्तित्वात राहिलेले आहे; हे तत्त्व मांडून ॲरिस्टॉटलने मानवी जीवनातील राज्यसंस्थेचे महत्त्व स्पष्ट केले आहे.

व्यक्तीचे स्वातंत्र्य आणि राज्याची सत्ता यांचा मेळ घालणे हा राजकारणातील सर्वांत महत्त्वाचा प्रश्न असतो याची ॲरिस्टॉटलला जाणीव होती. खरे स्वातंत्र्य हे स्वैराचारी वागण्यात नसून कायद्यानुसार वागण्यात आहे. मात्र राज्याचे कायदे हे बुद्धिनिष्ठ असले पाहिजेत असे तो म्हणतो. राज्यात कायदा हा सर्वश्रेष्ठ असला पाहिजे, राज्याचा कायदा बुद्धिनिष्ठ असला पाहिजे आणि राज्यकर्त्यांची सत्ता कायद्याने नियंत्रित झालेली असली पाहिजे या तीन तत्त्वांच्या आधारे व्यक्तिस्वातंत्र्य व राज्याची सत्ता यांचा मेळ घालता येईल असा ॲरिस्टॉटलचा दृष्टिकोन होता. ॲरिस्टॉटलच्या या विचारातून कायद्याच्या अधिसत्तेचे तत्त्व मांडलेले दिसून येते.

कायद्याची अधिसत्ता या तत्त्वाशी निगडित असे दुसरे तत्त्व ॲरिस्टॉटलच्या विचारातून दिसून येते. ते म्हणजे घटनावाद हे होय. राज्यात कायदा हा सर्वश्रेष्ठ असला पाहिजे आणि शासन हे घटनेनुसार चालणारे असले पाहिजे असा ॲरिस्टॉटलचा आग्रह होता. त्याच्या या विचारातून आधुनिक काळात सर्वमान्य झालेले घटनावादाचे तत्त्व मांडलेले दिसून येते.

राजकीय व्यवहारात ॲरिस्टॉटलने लोकमताला जे महत्त्व दिले आहे त्याचाही या ठिकाणी उल्लेख केला पाहिजे. राज्यकर्त्यांच्या कार्याचे आणि धोरणांचे योग्य मूल्यमापन लोकच करू शकतात; म्हणून लोकमताला राजकीय निर्णय प्रक्रियेत महत्त्व दिले पाहिजे. राज्यकर्त्यांच्या धोरणाबद्दल लोकांचा अभिप्राय हाच सर्वांत महत्त्वाचा मानला पाहिजे असे ॲरिस्टॉटल म्हणतो.

राजकारण आणि अर्थकारण यातील परस्परसंबंधाची ॲरिस्टॉटलला जाणीव होती. राजकीय संघटना आणि राजकीय कृती यावर असणाऱ्या आर्थिक घटकांच्या प्रभावाला ॲरिस्टॉटलने आपल्या विश्लेषणात महत्त्व दिलेले आहे. अल्पजनशाही आणि लोकशाही असे शासनसंस्थांचे त्याने जे प्रकार सांगितलेले आहेत त्यांचा संबंध आर्थिक घटकांशी आहे. अल्पजनशाहीत सत्ता धनिकवर्गाच्या हाती असते तर लोकशाहीत ती गरीबवर्गाच्या हाती असते असे तो म्हणतो. यांपैकी अल्पजनशाहीच्या किंवा लोकशाहीच्या तत्त्वांचा अतिरेक झाला तर राज्याचे स्थैर्य धोक्यात येते. ज्या राज्यात संपत्तीचे केंद्रीकरण झालेले नसते आणि प्रबळ व मोठा मध्यम वर्ग अस्तित्वात असतो त्या राज्याला स्थैर्य प्राप्त होते

असे ॲरिस्टॉटल म्हणतो. ॲरिस्टॉटलच्या या विश्लेषणावरून आर्थिक घटकाचा राजकारणावर कसा प्रभाव असतो त्याची ॲरिस्टॉटलला स्पष्ट जाणीव असल्याचे दिसून येते.

ॲरिस्टॉटलचा प्रभाव

युरोपियन राजकीय विचारतत्त्वांवर ॲरिस्टॉटलच्या विचारांचा फार मोठा प्रभाव दिसून येतो. मध्ययुगात ॲरिस्टॉटलच्या 'पॉलिटिक्स' या ग्रंथाचे लॅटिन भाषेत भाषांतर झाले. या भाषांतराने युरोपियन विचारवंतांना ॲरिस्टॉटलच्या तत्त्वज्ञानाची ओळख झाली. युरोपातील अनेक विचारवंतांच्या विचारांवर ॲरिस्टॉटलच्या विचारांचा प्रभाव दिसून येतो. हा प्रभाव सेंट थॉमस ॲक्विनाससारख्या मध्ययुगीन विचारवंतांवर जसा दिसून येतो तसाच मॅकियाव्हली, माँटेस्क्यू, बोदँ यांसारख्या आधुनिक काळातील विचारवंतांवरही दिसून येतो. ॲरिस्टॉटलचे वास्तववादी विचार, शास्त्रीय दृष्टिकोन आणि त्याच्या विचारात दिसून येणारी सर्वकालीन आणि वैश्विक स्वरूपाची तत्त्वे यामुळे त्याचे विचार आधुनिक काळातही उपयुक्त वाटतात. यातच ॲरिस्टॉटलच्या विचारांचे महत्त्व सामावलेले आहे.

प्रश्नावली

1. राज्याचा उदय आणि स्वरूप यासंबंधीचे ॲरिस्टॉटलचे विचार विशद करा.

2. ॲरिस्टॉटलचे मालमत्तेसंबंधी विचार विशद करा.

3. ॲरिस्टॉटलचे गुलामगिरीसंबंधी विचार विशद करा.

4. ॲरिस्टॉटलचे नागरिकत्वासंबंधीचे विचार स्पष्ट करा.

5. ॲरिस्टॉटलचे केलेल्या शासनसंस्थेच्या वर्गीकरणाची चर्चा करा.

6. ॲरिस्टॉटलच्या गुलामगिरीविषयक विचारांचे मूल्यमापन करा.

7. ॲरिस्टॉटलच्या मते क्रांतीची कारणे कोणती असतात ? क्रांती टाळण्यासाठी त्याने कोणते उपाय सुचविले आहेत ?

⊙ **टीपा लिहा :**

   1. ॲरिस्टॉटलचे कुटुंबसंस्थेविषयक विचार

   2. ॲरिस्टॉटलचे मालमत्तेसंबंधी विचार

   3. ॲरिस्टॉटलचे गुलामगिरीसंबंधी विचार

   4. ॲरिस्टॉटलचे राजकीय बदलांचे चक्र.

■■■■

3

मॅकियाव्हली

"It is better for the prince to be feared than loved."

इ.स. 1469 – इ.स. 1527

प्रास्ताविक

निकोलो मॅकियाव्हली हा इटालियन विचारवंत युरोपातील आधुनिक राजकीय विचारांचा प्रणेता मानला जातो. मॅकियाव्हलीचा काळ हा आधुनिक युगाचा प्रारंभ होता. आधुनिक युगाला प्रारंभ होण्यापूर्वी म्हणजेच मध्ययुगीन काळात युरोपमध्ये धर्मसत्तेचे प्राबल्य होते. चर्चची सत्ता ही सर्वश्रेष्ठ मानली जात असे. ऐहिक सत्तेपेक्षा धार्मिक सत्ता श्रेष्ठ मानणे आणि ऐहिक जीवनापेक्षा आध्यात्मिक उद्दिष्टांमध्येच जीवनाची इतिकर्तव्यता मानणे हे मध्ययुगीन संस्कृतीचे वैशिष्ट्य होते. स्वाभाविकच, राज्यसंस्थेला दुय्यम स्थान प्राप्त होऊन ख्रिस्ती धर्मप्रमुख पोपची सत्ता हीच युरोपमध्ये प्रबळ बनलेली होती. मध्ययुगीन काळ हा सरंजामशाही व्यवस्थेचा काळ होता. त्या काळात युरोपमध्ये रोमन साम्राज्य पसरले होते. या रोमन साम्राज्याच्या छत्राखाली ठिकठिकाणचे सरदार आपल्या प्रदेशावर हुकुमत चालवत होते.

चौदाव्या-पंधराव्या शतकात युरोपमध्ये प्रबोधनाचे युग उदयास आले आणि धर्मसत्तेच्या प्रभावाच्या तसेच सरंजामशाही व्यवस्थेच्या ऱ्हासाला प्रारंभ झाला. प्रबोधन काळात बुद्धिवादी दृष्टिकोन प्रभावी बनला आणि समाजावरील अंधश्रद्धेचा पगडा हळूहळू दूर होण्यास प्रारंभ झाला. धार्मिक किंवा आध्यात्मिक तत्त्वज्ञानापेक्षा माणसाच्या भौतिक जीवनाच्या विचारांना प्राधान्य मिळू लागले. मानवी जीवनासंबंधी नवी दृष्टी, नवी जाणीव निर्माण होऊ लागली. प्रबोधन काळ म्हणजे एक वैचारिक क्रांतीच होती. तिचा प्रभाव कला, विज्ञान, वाङ्मय, तत्त्वज्ञान अशा सर्व क्षेत्रांवर झाला. याच काळात राजकीय क्षेत्रातही क्रांतिकारक बदल घडून आले. रोमन साम्राज्य आणि पोपची सत्ता यांचा ऱ्हास होऊन पश्चिम युरोपात स्पेन, फ्रान्स, इंग्लंड या देशात प्रबळ अशा राजशाहीचा उदय झाला. राजाच्या हाती सर्व सत्ता केंद्रित होऊ लागली आणि सरंजामदारांचे महत्त्व कमी झाले. धर्मसत्ता आणि राजकीय सत्ता यांची फारकत होण्यास प्रारंभ झाला. अठराव्या शतकात युरोपमध्ये सार्वभौम, धर्मनिरपेक्ष अशा राष्ट्र-राज्यांचा जो उदय झाला त्याचा पाया या काळात उदयास आलेल्या अनियंत्रित आणि सर्वशक्तिमान अशा राजशाहीने घातला.

पंधराव्या शतकात युरोपमध्ये प्रबळ राजशाहीचा उदय होण्यास आर्थिक क्षेत्रातील बदल मुख्यतः कारणीभूत होते. दळणवळणाच्या साधनांअभावी मध्ययुगात राजकीय सत्तेचे विकेंद्रीकरण झालेले होते आणि व्यापारउदीमही स्थानिक स्वरूपाचे होते. पण पंधराव्या शतकादरम्यान हातात भांडवल असलेला आणि मोठ्या प्रमाणात व्यापारपेठा काबीज करू इच्छिणारा नवा व्यापारीवर्ग उदयास आला होता. राजसत्तेचे या व्यापारीवर्गाला संरक्षण होते; त्यामुळे या वर्गाचे राजसत्तेला पाठबळ मिळाले. राजसत्तेचे सामर्थ्य जसजसे वाढत गेले तसतशी सरंजामदारांची सत्ता कमकुवत बनत गेली. युरोपवर असणारे धर्मसत्तेचे वर्चस्वही कमी झाले. सोळाव्या शतकाचा प्रारंभ झाला तेव्हा पश्चिम युरोपात निरंकुश राजशाही हा प्रचलित प्रकार बनलेला होता.

पंधराव्या शतकात बौद्धिक तसेच राजकीय क्षेत्रात झालेल्या या क्रांतिकारक बदलांचे परिणाम तत्कालीन राजकीय तत्त्वज्ञानावरही झाले. समाजाने स्वीकारलेली नवी मूल्ये आणि नवा दृष्टिकोन यांचा आविष्कार राजकीय तत्त्वज्ञानात होऊ लागला. निकोलो मॅकियाव्हली हा विचारवंत या नव्या दृष्टिकोनाचा प्रातिनिधिक विचारवंत होता. तत्कालीन राजकीय परिस्थितीचे त्याने बारकाईने निरीक्षण केले होते आणि राजकारणाचा प्रत्यक्ष अनुभवही घेतला होता. त्याच्या राजकीय विचारावर याचा फार मोठा प्रभाव दिसून येतो. म्हणूनच मॅकियाव्हली हा 'त्याच्या काळाचे अपत्य आहे' असे त्याचे सार्थ वर्णन केले जाते.

मॅकियाव्हली यांचे संक्षिप्त चरित्र

निकोलो मॅकियाव्हलीचा जन्म इटलीतील फ्लॉरेन्स येथे एका उमराव घराण्यात सन 1469 मध्ये झाला. तरुण वयातच फ्लॉरेन्सच्या प्रशासनात त्याला अधिकारपद मिळाले. त्यामुळे त्याला राजनैतिक घडामोडींचा प्रत्यक्ष अनुभव घेता आला. परंतु अल्पकाळातच फ्लॉरेन्सच्या प्रजासत्ताक राजवटीची अखेर होऊन तेथे लॉरेन्झो याची हुकूमशाही राजवट प्रस्थापित झाली व मॅकियाव्हलीला अधिकारपद सोडावे लागले. मॅकियाव्हलीने लॉरेन्झोची मर्जी संपादन करण्याचा प्रयत्न केला, पण त्यात त्याला यश आले नाही. काही काळाने लॉरेन्झोची राजवट संपुष्टात येऊन फ्लॉरेन्समध्ये पुन्हा प्रजासत्ताक राजवटीचा उदय झाला. या नव्या प्रजासत्ताकाच्या सत्ताधीशांनीही मॅकियाव्हलीला कोणतेही अधिकारपद दिले नाही. प्रशासनातील अधिकारपद पुन्हा मिळविण्याची मॅकियाव्हलीची आकांक्षा त्यामुळे पूर्ण झाली नाही. यामुळे त्याला जे वैफल्य आले त्याचा मोठा परिणाम मॅकियाव्हलीच्या विचारांवर झाला असावा असे दिसून येते. 1527 साली मॅकियाव्हलीचा मृत्यू झाला.

मॅकियाव्हलीचे राजकीय विचार समजून घेताना तत्कालीन इटलीतील राजकीय परिस्थिती कशी होती ते पाहणे आवश्यक आहे. पश्चिम युरोपातील स्पेन, इंग्लंड, फ्रान्स या देशांत प्रबळ राजशाहीचा उदय होऊन राष्ट्रराज्य व्यवस्था आकाराला येत होती. तरी इटलीतील राजकीय परिस्थिती मात्र गोंधळाचीच होती. इटलीमध्ये त्या काळात लहान आकाराची पण स्वतंत्र अशी अनेक राज्ये अस्तित्वात होती. त्यापैकी फ्लॉरेन्स, व्हेनिस यांसारखी काही राज्ये ही गणराज्ये होती. इतर राज्यांत अनियंत्रित राजशाही होती. ही सर्व राज्ये अंतर्गत यादवी, सत्तास्पर्धा तसेच आपापसात होणाऱ्या लढायांनी ग्रासलेली होती. सोळाव्या शतकाच्या प्रारंभी लहान-लहान राज्ये विलयास जाऊन इटलीचा सर्व भू-प्रदेश, नेपल्सचे राज्य, पोपचे राज्य, मिलान, व्हेनिस व फ्लॉरेन्सची गणराज्ये या पाच राज्यांत विभागला गेला. इटलीचे पाच वेगवेगळ्या राज्यांत झालेले विभाजन आणि या राज्यांतर्गत चालू असलेला संघर्ष यामुळे इटली दुबळा बनलेला होता. फ्रान्स, स्पेन या शेजारच्या राज्यांकडून इटलीला धोका निर्माण झालेला होता. प्रबळ अशा एका सत्तेखाली इटलीचे एकीकरण न झाल्यास फ्रान्स किंवा स्पेन या देशांच्या आक्रमणाला इटली बळी

पडेल अशी शक्यता मॅकियाव्हलीला वाटत होती. यासाठी इटलीचे एकीकरण घडून आले पाहिजे आणि अंतर्गत कलह संपुष्टात आणून देशात सुव्यवस्था निर्माण करणारे तसेच परचक्रापासून देशाचे संरक्षण करू शकणारे सामर्थ्यशाली शासन इटलीत निर्माण झाले पाहिजे अशी त्याची प्रबळ इच्छा होती. याच उत्कट इच्छेने आपले विचार मांडण्यास तो प्रवृत्त झाला.

थोडक्यात, मॅकियाव्हलीच्या विचारांची घडण पुढील घटकांच्या प्रभावातून मुख्यतः झालेली आहे. (1) इटलीचे वेगवेगळ्या राज्यांत झालेले विभाजन व त्या राज्यातील राजकीय अव्यवस्था; (2) पश्चिम युरोपात इतरत्र उदयास आलेली प्रबळ राजशाही व्यवस्था; (3) प्रबोधन काळाचा उदय; (4) मॅकियाव्हलीला व्यक्तिगत जीवनामध्ये आलेले वैफल्य.

मॅकियाव्हलीच्या विचारांची वैशिष्ट्ये

मॅकियाव्हलीने 'दि प्रिन्स', 'डिस्कोर्सेस', 'दि आर्ट ऑफ वॉर' या ग्रंथातून आपले राजकीय विचार मांडलेले आहेत. या तीन ग्रंथांशिवाय त्याने दहा खंडात इटलीचा इतिहासही लिहिलेला आहे. त्याच्या या ग्रंथामध्ये 'दि प्रिन्स' हा ग्रंथ सर्वांत जास्त मान्यता पावलेला ग्रंथ आहे.

आपल्या या ग्रंथात मॅकियाव्हलीने राज्यसंस्थेसंबंधी कोणताही सिद्धान्त मांडलेला नाही किंवा राज्यसंस्थेच्या स्वरूपाबद्दल तात्त्विक चर्चा केलेली नाही. मॅकियाव्हलीच्या विचारांचा मुख्य विषय 'राजा आणि त्याचे प्रशासन' हा आहे. राज्यातील प्रशासन यंत्रणा कशी असावी, सामर्थ्यशाली शासन कसे निर्माण करता येईल, राज्याची सत्ता कोणत्या उपायांनी वृद्धिंगत करता येईल या प्रश्नांची चर्चा त्याने केली आहे. इटलीच्या राजकीय अधोगतीची कारणे शोधून काढण्याचा प्रयत्न त्याने केला आणि असा निष्कर्ष काढला की, इटलीचे झालेले राजकीय विघटन, राजकीय अव्यवस्था, कमकुवत संरक्षण व्यवस्था आणि परकीय लोकांच्या टोळ्यांनी इटलीच्या प्रदेशात चालविलेला विध्वंस यामुळे इटलीची दैन्यावस्था झालेली आहे.

या परिस्थितीतून मार्ग काढण्यासाठी कोणती उपाययोजना केली पाहिजे याचीही चर्चा मॅकियाव्हलीने केली आहे. गणराज्य पद्धतीचा तो पुरस्कर्ता होता. पण इटलीतील तत्कालीन परिस्थितीत प्रबळ व अनियंत्रित अशा राजशाहीची जरूरी आहे असे त्याचे मत बनले. राज्यातील नागरिक गुणवान, प्रामाणिक आणि देशप्रेमी असतील तरच गणराज्य शासन यशस्वी होऊ शकते. पण त्या काळात इटलीमध्ये भ्रष्टाचार आणि स्वार्थ बोकाळला होता. अशा परिस्थितीत काही काळ का असेना, पण प्रबळ व निरंकुश राजशाहीच योग्य आहे असे मॅकियाव्हलीचे प्रतिपादन होते.

ॲरिस्टॉटलप्रमाणेच मॅकियाव्हली हा सुद्धा वास्तववादी विचारवंत होता. आपले विचार मांडताना त्याने ऐतिहासिक तसेच शास्त्रीय पद्धतीचा वापर केलेला आहे. इटलीचे एकीकरण कसे घडवून आणता येईल आणि इटलीत परचक्राला समर्थपणे तोंड देऊ शकणारे तसेच

अंतर्गत सुव्यवस्था प्रस्थापित करू शकणारे शासन कसे निर्माण करता येईल हा मॅकियाव्हलीसमोर प्रश्न होता. याला उत्तर शोधताना त्याने इतिहासाचा, विशेषकरून रोमच्या इतिहासाचा आधार घेतला. रोमच्या लहानशा राज्याचे रूपांतर एका मोठ्या साम्राज्यात कसे झाले आणि नंतर त्याचा ऱ्हास कसा झाला याची कारणमीमांसा करण्याचा त्याने प्रयत्न केला. मॅकियाव्हलीच्या मते, इतिहासाचा अभ्यास आपल्याला भविष्यकाळासाठी मार्गदर्शक असतो. ऐतिहासिक घटनांच्या आधारे भविष्यकाळात तशाच प्रकारची परिस्थिती उद्भवली तर आपण त्यातून कसा मार्ग काढला पाहिजे याचे आपल्याला मार्गदर्शन होऊ शकते. मानवी प्रयत्नांच्या यशापयशाची कारणे इतिहासाच्या अभ्यासातून आपल्याला समजू शकतात.

अर्थात, मॅकियाव्हलीचे विचार केवळ इतिहासाच्या अभ्यासावर आधारलेले नाहीत. त्याचे निष्कर्ष हे तत्कालीन राजकीय परिस्थितीचे निरीक्षण करून काढलेले आहेत आणि त्या निष्कर्षाच्या पुष्टीसाठी त्याने इतिहासाचा आधार घेतलेला आहे. प्रशासकीय अधिकारी म्हणून काम करत असताना त्याचा संबंध राजकीय व्यक्तींशी आणि सर्वसामान्य लोकांशी आला. राजकीय घडामोडींचे त्याला प्रत्यक्ष निरीक्षण करता आले. या निरीक्षणाला त्याने व्यवहारज्ञानाची जोड देऊन आपले निष्कर्ष काढलेले आहेत. राजकीय प्रश्नांकडे पाहण्याचा त्याचा दृष्टिकोन शास्त्रीय होता. त्याचे निष्कर्ष वास्तव परिस्थितीचे निरीक्षण आणि विश्लेषण करून काढलेले आहेत.

नीतिमत्ता आणि राजकारण तसेच धर्म आणि राजकारण यांची फारकत हे मॅकियाव्हलीच्या विचारांचे ठळक वैशिष्ट्य म्हणता येईल. मध्ययुगात राजकीय विचारांवर धार्मिक विचारांचा मोठा प्रभाव होता. मध्ययुगात धर्मसत्ता आणि राजकीय सत्ता यांचा जो संयोग झालेला होता त्याला अनुसरूनच राजकीय विचार मांडले जात होते. प्रबोधन काळाचा प्रारंभ झाल्यानंतर धर्मसत्ता व राजसत्ता यांची फारकत होऊ लागली. मॅकियाव्हलीच्या विचारावर या प्रबोधन काळाचा प्रभाव दिसून येतो. पुढील काळात राजकीय विचारांचे जे धर्मनिरपेक्षीकरण घडून आले त्याची सुरुवात मॅकियाव्हलीच्या विचारांपासून झालेली दिसून येते.

मॅकियाव्हलीने नीतिमत्ता व राजकारण यांचीही फारकत केलेली आहे. राजकारणात उद्दिष्ट साध्य करणे महत्त्वाचे असते. त्यासाठी साधने कोणती वापरली जातात हे महत्त्वाचे नसते. व्यक्तिगत जीवनामध्ये किंवा सामाजिक जीवनामध्ये नैतिक नियमांचे पालन आवश्यक असते. पण राजकारणात नैतिक नियमांचे बंधन पाळणे नेहमीच शक्य नसते. तसे केल्यास राजकीय उद्दिष्टे साध्य करणे शक्य होणार नाही असा मॅकियाव्हलीचा दृष्टिकोन होता. त्याच्या मते, राज्य ही सर्व सामाजिक संस्थांमधील सर्वोच्च व मानवाच्या कल्याणासाठी सर्वांत आवश्यक संस्था असून ती नीती-अनीतीच्या बंधनापलीकडची मानली पाहिजे.

थोडक्यात, वास्तववाद, ऐतिहासिक आणि शास्त्रीय पद्धती, प्रबोधनकाळाचा प्रभाव, धर्मनिरपेक्ष दृष्टिकोन तसेच राजकारण आणि नीतिमत्ता यांची फारकत ही मॅकियाव्हलीच्या विचारांची ठळक वैशिष्ट्ये सांगता येतील.

3.1 मानवी स्वभावाविषयी मॅकियाव्हलीचे विचार

मॅकियाव्हलीने मानवी स्वभाव, माणसाच्या मूलभूत प्रेरणा याविषयी आपला दृष्टिकोन मांडलेला आहे. राज्याचे स्वरूप आणि राज्याची उद्दिष्टे तसेच ती उद्दिष्टे साध्य करण्यासाठी शासनाने कोणते मार्ग स्वीकारावेत याबाबत मॅकियाव्हलीची जी मते आहेत ती मानवी स्वभावाविषयी त्याने स्वीकारलेल्या दृष्टिकोनावर आधारलेली आहेत. म्हणूनच मानवी स्वभावाविषयी त्याची मते समजून घेणे महत्त्वाचे ठरते.

1. **मनुष्य मूलतः स्वार्थी व सत्तालालसी** : मॅकियाव्हलीच्या मते, मनुष्य हा मूलतः वाईट प्रवृत्तीचा असतो. तो स्वार्थी, लबाड, कृतघ्न व भित्रा असतो. तसेच माणसामध्ये सत्तेची लालसा असते. त्याच्यातील स्वार्थी वृत्ती आणि सत्तेची लालसा यांना मर्यादा नसते. कितीही सत्ता किंवा संपत्ती मिळाली तरी त्याची इच्छा तृप्त होत नाही. तो अधिक सत्ता, अधिक संपत्ती मिळविण्याचा प्रयत्न करत राहतो. माणसाला संधी मिळाली तर आपला स्वार्थ साधण्यासाठी आणि आपली सत्तेची लालसा पूर्ण करण्यासाठी तो कोणत्याही बऱ्यावाईट मार्गाचा वापर करण्यास तयार होईल. माणसाच्या या प्रवृत्तीवर कायद्याचे नियंत्रण नसेल तर माणसामाणसात सत्ता, संपत्तीसाठी संघर्ष व अनिर्बंध स्पर्धा सुरू होईल; प्रत्येक माणूस दुसऱ्याचा शत्रू बनेल आणि समाजात अराजकता निर्माण होईल. माणसाचे जीवन सुरक्षित राहणार नाही. माणसाला स्वतःची सुरक्षितता सर्वांत महत्त्वाची वाटते. यामुळेच तो कायद्याचे बंधन स्वीकारायला तयार होतो. तसेच समाजातील इतर लोकांशी सहकार्य करण्यास तयार होतो. म्हणजेच कायद्याचे पालन करणे, इतरांशी सहकार्य करणे या गोष्टी माणूस केवळ गरजेपोटी करतो. ती त्याची खरी प्रवृत्ती नसते. स्वार्थ आणि सत्तेची लालसा हीच त्याची प्रवृत्ती असते. काळ बदलला, परिस्थिती बदलली तरी माणसाची ही प्रवृत्ती कायम असते.

2. **सुरक्षिततेच्या गरजेतून राज्याची निर्मिती** : वरीलप्रमाणे मॅकियाव्हलीने मानवी स्वभावाचे जे विश्लेषण केलेले आहे त्यावरच त्याचा राज्याचा उदय आणि स्वरूप तसेच शासनाने कोणते धोरण स्वीकारावे यासंबंधीचा त्याचा सिद्धान्त आधारलेला आहे. पहिली गोष्ट म्हणजे प्लेटो, ॲरिस्टॉटल यांच्या विचारवंतांप्रमाणे, मॅकियाव्हली राज्य हे नैसर्गिक मानत नाही. त्याच्या मते, राज्याचा उदय हा संरक्षण आणि सुरक्षितता या माणसाच्या गरजेतून झालेला आहे. इतर माणसांच्या हल्ल्यापासून किंवा आक्रमणापासून स्वतःचे संरक्षण करण्यास माणूस असमर्थ असतो. संरक्षण व सुरक्षितता प्राप्त होण्यासाठी एखाद्या प्रबळ सत्तेची गरज माणसाला भासते. माणसाच्या या दुर्बलतेतून राज्यसंस्थेचा

उदय झालेला आहे. ज्या राज्यकर्त्याला यशस्वीपणे राज्यकारभार करावयाचा असेल त्याने माणसाचा हा दुबळेपणा ओळखला पाहिजे आणि लोकांचे जीवित व वित्त यांना जास्तीतजास्त संरक्षण दिले पाहिजे. यामुळेच तो लोकांची निष्ठा मिळवू शकेल.

दुसरी गोष्ट म्हणजे मनुष्य हा स्वार्थी व नीतिभ्रष्ट असतो, हे लक्षात घेऊन राज्यकर्त्याने आपले धोरण ठरविले पाहिजे. आपली धोरणे नैतिकदृष्ट्या समर्थनीय आहेत की नाहीत याची काळजी त्याने करण्याचे कारण नाही. लोकांना त्यांच्या लीवित वित्ताची सुरक्षितता सर्वांत महत्त्वाची वाटते हे लक्षात घेऊन ही सुरक्षितता प्राप्त करून देण्याएवढे सामर्थ्यशाली बनणे हे राज्यकर्त्याने आपले उद्दिष्ट मानले पाहिजे. मनुष्य हा आत्मकेंद्री व अहंभावी असतो. त्याला सामाजिक निष्ठा किंवा सामाजिक कर्तव्याची जाणीव नसते. ज्याला आपण समाजनिष्ठा किंवा सामाजिक कर्तव्याची जाणीव असे म्हणतो त्यामागेसुद्धा माणसाचा स्वार्थच दडलेला असतो. कारण एकाकी जीवन जगण्यापेक्षा समाजाचा घटक म्हणून राहणे माणसाला अधिक लाभदायक असते; म्हणूनच तो सामाजिक जीवनाचा स्वीकार करतो.

3. **दुष्कर्म करण्याकडे स्वाभाविक प्रवृत्ती** : तिसरी गोष्ट म्हणजे राजकारणात नैतिक तत्त्वावर निष्ठा ठेवून चालत नाही. माणसे नीतिभ्रष्ट, लोभी, कृतघ्न असतात. त्यांची स्वाभाविक प्रवृत्ती दुष्कर्म करण्याकडे असते. त्यांच्यावर सक्ती केली तरच ती योग्य प्रकारे वागतात. दुर्बलासमोर ती आक्रमक बनतात आणि सामर्थ्यवानासमोर लीन, लाचार बनतात. माणसांची ही प्रवृत्ती लक्षात घेता, राज्यकर्त्याने राज्यकारभार करताना नैतिक मार्गावर विसंबून राहणे चुकीचे ठरते. राज्यकर्त्याने सामर्थ्यशाली बनले पाहिजे. आपल्या सामर्थ्याने लोकांमध्ये भीती निर्माण करून त्यांना आज्ञाधारक बनविले पाहिजे. शासन सामर्थ्यशाली असेल तरच त्या शासनाच्या कायद्याचे लोक निमूटपणे पालन करतील आणि समाजात स्थैर्य व सुव्यवस्था निर्माण होऊ शकेल असे मॅकियाव्हलीचे प्रतिपादन आहे.

मानवी स्वभावाविषयी मॅकियाव्हलीने जी कल्पना मांडलेली आहे, त्यातून असाही अर्थ ध्वनित होतो की, शिक्षणाद्वारे किंवा सामाजिक-आर्थिक सुधारणांद्वारे चांगला माणूस घडविता येणार नाही. माणूस स्वभावतःच वाईट प्रवृत्तीचा, नीतिभ्रष्ट, स्वार्थी, कृतघ्न आणि भित्रा असेल; तसेच परिस्थिती बदलली, काळ बदलला तरी माणसाची मूळ प्रवृत्ती तशीच राहणार असेल तर बळाच्या आधारेच माणसामधील वाईट प्रवृत्तीवर नियंत्रण ठेवता येईल आणि सक्ती करूनच त्याला सन्मार्गावर आणता येईल.

नीतिभ्रष्ट आणि स्वार्थी वृत्ती हा माणसाचा स्वभाव आहे, अशी मॅकियाव्हलीची कल्पना आहे; त्यावरच त्याने आपल्या राजकीय विचारांची उभारणी केली आहे. म्हणूनच मॅकियाव्हलीच्या राजकीय विचारात त्याच्या मानवी स्वभावाविषयीच्या कल्पनेला महत्त्वाचे स्थान आहे. मानवी स्वभावाविषयी मॅकियाव्हलीने काढलेले निष्कर्ष हे बहुधा प्रत्यक्ष निरीक्षणाच्या आणि स्वतःच्या अनुभवाच्या आधारे काढलेले असावेत. या बाबतीत पूर्वीच्या कोणत्या राजकीय विचारवंताचा प्रभाव मॅकियाव्हलीवर असावा असे वाटत नाही.

कारण मॅकियाव्हलीने मानवी स्वभावाबद्दल जी कल्पना मांडलेली आहे तशी कल्पना किंवा राजकारण व नीतिमत्ता यात त्याने जशी पूर्ण फारकत केलेली आहे तितक्या स्पष्टपणे फारकत प्राचीन किंवा मध्ययुगीन काळातील कोणत्याही पाश्चात्त्य विचारवंताच्या विचारात दिसून येत नाहीत. मध्ययुगीन विचारवंतांच्या विचारात राजकारण आणि धर्म व नीती यांची सांगड घातलेली दिसून येते. त्या परंपरेहून अगदी भिन्न असा दृष्टिकोन मॅकियाव्हलीने स्वीकारलेला आहे. फ्लॉरेन्सच्या राज्यात राजनैतिक अधिकारी म्हणून काम करत असताना राजकीय घडामोडींचे अत्यंत जवळून निरीक्षण करण्याची संधी मॅकियाव्हलीला मिळाली. राजकारणी व्यक्तींशी तसेच सामान्य लोकांशी त्याचा संबंध आला. या काळात तत्कालीन राजकारणाने त्याचे केलेले निरीक्षण आणि त्याला मिळालेला राजकारणाचा प्रत्यक्ष अनुभव या आधारेच त्याने आपली मते बनविली असावीत.

मॅकियाव्हलीचा मानवी स्वभावासंबंधीचा दृष्टिकोन एकांगी आहे याबद्दल शंका नाही. माणसामध्ये स्वार्थ, लोभ, नीतिभ्रष्टता, कृतघ्नता, लाचारी, भीती अशा प्रकारचे दुर्गुण आहेत हे खरे आहे. पण त्याचबरोबर त्यांच्यात चांगुलपणाही आहे. त्याग, निःस्वार्थीपणा, शौर्य, राष्ट्रनिष्ठा, समाजनिष्ठा अशा गुणांचेही दर्शन मानवाच्या वर्तनातून घडत असते. मनुष्य हा समाजशील प्राणी आहे हे त्याचे वर्णनही तेवढेच खरे आहे. माणसे केवळ भीतिपोटी कायद्याचे पालन करतात आणि स्वार्थासाठी परस्परांचे सहकार्य करण्यास तयार होतात हे म्हणणेही पूर्णांशाने खरे नाही. शासनाला सामर्थ्य आवश्यक असते. पण त्याचबरोबर हे सुद्धा खरे आहे की, केवळ बळाच्या जोरावर राज्य करता येत नाही. राजकीय सत्तेला लोकांची मान्यता आणि सहकार्य असेल तरच ती टिकून राहू शकते. मानवी स्वभावाचे वर्णन करताना मॅकियाव्हलीने ही दुसरी बाजू पूर्णपणे दुर्लक्षित केलेली आहे.

अर्थात, मॅकियाव्हलीने राजकारण व नीतिमत्ता यात फारकत केल्याबद्दल नीतिमत्तेचा आग्रह धरणाऱ्यांनी कितीही टीका केली तरी प्रत्यक्षात राजकारणी लोक सत्तेसाठी भल्या-बुऱ्या मार्गाचा वापर करताना दिसतात; ही वस्तुस्थिती मान्य करावी लागते. हिंसा व दहशतीच्या मार्गाचा वापर करून सत्ता काबीज करणाऱ्या जुलूमशहांची उदाहरणे पूर्वीच्या आणि आजच्या काळातही पुष्कळ देता येण्यासारखी आहेत. लोकशाही देशातही राजकीय पक्षामधील सत्तास्पर्धेत नेहमीच नैतिक तत्त्वांचे आचरण होते असे म्हणता येत नाही. तत्त्वतः मॅकियाव्हलीच्या दृष्टिकोनात काही दोष असले तरी व्यवहारात राजकारणी लोक ज्या तंत्राचा वापर करतात त्याचेच वर्णन मॅकियाव्हलीने आपल्या विचारात केलेले आहे.

3.2 धर्म आणि नैतिकतेसंबंधी विचार

मॅकियाव्हलीच्या राजकीय कल्पनांपैकी ज्या कल्पनेशी त्याचे नाव मुख्यत्वेकरून जोडले गेलेले आहे, मध्ययुगीन राजकीय विचारांपासून पूर्णतः भिन्न अशी त्याने जी कल्पना मांडलेली आहे ती म्हणजे राजकारणापासून धर्म आणि नीती यांची फारकत

करण्याची कल्पना होय. त्या आधीच्या प्राचीन किंवा मध्ययुगीन काळातील दुसऱ्या कोणत्याही विचारवंताने एवढ्या स्पष्टपणे राजकारणाची धर्म व नीती यांपासून फारकत केलेली आढळत नाही. मॅकियाव्हलीच्या विचारात नीती व धर्म याची फारकत दिसून येते; याचे कारण मानवी स्वभाव आणि शासनाचे स्वरूप यासंबंधी मॅकियाव्हलीने स्वीकारलेला दृष्टिकोन आहे, त्याचप्रमाणे तो सत्ता हे केवळ साधन न मानता साध्यही मानतो हे सुद्धा त्याचे कारण आहे. प्लेटो व ॲरिस्टॉटलपासून मध्ययुगापर्यंतच्या विचारवंतांनी राज्याचे ध्येय हे नैतिक आणि उच्च दर्जाचे मानले आहे. राजकीय सत्ता हे ते ध्येय साध्य करण्याचे साधन मानले आहे. मॅकियाव्हलीने या वैचारिक परंपरेपासून पूर्ण फारकत घेतलेली आहे. राज्यसंस्थेची काही नैतिक उद्दिष्टे असू शकतात असे तो मानत नाही तर सत्ता हेच साध्य मानतो. स्वाभाविकच, कोणत्या मार्गाने सत्ता प्राप्त करता येईल, ती टिकविता येईल आणि वृद्धिंगत करता येईल या विषयावर त्याचे विचार केंद्रित झालेले आढळतात. राज्याचे ऐक्य टिकविणे आणि राज्य सामर्थ्यशाली बनविणे हे राज्यकर्त्यांचे उद्दिष्ट असले पाहिजे असे मॅकियाव्हली मानतो. हे उद्दिष्ट साध्य करण्यासाठी कोणत्या मार्गाचा वापर करावा हा प्रश्न त्याच्या दृष्टीने निरर्थक आहे. आपले उद्दिष्ट साध्य करण्यासाठी राज्यकर्त्याने प्रसंगी अनैतिक मार्गाचाही वापर करण्यास हरकत नाही असे तो म्हणतो. कारण त्याच्या दृष्टीने साध्य महत्त्वाचे असून त्यासाठी कोणती साधने वापरली जातात हे महत्त्वाचे नाही. उद्दिष्ट योग्य असेल तर त्यासाठी कोणत्याही मार्गाचा अवलंब समर्थनीय ठरतो. राज्याचे ऐक्य टिकविण्यासाठी आणि राज्य सामर्थ्यशाली बनविण्यासाठी प्रसंगी विश्वासघात, कूटनीती, हिंसा, कावेबाजपणा अशा अनैतिक मार्गांचा वापर करावा आणि आपले उद्दिष्ट साध्य करावे असे त्याचे प्रतिपादन आहे.

राजकारणात प्रसंगी अनैतिक मार्गाचा अवलंब करण्यास हरकत नसली तरी राज्यकर्त्यांनी आपल्या राजनीतीचे खरे स्वरूप लोकांसमोर उघड करू नये अशी मॅकियाव्हलीची सूचना आहे. लोकांसमोर आपली प्रतिमा नेहमी चांगली राहील याची खबरदारी राज्यकर्त्यांनी घेतली पाहिजे. त्याच्याजवळ असे कौशल्य असले पाहिजे की, लोकांना तो कनवाळू, विश्वसनीय आणि धार्मिक वृत्तीचा वाटला पाहिजे. मॅकियाव्हलीच्या या मतावरून हे स्पष्ट होते की, नीतिमत्ता आणि धर्म यांचे समाजजीवनातील महत्त्व तो नाकारत नाही. राजनैतिक हेतू साध्य करण्यासाठी प्रसंगी अनैतिक मार्गाचा वापर करणे आवश्यक ठरत असले तरी त्याचा अर्थ समाजजीवनात लोकांनी नीतिमत्तेचा त्याग करावा असा नाही. समाजातील लोकांचे नैतिक अधःपतन झाले तर त्याचे अनिष्ट परिणाम राज्यशासनावर होतात याबद्दल त्याला शंका नव्हती.

नीतिमत्तेप्रमाणेच मॅकियाव्हलीने धर्म व राजकारण यांची फारकत केली आहे. मध्ययुगीन विचारवंतांनी धार्मिक सत्ता किंवा चर्चची सत्ता ही राज्याच्या सत्तेहून श्रेष्ठ मानली. धर्म आणि राजकारण परस्परांशी निगडित असल्याचे मानले. मध्ययुगीन विचारवंतांची ही कल्पना मॅकियाव्हलीने स्पष्टपणे नाकारली आहे. राजकारणाच्या क्षेत्रात नीतीप्रमाणेच

धर्माचाही विचार करण्याचे कारण नाही असा त्याचा दृष्टिकोन आहे. त्याच्या मते, धार्मिक तत्त्वे ही पारलौकिक असल्यामुळे राजकारणात ती निरर्थक बनतात. एवढेच नव्हे, तर तो असेही म्हणतो की, धार्मिक तत्त्वज्ञानामध्ये आध्यात्मिक उद्दिष्ट प्राप्त करण्यातच माणसाचे अंतिम हित आहे असे मानलेले असते आणि भौतिक जीवन हे तुच्छ मानलेले असते. स्वर्गप्राप्तीतच मानवी जीवनाची इतिकर्तव्यता मानण्यात येते आणि भौतिक जीवनातील ध्येये भ्रामक मानली जातात. हा दृष्टिकोन माणसाला दुर्बल व अगतिक बनवितो. स्वर्गप्राप्तीच्या उद्देशाने प्रेरित झाल्यामुळेच ऐहिक जीवनाबद्दल तो उदासीन बनतो.

धर्म व राजकारण यांची फारकत करण्यास मॅकियाव्हली प्रवृत्त झाला; याचे कारण 'प्रबोधन काळाचा अभाव' हे होते; त्याचप्रमाणे इटलीचे ऐक्य साधणे हे तो सर्वांत महत्त्वाचे उद्दिष्ट मानत होता हे सुद्धा महत्त्वाचे कारण होते. ख्रिस्ती धर्मप्रमुख पोप याचे माजलेले प्रस्थ आणि राजकारणात होणारा त्याचा हस्तक्षेप इटलीचे ऐक्य साधण्याच्या मार्गातील मोठा अडथळा बनलेला होता. राजकारणात होणाऱ्या धर्मसत्तेचा हस्तक्षेप दूर झाला तर इटलीचे एकीकरण करणे सुलभ होईल असे त्याला वाटत होते.

मॅकियाव्हलीने राजकारणापासून धर्माची फारकत केलेली असली तरी समाजजीवनातील धर्माचे महत्त्व त्याने नाकारलेले नाही. एवढेच नव्हे, तर राज्याच्या ऐक्यासाठी तसेच समाजाच्या सुख-समृद्धीसाठी धर्मसंस्थेची गरज तो मान्य करतो. माणसामधील अनिष्ट प्रवृत्तीवर बळाचा वापर करून नियंत्रण ठेवता येते असे जरी तो मानत असला तरी केवळ बळाचा वापर पुरेसा नसतो. लोकांच्या अनिष्ट प्रवृत्तीवर नियंत्रण ठेवण्यासाठी, सामाजिक स्थैर्य व सुव्यवस्था निर्माण करण्यासाठी केवळ कायद्याचा आणि दहशतीच्या मार्गाचा वापर पुरेसा नसतो तर कायद्याच्या जोडीला अशा एखाद्या साधनाची आवश्यकता असते की जे लोकांच्या केवळ बाह्य वर्तनावरच नव्हे तर मनावरही नियंत्रण ठेवू शकेल. असे नियंत्रण ठेवण्याचे कार्य धर्म करत असतो. धर्माचे हे महत्त्व जाणून राज्यकर्त्यांने धर्म रक्षणाचे कार्य केले पाहिजे व धर्माबद्दल आदर बाळगला पाहिजे असे मॅकियाव्हली म्हणतो. अशा प्रकारे मॅकियाव्हलीला समाजात शांतता व सुव्यवस्था राखण्यासाठी तसेच राजकीय स्थैर्य प्राप्त करण्यासाठी 'चर्च' या धर्मसंस्थेच एक साधन म्हणून वापर करावा असे वाटते. समाजाचे धार्मिक अध:पतन झाल्यास तो समाज संकटात सापडतो असे मत त्याने व्यक्त केले आहे.

याचा अर्थ असा की, मॅकियाव्हलीच्या दृष्टीने धर्माला जे मूल्य आहे ते केवळ एक साधन म्हणून आहे. लोकांमध्ये धर्मनिष्ठा प्रबळ असते. या धर्मनिष्ठेचा उपभोग राज्याचे ऐक्य टिकविण्यासाठी तसेच आपली राजकीय उद्दिष्टे साध्य करण्यासाठी राज्यकर्त्यांने करून घ्यावा. धर्मनिष्ठेमुळे सामाजिक ऐक्य निर्माण होण्यास मदत होते. धर्मावरील श्रद्धेमुळे लोक धार्मिक नियमाचे पालन करतात. त्यामुळे समाजात सुव्यवस्था निर्माण होण्यास मदत होते. एवढ्यापुरते धर्माचे महत्त्व मॅकियाव्हलीला मान्य नव्हते. पण धर्मसत्ता ही राज्यापेक्षा श्रेष्ठ किंवा राज्यापासून स्वतंत्र आहे ही कल्पना त्याला मान्य नव्हती.

नीतिमत्तेबद्दलही मॅकियाव्हलीचा दृष्टिकोन हाच आहे. धार्मिक किंवा नैतिक तत्त्वांचे बंधन राज्यकर्त्यावर असू नये. राजकीय उद्दिष्टे साध्य करण्याकरिता त्याने धर्म किंवा नीतीचा आधार घ्यावा. जी गोष्ट बळाच्या जोरावर साध्य करता येत नाही ती साध्य करण्यासाठी शहाणा राज्यकर्ता धार्मिक भावनांचा योग्य प्रकारे उपयोग करून साध्य करू शकतो. अर्थात, धार्मिक किंवा नैतिक तत्त्वांचा आपली उद्दिष्टे साध्य करण्यासाठी जिथे अडथळा होत असेल तिथे या तत्त्वाचे बंधन राज्यकर्त्याने स्वीकारू नये असे मॅकियाव्हलीचे प्रतिपादन आहे.

मॅकियाव्हलीचा धर्मसंस्थेकडे पाहण्याचा दृष्टिकोन राज्याला उपयुक्त ठरणारे एक साधन असल्यामुळे धर्माचे अंगभूत स्वरूप किंवा माणसाचा ईश्वरी सत्तेशी संबंध अशा गोष्टीबाबत तो उदासीन आहे. त्याचप्रमाणे माणसाची चांगली किंवा वाईट वर्तणूक ठरविण्यासाठी मॅकियाव्हली धर्माचरण ही कसोटी मानत नाही तर मानवी वर्तनाचे सामाजिक परिणाम कोणते होतात यावरून ते वर्तन योग्य की अयोग्य हे ठरवितो. म्हणजेच मॅकियाव्हलीच्या दृष्टीने व्यक्ती धार्मिक नियमांचे पालन करते. एवढ्यावरून तिचे वर्तन चांगले ठरवत नाही तर त्या वर्तनाचे सामाजिक परिणाम कोणते होतात यावरून त्याची योग्यायोग्यता ठरवितो.

अशा प्रकारे राज्यात स्थैर्य व समृद्धी आणण्यासाठी आवश्यकता वाटेल तेव्हा अनैतिक मार्गाचाही अवलंब करण्यास हरकत नाही असे मॅकियाव्हली म्हणत असला तरी समाज नैतिकदृष्ट्या भ्रष्ट बनला तर तिथे चांगले शासन निर्माण होऊ शकत नाही याबद्दल त्याच्या मनात शंका नव्हती. मॅकियाव्हलीच्या दृष्टीने नैतिकदृष्ट्या भ्रष्ट असणे याचा अर्थ सद्‌गुणांचा अभाव असणे, सामाजिक कर्तव्यांची जाणीव नसणे, राज्याचे कायदे-पालन करण्याबाबत उदासीनता असणे आणि सार्वजनिक हितापेक्षा व्यक्तिगत महत्त्वाकांक्षेला महत्त्व देणे होय. समाज अशा प्रकारे जेव्हा नैतिकदृष्ट्या अधःपतित होते तेव्हा तो शासनाचेही अधःपतन होते. अशा राज्यात समृद्धी व सुव्यवस्था निर्माण होऊ शकत नाही. म्हणून शहाण्या राज्यकर्त्याने समाजातील लोकांचा नैतिक दर्जा उच्च राहील याची काळजी घेतली पाहिजे असे मॅकियाव्हली म्हणतो.

वरील सर्व विवेचनावरून हे स्पष्ट होते की, नैतिक प्रश्नाबाबत मॅकियाव्हली उदासीन नव्हता. पण नीतिमत्तेबद्दल त्याने दुहेरी मापदंड वापरलेला आहे. एक राज्यकर्त्याकरिता आणि दुसरा प्रजजनांकरिता. राजकारणात यश प्राप्त करणे महत्त्वाचे असते. त्यासाठी कोणती साधने वापरली जातात ते महत्त्वाचे नसते. उद्दिष्ट योग्य असेल तर त्यासाठी कोणत्याही मार्गाचा वापर केला तरी तो समर्थनीय ठरतो. राज्याचे ऐक्य आणि समृद्धी साध्य करण्यात यशस्वी होणे हा यशस्वी राज्यकर्त्यांसाठी मॅकियाव्हलीने मापदंड मानलेला आहे; तर नागरी कर्तव्याची जाणीव ठेवणे, स्वहितापेक्षा सार्वजनिक हिताला प्राधान्य देणे, कायद्याचे निष्ठापूर्वक पालन करणे हे प्रजाजनांसाठी नीतिमत्तेची कसोटी मानलेली आहे.

राजकारणापासून नीतिमत्तेची फारकत करण्यास मॅकियाव्हली प्रवृत्त झाला. याची तीन कारणे सांगता येतील :

(1) सामाजिक स्थैर्य व सुव्यवस्था निर्माण करण्याचे तसेच लोककल्याण साधण्याचे कार्य राज्यसंस्था करत असल्यामुळे सर्व सामाजिक संस्थांमध्ये राज्यसंस्था ही सर्वोच्च आणि सर्वांत आवश्यक संस्था आहे असे मॅकियाव्हली मानतो. म्हणून इतर संस्था किंवा व्यक्ती यांच्याबाबत नीतिमत्तेचा जो मापदंड मानला जातो तो राज्यसंस्थेबाबत मानता येत नाही. राज्यसंस्थेच्या यशापयशाचे मूल्यमापन वेगळ्या कसोट्यांच्या आधारे करणे आवश्यक ठरते.

(2) राज्यसंस्थेने केवळ नैतिक मार्गाचाच अवलंब केला पाहिजे असा आग्रह धरला तर माणसाच्या स्वार्थी व आक्रमक प्रवृत्तीवर नियंत्रण ठेवणे राज्याला शक्य होणार नाही. राज्याचे स्थैर्य आणि सुरक्षितताच जेव्हा धोक्यात येते तेव्हा राज्याचे संरक्षण करण्यासाठी नैतिक-अनैतिक, न्याय-अन्याय अशा गोष्टींचा विचार न करता आवश्यक असेल तो मार्ग स्वीकारणेच योग्य होय असे मॅकियाव्हली मानतो.

(3) राजकारणात कोणत्याही धोरणाची योग्यायोग्यता त्या धोरणाच्या यशापयशावर ठरत असते. राज्याची सुरक्षितता आणि समृद्धी साध्य करणे हे राज्याचे उद्दिष्ट प्राप्त करण्यात यश मिळणे हे राजकारणात महत्त्वाचे असते. त्यासाठी मार्ग कोणते वापरले जातात हे महत्त्वाचे नसते असा मॅकियाव्हलीचा दृष्टिकोन आहे.

मूल्यमापन

राजकारण आणि नीतिमत्ता यांची फारकत करण्याच्या मॅकियाव्हलीच्या दृष्टिकोनावर बऱ्याच अभ्यासकांनी टीका केलेली आहे. राजकारणाला नैतिक अधिष्ठान असले पाहिजे. केवळ साध्य चांगले असून चालत नाही तर त्यासाठी वापरली जाणारी साधने किंवा मार्ग हे सुद्धा चांगले असले पाहिजेत. मार्ग चांगला नसेल तर चांगले उद्दिष्ट साध्य करता येणार नाही; म्हणून नीतिमत्ता आणि राजकारण यांची फारकत करणे चुकीचे होय. जे नैतिकदृष्ट्या अयोग्य आहे ते राजकीयदृष्ट्यासुद्धा अयोग्य आहे. असा दृष्टिकोन अनेक विचारवंतांनी मांडलेला आहे. त्याचप्रमाणे नीतिमत्तेबाबत राज्यकर्त्यांसाठी एक कसोटी आणि प्रजाजनांसाठी वेगळी कसोटी लावण्याच्या मॅकियाव्हलीच्या दृष्टिकोनावरही अनेकांनी टीका केलेली आहे.

याबाबत असे म्हणता येईल की, मॅकियाव्हलीने राज्यसंस्थेला सर्वोच्च स्थान देऊन धर्म व नीती यांना दुय्यम मानले; याचे कारण राज्याचे संरक्षण आणि राज्याची समृद्धी हे त्यांच्या दृष्टीने प्रधान कार्य होते. सामर्थ्यशाली आणि समृद्ध राज्य निर्माण करण्याची आत्यंतिक गरज त्याला वाटत होती; त्याला इटलीतील तत्कालीन परिस्थिती कारणीभूत होती. इटलीतील राजकारणाचे जे प्रत्यक्ष अवलोकन त्याने केले होते तसेच ख्रिस्ती

धर्मपीठाचा राजकारणात होणारा हस्तक्षेप आणि त्या धर्मपीठाचे झालेले जे अधःपतन त्याला दिसते होते त्या आधारे राजकारणापासून धर्म व नीती यांची फारकत झाली पाहिजे असे प्रतिपादन करण्यास तो प्रवृत्त झाला.

याचबरोबर हे सुद्धा लक्षात घेतले पाहिजे की, धर्म व नीतिमत्ता याबाबत मॅकियाव्हलीचा दृष्टिकोन उदासीन नव्हता. समाजजीवनात या घटकांना असणारे महत्त्व त्याने मान्य केलेले आहे. मात्र सामर्थ्यशाली राज्य कसे निर्माण होऊ शकेल आणि राज्याचे ऐक्य कसे टिकविता येईल हा त्याच्या दृष्टीने सर्वांत जिव्हाळ्याचा प्रश्न असल्यामुळे इतर उद्दिष्टे त्याने दुय्यम मानली. राज्याला दुबळे बनविणाऱ्या राज्यकर्त्याच्या धोरणाला त्याने कठोर शब्दांत विरोध दर्शविला आहे.

मॅकियाव्हलीने काढलेला निष्कर्ष हा राजकारणाचा त्याने प्रत्यक्ष घेतलेला अनुभव तसेच इतिहासातील काही उदाहरणे या आधारे काढलेला आहे. तो व्यवहारी दृष्टिकोनातून विचार मांडणारा विचारवंत होता. नीतिमत्तेचा आग्रह धरणाऱ्यांनी मॅकियाव्हलीच्या दृष्टिकोनावर कितीही टीका केलेली असली तरी प्रत्यक्ष राजकारणात सत्तेसाठी बऱ्या-वाईट सर्व मार्गांचा अवलंब केला जातो ही वस्तुस्थिती नाकारता येत नाही. प्रत्यक्षात, राजकारणी लोक ज्या मार्गांचा आणि तंत्राचा वापर करतात त्याचेच वर्णन मॅकियाव्हलीच्या विचारात केलेले आढळते. अर्थात, मॅकियाव्हलीने अशा राजकारणाचे केवळ वर्णन केले नसून त्याचे समर्थनही केले आहे असा आक्षेप मात्र त्याच्या दृष्टिकोनावर घेता येण्यासारखा आहे.

3.3 राजाची भूमिका आणि राज्यकर्त्यांसाठी आवश्यक गुण

राजा कसा असावा आणि त्याने राज्यकारभार कशा प्रकारे करावा, हा मॅकियाव्हलीच्या विचारातील प्रमुख विषय असल्याने त्याने आपल्या ग्रंथात राजाच्या अंगी कोणते गुण असावेत याची विस्ताराने चर्चा केली आहे. राज्यकर्ता यशस्वी व प्रभावी होण्यासाठी त्याने काही तत्त्वांचे पालन केले पाहिजे आणि काही गुण अंगी बाणवले पाहिजे असे तो म्हणतो.

राज्य सामर्थ्यशाली बनविणे हे सर्वोच्च उद्दिष्ट : सर्वप्रथम, राज्याचे संरक्षण करणे आणि राज्य समृद्ध व सामर्थ्यशाली बनविणे हे राज्यकर्त्याने सर्वोच्च उद्दिष्ट मानले पाहिजे. हे उद्दिष्ट साध्य करण्यामध्येच राज्याचे अंतिम हित आहे हे जाणून साधनशुचितेचे किंवा नैतिकतेचे स्तोम न माजविता त्याने प्रसंगी कपट-कारस्थान, लबाडी, दुटप्पीपणा यांचाही वापर करणे गैर मानू नये. जेव्हा राज्यच संकटात असते तेव्हा योग्यायोग्यतेचा, नैतिक-अनैतिकतेचा विचार गैरलागू ठरतो. राजकारणात धर्म आणि नीतीची बंधने लागू पडत नाहीत. प्रसंगी अनैतिक मार्गांचा वापर करणेही भाग पडते. त्यामुळे धर्म व नीतीची बंधने पाळण्याचे राज्यकर्त्याला कारण नाही.

राज्यकर्त्याने राजकारणात कट-कारस्थान, कपटनीती यांची आवश्यकता भासेल तेव्हा जरूर अवलंब करावा; पण लोकांसमोर आपली प्रतिमा गुणवान, चारित्र्यसंपन्न, उदार अशा राज्यकर्त्याची राहील अशी खबरदारी त्याने घेतली पाहिजे. चांगला राज्यकर्ता असा नावलौकिक त्याने संपादन केला पाहिजे. म्हणजे राजकारणातील कपट-कारस्थाने अधिक यशस्वीपणे तो अमलात आणू शकेल. प्रजाजनांची धार्मिक वृत्ती, नैतिक निष्ठा, त्यांचा भोळेपणा यांचा आपल्या राजकारणासाठी जेवढा शक्य असेल तेवढा उपयोग राज्यकर्त्याने करून घेतला पाहिजे.

आदरयुक्त भीती निर्माण करावी : मॅकियाव्हली म्हणतो की, राज्यकर्त्याने स्वतःविषयी प्रजाजनामध्ये भीती आणि आदर निर्माण केले पाहिजे, पण द्वेष मात्र निर्माण करू नये. लोकांना आपल्याविषयी द्वेष वाटू नये यासाठी त्यांच्या खाजगी मालमत्तेवर राज्यकर्त्याने कब्जा मिळविण्याचा कधी प्रयत्न करू नये. सामाजिक रूढी, परंपरा, प्रथा यांचा आदर करावा. लोकांच्या धार्मिक भावनांचा आदर करावा. शेती, व्यापार-उदीम, कला यांच्या वाढीला उत्तेजन द्यावे. लोकांना राजकीय शिक्षण मिळावे या उद्देशाने त्यांना शासकीय कार्यातही सहभागी करून घ्यावे. कारण प्रजाजन संतुष्ट असणे ही राज्याच्या अस्थैर्यासाठी सर्वांत आवश्यक गोष्ट असते.

राज्यकर्ता हा निष्ठुर आहे, यापेक्षा तो दयाळू आहे अशी त्याची कीर्ती असणे केव्हाही चांगले. पण त्याच्या दयाळूपणाचा गैरफायदा घेतला जाणार नाही याची खबरदारी घेणे आवश्यक असते. सर्वांवर दया दाखवून समाजात स्वैराचार निर्माण होऊ देण्यापेक्षा न्यायबुद्धीने राज्यकारभार करणे योग्य होय. दयाबुद्धीचा अतिरेक झाला तर अखेर राज्यालाच ते हानिकारक ठरते.

विचारपूर्वक कृती करावी : राज्यकर्त्याने कोणतीही कृती घाईने करू नये. विचारपूर्वक धोरण आखून राज्यकारभार चालवावा. आपल्या धोरणाबाबत त्याला आत्मविश्वास असला पाहिजे. आत्मविश्वास नसेल तर तो चांगल्या प्रकारे कारभार करू शकणार नाही. पण त्याचबरोबर अतिविश्वासही त्याने बाळगू नये. कारण अतिविश्वासामुळे राज्यकर्ता बेसावध बनतो. म्हणजेच विश्वासपूर्वक पण सावधानतेने त्याने कारभार केला पाहिजे.

राज्यकर्त्याने लोकांचे प्रेम आणि आदर संपादन करणे, त्याचबरोबर लोकांमध्ये भीती किंवा दरारा निर्माण करणे सर्वांत श्रेयस्कर होय. पण या दोन गोष्टी एकाच वेळी साध्य करता येत नसतील तर राज्यकर्त्यांबद्दल लोकांना भीती वाटणे हे प्रेम वाटण्यापेक्षा अधिक सुरक्षित असते. सामान्यतः लोक लोभी, कृतघ्न आणि भित्रे असतात. राज्यकर्त्याचे धोरण त्यांना जोपर्यंत लाभदायक वाटत असते तोपर्यंत ते राज्यकर्त्याला पाठिंबा देतात व त्याच्यावर निष्ठा ठेवतात. पण त्याची गरज संपली म्हणजे राज्यकर्त्यांविरुद्ध बंड करण्यासही प्रवृत्त होतात. म्हणून लोकांचे केवळ प्रेम संपादन करणे राज्यकर्त्याच्या दृष्टीने पुरेसे सुरक्षित

नसते. प्रेमाने लोकांना आपल्या अंकित ठेवू इच्छिणाऱ्या राज्यकर्त्याला लोक प्रसंगी दगा देतील; म्हणून लोकांमध्ये भीती व दरारा निर्माण करणे अधिक श्रेयस्कर असते. मात्र राज्यकर्त्याने आपला दरारा निर्माण करताना लोकांमध्ये आपल्याविषयी द्वेषभावना निर्माण होणार नाही याची काळजी घेतली पाहिजे. गुन्हेगारांना शासन करताना सबळ पुराव्यानिशी आणि उघडपणे करावे. राज्यकर्ता हा लोकांना न्यायनिष्ठुर वाटला पाहिजे; पण तो क्रूरकर्मा आहे असे वाटू नये. दिलेल्या वचनाला जागणे हे मोठेपणाचे लक्षण आहे. पण राज्यकर्त्याला नेहमीच आपल्या वचनाशी एकनिष्ठ राहणे शक्य नसते, शहाणपणाचेही नसते. त्याने याबाबतीत परिस्थिती पाहून वागावे; शहाणा व दूरदर्शी राज्यकर्ता राज्याच्या हितासाठी गरज वाटल्यास वचनभंग करण्यास कचरत नाही. अनुभवावरून हे दिसते की, राजकारणात वचनाशी एकनिष्ठ राहणे नेहमीच शक्य नसते. वचन दिले त्यावेळची परिस्थिती बदलली आणि नव्या परिस्थितीत वचन पाळणे अहितकारक ठरत असेल तर राज्यकर्त्याने ते न पाळणेच योग्य होय. सर्व लोक वचनाशी एकनिष्ठ राहणारे असते तर गोष्ट वेगळी होती. पण लोक कुटील कारस्थानी असतात. ते वचन पाळणारे नसतात; म्हणून राज्यकर्त्यानेही आपल्या वचनाशी एकनिष्ठ राहण्याची गरज नाही. अशा वेळी आपल्या कृतीच्या समर्थनासाठी अनेक प्रकारची कारणे राज्यकर्ता सांगू शकतो आणि चांगुलपणाचा आभास निर्माण करून आपला खरा हेतू झाकून ठेवू शकतो.

कार्यक्षम प्रशासक : सामर्थ्य आणि कार्यक्षमता हेच यशस्वी राज्यकर्त्याचे खरे आधार असतात हे ओळखून राज्यकर्त्याने सामर्थ्यशाली बनले पाहिजे आणि कार्यक्षमतेने कारभार चालविला पाहिजे. सामर्थ्यशाली आणि कर्तबगार राज्यकर्ताच लोकांची निष्ठा संपादन करू शकतो. कायदा आणि सत्ता या दोन्ही साधनांचा कौशल्याने वापर करून राज्यकर्त्याने आपले उद्दिष्ट साध्य केले पाहिजे.

देश रक्षणाला सर्वोच्च प्राधान्य : परराष्ट्र धोरणाबाबत मॅकियाव्हली म्हणतो की, आपल्या राज्याचे संरक्षण आणि राज्याचा विस्तार हे राज्यकर्त्याचे उद्दिष्ट असले पाहिजे. शेजारील राज्यावर त्याने करडी नजर ठेवली पाहिजे व त्यांचा हल्ला होण्यापूर्वीच स्वतः त्यांच्यावर हल्ला करून त्यांचा निःपात केला पाहिजे. पण त्याच वेळी आपली शक्ती कमी होणार नाही याचीही काळजी राज्यकर्त्याने घेतली पाहिजे. यासाठी राज्याचे स्थैर्य आणि सुव्यवस्था कायम राहील याकडे लक्ष दिले पाहिजे. राज्यात कायद्याचा कडक अंमल ठेवला पाहिजे. तसेच राज्यातील लोकांची आर्थिक स्थिती चांगली राहील याचीही काळजी घेतली पाहिजे. त्यामुळे ते संतुष्ट राहतील. मॅकियाव्हलीने राज्यकर्त्याला असाही सल्ला दिला आहे की, त्याने परकीय भाडोत्री सैन्यावर अवलंबून न राहता देशांतर्गत नागरिकांचे, देशाशी एकनिष्ठ लोकांचे सैन्य उभारावे; परकीय भाडोत्री सैन्य हे शत्रूपेक्षा राज्यकर्त्याला स्वतःलाच त्रासदायक ठरतात.

3.4 राजशाही आणि प्रजासत्ताक शासनपद्धतीविषयी मॅकियाव्हलीचे विचार

शासनसंस्थांचे प्रकार सांगताना मॅकियाव्हलीने ॲरिस्टॉटलचे वर्गीकरण स्वीकारले आहे. म्हणजे राजसत्ता, महाजनसत्ता, लोकसत्ता हे शासनसंस्थांचे योग्य प्रकार आणि हुकूमशाही, धनिकशाही, समूहशाही हे शासनसंस्थांचे अयोग्य किंवा विकृत प्रकार असल्याचे तो मानतो. तसेच सर्वसाधारणपणे शासनसंस्थेचा मिश्र प्रकार हा सर्वांत चांगला असेही मानतो. पण त्याने आपल्या ग्रंथामधून राजशाही आणि प्रजासत्ताक या दोन प्रकारांचीच विस्तारपूर्वक चर्चा केलेली आहे. 'प्रिन्स' या आपल्या ग्रंथात राजशाही या प्रकारासंबंधी चर्चा केलेली आहे तर 'डिस्कोर्सेस' या दुसऱ्या ग्रंथात प्रजासत्ताक पद्धतीबद्दलची चर्चा आहे. शासनसंस्थेच्या या प्रकारासंबंधी मॅकियाव्हलीचे विचार पाहिल्यानंतर शासनसंस्थेचा कोणताही एक प्रकार सर्वोत्कृष्ट आणि सर्व परिस्थितीत योग्य ठरत नाही; सामाजिक आणि आर्थिक परिस्थितीतील फरकानुसार विशिष्ट राज्यात कोणता प्रकार योग्य ठरेल हे पाहावे लागते. विशिष्ट सामाजिक आणि आर्थिक परिस्थितीत राजशाही हा प्रकार सर्वोत्कृष्ट ठरतो तर त्याहून वेगळी परिस्थिती असेल तर तिथे प्रजासत्ताक पद्धत योग्य ठरते, अशा मताचा तो होता हे स्पष्ट होते.

आर्थिक बाबतीत जिथे बऱ्याच प्रमाणात समता असेल आणि राजकीय सत्तेचे बऱ्याच प्रमाणात विकेंद्रीकरण झालेले असेल; तसेच जिथे लोक गुणवान, सार्वजनिक प्रश्नाबद्दल जागरूक असतील, सामाजिक ऐक्याची भावना त्यांच्यामध्ये असेल तिथे प्रजासत्ताक शासनपद्धती सर्वोत्कृष्ट ठरते. प्रजासत्ताक पद्धती यशस्वी होण्यासाठी लोकांचे राजकीय शिक्षण होणे आणि त्यांच्यात परस्पर सहकार्याची वृत्ती असणे आवश्यक असते. राजशाहीपेक्षा प्रजासत्ताक पद्धतीची प्रस्थापना करणे अवघड असते. पण त्याचबरोबर राजशाहीपेक्षा प्रजासत्ताक पद्धती अधिक स्थिर असते. कारण या पद्धतीत लोकांना शासनाच्या कार्यात सहभागी होता येत असल्याने शासनाला त्यांचा पाठिंबा लाभतो. तसेच, या पद्धतीत भ्रष्टाचाराला कमी वाव असतो. एका व्यक्तीच्या हाती सर्व सत्ता असेल तर ती भ्रष्ट बनल्याचा धोका जास्त असतो. परंतु समाजाच्या हाती सत्ता असते तेव्हा भ्रष्टाचाराला आळा बसतो. राज्याच्या दृष्टीने महत्त्वाच्या अशा व्यापक प्रश्नाबाबत एका व्यक्तीच्या किंवा काही व्यक्तींच्या मतापेक्षा अनेकांनी विचारविनिमयातून ठरविलेले मत अधिक योग्य होय.

अर्थात, प्रजासत्ताक पद्धतीचा मॅकियाव्हली समर्थक असला तरी सोळाव्या शतकात इटलीमध्ये जी राजकीय आणि सामाजिक परिस्थिती होती ती पाहता प्रजासत्ताक पद्धती तिथे स्थापन करणे आणि ती यशस्वी करणे शक्य होईल असे त्याला वाटत नव्हते. आपण

यापूर्वी पाहिल्याप्रमाणे सामर्थ्यशाली अशा एका केंद्रसत्तेखाली इटलीचे एकीकरण घडवून आणणे हे मॅकियाव्हलीच्या दृष्टीने प्रधान कार्य होते. यासाठी प्रबळ आणि अनियंत्रित अशा राजशाहीची गरज मॅकियाव्हलीला वाटत होती. त्युळेच 'प्रिन्स' या ग्रंथात त्याने अनियंत्रित आणि सामर्थ्यशाली अश राजशाहीचा पुरस्कार केलेला आहे. थोडक्यात, जिथे शक्य असेल तिथे प्रजासत्ताक आणि जिथे गरज असेल तिथे राजशाही असावी असा मॅकियाव्हलीचा दृष्टिकोन होता असे म्हणता येईल.

मॅकियाव्हलीच्या विचारांचे मूल्यमापन

मॅकियाव्हली हा वास्तव राजकारणाचा व्यवहारी दृष्टीने विचार करणारा विचारवंत होता. राजकीय सिद्धान्त मांडणारा तत्त्ववेत्ता नव्हता. राज्यासंबंधी सिद्धान्त मांडण्यापेक्षा त्याच्या लिखाणाचा भर हा राज्यकर्ता आणि त्याचे प्रशासन या विषयावर आहे. हे खरे असले तरी मॅकियाव्हलीची गणना श्रेष्ठ राजकीय विचारवंतांमध्ये केली जाते. शास्त्रीय आणि वास्तववादी दृष्टिकोन, मानवी स्वभावाचे प्रत्यक्ष निरीक्षण करून आणि इतिहासाचा आधार घेऊन काढलेले निष्कर्ष, प्रत्यक्ष राजकारणात जे घडत असते त्याचे त्याच्या विचारातून होणारे दर्शन अशा वैशिष्ट्यांमुळे राजकीय विचारांच्या इतिहासात त्याला महत्त्वाचे स्थान प्राप्त झालेले आहे. आध्यात्मिक उद्दिष्ट हेच माणसाचे अंतिम उद्दिष्ट आहे, धार्मिक नियम आणि परंपरा यांचे पालन करण्यातच माणसाचे खरे हित आहे, चर्च ही धर्मसंस्था ईश्वरी इच्छेचे प्रतिनिधित्व करणारी संस्था असल्याने ती सर्वश्रेष्ठ आहे आणि राज्यसंस्थेचे स्थान दुय्यम आहे असा मध्ययुगीन विचारवंतांचा दृष्टिकोन होता. अशा दृष्टिकोनाचा प्रभाव असताना शास्त्रीय दृष्टिकोनातून राज्यसंस्थेचा अभ्यास होणे शक्य नव्हते. मॅकियाव्हलीने ही मध्ययुगीन परंपरा मोडीत काढली आणि शास्त्रीय दृष्टीने राज्यसंस्थेचा अभ्यास करण्याचा मार्ग खुला केला. हे राज्याचे राजकीय विचारातील सर्वांत मोठे योगदान मानावे लागेल. धर्माची राजकारणापासून फारकत करून मॅकियाव्हलीने आधुनिक धर्मनिरपेक्ष शासनपद्धतीची संकल्पनाच त्या काळात मांडली असे म्हणता येईल.

राजकारण आणि नीतिमत्ता यातील संबंध हा राजकीय विचारांमधील एक विवाद्य विषय आहे. मॅकियाव्हलीने राजकारणापासून नीतिमत्तेची फारकत केलेली आहे. त्याच्या या दृष्टिकोनाबाबत मतभेद होऊ शकतात. राजकारणापासून नीतिमत्तेची फारकत करणे म्हणजे साधनांकडे दुर्लक्ष करून साध्य हेच महत्त्वाचे मानणे होय. उद्दिष्ट योग्य असेल तर त्यासाठी कोणत्याही बऱ्याच वाईट साधनांचा वापर समर्थनीय मानणे होय. नीती-अनीतीचा विचार न करता उद्दिष्ट साध्य करण्याबाबत एखादे साधन परिणामकारक आहे की नाही यावरून त्याचे मूल्य ठरविणे होय. त्याचप्रमाणे, अनेक हुकूमशहा राजकारणी कोणताही विधिनिषेध न बाळगता जे सत्तेचे राजकारण खेळत असतात आणि सत्ताप्राप्तीसाठी ज्या कूटनीतीचा

गैरमार्गांचा वापर करतात त्याचे समर्थन करणे होय; अशी टीका मॅकियाव्हलीच्या दृष्टिकोनावर करता येईल. अर्थात, मॅकियाव्हलीने नीतिमत्तेकडे दुर्लक्ष केलेले नाही किंवा सामाजिक जीवनात नीतिमत्तेला असणारे महत्त्व नाकारले नाही. त्याने फक्त नीतिमत्तेबाबत दुहेरी कसोटी वापरलेली आहे. सामाजिक सुव्यवस्था आणि स्थैर्य यासाठी लोकांनी नैतिक नियमांचे पालन केले पाहिजे. पण राजकारण मात्र नैतिक आणि धार्मिक बंधनापासून मुक्त असले पाहिजे असे तो म्हणतो. ग्रीक विचारवंताप्रमाणे मॅकियाव्हलीसुद्धा असे मानतो की, राज्यनिष्ठा हेच लोकांनी जीवनातील सर्वोच्च मूल्य मानले पाहिजे. राज्याचे हित हे सर्वोच्च उद्दिष्ट मानले पाहिजे आणि ते हित साध्य करताना धर्म किंवा नीतिनियमांचा अडथळा होता कामा नये. राज्यकर्त्याने काल्पनिक ध्येयवादाच्या किंवा आदर्श कल्पनांच्या आहारी न जाता राजकारणातील कठोर वास्तवाला सामोरे गेले पाहिजे. सभोवतालची परिस्थिती आणि मानवी स्वभाव लक्षात घेऊन राज्याच्या हिताचे धोरण स्वीकारले पाहिजे. तेच खरे राज्यकर्त्यांचे कर्तव्य आहे अशी मॅकियाव्हलीची धारणा होती.

राज्यसंस्था ही ईश्वराने निर्माण केलेल्या व्यवस्थेचाच एक भाग आहे हे लक्षात घेऊन राज्याचे स्वरूप आपण समजून घेतले पाहिजे, ही मध्ययुगीन विचारवंतांची कल्पना मॅकियाव्हलीने अमान्य करून राजकीय विचारांना त्याने धार्मिक तत्त्वज्ञानाच्या बंधनातून मुक्त केले आणि राजकीय तत्त्वज्ञान धर्मनिरपेक्ष बनविले. या कारणामुळेच मॅकियाव्हली हा प्रबोधनकाळाचे अपत्य म्हणून ओळखला जातो.

मॅकियाव्हलीच्या धर्मनिरपेक्ष दृष्टिकोनाप्रमाणेच, दुसऱ्या एका कारणामुळेही तो आधुनिक राजकीय विचारांचा प्रणेता मानला जातो. आधुनिक काळातील राजकीय विचार हे राष्ट्र-राज्याच्या संकल्पनेभोवती गुंफलेले आढळतात. सार्वभौमत्व हे राष्ट्र-राज्याच्या संकल्पनेचे महत्त्वाचे वैशिष्ट्य आहे. त्यामुळे आधुनिक राजकीय विचारात सार्वभौमत्वाचा अर्थ, स्वरूप, त्याची मर्यादा याविषयीच्या चर्चेला महत्त्वाचे स्थान आहे. मॅकियाव्हलीने सार्वभौमत्वाबद्दल विस्ताराने चर्चा केलेली नसली आणि सार्वभौमत्वाचा अर्थ स्पष्ट करण्याचा प्रयत्न केलेला नसला तरी राष्ट्रीय सार्वभौमत्वाची कल्पना बीजरूपाने त्याच्या विचारात आढळते. मध्ययुगातील सरंजामशाही व्यवस्थेची कल्पना तसेच धर्मसत्तेच्या श्रेष्ठत्वाची कल्पना अमान्य करून त्याने राज्याच्या श्रेष्ठत्वाची कल्पना मांडलेली आहे. राज्यांतर्गत सर्व व्यक्ती आणि संस्था यापेक्षा राज्याची सत्ता ही सर्वोच्च मानलेली आहे.

अर्थात, मॅकियाव्हलीच्या विचारात काही ठळक दोष आणि विसंगतीही आढळतात. मानवी स्वभाव आणि मानवी प्रेरणा याविषयी मॅकियाव्हलीने गृहीत धरलेली कल्पना ही एकांगी स्वरूपाची आहे. मनुष्य हा मूलतः स्वार्थी, लोभी, कृतघ्न असतो; त्याची मूळ प्रवृत्ती दुष्कर्म करण्याकडे असते. माणसावर सक्ती केली आणि त्याला शिक्षेची भीती असेल तर

तो सन्मार्गाने वागतो, माणसे केवळ भीतिपोटी कायद्याचे पालन करतात आणि स्वार्थापोटी इतरांशी सहकार्य करण्यास तयार होतात. असे मॅकियाव्हली मानतो. मॅकियाव्हलीचा हा दृष्टिकोन बरोबर मानला तर माणसाने कुटुंब, समाज, राज्य इत्यादी संस्थांच्या निर्मितीमध्ये इतर माणसांशी जे सहकार्य केलेले आहे त्याचे स्पष्टीकरण देता येणार नाही. कारण समाजात किंवा राज्यात सभासद म्हणून राहताना माणसाला स्वहितापेक्षा सार्वजनिक हिताला महत्त्व देणे भाग असते. तसेच अनेक बाबतीत इतरांशी सहकार्य करणे भाग असते. माणूस केवळ स्वार्थापोटी असे सहकार्य करण्यास तयार असतो हे प्रतिपादनही एकांगी स्वरूपाचे आहे. माणसामध्ये सार्वजनिक हिताची जाणीव नसेल, तो केवळ स्वहिताचा विचार करणारा असेल तर कोणतीही राज्यव्यवस्था सुव्यवस्थित कार्य करू शकणार नाही.

माणसाला स्वतःची सुरक्षितता सर्वांत जास्त महत्त्वाची वाटते. ही सुरक्षितता राज्यसंस्थेमुळे मिळते; म्हणून राज्यसंस्थेचा उदय झालेला आहे असे मॅकियाव्हली म्हणतो. राज्याचा उदय केवळ सुरक्षिततेच्या गरजेतून झाला असे आपण मान्य केले तर राज्याच्या कार्यक्षेत्रात जी सतत वाढ होत आहे त्याचा अर्थ आपल्याला स्पष्ट करता येणार नाही. राज्यसंस्था ही माणसाला केवळ जीवित वित्तीय संरक्षण देणारी संस्था नसून लोककल्याण साध्य करणे हे सुद्धा राज्याचे उद्दिष्ट असते. या दृष्टीने माणसाला सुरक्षित जीवन जगता यावे म्हणून राज्य अस्तित्वात आले आणि अधिक चांगले जीवन जगता यावे म्हणून ते अस्तित्वात राहिले आहे, हे ॲरिस्टॉटलचे म्हणणे अधिक समर्पक वाटते. राज्यसंस्थेच्या उदयाबद्दलचे ॲरिस्टॉटलचे हे स्पष्टीकरण मॅकियाव्हलीला मान्य होण्यासारखे नव्हते. कारण मॅकियाव्हली माणूस हा समाजशील प्राणी मानत नाही. माणसामधील वाईट प्रवृत्तीप्रमाणेच, त्याच्या काही चांगल्या प्रवृत्तीसुद्धा आहेत हे मान्य केल्याशिवाय राज्याचे स्वरूप आणि उद्दिष्ट याबद्दल बुद्धिनिष्ठ आणि सुसंगत असे स्पष्टीकरण आपण देऊ शकणार नाही.

मॅकियाव्हलीने नीतिमत्तेबाबत राज्यकर्त्यांसाठी आणि प्रजाजनासाठी जी दुहेरी कसोटी वापरलेली आहे ती सुद्धा स्वीकार्य नाही. अनेक राजकारणी सत्ता स्पर्धेमध्ये अनैतिक साधनांचा वापर करतात हे खरे असले तरी राजकारणातला तो नियमच असतो; म्हणून अशा मार्गाचे समर्थन करणे चुकीचे होईल. राजकारणात प्राप्त परिस्थितीत काही वेळा अनैतिक मार्गाचा स्वीकार करावा लागतो हे एकवेळ मान्य केले तरी तत्त्व म्हणून ते स्वीकारणे समर्थनीय नाही.

मॅकियाव्हलीच्या विचारात वरीलप्रमाणे काही दोष दाखविता येत असले तरी राजकीय विचारातील त्याचे महत्त्वाचे स्थान आपल्याला नाकारता येत नाही. इतर श्रेष्ठ दर्जाच्या विचारवंतांप्रमाणेच मॅकियाव्हलीच्या विचारात काही भाग हा तत्कालीन परिस्थितीशी संबंधित आहे तर काही भाग हा शाश्वत स्वरूपाचा आहे.

अनियंत्रित राजशाहीचे समर्थन, राज्यकर्त्यांसाठी आवश्यक गुण, राज्याचे ऐक्य टिकविण्यासाठी सुचविलेले उपाय इत्यादी भाग तत्कालीन परिस्थितीशी संबंधित आहे; तर मानवी स्वभावाची वैशिष्ट्ये, धर्मनिरपेक्षता, सार्वभौमत्व याबद्दलचे त्याचे विचार शाश्वत स्वरूपाचे आहेत.

प्रश्नावली

1. मानवी स्वभावाविषयी मॅकियाव्हलीच्या विचारांची चर्चा करा.

2. 'मॅकियाव्हली हा त्याच्या काळाचे अपत्य होता' – चर्चा करा.

3. व्यक्तिगत आणि सार्वजनिक नीतिमत्तेबाबत मॅकियाव्हलीच्या विचारांचे सटीक परीक्षण करा.

4. राजकारण, धर्म व नीती याबाबत मॅकियाव्हलीच्या विचारांची चर्चा करा.

5. मॅकियाव्हलीच्या मते, राज्यकर्त्यांसाठी आवश्यक गुण कोणते ?

6. मॅकियाव्हलीच्या विचारांचे मूल्यमापन करा.

⊙ टीपा लिहा :

   1. मानवी स्वभावाविषयी मॅकियाव्हलीचे विचार

   2. व्यक्तिगत आणि सार्वजनिक नीतिमत्तेबद्दल मॅकियाव्हलीचे विचार

   3. राजशाही आणि प्रजासत्ताक शासनपद्धती याविषयी मॅकियाव्हलीचा दृष्टिकोन

   4. 'राजाची भूमिका' यासंबंधी मॅकियाव्हलीचे विचार.

■■■■

4

थॉमस हॉब्ज

"I authorize and give up my right of governing myself, to this man, or to this assembly of men, on this condition, that thou give up the right to him, and authorize all his actions in like manner."

इ.स. 1588 – इ.स. 1679

प्रास्ताविक

राज्यसंस्थेचा उदय कसा झाला असेल या प्रश्नाचे उत्तर शोधण्याचा प्रयत्न राजकीय विचारवंतांनी फार प्राचीन काळापासून केलेला आहे. सॉक्रेटिस, प्लेटो, ॲरिस्टॉटल हे प्राचीन काळातील ग्रीक तत्त्ववेत्ते राज्य हे नैसर्गिक मानत असत. मनुष्य ही जशी निसर्गाची निर्मिती आहे तसेच राज्य ही सुद्धा निसर्गाची निर्मिती आहे. मानवी जीवनासाठी ते अपरिहार्य आहे. मनुष्य हा राजकीय प्राणी आहे आणि राज्याशिवाय तो परिपूर्ण जीवन जगू शकत नाही. राज्याची निर्मिती ही माणसामधील नैसर्गिक प्रेरणेतून झालेली आहे; म्हणून राज्यसंस्था ही नैसर्गिक आहे असे या विचारवंतांनी प्रतिपादन केले.

प्राचीन काळापासून राज्याच्या उदयासंबंधी दुसरा सिद्धान्त मांडला गेला तो दैवी सिद्धान्त. मध्ययुगीन काळापर्यंत या सिद्धान्ताचा प्रभाव होता. राज्य हे ईश्वरनिर्मित आहे. राज्यकर्ता हा सुद्धा ईश्वराचा दूत किंवा पुत्र आहे असे या सिद्धान्तात मानलेले होते. प्राचीन आणि मध्ययुगीन काळात जी अनियंत्रित राजशाही होती तिचे समर्थन या सिद्धान्ताने केले. राजा हा ईश्वराचा दूत किंवा पुत्र मानण्यात आला. आणि राजाची आज्ञा ही ईश्वराचीच आज्ञा ठरविण्यात आली. तिचे पालन करणे प्रजेचे धार्मिक कर्तव्य ठरले. या सिद्धान्ताने राजकीय सत्तेची सांगड धर्मश्रद्धेशी घातली.

प्राचीन तसेच आधुनिक काळातील काही विचारवंतांनी शक्ती सिद्धान्त मांडला. राज्य हे बळाच्या आधारे निर्माण झाले आणि बळाच्या आधारे टिकून राहिलेले आहे. सामर्थ्य हा राज्याच्या अस्तित्वाचा आधार असतो. सामर्थ्याच्या आधारेच राज्य परचक्रापासून आपले रक्षण करते आणि प्रजेवर आपली सत्ता गाजवते असे हा सिद्धान्त मानतो.

सामाजिक करार सिद्धान्त

राजकीय विचारांच्या इतिहासात दैवी किंवा शक्ती सिद्धान्तापेक्षाही सामाजिक करार सिद्धान्ताची राजकीय विकासातील कामगिरी अधिक महत्त्वाची आहे. कारण या सिद्धान्ताने राज्य हे दैवी इच्छेने किंवा बळाच्या आधारे निर्माण झालेले नसून ते माणसाच्या गरजेतून निर्माण झालेले आहे हे तत्त्व प्रतिपादन केले.

प्राचीन ग्रीक संस्कृतीच्या काळात ग्लुकॉनसारखे काही सोफिस्ट विचारवंत, लोकांनी केलेल्या करारातून राज्याची निर्मिती झाली अशी कल्पना मांडत असत. पण सतराव्या व अठराव्या शतकात युरोपीय विचारवंत हॉब्ज, लॉक आणि रूसो यांनी पद्धतशीरपणे व प्रभावीपणे या सिद्धान्ताची मांडणी केली. त्यांनाच सामाजिक करार सिद्धान्ताचे प्रणेते मानले जाते. राज्य हे समाजाच्या गरजेतून निर्माण झालेले आहे हा मुद्दा प्रतिपादन करत असतानाच व्यक्तीचे नैसर्गिक हक्क, सार्वभौम सत्तेचे स्वरूप याबद्दलही आपल्या कल्पना मांडून या विचारवंतांनी राजकीय विचारांच्या विकासात महत्त्वाची कामगिरी केली आहे.

या तीन विचारवंतांपैकी हॉब्ज आणि लॉक हे ब्रिटिश विचारवंत आहेत तर रूसो हा फ्रेंच विचारवंत आहे. त्यांचा कालखंडही वेगवेगळा आहे. हॉब्ज आणि लॉक हे सतराव्या शतकातील तर रूसो हा अठराव्या शतकातील विचारवंत आहे. प्रत्येकाच्या विचारावर त्याच्या देशातील तत्कालीन राजकीय व सामाजिक परिस्थितीचा प्रभाव होता. त्या वेळच्या राजकीय व सामाजिक समस्यांवर उपाय शोधण्याच्या उद्देशाने प्रेरित होऊनच त्यांनी आपले विचार मांडलेले आहेत. त्यामुळे त्यांच्या विचारात खूप मोठी भिन्नता आढळते. पण तीनही विचारवंतांच्या विचारातील मध्यवर्ती सूत्र समान आहे. ते म्हणजे राज्य निर्माण होण्यापूर्वी माणूस निसर्गावस्थेत राहत होता. या निसर्गावस्थेत माणसांवर नियंत्रण ठेवणारी कोणतीही सत्ता नव्हती किंवा कायदे नव्हते. प्रत्येक माणूस आपल्या इच्छेप्रमाणे वागण्यास स्वतंत्र होता. अशा त्या काळात लोकांसमोर काही समस्या निर्माण झाल्या. त्या सोडविण्यासाठी सर्व लोकांवर नियंत्रण ठेवू शकेल अशा सत्तेची गरज भासू लागली. म्हणून सर्व लोकांनी मिळून करार केला आणि राज्याची निर्मिती केली. राज्याचा उदय झाल्यानंतर निसर्गावस्था संपुष्टात आली; सार्वभौम सत्तेचा उदय झाला आणि माणसाच्या राजकीय जीवनास प्रारंभ झाला.

अशा प्रकारे राज्यपूर्व काळातील निसर्गावस्था, ती संतुष्टात आणण्यासाठी केलेला सामाजिक करार आणि त्यातून राज्याची निर्मिती ही तीनही विचारवंतांच्या विचारातील मध्यवर्ती कल्पना आहे. राज्य हे सामाजिक करारातून निर्माण झाले हे तत्त्व त्यांनी प्रतिपादन केले. म्हणून त्यांनी मांडलेला सिद्धान्त हा 'सामाजिक करार सिद्धान्त' या नावाने ओळखला जातो.

मात्र या विचारवंतांनी निसर्गावस्थेचे रेखाटलेले चित्र वेगवेगळे आहे. सामाजिक करार का करण्यात आला, त्याची सांगितलेली कारणे वेगवेगळी आहेत. तसेच कराराचे त्यांनी सांगितलेले स्वरूप वेगवेगळे आहे.

थॉमस हॉब्ज यांचा जीवनपरिचय

थॉमस हॉब्ज हा ब्रिटिश विचारवंत या तीन विचारवंतांमधील प्रारंभीचा विचारवंत होय. त्याचा जन्म सन 1588 मध्ये वेस्टपोर्ट या गावी झाला. त्याचे प्रारंभीचे शिक्षण मालमेसबरी आणि उच्च शिक्षण ऑक्सफर्ड येथे झाले. शिक्षण पूर्ण झाल्यानंतर त्याची नेमणूक राजघराण्यातील राजपुत्रांचा शिक्षक म्हणून करण्यात आली. यामुळे त्या काळातील बेन जॉन्सन, बेकन अशा त्या काळातील आघाडीच्या लेखक, विचारवंतांच्या संपर्कात तो आला. सुप्रसिद्ध इटालियन शास्त्रज्ञ गॅलिलिओ याच्याशीही त्याचा परिचय झाला.

या काळात ब्रिटनमध्ये यादवी युद्ध सुरू झाले. ब्रिटनमध्ये स्टुअर्ट घराण्याची राजवट होती. पहिला चार्लस् हा राजपदावर होता. त्याच्या एकतंत्री कारभाराविरुद्ध लोकांनी उठाव केला. ऑलिव्हर क्रॉमवेल हा त्यांचा नेता होता. राजाचे सैन्य आणि क्रॉमवेलचे सैन्य यांच्यात युद्ध झाले. राजाचा पराभव झाला. त्याला दोषी ठरवून मृत्युदंड देण्यात आला.

त्यावेळी राजपुत्र दुसरा चार्लस् यांच्या समवेत हॉब्ज फ्रान्समध्ये गेला. तेथील वास्तव्यात दुसरा चार्लस्चा शिक्षक म्हणून त्याने काम केले.

इकडे ब्रिटनमध्ये क्रॉमवेलच्या नेतृत्वाखाली प्रजासत्ताकाची स्थापना करण्यात आली. सन 1658 मध्ये क्रॉमवेलचा मृत्यू झाला. त्यानंतर दुसरा चार्लस् ब्रिटनमध्ये परतला आणि त्याने राजपद ग्रहण केले. दुसऱ्या चार्लस्बरोबर हॉब्जही ब्रिटनमध्ये परत आला.

ब्रिटनमधील यादवी युद्ध, पहिल्या चार्लस्ला दिलेली मृत्युदंडाची शिक्षा, त्यानंतर क्रॉमवेलची सत्ता या घटनांचा हॉब्जच्या मनावर मोठा परिणाम झाला. क्रॉमवेलने आपली सत्ता प्रस्थापित केली खरी; पण सर्वसामान्य जनतेने या बदलाचा मनापासून स्वीकार केला नाही. तेथील राजकीय अस्थिरता कायम राहिली आणि राजपुत्र असलेल्या दुसऱ्या चार्लस्ला राजपद देणे गरजेचे बनले.

फ्रान्समधील वास्तव्यात तेथील अनियंत्रित राजशाही आणि तेथील राजकीय स्थैर्य हॉब्जने अनुभवले होते. राजकीय अस्थिरता त्याला धोकादायक वाटत होती. ब्रिटनमधील घटनांनी सर्वशक्तिमान राजा असणे त्याला गरजेचे वाटू लागले. राजा नसेल तर अराजक निर्माण कसे होते ते त्याने पाहिले आणि तो निरंकुश राजसत्तेचा पुरस्कर्ता बनला. त्याच्या सामाजिक करार सिद्धान्तामध्ये त्याच्या या विचाराचे प्रतिबिंब दिसते.

इंग्लंडमध्ये परतल्यानंतर त्याचे वास्तव्य इंग्लंडमध्येच राहिले. सन 1679 मध्ये त्याचा मृत्यू झाला.

विचारांची वैशिष्ट्ये

'The Elements of Law' (कायद्याची मूलतत्त्वे) हा हॉब्जने आपले तत्त्वज्ञान मांडण्यासाठी लिहिलेला पहिला ग्रंथ होय. तो त्याने सन 1640 मध्ये लिहून पूर्ण केला. मात्र तो सन 1650 मध्ये प्रसिद्ध झाला. दरम्यानच्या काळात इंग्लंडमधील यादवी युद्धामुळे त्याला फ्रान्समध्ये जावे लागले. तेथील वास्तव्यात सन 1642 मध्ये त्याचा 'दि सिव्हं' हा ग्रंथ प्रसिद्ध झाला. सन 1651 मध्ये त्याचा सर्वोत्कृष्ट मानला गेलेला 'लेविएथन' (महाराक्षस किंवा सर्वशक्तिमान राज्य) हा ग्रंथ प्रसिद्ध झाला. इंग्लंडमध्ये परतल्यानंतर सन 1659 मध्ये यादवी युद्धावर त्याने लिहिलेला 'ए डायलॉग ऑन दि सिव्हिल वॉर्स' (यादवी युद्धावरील संवाद) हा ग्रंथ प्रसिद्ध झाला.

हॉब्ज निरिश्वरवादी होता. दैववाद, धार्मिक कर्मकांड यांवर त्याचा विश्वास नव्हता. बुद्धिनिष्ठता, विचार मांडण्याची तर्कशुद्ध, किंबहुना गणिताप्रमाणे काटेकोर पद्धती आणि प्रभावी भाषाशैली ही त्याची वैशिष्ट्ये होती. त्याने केलेले मानवी स्वभावाचे वर्णन, अनियंत्रित राजशाहीचा पुरस्कार यावर नंतरच्या काळात अनेक टीकाकारांनी टीका केली; पण त्याच्या विचारातील दोष दाखविणारे टीकाकारसुद्धा त्याची तर्कशुद्ध विवेचन पद्धती आणि भाषाशैली

यामुळे प्रभावित झाले. राजकीय विचार इतक्या पद्धतशीरपणे आणि प्रभावीपणे मांडणारा विचारवंत विरळाच म्हणावा लागेल. त्यामुळे त्याने वाढलेल्या निष्कर्षांवर अनेकांनी टीका केली असली तरी हॉब्जला वाचकवर्ग मोठ्या प्रमाणात लाभला.

हॉब्जने केलेले मानवी स्वभावाचे विवेचन, निसर्गावस्थेचे वर्णन, सामाजिक कराराचे स्वरूप, त्याची सार्वभौमत्वाची कल्पना याची आपण माहिती घेऊ.

4.1 हॉब्जचे मानवी स्वभावाविषयी विचार

हॉब्जच्या मते, सारे विश्व हे एक यंत्रच आहे. हे यंत्र अनेक लहान-मोठ्या भागांचे बनले असून यांत्रिक नियमानुसार हे भाग हालचाल करत असतात. त्यांची हालचाल किंवा गती हे विश्वाचे मुख्य तत्त्व आहे. मनुष्य हा विश्वाचाच भाग आहे. तो विश्वाचेच सूक्ष्म रूप आहे. तो सुद्धा एक यंत्रच आहे आणि त्याचे कार्य हे यांत्रिक नियमानुसार चालते. मानवरूपी यंत्र हे वनस्पती, प्राणी यांच्यापेक्षा गुंतागुंतीचे आहे. पण वनस्पती, प्राणी तसेच विश्व यांच्याप्रमाणेच मानवरूपी यंत्रात अनेक कण असतात. ते एकमेकांशी जुळलेले असतात आणि हालचाल करत असतात किंवा त्यांना गती असते.

गॅलिलिओ याने ज्याप्रमाणे विश्वरूपी यंत्राच्या गतीचे नियम शोधण्याचा प्रयत्न केला, तसाच प्रयत्न मानवरूपी यंत्राच्या कणांची हालचाल कशी होते किंवा त्यांना गती कशी प्राप्त होते हे शोधण्याची हॉब्जची आकांक्षा होती.

हॉब्ज असे मानतो की, माणसाच्या विचारासहित सर्व काही माणसाच्या जाणिवेतून निर्माण होते. माणसाला बाह्य गोष्टींची जाणीव डोळे, नाक, कान, त्वचा, जीभ या पंचेंद्रियांच्या मार्फत होते. या जाणिवेतूनच माणूस स्मृती, कल्पना, समजूतदारपणा प्राप्त करतो. पंचेद्रियांकडून ज्या जाणिवा होतात त्यांची आठवण किंवा स्मृती ठेवणे, कल्पना करणे, समंजसपणा बाळगणे ही माणसाची शक्ती असते.

आठवणी किंवा स्मृती साठविण्याची क्षमता, माणसाकडे असणारी कल्पनाशक्ती आणि अनुभवातून आलेला समजूतदारपणा माणसाच्या मेंदूमध्ये स्पंदने निर्माण करतात. ही स्पंदने म्हणजेच माणसाच्या भावना किंवा मनोविकार होत. माणसाकडून होणारी कृती त्यावरच आधारलेली असते.

माणसाला जी गोष्ट प्राप्त करण्याची इच्छा असते तिला तो चांगली मानतो आणि ती प्राप्त करण्याबाबत त्याच्या मनामध्ये जी स्पंदने निर्माण होतात ती माणसाला सुखदायी असतात. जी गोष्ट माणसाला आवडत नाही तिला तो वाईट मानतो आणि अशा गोष्टींपासून माणसाच्या मनामध्ये निर्माण होणारी स्पंदने वेदनादायी असतात.

मात्र, चांगले आणि वाईट अशी कायमस्वरूपी विभागणी एका व्यक्तीच्या बाबतीतही करणे शक्य नसते. कारण प्रत्येक व्यक्तीची इच्छासुद्धा कायम नसते तर ती बदलणारी असते. स्वाभाविकच, अनेक व्यक्तींच्या बाबतीत चांगले काय आणि वाईट काय, याचा

कायमस्वरूपी निर्णय देता येत नाही. व्यक्ती-व्यक्तीप्रमाणे ते बदलणारे असते तसेच प्रत्येक व्यक्तीच्या बाबतीत कालानुसार बदलणारे असते. म्हणजेच चांगले काय, वाईट काय हे व्यक्तिसापेक्ष असते तसेच ते स्थल, काल, परिस्थितिसापेक्ष असते.

व्यक्तीच्या मनामध्ये ज्या भावना निर्माण झालेल्या असतात त्यानुसार व्यक्तीची इच्छा ठरते आणि व्यक्ती एखादी गोष्ट करण्यास प्रवृत्त होते किंवा ती करण्यापासून परावृत्त बनते. माणूस स्वतःच्या आणि केवळ स्वतःच्याच इच्छेनुसार कृती करण्यास किंवा न करण्यास प्रवृत्त होतो; इतरांची इच्छापूर्ती करण्यासाठी नव्हे. आपल्याला जे पाहिजे ते मिळविण्यासाठी आणि आपल्याला सुरक्षित ठेवण्यासाठी माणूस हालचाल करतो किंवा कृती करतो.

स्वतःची इच्छापूर्ती झाली म्हणजे माणसाला आनंद होतो. पण एका गोष्टीची इच्छापूर्ती होणे हा शेवट नसतो. एक इच्छा पूर्ण झाली म्हणजे माणसाच्या मनात दुसरी इच्छा निर्माण होते. ती पूर्ण करण्यासाठी तो प्रयत्न करू लागतो. माणसाचे आयुष्य म्हणजे अशा इच्छापूर्तीसाठी चाललेली सततची धडपड असते. त्यांची पूर्तता झाली म्हणजे त्याला आनंद मिळतो. ज्यांच्याकडे आपल्या इच्छा पूर्ण करण्याची शक्ती असते त्यांना त्यात यश मिळते. ज्यांच्याकडे ती शक्ती नसते ते अपयशी ठरतात.

हॉब्जने वर्णन केलेला माणूस हा पूर्णपणे आत्मकेंद्री आहे. तो आपल्या इच्छा पूर्ण करण्याच्या आणि त्यातून आनंद मिळविण्याचा प्रयत्नात असतो. माणसाला ज्ञानेंद्रियांमार्फत जी जाणीव होते त्यातून तो ज्ञान प्राप्त करतो. पण व्यक्तीला होणारी जाणीव ही व्यक्ती-व्यक्तीप्रमाणे वेगवेगळी असते आणि त्यातून प्रत्येक व्यक्तीला जाणवणारे जग वेगवेगळे असते. प्रत्येक माणूस त्याला सभोवतालचे जग जसे जाणवले त्यातच गुरफटलेला असतो. प्रत्येक व्यक्तीचे त्यामुळे जग वेगळे, त्याचा आनंद वेगळा, खरे-खोटे व चांगले-वाईट याबद्दलच्या जाणिवा वेगळ्या. प्रत्येक माणूस स्वतःच्या इच्छापूर्तीच्या आणि त्यातून आनंद मिळविण्याच्या प्रयत्नात असतो. इतरांचा तो विचार करत नाही.

हॉब्ज हा अशा प्रकारे पूर्णतः व्यक्तिवादी विचारवंत आहे. राज्यशास्त्रात व्यक्तिवादी विचार इतरही काही विचारवंतांनी मांडले. पण व्यक्तिवादी विचार मांडताना मनुष्य हा समाजात राहतो आणि समाजाप्रती त्याची काही कर्तव्ये असतात तसेच व्यक्तीला स्वतःचा विकास साध्य करण्यासाठी समाजाकडून सहकार्य मिळणे आवश्यक असते. एवढी तरी बाब इतर व्यक्तिवादी विचारवंत मान्य करतात. पण हॉब्ज हा निरपवाद व्यक्तिवादी आहे. समाजातील व्यक्तींचे परस्पर सहकार्य, सामूहिक हित अशा गोष्टींना त्याच्या विचारात स्थान नाही. आत्यंतिक स्वरूपाचा व्यक्तिवाद त्याच्या लिखाणातून दिसून येतो. या अर्थाने व्यक्तिवादी विचारप्रणालीचा तो शिरोमणी मानायला हरकत नाही.

हॉब्जच्या मते, माणूस एकलकोंडा आणि आत्मकेंद्री असला तरी माणसाकडे संभाषण करण्याची शक्ती असते. बोलण्याची जी त्याच्याकडे क्षमता असते त्या आधारे सभोवतालच्या वस्तूंना तो संज्ञा देतो. यातून भाषा निर्माण होते. भाषेद्वारे तो इतर माणसांशी संवाद करू शकतो.

माणसाकडे असणारी दुसरी शक्ती म्हणजे तो तर्क लढवू शकतो किंवा युक्तिवाद करू शकतो आणि आपले म्हणणे दुसऱ्याला पटवून देऊ शकतो.

संभाषण करण्याची क्षमता आणि युक्तिवाद करण्याची क्षमता यामुळे माणूस पशूहून वेगळा ठरतो. संभाषण करण्याची आणि तर्क लढविण्याची किंवा युक्तिवाद करण्याची क्षमता यामुळे माणूस आपल्या एकलकोंडेपणातून बाहेर पडून इतर माणसांशी सामंजस्याने, सहकार्याने कार्य करू शकला असता, पण तसे होत नाही. कारण युक्तिवाद हा कृत्रिम असतो. याउलट, माणसामधील स्वार्थ, अभिलाषा, सत्ताप्राप्तीची आकांक्षा, आत्मकेंद्री वृत्ती या माणसाच्या नैसर्गिक प्रवृत्ती असतात. त्या स्वाभाविक प्रवृत्तीनुसार माणूस वर्तन करतो.

4.2 हॉब्जची निसर्गावस्था

हॉब्जच्या मते, राज्याची निर्मिती होण्यापूर्वी जी निसर्गावस्था होती ती भयानक स्वरूपाची होती. माणसाचे जीवन पशूसारखे होते. माणूस हा मुळातच स्वार्थी वृत्तीचा आणि लोभी आहे. त्याच्या वृत्तीवर वासनेचा पगडा असतो. निसर्गावस्थेत माणसाच्या वृत्तीवर आणि कृतीवर कोणतेच बंधन नसल्यामुळे माणूस हा क्रूर, रानटी आणि लोभी बनलेला होता. जगण्यासाठी चाललेली स्पर्धा, स्वार्थ आणि परस्पर अविश्वास यामुळे माणसामाणसात सतत संघर्ष होत. प्रत्येक जण दुसऱ्याचा शत्रू बनलेला होता. स्वतःचे रक्षण करणे आणि स्वार्थ साधणे हा एकच निसर्गनियम होता. 'बळी तो कान पिळी' अशी ती अवस्था होती. कायदा आणि न्याय यांना त्या अवस्थेत काही स्थान नव्हते. माणूस हा त्यामुळे सतत भीतीने ग्रासलेला आणि एकाकी होता.

हॉब्जने रंगविलेले निसर्गावस्थेचे चित्र हे असे उदास आहे. निसर्गावस्थेचे त्याचे वर्णन हे मानवी स्वभावाबद्दलच्या त्याच्या कल्पनेवर आधारलेले आहे.

माणूस आपली इच्छापूर्ती करण्याच्या सतत प्रयत्नात असतो आणि इच्छापूर्ती झाली म्हणजे त्याला आनंद मिळतो. त्यासाठीच त्याची धडपड चाललेली असते. माणसाकडे असणारी संभाषण कला आणि युक्तिवाद करण्याची क्षमता या आधारेसुद्धा माणूस आपली इच्छापूर्ती करून घेऊ शकतो आणि आनंद मिळवू शकतो. तसे घडल्यास माणसाला इतर माणसांशी सहजीवन शक्य असते; पण तसे घडत नाही. याची दोन कारणे असतात : एक म्हणजे परिस्थिती माणसाला जेव्हा इतर माणसांबरोबर राहण्यास भाग पडते तेव्हा इतर माणसांचे अस्तित्व ह्याच माणसाच्या इच्छापूर्तीच्या मार्गातला अडथळा बनतो.

कारण माणसाला जे पाहिजे असते आणि ते मिळविण्याचा तो प्रयत्न करत असतो तेच इतर अनेक माणसांनाही हवे असते आणि त्यासाठी तेही प्रयत्नशील असतात. यामुळे इतर माणसे ही माणसाची शत्रू बनतात. माणसा-माणसात त्यामुळे स्पर्धा सुरू होते. प्रत्येक जण इतरांपेक्षा जास्त मिळविण्याचा प्रयत्न करतो. इतरांपेक्षा श्रेष्ठ बनण्याच्या या प्रयत्नातून मानसन्मान, संपत्ती, सत्ता मिळविण्याची धडपड सुरू होते. येथे माणसाची तुलना मधमाशा, मुंग्या यांच्याशी करून हॉब्ज म्हणतो, ''माणसे ही सन्मान आणि प्रतिष्ठा मिळविण्यासाठी इतर माणसांशी सतत स्पर्धा करत असतात तशी स्पर्धा मधमाशा, मुंग्या अशा कीटकांमध्ये नसते.'' माणसामधील या स्पर्धेतून असूया, द्वेष आणि अखेर युद्धे सुरू होतात. परिणामी, निसर्गावस्थेत माणसे ही सतत भीती, स्पर्धा आणि युद्ध यांच्या छायेत राहत असतात.

दुसरे म्हणजे माणसाच्या स्वाभाविक प्रवृत्तीत असणारे दोष. माणसाच्या वृत्ती आणि कृतीवर विवेकापेक्षा मनोविकारांचा पगडा मोठा असतो. तो आत्मकेंद्री आणि स्वार्थी असल्याने आपल्याच हिताचा विचार करतो. स्वतःकडे असलेल्या ताकदीपेक्षा अधिक ताकदवान मानतो, आपल्याला हवे ते मिळविण्यासाठी सतत संघर्ष करावा लागणार या वस्तुस्थितीकडे दुर्लक्ष करतो. आपली इच्छापूर्ती झाली नाही तर आपल्याला वैफल्य येईल याबद्दल जी भीती बाळगायला पाहिजे तशी तो बाळगत नाही आणि सत्ता व संपत्तीच्या मोहापायी सतत संघर्ष करण्यास प्रवृत्त होतो.

हॉब्जच्या मते, निसर्गावस्था ही अशी होती. तिथे योग्य काय, अयोग्य काय, न्याय, अन्याय अशा गोष्टींना काही स्थानच नव्हते. प्रत्येकाने आपल्या शक्तीचा वापर करून आपले जीवित सुरक्षित ठेवण्याची आणि आपल्या सुखासाठी जे मिळविता येईल ते मिळविण्याचा प्रयत्न करायचा हा एकच नियम होता. अशा परिस्थितीत उद्योग, व्यवसाय, कला, विज्ञान, संस्कृतीचा विकास होण्याचा संभवच नव्हता. कारण अशा गोष्टींचा विकास होण्यासाठी सामूहिक प्रयत्नांची गरज असते. निसर्गावस्थेत ते अशक्य होते. माणूस अशा परिस्थितीत सापडला त्याला त्याची प्रवृत्तीच कारणीभूत होती. यातून बाहेर पडण्याचा एकच मार्ग होता, तो म्हणजे सर्वांनी मिळून करार करण्याचा आणि त्या करारानुसार सर्वांनी बंधने पाळण्याचा मार्ग.

4.3 हॉब्जच्या सामाजिक कराराचे स्वरूप

निसर्गावस्थेतील निराशाजनक अवस्थेत राहणारा, भीतिग्रस्त असलेला माणूस त्या परिस्थितीतून बाहेर पडण्यास अधीर होता. सर्वच व्यक्तींची मानसिक अवस्था तशी बनली होती. कारण निसर्गावस्थेतील भयानक परिस्थिती कोणालाच मानवणारी नव्हती. 'बळी तो कान पिळी' ही स्थिती अखेरीस सर्वांसाठीच धोकादायक असते. एक बलवान माणूस आपल्या बळाच्या जोरावर दुसऱ्या दुबळ्या माणसावर अन्याय करतो. पण त्या बलवान

माणसावर त्याच्याहून बलवान माणूस अन्याय करण्यास सरसावलेला असतोच; मोठा मासा लहान माशाला खातो आणि त्या मोठ्या माशाला त्याहून मोठा मासा खातो. हा 'मत्स्यन्याय' सर्वांनाच भीतिग्रस्त बनवितो.

निसर्गावस्थेत हीच परिस्थिती होती ती संपुष्टात यावी असे सर्वांनाच वाटू लागले. या परिस्थितीतून बाहेर पडण्यासाठी वाटेल तो त्याग करायला लोक तयार झाले. त्यासाठी सर्व लोकांनी परस्परांशी करार केला. हा करार प्रत्येक व्यक्तीने दुसऱ्या प्रत्येक व्यक्तीशी केला आणि सुव्यवस्था व सुरक्षितता लाभावी यासाठी आपले नैसर्गिक हक्क सोडण्याची तयारी दर्शविली.

हा करार करताना प्रत्येक व्यक्तीने दुसऱ्या प्रत्येक व्यक्तीला जणू काही असे आश्वासन दिले की, "तू जर तुझी शक्ती माझ्याविरुद्ध वापरणार नसशील तर मी सुद्धा माझी शक्ती तुझ्याविरुद्ध वापरणार नाही. तसेच तू जर तुझे नैसर्गिक हक्क एका त्रयस्थ व्यक्तीकडे सोपविणार असशील तर मी सुद्धा माझे नैसर्गिक हक्क त्या एका त्रयस्थ व्यक्तीकडे सोपवीन."

अशा प्रकारचा वापर करून सर्व व्यक्तींनी आपले नैसर्गिक हक्क एका व्यक्तीकडे सुपूर्व केले. ज्या व्यक्तीकडे सर्वांनी आपले हक्क सुपूर्द केले ती व्यक्ती (म्हणजे राजा) सत्ताधीश बनली. मात्र, या करारातून जी व्यक्ती सत्ताधीश बनली ती करारात सामील नव्हती. यामुळे तिच्यावर कोणतेही बंधन नव्हते. करार करणाऱ्या लोकांनी त्या व्यक्तीकडे आपले सर्व नैसर्गिक अधिकार सोपविले. त्यामुळे लोकांना कोणतेही अधिकार उरले नाहीत. ज्या व्यक्तीकडे हे अधिकार सोपविण्यात आले तिची सत्ता अनियंत्रित बनली. अशा प्रकारे एका व्यक्तीची निरंकुश सत्ता निर्माण झाली आणि राज्याचा उदय झाला.

हा करार सर्व व्यक्तींनी एकमेकांशी केला आणि आपले सर्व अधिकार सत्ताधीशाकडे म्हणजे राजाकडे सोपविले. स्वाभाविकच, हा करार मोडण्याचा अधिकार कोणत्याही व्यक्तीला उरला नाही. सत्ताधीशाविरुद्ध क्रांती करण्याचा किंवा त्याच्या आज्ञेला विरोध करण्याचाही अधिकार लोकांना उरला नाही.

कराराची वैशिष्ट्ये

हॉब्जने कराराचे जे वर्णन केले आहे त्या आधारे या कराराची वैशिष्ट्ये पुढीलप्रमाणे सांगता येतील :

1. प्रत्येकाचा दुसऱ्या प्रत्येकाशी करार : हा करार सर्वांनी मिळून केलेला एक करार नाही तर प्रत्येक व्यक्तीने दुसऱ्या प्रत्येक व्यक्तीशी करार केला. त्यामुळे तो अनेकरूपी होता. दर दोन व्यक्तींमध्ये झालेला करार हा त्याचा एक भाग होता.

2.   **सत्ताधीश करारात सामील नाही** : लोकांनी करार करून आपले सर्व अधिकार ज्या व्यक्तीकडे सोपविले ती व्यक्ती सत्ताधीश किंवा राजा बनली; पण ती करारात सामील नव्हती. हा करार झाला तेव्हा राज्य अस्तित्वात नव्हते आणि अर्थातच राजाही अस्तित्वात नव्हता. त्यामुळे तो करारात सामील असण्याचा प्रश्नच नव्हता. हा करार राजा आणि प्रजा यांच्यातला करार नव्हता. तर तो सर्व लोकांनी परस्परांशी केलेला करार होता.

3.   **अनियंत्रित राजशाही** : या कराराने अनियंत्रित, निरंकुश राजशाहीचा उदय झाला आणि त्याचबरोबर राज्यसंस्थाही उदयास आली. या राज्यात जो सत्ताधीश बनला तो करारात सामील नसल्याने त्याच्यावर कराराचे कोणतेही बंधन नव्हते. लोकांनी आपले सर्व अधिकार त्याच्याकडे सोपविल्यामुळे लोकांना काही अधिकार उरले नाहीत. त्यांच्यावर निरंकुश, निरपवाद अशी सत्ता प्रस्थापित झाली. कोणत्याही बंधनाविना सत्तेचा वापर करणे राजाचा अधिकार बनला. राजाची आज्ञा म्हणजे कायदा आणि तो निमूटपणे पाळणे प्रजेचे कर्तव्य ठरले. राजाने ज्याला प्रतिबंध केलेला नाही अशा बाबतीत लोकांना थोडेफार स्वातंत्र्य उरले.

4.   **कायमस्वरूपाचा करार** : लोकांनी जो करार केला तो कायमस्वरूपाचा होता. तो करार मोडण्याचे स्वातंत्र्य लोकांना राहिले नाही. सत्ताधिशाविरुद्ध क्रांती करण्याचा किंवा सत्ताधीशाची अवज्ञा करण्याचा अधिकार लोकांना उरला नाही.

वास्तविक आपले अधिकार हिरावून घेणारा असा कायमस्वरूपी करार करण्याची माणसाची प्रवृत्ती नसते. असुरक्षितता, भीती यामुळे असा करार करण्यास लोक तयार झाले तरी आपले अधिकार कायमचे गमावण्यास लोक तयार होणार नाहीत. आपल्या स्वार्थासाठी आणि स्वतःचे हित साधण्यासाठी लोक तो करार मोडण्यासही प्रवृत्त होतील. तसे होऊ नये यासाठी अशी एक सत्ता आवश्यक ठरते, जी या करारात सामील नाही पण तो करार कायम टिकून ठेवण्याचे कार्य करू शकेल. ही गरज निरंकुश राजसत्ता भागविते. हॉब्ज म्हणतो, ''सर्वशक्तिमान अशा राजाची सत्ता ही सर्व प्रजेसाठी समान सत्ता असते, जी सर्व लोकांना धाकात ठेवते आणि सामूहिक हितासाठी त्यांच्या कृतींना दिशा देते.''

4.4   हॉब्जची सार्वभौमत्वाची कल्पना

हॉब्जच्या सिद्धान्तात कायदेशीर सार्वभौमत्वाची कल्पना दिसून येते. सत्ताधीश राजा हाच तो सार्वभौम मानतो. तो राजा सामाजिक करारात सामील नसल्याने त्याच्यावर कोणतीही कायदेशीर बंधने नसतात किंवा त्याच्या सत्तेला कायदेशीर मर्यादा नसते. राजाचे सार्वभौमत्व हे निरपवाद, निरंकुश, अमर्याद असते. सार्वभौम राजाची इच्छा हाच कायदा असतो. ही सार्वभौम सत्ता देईल तेवढेच स्वातंत्र्य लोकांना उपभोगता येते. सार्वभौम सत्तेची अवज्ञा करण्याचे स्वातंत्र्य लोकांना नसते.

राजा हा कायद्याचे उगमस्थान असतो. कायद्याची अंमलबजावणी करणारा आणि कायद्याचा अर्थ लावणाराही तोच असतो. त्याची इच्छा हाच कायदा असतो. लोक त्याची आज्ञा पाळतात; कारण अराजक संपुष्टात आणून शांतता व सुव्यवस्थेची स्थापन सर्वशक्तिमान अशा राजामुळेच साध्य झालेली असते. लोकांच्या मनात त्यामुळे राजाविषयी कृतज्ञता असते. ते निष्ठापूर्वक त्याच्या आज्ञेचे पालन करतात. अशा सर्वशक्तिमान राजाला उद्देशूनच हॉब्जने 'लेवियाथन' ही संज्ञा वापरलेली आहे.

मूल्यमापन

हॉब्ज हा तर्कशुद्ध पद्धतीने विचार मांडणारा विचारवंत होता. त्याने स्वीकारलेली गृहीत तत्त्वे जर मान्य केली तर त्याचे पुढचे विचारही मान्य करावे लागतात.

राजकीय विचारात त्याचे सर्वांत महत्त्वाचे योगदान म्हणजे कायदेशीर सार्वभौमत्वाची त्याने मांडलेली कल्पना होय. पुढच्या काळात जॉन ऑस्टिन या विचारवंताने हीच कल्पना अधिक स्पष्टपणे आणि पद्धतशीरपणे मांडली.

हॉब्जच्या सिद्धान्ताचा विचार करताना, ब्रिटनमधील तत्कालीन राजकीय परिस्थिती लक्षात घ्यावी लागते. यादवी युद्धानंतर तेथे राजकीय अस्थिरता निर्माण झालेली होती. हॉब्जला अराजकाची भीती वाटत होती. यामुळेच तो अनियंत्रित राजसत्तेचा पुरस्कर्ता बनला.

प्राचीन काळापासून राजसत्तेला दैवी सिद्धान्ताने आधार प्राप्त करून दिला होता; पण आधुनिक काळात दैवी सिद्धान्ताला महत्त्व उरले नाही. अशा परिस्थितीत राजकीय सत्तेला जनतेच्या संमतीचा नवा आधार हॉब्जच्या सिद्धान्ताने प्राप्त करून दिला.

हॉब्जचा सिद्धान्त सामाजिक कराराची संकल्पना मांडणारा पहिला सिद्धान्त म्हणून ऐतिहासिकदृष्ट्या महत्त्वाचा असला तरी या सिद्धान्तावर अनेक आक्षेप घेतले जातात.

(1) राज्य आणि शासनसंस्था यातील फरक हॉब्जने लक्षात घेतलेला नाही. तो राजाची इच्छा हीच राज्याची इच्छा मानतो.

(2) मनुष्य हा मूलतः केवळ स्वार्थी, लोभी, कृतघ्न आहे असे हॉब्जने माणसाचे केलेले वर्णन एकांगी आहे.

(3) हॉब्जचे विचार अनियंत्रित, बेजबाबदार राजशाहीचे समर्थन करतात.

(4) 'राजाची इच्छा म्हणजे कायदा' ही त्याची कल्पना खरी नाही. अनियंत्रित राजशाहीच्या काळातही राजाल धार्मिक, सामाजिक रूढी–परंपरांना अनुसरूनच कायदे करावे लागत होते. कोणताही सत्ताधीश प्रस्थापित समाजव्यवस्थेच्या आणि परंपरांच्या पूर्ण विरोधी कायदे करून ते अमलात आणू शकत नाही.

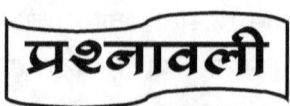

प्रश्नावली

1. मानवी स्वभावाविषयी हॉब्जच्या विचारांची चर्चा करा.
2. हॉब्जचा सामाजिक करार सिद्धान्त विशद करा.
3. हॉब्जच्या सामाजिक करार सिद्धान्ताचे मूल्यमापन करा.

⊙ **टीपा लिहा :**

1. हॉब्जने वर्णन केलेली निसर्गावस्था
2. हॉब्जची सार्वभौमत्वाची कल्पना.

■■■■

5

जॉन लॉक

"The end of government is the good of mankind."

इ.स. 1632 – इ.स. 1704

प्रास्ताविक

हॉब्ज नंतरच्या काळात जॉन लॉक या ब्रिटिश विचारवंताने सामाजिक करार सिद्धान्त मांडला. मात्र, लॉकच्या काळात ब्रिटनमधील राजकीय परिस्थिती हॉब्जच्या काळापेक्षा वेगळी होती. 1688 साली इंग्लंडमध्ये रक्तशून्य किंवा वैभवशाली क्रांती झाली. लोकांच्या तीव्र विरोधामुळे दुसरा जेम्स या राजाला राज्य त्याग करावा लागला. तिसरा विल्यम याला लोकांनी राजपद बहाल केले; पण त्याला लोकांचे हक्क मान्य करावे लागले. या घटनेने ब्रिटनमधील अनियंत्रित राजशाहीचे युग संपुष्टात आले आणि मर्यादित राजसत्तेचे युग सुरू झाले. ब्रिटनची वाटचाल लोकशाहीच्या दिशेने सुरू झाली.

रक्ताचा एकही थेंब न सांडता लोकांनी सत्तात्याग करण्यास राजाला भाग पाडले. अनियंत्रित राजशाहीचे युग संपुष्टात येऊन नियंत्रित राजशाहीचे युग सुरू झाले. म्हणून ही क्रांती 'रक्तशून्य किंवा वैभवशाली क्रांती' म्हणून ओळखली जाते.

जॉन लॉक हा या घडामोडींचा साक्षीदार होता आणि तो नियंत्रित राजशाहीचा तसेच लोकशाहीचा समर्थक होता.

संक्षिप्त चरित्र

जॉन लॉकचा जन्म सन 1632 मध्ये झाला. त्याचे वडील इंग्लंडमधील यादवी युद्धात राजाच्या विरोधी सैन्यात सहभागी झाले होते. लॉकचे शिक्षण वेस्टमिन्स्टर आणि ऑक्सफर्ड येथे झाले. डेस्कार्टच्या लिखाणाचा प्रभाव पडून लॉकला तत्त्वज्ञानाच्या अभ्यासात गोडी वाटू लागली. रॉबर्ट बॉईल या शास्त्रज्ञाबरोबर लॉकची मैत्री झाली आणि त्याला नैसर्गिक शास्त्राच्या अभ्यासाचे आकर्षण वाटू लागले. त्याने वैद्यकीय शास्त्राचा अभ्यास केला. यानंतर तो वैद्यकीय व्यवसाय करू लागला आणि त्याचा संपर्क उमराव तसेच राजघराण्यातील व्यक्तींशी आला. या काळात त्याला राजकीय घडामोडींचा प्रत्यक्ष अनुभव घेता आला. राजकीय क्षेत्रात सचिव म्हणून त्याने काही काळ कामही केले.

पण लॉकची प्रकृती बरी नसे. राजकारणातील धकाधक आपल्या प्रकृतीला मानवणारी नाही हे जाणून सन 1675 मध्ये इंग्लंड सोडून फ्रान्समध्ये आणि त्यानंतर हॉलंडमध्ये त्याने काही वर्षे वास्तव्य केले. हॉलंडमधील वास्तव्यातच त्याच्या लेखनकार्याला प्रारंभ झाला.

सन 1689 मध्ये 'लेटर कन्सर्निंग टॉलरेशन' हा त्याचा पहिला ग्रंथ प्रसिद्ध झाला. दुसऱ्याच वर्षी 'मानवी समजूतदारपणावरील निबंध' हा ग्रंथ प्रसिद्ध झाला. त्याच वर्षी, ज्या ग्रंथात त्याने आपला 'सामाजिक करार सिद्धान्त' मांडला; तो 'ट्रिटिज ऑन सिव्हिल गव्हर्नमेंट' हा ग्रंथ प्रसिद्ध झाला.

सन 1690 मध्येच तो इंग्लंडला परतला आणि उर्वरित आयुष्य त्याने इंग्लंडमध्येच घालविले. सन 1693 मध्ये त्याचा शेवटचा ग्रंथ 'शिक्षणासंबंधी विचार' प्रसिद्ध झाला. आयुष्याच्या या उत्तरार्धात त्याने काही शासकीय पदे भूषविली. प्रकृतीच्या कारणास्तव तो राजकीय जीवनातून निवृत्त झाला आणि इसेक्स परगण्यात वास्तव्य केले. सन 1704 मध्ये त्याचा मृत्यू झाला.

5.1 लॉकचे मानबी स्वभावाविषयी विचार

जॉन लॉकचे मानवी स्वभावासबंधीचे विचार *'Essay on Human Understanding'* या ग्रंथात सापडतात. हॉब्ज, लॉक, रूसो या सामाजिक करार सिद्धान्त मांडणाऱ्या विचारवंतांच्या विचारात मानवी स्वभावासंबंधी विचार आढळतात. याचे कारण लोकांना सामाजिक करार करण्याची गरज का वाटली ? त्यांच्यामधील कोणत्या स्वाभाविक प्रवृत्तीमुळे लोक करार करून राज्य निर्माण करण्यास प्रवृत्त झाले ? त्याचा शोध घेण्याचा त्यांचा उद्देश होता. माणसामधील नैसर्गिक प्रवृत्ती किंवा त्याचा नैसर्गिक स्वभाव समजून घेतल्याशिवाय राज्य निर्माण करण्यास तो का प्रवृत्त झाला त्याचे स्पष्टीकरण देता येणार नाही. यामुळेच या विचारवंतांनी आपापल्या परीने मानवी स्वभावाची वैशिष्ट्ये स्पष्ट करण्याचा प्रयत्न केला आहे. मात्र मानवी स्वभावाविषयी त्यांनी मांडलेल्या कल्पना वेगवेगळ्या आहेत. यासंबंधीचे लॉकचे विचार हॉब्जपेक्षा वेगळे आहेत.

लॉकच्या मते, माणसाची इच्छा ही त्याच्या सर्व कृतींचे उगमस्थान असते. आपली इच्छा पूर्ण करण्यासाठी माणूस कृती करत असतो. माणसाच्या मनात एखादी इच्छा निर्माण झाली म्हणजे ती पूर्ण करण्यासाठी तो धडपडतो. ती पूर्ण होईपर्यंत तो अस्वस्थ राहतो. ही अस्वस्थता त्याला क्लेषकारक असते. दु:ख, वेदना, क्लेष यांच्या जागी सुख व समाधान मिळावे ही माणसाच्या प्रत्येक कृतीमागील प्रेरणा असते.

प्रत्येक माणूस हा सुख-समाधान मिळविण्याच्या प्रयत्नात असतो आणि ती त्याची स्वाभाविक प्रवृत्ती आहे. या लॉकच्या विचाराचा पुढे जेरेमी बेंथॅम या विचारवंताने विस्तार केला आणि आपला उपयुक्ततावादी सिद्धान्त मांडला.

लॉक म्हणतो, ''ज्या गोष्टी आपल्याला समाधान व सुख देणाऱ्या असतात त्या आपण चांगल्या मानतो आणि ज्या गोष्टींमुळे आपल्याला वेदना व दु:ख होते त्या वाईट मानतो.''

5.2   लॉकची निसर्गावस्था

लॉकने रेखाटलेले निसर्गावस्थेचे चित्र हॉब्जप्रमाणे भयानक नाही. निसर्गावस्थेत माणसाचे जीवन चांगले आणि शांततामय होते, असे तो म्हणतो. स्वातंत्र्य आणि समता यावर आधारित असे ते जीवन होते. निसर्ग-नियमांचे पालन लोकांना करावे लागे, पण तेवढी मर्यादा सोडल्यास लोकांना पूर्ण स्वातंत्र्य होते. शिवाय व्यक्ती-व्यक्तीमधील संबंधात उच्च-नीचता नव्हती. लोकांमध्ये परस्पर सहकार्य होते. त्यांना एकमेकांविषयी सहानुभूती होती.

त्यांच्या मते, निसर्गावस्थेत लोकांना नैसर्गिक हक्क होते. प्रत्येकाला जीविताचा, स्वातंत्र्याचा आणि मालमत्तेचा नैसर्गिक हक्क होता. स्वातंत्र्य होते पण स्वैराचार नव्हता. प्रत्येकाला निसर्ग-नियमांचे पालन करावे लागे. तसेच दुसऱ्याचे जीवित आणि मालमत्ता यांची हानी करू नये हे बंधन सर्वांवर होते.

5.3   लॉकच्या सामाजिक कराराचे स्वरूप

निसर्गावस्थेतील परिस्थिती चांगली होती. मानवी जीवन शांततेचे व समाधानाचे होते. तरी त्या अवस्थेत काही समस्या निर्माण झाल्या :

(1)   सर्व लोकांवर नियंत्रण ठेवणारी अशी सत्ता नव्हती.

(2)   निसर्ग-नियम होते; पण त्यांना दंडशक्तीचा आधार नव्हता.

(3)   निसर्ग-नियमांच्या अर्थाबाबत अनिश्चितता होती. त्यामुळे त्यांचा सोईनुसार अर्थ लावला जात असे.

लॉकच्या मते, ही अनिश्चितता नाहीशी व्हावी आणि सर्वमान्य सत्तेकडून निसर्ग-नियमांची अंमलबजावणी व्हावी या उद्देशाने सामाजिक करार करण्यात आला. लॉकने या कराराच्या दोन अवस्था सांगितलेल्या आहेत. कराराच्या पहिल्या अवस्थेत समाज निर्माण झाला आणि निसर्गावस्था संपुष्टात आली. समाजाची निर्मिती करताना लोकांनी आपले काही हक्क समाजाच्या स्वाधीन केले पण इतर हक्क लोकांकडे राहिले, म्हणजेच लोकांनी काही हक्क गमावले पण इतर हक्कांना समाजाकडून संरक्षण मिळविले.

दुसऱ्या अवस्थेत राज्याची निर्मिती झाली. यावेळी समाजाने आपले हक्क एका सत्तेकडे सुपूर्द केले आणि शासनसंस्था अस्तित्वात आली.

लॉकच्या सिद्धान्तानुसार लोकांनी आपले सर्व अधिकार शासनाकडे सुपूर्द केलेले नाहीत; म्हणून शासनाची सत्ता मर्यादित होती. शासनावरही कराराचे बंधन होते.

शासन हे समाजाला जबाबदार आहे. लोकांच्या नैसर्गिक हक्कांचे रक्षण करणे हे शासनाचे प्रधान कार्य आहे. शासनाने सत्तेचा गैरवापर केल्यास ते बदलण्याचाही अधिकार समाजाला आहे. म्हणजेच राज्यात सर्वश्रेष्ठ सत्ता ही राजकीयदृष्ट्या संघटित अशा समाजाची आहे.

सामाजिक कराराची वैशिष्ट्ये

लॉकने सामाजिक कराराचे जे वर्णन केले आहे त्यावरून या कराराची पुढील वैशिष्ट्ये दिसून येतात :

1.   **कराराच्या दोन अवस्था** : लॉकच्या सामाजिक कराराच्या दोन अवस्था किंवा टप्पे दिसून येतात. पहिल्या अवस्थेत लोकांनी आपले काही हक्क समाजाकडे सुपूर्द केले आणि समाज निर्माण झाला. या समाजाने आपले हक्क एका सत्तेकडे दिले आणि राज्याची निर्मिती झाली. म्हणजे लॉकच्या सिद्धान्तानुसार लोकांनी आपले हक्क थेट सत्ताधीशाकडे दिले नाहीत तर ते समाजाकडे सुपूर्द केले आणि समाजाने ते एका सत्तेकडे सुपूर्द केले.

2.   **सत्तेला मर्यादित अधिकार** : करार करताना लोकांनी आपले सर्व अधिकार समाजाकडे दिले नाही. काही अधिकार समाजाकडे सोपविले आणि काही अधिकार स्वतःकडे राखले. सोपविलेले अधिकार कोणते आणि स्वतःकडे ठेवलेले अधिकार कोणते याची स्पष्ट विभागणी लॉकने केलेली नसली तरी ज्या उद्देशाने सामाजिक करार करण्यात आला तो उद्देश विचारात घेतला तर लोकांनी कोणते अधिकार समाजाकडे सुपूर्द केले त्याचे अनुमान करता येते.

लॉकच्या मते, जीविताचा, स्वातंत्र्याचा आणि मालमत्तेचा लोकांना नैसर्गिक अधिकार होता. पण त्यांच्या अर्थाबाबत निश्चितता नव्हती आणि त्यांना दंडशक्तीचा आधार नव्हता. असा आधार मिळवून देण्यासाठी सत्ता निर्माण करण्यात आली. निसर्ग-नियमांचा आपापल्या सोईने अर्थ लावण्याचा जो अधिकार प्रत्येक व्यक्तीला होता तो अधिकार सत्तेकडे सोपविला. सर्वांसाठी समान असतील असे नियम म्हणजेच कायदे करण्याचा अधिकार त्या सत्तेला त्यामुळे प्राप्त झाला. लोकांनी जीविताचा, स्वातंत्र्याचा आणि मालमत्तेचा हक्क स्वतःकडे राखला. या नैसर्गिक हक्कांचे रक्षण करणे ही शासनाची जबाबदारी बनली. या हक्कांवर कोणी अतिक्रमण केल्यास दंडशक्तीचा वापर करून लोकांच्या नैसर्गिक हक्कांचे रक्षण करणे हे शासनाचे कर्तव्य बनले.

लॉकच्या सिद्धान्तानुसार करारातून निर्माण झालेली सत्ता एखाद्या विश्वस्ताप्रमाणे असून जेवढे अधिकार तिला मिळालेले आहेत तेवढ्यापुरतीच तिचे अधिकार क्षेत्र मर्यादित आहे. तिला मिळालेले अधिकार हे समाजाने तिला प्रदान (Delegate) केलेले आहेत. अशा प्रकारे लॉकच्या सिद्धान्तानुसार राज्य निर्माण होताना प्रस्थापित झालेली सत्ता ही निरंकुश, अमर्यादित सत्ता नसून ती मर्यादित सत्ता आहे.

3.	**जबाबदार शासन :** करारातून निर्माण झालेली सत्ता ही समाजाला जबाबदार होती. कायदे करण्यास तिला दिलेले अधिकार दुसऱ्या कोणाकडे तिला सोपविता आले नसते किंवा त्यांचा गैरवापर करता आला नसता. शासनाने सत्तेचा गैरवापर केला, समाजाच्या इच्छेविरुद्ध अधिकार वापरले, तर ते शासन बदलण्याचा अधिकार समाजाला होता. कारण या करारातून निर्माण झालेली सत्ता ही करारात सामील होती. कराराचे बंधन लोकांवर होते तसेच तिच्यावरही होते. त्या कराराविरुद्ध असे तिचे वर्तन झाल्यास ती सत्ता बदलण्याचा अधिकार त्यामुळे समाजाकडे होता. लॉकने अशा प्रकारे आपल्या सिद्धान्तातून मर्यादित आणि जबाबदार शासनाची कल्पना मांडलेली आहे. लॉकच्या विचारांचे ते प्रधान वैशिष्ट्य आहे.

## 5.4	लॉकची सार्वभौमत्वाची कल्पना

लॉकच्या विचारातून राजकीय सार्वभौमत्वाची कल्पना मांडलेली दिसून येते. सार्वभौमत्वासंबंधीचे विचार निश्चित व सुस्पष्ट स्वरूपात त्याने मांडलेले नाहीत; पण शासनसंस्थेची सत्ता त्याने मर्यादित मानलेली आहे. शासनसंस्था ही समाजाने निर्माण केली. लोकांच्या नैसर्गिक हक्कांचे रक्षण करण्याची जबाबदारी शासनाची आहे; किंबहुना, त्यासाठीच शासन निर्माण झालेले आहे असे तो म्हणतो. शासनाने आपली जबाबदारी पार न पाडल्यास किंवा सत्तेचा दुरुपयोग केल्यास ते बदलण्याचा अधिकार समाजाला आहे असे त्याचे प्रतिपादन आहे. याचाच अर्थ, समाजाची सत्ता ही राज्यात सर्वश्रेष्ठ असते. शासनाला मिळालेले अधिकार ते सुद्धा समाजाने शासनाकडे काही अटींवर सोपविलेले असतात. म्हणजेच शासनाची सत्ता मर्यादित असून राजकीयदृष्ट्या संघटित लोक हे सार्वभौम असतात, अशी कल्पना लॉकने मांडलेली आहे.

मूल्यमापन

गुण :

(1) जॉन लॉक यांच्या काळात ब्रिटनमध्ये रक्तशून्य राज्यक्रांती झाली. लॉक या क्रांतीचा समर्थक म्हणून प्रसिद्ध आहे. या क्रांतीने अनियंत्रित राजशाही संपुष्टात आणली आणि नियंत्रित राजशाही निर्माण केली. राजा जुलमी असेल तर लोक राजालाही बडतर्फ करू शकतात, हे तत्त्व या क्रांतीने प्रस्थापित केले. या तत्त्वाने ब्रिटनमध्ये लोकशाहीच्या युगास प्रारंभ झाला. लॉकच्या लिखाणात या तत्त्वाचे समर्थन दिसून येते. म्हणजेच त्याचे लिखाण लोकशाहीच्या विकासाला प्रेरक ठरलेले आहे.

(2) शासनाची मर्यादित सत्ता आणि राजकीय सार्वभौमत्व या संकल्पनांचा प्रवर्तक म्हणून तो राजकीय विचारांच्या इतिहासात प्रसिद्ध आहे.

(3) शासन हे लोकांच्या संमतीवर आधारलेले असते, ही त्याची कल्पना आता सर्वमान्य झालेली आहे.

(4) लोकांनी जे हक्क शासनाकडे सोपविलेले नाहीत ते त्यांच्याकडेच कायम राहतात, अशी कल्पना मांडून लॉकने लोकांच्या हक्कांचे समर्थन केले आहे, ते लोकशाही तत्त्वाशी सुसंगत आहे.

(5) शासनाला मिळालेले अधिकार देशात केवळ शांतता व सुव्यवस्था राखण्यासाठी नाहीत तर लोकांच्या हक्कांचे रक्षण करण्यासाठी आणि समाजकल्याणासाठी हे अधिकार आहेत असे लॉकचे मत होते.

दोष :

(1) संदिग्धता हा लॉकच्या विचारातील महत्त्वाचा दोष होय. सामाजिक कराराच्या त्याने दोन अवस्था सांगितलेल्या आहेत, पण त्यातील भेद सुस्पष्ट नाही.

(2) सामाजिक करारातून शासनाकडे कोणते अधिकार सोपविले गेले आणि लोकांकडे कोणते कायम राहिले हे त्यांच्या विचारांमधून स्पष्टपणे दिसून येत नाही.

(3) त्याच्या विचारातील मुख्य दोष म्हणजे कायदेशीर सार्वभौम सत्तेचा त्याने फारसा विचार केलेला नाही. राजकीय सार्वभौमत्वाची संकल्पना मान्य केली तरी प्रत्येक राज्यात एक सर्वोच्च, निरपवाद अशी कायदेशीर सार्वभौम सत्ता अस्तित्वात असते हे नाकारता येत नाही.

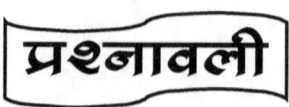

प्रश्नावली

1. मानवी स्वभावाविषयी जॉन लॉकच्या विचारांची चर्चा करा.

2. लॉकचा सामाजिक करार सिद्धान्त विशद करा.

3. लॉकच्या सामाजिक कराराची वैशिष्ट्ये सांगून त्याचे मूल्यमापन करा.

⊙   **टीपा लिहा :**

1.   लॉकने वर्णिलेली निसर्गावस्था

2.   लॉकचे सार्वभौमत्वाविषयीचे विचार

3.   लॉकच्या दृष्टीने सामाजिक कराराची कारणे.

■ ■ ■ ■

6

रूसो

इ.स. 1712 - इ.स. 1778

"Man is born free, but everywhere he is in chains."

6.1	रूसोचे मानवी स्वभावाविषयी विचार
6.2	रूसोची निसर्गावस्था
6.3	रूसोच्या सामाजिक कराराचे स्वरूप

प्रास्ताविक

जाँ जॅक रूसो हा अठराव्या शतकात होऊन गेलेला प्रभावी असा फ्रेंच विचारवंत होता. रूसोचा जन्म स्वित्झर्लंडमधील जीनिव्हा येथे झाला. जीनिव्हा हे नगर-राज्य होते. तेथील संस्कृतीचा, राजकीय वातावरणाचा रूसोच्या मनावर कायमचा ठसा राहिला आणि त्याच्या राजकीय विचारातही त्याचे प्रतिबिंब पाहायला मिळते.

रूसो हा अस्वस्थ स्वभावाचा होता. आयुष्यात त्याने अनेक व्यवसाय केले, पण कोणत्याच व्यवसायात तो स्थिर झाला नाही. तसेच तो कोणत्याही धर्मपंथाशीही कायम निष्ठावान राहिला नाही. घरकाम करणारा, कर गोळा करणारा, खाजगी शिक्षक, राजनैतिक सचिव, संगीतकार, वादक असे अनेक व्यवसाय त्याने केले आणि सतत बदलले. त्याने स्वतःच म्हटल्याप्रमाणे तो 'एकाकी भटकणारा' होता.

रूसो स्वभावाने प्रांजळ, भावनाप्रधान, कनवाळू मनाचा होता. जी गोष्ट त्याच्या मनाला भिडत असे ती तो स्पष्टपणे सांगून टाकत असे. ढोंगीपणाची त्याला मनस्वी चीड होती. तसेच बाह्य बंधने तो सहन करू शकत नव्हता. तो वेगवेगळे व्यवसाय करत राहिला, पण कोठेच स्थिर झाला नाही. त्यामागे त्याचा स्वभाव हे कारण होते.

जीनिव्हा सोडून रूसो पॅरिस येथे आला. येथेही समाजातील, विशेषकरून समाजातील उच्च वर्गात दिसून येणारी कृत्रिम वागणूक, श्रेष्ठत्वाच्या भ्रामक कल्पना त्याला दिसून आल्या. याविषयी त्याच्या मनात तिटकारा होता.

याच काळात त्याच्या लेखनाला प्रारंभ झाला. *'Discourse on the Origin and Foundation of Inequality'* (विषमतेचा उगम आणि पाया यावरील प्रवचन) या ग्रंथात त्याने मुळातला मानवी स्वभाव कसा आहे ते दाखविण्याचा प्रयत्न केला. *'Discourse on the Science and Arts'* (विज्ञान आणि कला यावरील प्रवचन) या ग्रंथात त्याने माणसाला भ्रष्ट करणाऱ्या खोट्या कलाकृतींवर हल्ला चढविला.

'सामाजिक करार' या ग्रंथात त्याने आपले राज्यसंस्थेविषयी विचार मांडले.

रूसोच्या काळात फ्रान्समध्ये बुरबॉन घराण्याची अनियंत्रित राजेशाही होती. सामान्य लोकांना कोणतेही स्वातंत्र्य नव्हते. समाजात आर्थिक, सामाजिक, राजकीय अशी सर्व प्रकारचीच विषमता होती. उमरावांचा वर्ग, धर्मगुरूंचा वर्ग आणि सामान्य जनता असे समाजात तीन वर्ग होते. सत्ता, संपत्ती ही राजघराणे; उमराव व धर्मगुरू यांच्या हातात एकवटलेली होती. सामान्य माणसाची स्थिती अत्यंत हलाखीची होती. सत्ताधीशांचा वर्ग ऐषारामात जगत होता. सामान्य लोकांच्या स्थितीबाबत बेफिकीर आणि अरेरावी बनलेला होता. चौदावा लुई हा बुरबॉन घराण्याचा राजा या काळात फ्रान्सच्या गादीवर होता. त्याची निरंकुश सत्ता चालू होती. 'मी म्हणजेच राज्य' असे तो म्हणत असे. त्याची जुलूमशाही लोकांना असह्य झाली. सामान्य लोकांचा अन्न-वस्त्रासारख्या प्राथमिक गरजाही भागत नव्हत्या आणि उमराववर्ग चैनीचे जीवन जगत होता. धर्मगुरूही लोकांचे शोषण करत होते.

त्यांच्याकडून धार्मिक कर वसूल केला जात होता. या अन्याय्य परिस्थितीच्या विरोधात तेथील जनतेने उठाव केला. 'फ्रेंच राज्यक्रांती' (1789) या नावाने इतिहासात तो प्रसिद्ध आहे. क्रांतिपूर्व काळात होऊन गेलेल्या माँटेस्क्यू, व्हॉल्टेअर, रूसो या विचारवंतांनी मांडलेले विचार क्रांतीला प्रेरणा देणारे ठरले.

माँटेस्क्यूने सत्ता विभाजनाचा सिद्धान्त मांडला. कायदे करणे, कायद्याची अंमलबजावणी करणे आणि कायद्याचा अर्थ लावून न्यायदान करणे या तीन प्रकारच्या शासनाच्या सत्ता एकमेकांपासून अलग अशा तीन घटकांकडे सोपविल्या पाहिजेत; तरच लोकांचे स्वातंत्र्य सुरक्षित राहील. या तीनही सत्ता किंवा त्यांपैकी कोणत्याही दोन सत्ता एकाच घटकाकडे असतील तर लोकांचे स्वातंत्र्य धोक्यात येईल असा विचार त्याने मांडला. व्हॉल्टेअर याने धर्मगुरूंमधील ढोंगीपणा, दुराचार यावर उपहासात्मक टीका केली आणि रूसोने जुलमी राजवटीला विरोध करून 'स्वातंत्र्य, समता, बंधुत्व' या तत्त्वांचा पुरस्कार केला. फ्रान्समध्ये पुढे जी क्रांती झाली तिचे 'स्वातंत्र्य, समता आणि बंधुत्वाची प्रस्थापना' हे घोषवाक्य बनले.

6.1 रूसोचे मानवी स्वभावाविषयी विचार

रूसोने मानवी स्वभाव आणि निसर्गावस्था यांची चर्चा 'विषमतेचा उगम आणि पाया' या ग्रंथात केलेली आहे. निसर्ग हा नेहमीच बरोबर असतो. या त्याच्या विश्वासावर त्याचे सर्व विचार आधारलेले आहेत. तो त्याच्या विचारांचा पाया आहे.

रूसोच्या मते, माणसामध्ये दोन प्रकारच्या नैसर्गिक प्रवृत्ती असतात. एक म्हणजे, स्वतःचे रक्षण करण्याची त्याची प्रवृत्ती असते; आणि दुसरे म्हणजे, दुसऱ्यांविषयी त्याच्यामध्ये सहानुभूती असते. या दोन्ही प्रवृत्ती मानवी जीवनाला हानिकारक नसून फायदेशीरच आहेत. म्हणून हा स्वभावतः चांगला आहे. या दोन्ही माणसाच्या स्वाभाविक प्रवृत्ती असल्याने त्यानुसार माणूस वागत असतो.

पण प्रसंगी या दोन नैसर्गिक प्रवृत्तीमध्ये संघर्ष निर्माण होऊ शकतो. त्यातून एकाची निवड करण्याची समस्या बनू शकते. म्हणजे स्वतःचे हितरक्षण आणि इतरांबद्दल असणारी सहानुभूती यातून कोणता मार्ग स्वीकारायचा हा प्रश्न निर्माण होऊ शकतो. या दोन्ही गोष्टी साधण्याची माणसाची इच्छा असणार; कारण या दोन्ही त्याच्या स्वाभाविक प्रवृत्ती आहेत. म्हणजेच ज्यामुळे इतरांना मदत होईल ती कृती करण्याची त्याची इच्छा असणार आणि त्याचबरोबर आपल्या हिताचे रक्षण करण्याचीही त्याची भावना असणार किंवा तशी त्याला जाणीव असणार.

पण जेव्हा या दोन गोष्टीत संघर्ष असतो तेव्हा त्यात कोणती निवड करणे योग्य आहे, हे भावनेच्या किंवा जाणिवेच्या आधारे ठरविता येत नाही. यावेळी माणसाच्या जाणिवेला मार्गदर्शनाची गरज असते. हे मार्गदर्शन विवेकबुद्धी करते. आपण कोणती कृती केली पाहिजे

हे विवेकबुद्धी त्याला शिकविते आणि जाणीव त्याला तशी कृती करण्यास प्रवृत्त करते. अशा प्रकारे जाणीव आणि विवेकबुद्धी एकत्रितपणे माणसाच्या इच्छेचे नियंत्रण करतात.

ज्या माणसामध्ये प्रबळ जाणिवा असतात, अविचल विवेकबुद्धी असते आणि स्वतःचे हितरक्षण व इतरांविषयी सहानुभूतीची भावना यांच्यामध्ये जो सुसंवाद राखतो तो खरा 'नैसर्गिक मनुष्य' असतो. ज्याच्या या नैसर्गिक प्रवृत्ती दबलेल्या असतात, जाणिवा निद्रावस्थेत असतात आणि विवेकबुद्धी चुका करत असते तो 'अनैसर्गिक मनुष्य' असतो.

माणसामधील विवेकबुद्धी अशा प्रकारे माणसाच्या नैसर्गिक प्रवृत्तींमध्ये सुसंवाद निर्माण करते. एवढेच नव्हे, तर माणसाच्या नैसर्गिक प्रवृत्तीचा विकास आणि पूर्ण अभिव्यक्ती साधण्याचा प्रयत्न विवेकबुद्धीच करत असते. विवेकबुद्धीच्या आधारे आपल्या नैसर्गिक प्रवृत्तीचा पूर्ण विकास साध्य करणे हे माणसाचे साध्य आहे.

पण हे साध्य प्राप्त करणे सोपे नसते. आपले हितरक्षण करण्याची माणसाची जी प्रवृत्ती असते ती नैसर्गिक प्रवृत्ती असली तरी त्यातून स्वतःवरील प्रेम वाढीला लागू शकते आणि तसे झाल्यास माणसामध्ये गर्व निर्माण होतो. या गर्वातून काल्पनिक तसेच ज्या पूर्ण होऊ शकणार नाही अशा गरजा निर्माण होतात. माणसाच्या जाणिवा त्या प्राप्त करण्याची इच्छा बाळगतात आणि इतरांविषयी सहानुभूती बाळगण्याची माणसाची जी नैसर्गिक प्रवृत्ती आहे ती झाकोळली जाते.

हा गर्व माणसाला 'अनैसर्गिक मनुष्य' बनवितो. बागकाम करणारा माळी ज्याप्रमाणे बागेतील झाडांना नैसर्गिकरीत्या वाढू देत नाही, त्यांच्या फांद्या छाटून आपल्याला हवे तसे आकार त्यांना देतो; त्याचप्रमाणे गर्विष्ठपणा, दांभिकपणा, श्रेष्ठत्वाच्या भ्रामक कल्पना यांच्या आहारी लोक जातात तेव्हा त्यांच्यामधील नैसर्गिक प्रवृत्ती दबल्या जातात आणि ते कृत्रिम जीवन जगू लागतात. अशा लोकांचा समाज हा नैसर्गिक नसतो तर तो अनैसर्गिक असतो. माणसाच्या नैसर्गिक प्रवृत्तींची काटछाट करून त्याच्या जीवनाला अनैसर्गिक आकार देण्याचे काम हे मनोविकार करतात.

या कृत्रिम व अनैसर्गिक जगण्यापासून वाचायचे असेल तर माणसाने गर्वाचा त्याग केला पाहिजे. स्वतःचे हितरक्षण आणि इतरांविषयीची सहानुभूती या नैसर्गिक प्रेरणेनुसार आणि विवेकबुद्धीच्या मार्गदर्शनाप्रमाणे जीवन जगले पाहिजे. याच उद्देशाने 'निसर्गाकडे चला' असा संदेश रूसोने मानवजातीला दिला आहे.

रूसोने आपल्या विचारातून स्वातंत्र्य, समता, बंधुत्व या तत्त्वांचा पुरस्कार केला. त्याच्या सामाजिक करार सिद्धान्तातूनही त्याची या तत्त्वांवरील निष्ठा दिसून येते. 'सामाजिक करार' याच नावाच्या ग्रंथात त्याने आपला सिद्धान्त मांडलेला आहे. मात्र निसर्गावस्थेबद्दल फारसी चर्चा या ग्रंथात त्याने केलेली नाही. ती 'विषमतेचा उगम' या नावाच्या निबंधात केलेली आहे.

6.2   रूसोची निसर्गावस्था

रूसोने वर्णिलेली निसर्गावस्था आदर्शवत अशी आहे. निसर्गावस्थेतील माणूस स्वर्गीय आनंद उपभोगत होता; तो उदात्त जीवन जगत होता. त्याचे जीवन निरागस आणि साधे होते. तो इतरांबद्दल सहानुभूती बाळगणारा, शेजाऱ्यांवर प्रेम करणारा, त्यांच्या मदतीला सदैव तयार असणारा, परोपकारी वृत्तीचा होता. त्याच्याकडे आपपरभाव नव्हता. हे माझे, ते दुसऱ्याचे ही भावना नव्हती. कारण त्या काळात खाजगी मालमत्ता नव्हती. मालमत्ता साठविण्याची गरजही पडत नव्हती. लोकसंख्या थोडी होती आणि निसर्गसंपत्ती विपुल होती. लोकांच्या गरजा सहजपणे भागत होत्या. जगण्यासाठी माणसाला इतरांशी संघर्ष करावा लागला नव्हता. त्याचे जीवन आनंदी, सुखी-समाधानी होते. त्याच्यात द्वेषभावना किंवा सूडबुद्धी नव्हती. त्यामुळे माणसामाणसात शत्रुत्व नव्हते.

निसर्गावस्थेत माणसाला स्वातंत्र्य होते तसेच समता होती. खाजगी मालमत्तेचा उदय झालेला नसल्यामुळे गरीब, श्रीमंत हा भेद नव्हता. थोडक्यात, रूसोच्या मते, निसर्गावस्थेतील जीवन हे सुखी, समाधानी, आनंदी, परस्पर सहकार्याचे, स्वार्थ आणि द्वेष यांच्यापासून मुक्त, उच्च-नीचता नसलेले आणि माणसाला स्वातंत्र्य देणारे होते. म्हणजेच, ते आदर्श असे होते.

आधुनिक सुसंस्कृत समाजापेक्षा निसर्गावस्थेतील स्थिती निश्चितच उत्कृष्ट होती. म्हणूनच रूसोने 'निसर्गाकडे चला' असा संदेश आधुनिक समाजाला दिला आहे. समाजाने निर्माण केलेल्या रूढी, परंपरा, राज्याचे कायदे, जगण्यासाठी चाललेला संघर्ष यामुळे आजच्या काळातील माणसाचे जीवन कष्टमय आणि दुःखी बनलेले आहे. ''मनुष्य हा जन्मतः स्वतंत्र असतो, पण तो समाजात राहत असताना सर्वत्र शृंखलांनी बंदिस्त बनतो.'' (Man is born tree, but everywhere he is in chains.) असे रूसोचे सुप्रसिद्ध वचन आहे. आधुनिक काळातील प्रगत, कृत्रिम जीवनाचा रूसोला तिटकारा होता. त्याला साध्या, निरागस, नैसर्गिक जीवनाचे आकर्षण होते आणि तेच त्याच्या निसर्गावस्थेच्या वर्णनात उमटलेले आहे.

6.3   रूसोच्या सामाजिक कराराचे स्वरूप

निसर्गावस्थेतील परिस्थिती अशी आदर्श असताना सामाजिक करार करण्याची गरज का भासली ? रूसोच्या मते, लोकसंख्येतील वाढ आणि खाजगी मालमत्तेचा उदय यामुळे प्रारंभीच्या काळातील माणसाचे साधे, सरळ, निरागस जीवन संपुष्टात आले. लोकसंख्या वाढत गेली तसा उदरनिर्वाहाचा प्रश्न कठीण बनत गेला. नैसर्गिक साधनसंपत्ती अपुरी पडू लागली. जगण्यासाठी संघर्ष सुरू झाला. सहकार्याची जागा संघर्षाने घेतली.

याचबरोबर शेतीचा शोध लागला. धातूचा शोध लागला. धान्य, वस्तू यांची देवाण-घेवाण सुरू झाली. म्हणजेच वस्तुविनिमयाची पद्धत सुरू झाली आणि खाजगी मालमत्तेचा उदय झाला. कुटुंबाच्या संरक्षणासाठी माणूस घरे बांधून राहू लागला. भवितव्याच्या सुरक्षिततेसाठी मालमत्ता साठवू लागला. जे सबल होते त्यांनी अधिक मालमत्ता मिळविली; जे दुर्बल होते त्यांना कमी मालमत्ता मिळाली. यातून विषमता निर्माण झाली. गरीब-श्रीमंत असे भेद निर्माण झाले. निसर्गावस्थेतील निरागस आनंद माणसाने गमावला. स्वार्थ, द्वेष, अहंकार या दुर्गुणांचा प्रादुर्भाव माणसाच्या वृत्तीत झाला. माणसाचे मूळचे नैसर्गिक जीवन हरपले.

अशा परिस्थितीत सबलांकडून दुर्बलांवर अत्याचार, अन्याय होण्याची भीती निर्माण झाली. माणसामाणसात संघर्ष सुरू होण्याची शक्यता दिसू लागली. अशी परिस्थिती निर्माण होऊ नये, सर्वांना सुरक्षितता व स्वातंत्र्य मिळावे, विकासाची संधी मिळावी या हेतूने सामाजिक करार करण्यात आला.

कराराचे स्वरूप

रूसोच्या मते, सामाजिक करार हा सर्व लोक मिळून करतात. करार करताना लोक आपले नैसर्गिक हक्क सोडतात. ते सर्व लोकांचा मिळून बनणाऱ्या समूहाकडे म्हणजेच समाजाकडे सुपूर्द केले जातात. या ठिकाणी व्यक्ती आपल्या नैसर्गिक हक्कांचा त्याग करत असली तरी तिचे नुकसान होत नाही; कारण ज्या समूहाकडे हे हक्क सोपविले जातात त्या समूहाचा प्रत्येक व्यक्ती अविभाज्य घटक असते. थोडक्यात, व्यक्तिगत हक्क हे सामूहिक हक्क बनतात. हा समूह किंवा समाज सर्वश्रेष्ठ व सार्वभौम बनतो. या समाजात कोणत्या एका व्यक्तीचे किंवा गटाचे प्रभुत्व निर्माण होत नाही; कारण हक्क हे कोणत्या व्यक्तीकडे किंवा गटाकडे सोपविले जात नाहीत तर समाजाकडे सोपविले जातात. ज्या समाजात सर्व व्यक्ती सहभागी असतात त्या सर्वच व्यक्ती आपले हक्क समूहाकडे सोपवितात. सर्व व्यक्तींचा दर्जा समान राहतो. त्यात कोणी श्रेष्ठ किंवा कनिष्ठ नसतो. तसेच त्यामुळे कोणाला आपले स्वातंत्र्य गमवावे लागत नाही.

रूसो म्हणतो, ''प्रत्येक जण आपले व्यक्तित्व आणि सामर्थ्य सर्वांना अर्पण करतो, त्यावेळी कोणीच कोणाच्या अधीन होत नाही. म्हणून प्रत्येक जण पूर्वीइतकाच स्वतंत्र असतो.''

रूसोच्या मते, असा करार एकच झाला. एकाच करारातून समाज आणि राज्य निर्माण झाले. त्यातून संघटित अशा समुदायाची इच्छा उदयास आली. रूसोने तिला 'सामूहिक इच्छा' असे नाव दिले आहे.

सामूहिक इच्छा (General Will)

रूसोच्या विचारात 'सामूहिक इच्छा' या संकल्पनेला महत्त्वाचे स्थान आहे. त्याच्या मते, प्रत्येक माणसाच्या मनात दोन प्रकारच्या इच्छा असतात : प्रत्यक्ष इच्छा (Actual Will) आणि वास्तव इच्छा (Real Will). यांपैकी प्रत्यक्ष इच्छा ही व्यक्तिकेंद्रित असते. ती स्वार्थाने प्रेरित झालेली असते. सामूहिक हिताचा त्यात विचार नसतो, पण व्यक्तीच्या अंतर्यामी वास्तव किंवा खरी इच्छा असते ती स्वार्थाने प्रेरित झालेली नसते. समूहहिताचा विचार करणारी असते.

प्रत्येक व्यक्तीमध्ये या दोन्ही इच्छा कमी-जास्त प्रमाणात असतात. सर्व व्यक्तीमधील वास्तव इच्छा म्हणजे सामूहिक इच्छा होय; मात्र सामूहिक इच्छा म्हणजे सर्व व्यक्तींच्या इच्छांची गोळाबेरीज नव्हे किंवा सर्वांना मान्य होईल अशी केलेली तडजोड नव्हे; तर सामूहिक हिताच्या उदात्त भावनेने सर्वांमध्ये निर्माण झालेली ती समान इच्छा होय.

सामूहिक इच्छा ही सर्व समाजाचे हित विचारात घेते. म्हणून बहुमताची इच्छा म्हणजे सामूहिक इच्छा नव्हे. कारण बहुमताचा निर्णय समाजहिताचा असेलच असे नाही. भावनावश होऊन किंवा अज्ञानाने असा निर्णय घेतला जाऊ शकतो किंवा बहुसंख्याकांच्या हिताचा विचार करून घेतला जाऊ शकतो. तो व्यापक समाजहिताच्या विरोधी असू शकतो. सामूहिक इच्छेद्वारे व्यापक समाजहित व्यक्त होत असते तसेच ती विवेकनिष्ठ असते. म्हणून समाजाला ती नेहमीच उपकारक असते.

6.4 रूसोचे सार्वभौमत्व

रूसो सामूहिक इच्छा ही सार्वभौम मानतो. तिचे सार्वभौमत्व अविभाज्य, निरपवाद, निरंकुश असते. हे सार्वभौमत्व कोणत्या व्यक्तीकडे किंवा शासनाकडे नसते तर ते सर्व समाजाकडे असते. सामूहिकरीत्या व्यक्त होणारी आणि सर्व समाजाचे हित जोपासणारी सामूहिक इच्छा ही राज्यात सार्वभौम असते. या सामूहिक इच्छेनुसार जे कायदे केले जातात त्यांचे पालन सर्व लोकांनी निष्ठापूर्वक केले पाहिजे. कारण त्यातच सर्वांचे हित सामावलेले आहे. कोणत्याही व्यक्तीने सामूहिक इच्छेच्या आज्ञांचे पालन न करणे समर्थनीय नाही. कारण तसे करणे म्हणजे स्वतःच्याच आंतरिक किंवा खऱ्या इच्छेच्या विरुद्ध वागणे होय. एखादी व्यक्ती स्वार्थापोटी किंवा अज्ञानापोटी सामूहिक इच्छेविरुद्ध वागत असेल तर तिला सामूहिक इच्छेनुसार वागण्यास भाग पाडले पाहिजे; कारण तसे वागण्यातच तिचे खरे हित आहे. एखादी व्यक्ती स्वतःचा नाश करून घेत असेल, आत्मघात करून घेत असेल तर त्यापासून तिला परावृत्त केले पाहिजे. तसे करण्याने तिचे स्वातंत्र्य हरण होत नाही तर तिला स्वातंत्र्य प्राप्त करून दिले जाते. सामूहिक इच्छेनुसार वागण्यात व्यक्तीचे आणि समाजाचे खरे हित व स्वातंत्र्य आहे.

सामूहिक इच्छेच्या संकल्पनेत जनतेचे सार्वभौमत्व अभिप्रेत आहे. जनतेची सामूहिक इच्छा हीच सर्वश्रेष्ठ असून शासनाने ती प्रमाण मानून कार्य केले पाहिजे, असे रूसोने आग्रहपूर्वक सांगितले आहे. त्यांच्या मते, सार्वभौम सत्तेत समाजातील प्रत्येक व्यक्तीचा समान सहभाग आहे. जनतेच्या सार्वभौमत्वाची संकल्पना सुस्पष्ट स्वरूपात मांडणारा रूसो हा पहिला विचारवंत होय.

रूसो हा लोकशाहीचा, त्यातही प्रत्यक्ष लोकशाहीचा पुरस्कर्ता होता. कायदे करण्याचा अधिकार जनतेकडे असला पाहिजे. शासन हे या कायद्याची अंमलबजावणी करण्यासाठी आहे. ते जनतेने निर्माण केलेले असून त्याचे कार्यक्षेत्र मर्यादित आहे. शासनाला मिळालेले अधिकार जनतेने दिलेले असतात. ते केव्हाही काढून घेण्याचा अधिकार जनतेचा आहे, असे मत रूसोने व्यक्त केले आहे.

मूल्यमापन

गुण : आधुनिक काळात ज्या विचारवंतांच्या विचारातून लोकशाहीची संकल्पना विकसित झाली त्यामध्ये रूसो हा एक प्रमुख विचारवंत आहे. अमेरिकन स्वातंत्र्ययुद्ध तसेच फ्रेंच राज्यक्रांती यांना त्याचे विचार प्रेरणादायी ठरले. त्याने मांडलेल्या सामाजिक करार सिद्धान्तात पुढील गुण दिसून येतात :

(1) जनतेच्या सार्वभौमत्वाची संकल्पना स्पष्ट शब्दात मांडणारा रूसो हा पहिला विचारवंत आहे. लोकशाही देशात ही संकल्पना आता स्वीकारली गेलेली आहे. या संकल्पनेचा प्रणेता म्हणून रूसो हा महत्त्वाचा विचारवंत आहे.

(2) स्वातंत्र्य, समता, बंधुत्व ही आधुनिक काळातील आदर्श तत्त्वे बनलेली आहेत. रूसोने आपल्या विचारातून याच तत्त्वांचा पुरस्कार केला. फ्रेंच राज्यक्रांतीची ती उद्दिष्टे बनली होती. लोकशाहीची ती मूलभूत तत्त्वे असून रूसोनेच प्रथम ती स्पष्ट स्वरूपात मांडली.

(3) राज्याचा आधार दंडशक्ती किंवा ईश्वरी वरदान नसून जनतेची मान्यता हा आहे, हे शाश्वत सत्य रूसोने ठळकपणे मांडलेले आहे.

(4) मानवी जीवनात व्यक्तिस्वातंत्र्याचे असणारे महत्त्व रूसोने अधोरेखित केले आहे. स्वातंत्र्य हे कोणी प्रदान करण्याची गरज नसते. माणूस हा जन्मतः स्वतंत्रच आहे. स्वातंत्र्य हा त्याचा निसर्गदत्त अधिकार आहे, हे रूसोने ठासून सांगितलेले आहे. स्वातंत्र्याप्रमाणेच रूसो हा समतेचा पुरस्कर्ता होता. सामाजिक उच्च-नीचता, भेदाभेद हे कृत्रिम असून मानवी जीवन त्यामुळे बंधनात अडकलेले आहे. नैसर्गिक जीवन जगणाऱ्या मानवामध्ये उच्च-नीचता नव्हती, असे रूसोचे प्रतिपादन आहे.

दोष :

(1) रूसोने निसर्गावस्थेचे केलेले वर्णन पटण्यासारखे नाही; ते अवास्तव वाटते. हॉब्जने वर्णिलेला निसर्गावस्थेतील मानव जसा पूर्णपणे वाईट आहे तसाच रूसोने वर्णिलेला मानव पूर्णपणे चांगला आहे; पण माणसामध्ये किंवा मानवी समाजामध्ये बऱ्या-वाईट प्रवृत्ती असतात. याची दखल या दोन्ही विचारवंतांनी घेतलेली नाही. माणूस पूर्णपणे स्वार्थी, कपटी नसतो. त्याचप्रमाणे तो पूर्णपणे परोपकारी व उदात्त विचारांचा नसतो. माणसाचे असे कोणतेही एक चित्र रंगविणे एकांगी स्वरूपाचे आहे.

(2) रूसोने नैसर्गिक हक्कांची कल्पना मांडलेली आहे, पण हक्क आपोआप प्राप्त होत नाहीत. त्यांच्या रक्षणाची तरतूद आवश्यक असते. निसर्गावस्थेत जेव्हा राज्य किंवा शासन यांचे अस्तित्व नव्हते तेव्हा माणसाला हक्क होते, हे मान्य करता येत नाही.

(3) रूसोच्या विचारातील सर्वांत विवाद्य भाग त्याची सामूहिक इच्छेची संकल्पना आहे. ही संकल्पना संदिग्ध व अस्पष्ट आहे. ही सामूहिक इच्छा तो सार्वभौम मानतो, पण सामूहिक इच्छा म्हणजे निश्चित काय हे स्पष्ट होत नाही. लोकशाहीत अगदी प्रत्यक्ष लोकशाहीतही निर्णय हे बहुमताने घेतले जातात. बहुमत म्हणजे सामूहिक इच्छा नव्हे, असे रूसो म्हणतो. सामूहिक इच्छा म्हणजे सर्व लोकांची आंतरिक इच्छा किंवा वास्तव इच्छा असे तो म्हणतो. ही वास्तव इच्छा ठरविणार कोण, या प्रश्नाचे उत्तर रूसोच्या विचारात सापडत नाही.

(4) रूसो प्रत्यक्ष लोकशाहीचा पुरस्कर्ता आहे, पण प्रत्यक्ष लोकशाही आधुनिक काळात अशक्य आहे. केवळ लहान राज्यात ती शक्य असते. त्यामुळे कायदे करण्याचा अधिकार जनतेकडे असला पाहिजे, हा रूसोचा आग्रह तत्त्वतः योग्य असला तरी व्यवहारात शक्य नाही.

सामाजिक करार सिद्धान्ताचे मूल्यमापन

राज्याचा उदय एखाद्या करारातून झाला ही कल्पना आज मान्य होणारी नाही. तरीही राजकीय विचारांच्या इतिहासात सामाजिक करार सिद्धान्ताला महत्त्व आहे. या सिद्धान्ताचे गुण पुढीलप्रमाणे सांगता येतील :

गुण :

(1) राज्य हे लोकांच्या गरजेतून निर्माण झालेले आहे, लोकांची संमती हा राज्यसंस्थेचा आधार असतो, हा विचार या सिद्धान्ताने मांडला. हॉब्ज, लॉक, रूसो यांनी वेगवेगळ्या प्रकारच्या शासनसंस्थेचा पुरस्कार केला असला तरी शासनसंस्था ही लोकांच्या संमतीने निर्माण होते, लोकांची तिला मान्यता असते, हे तत्त्व तीनही विचारवंतांनी प्रतिपादन केले आहे.

(2) सामाजिक करार सिद्धान्ताने पूर्वीच्या दैवी सिद्धान्त, शक्ती सिद्धान्त यांचा प्रभाव संपुष्टात आणला. राज्य ईश्वरी इच्छेने किंवा बळाच्या आधारे निर्माण झालेले नसून ते माणसाच्या गरजेतून निर्माण झालेले आहे, हे या सिद्धान्ताने प्रभावीपणे सांगितले.

(3) या विचारवंतांचे विचार विशेषकरून लॉक आणि रूसो यांचे विचार लोकशाहीच्या विकासाला पोषक ठरले. लॉकने राजाची सत्ता नियंत्रित असली पाहिजे, या तत्त्वाचा पाठपुरावा केला तर रूसोने स्वातंत्र्य, समता, बंधुत्व या लोकशाही मूल्यांचा उद्घोष केला.

(4) हॉब्जने कायदेशीर सार्वभौमत्व, लॉकने राजकीय सार्वभौमत्व आणि रूसोने जनतेचे सार्वभौमत्व या संकल्पना मांडल्या. त्यातून सार्वभौमत्वाची संकल्पना विकसित होण्यास साहाय्य झाले. त्यातील रूसो हा तर जनतेच्या सार्वभौमत्वाची संकल्पना मांडणारा पहिला विचारवंत आहे.

दोष :

(1) प्राचीन काळातील रानटी, अप्रगत अवस्थेत राहणाऱ्या लोकांनी करार करून राज्याची निर्मिती केली असे मानणे केवळ कल्पनाविलास आहे. रानटी अवस्थेतील माणसांनी असा करार करणे संभवत नाही. करार करून राज्य निर्माण करण्यासाठी जी राजकीय जागृती अपेक्षित आहे, ती त्या काळातील लोकांकडे असणे शक्य नाही.

(2) या विचारवंतांनी निसर्गावस्थेचे वर्णन वेगवेगळे केलेले आहे. हॉब्ज आणि रूसो यांनी तर निसर्गावस्थेचे परस्परविरोधी चित्र रंगविलेले आहे. त्यांपैकी कोणतेही वर्णन वास्तव वाटत नाही. राज्यपूर्व काळात निसर्गावस्था होती, असे वादाकरिता मान्य केले तरी त्या काळात लोकांना हक्क प्राप्त झालेले होते; ही कल्पना स्वीकारता येत नाही. हक्कांना संरक्षण असल्याशिवाय ते उपभोगता येत नाहीत.

निसर्गावस्थेत, जिथे हक्कांची अंमलबजावणी करणारी कोणतीही सत्ता अस्तित्वात नव्हती त्या काळात लोकांना हक्क किंवा स्वातंत्र्य होते ही केवळ कल्पनाच ठरते. त्याचप्रमाणे हॉब्जच्या निसर्गावस्थेतील अति वाईट स्थिती किंवा रूसोच्या निसर्गावस्थेतील अति चांगली स्थिती ही दोन्ही वर्णने अतिरंजित आहेत.

(3) निसर्गावस्थेत स्वातंत्र्याचे हक्क होते, हे मान्य करता येत नाही; तसेच समता होती हे सुद्धा मान्य करता येणार नाही. समता निर्माण होण्यासाठी सर्वांना समान अधिकार असावे लागतात. प्रारंभीच्या काळात व्यक्तीचे समूहातील स्थान जन्मावरून ठरत होते. त्यामुळे समतेऐवजी त्या काळात विषमता असण्याची शक्यताच जास्त आहे.

(4) हा सिद्धान्त राज्याच्या उदयाचे तर्कशुद्ध स्पष्टीकरण देऊ शकत नाही. राज्याचे सदस्यत्व व्यक्तीच्या इच्छेवर अवलंबून नाही. ते सक्तीचे आहे. व्यक्तीला राज्याचे नियम पाळणे भाग असते. राज्य म्हणजे करार करून स्थापन केलेली एखादी कंपनी नव्हे. उद्योग-व्यवसाय करण्यासाठी स्थापन झालेल्या कंपन्या करारातून निर्माण होतात. असे करार मोडताही येतात; पण राज्याशी असणारा नागरिकांचा संबंध पिढ्यान्पिढ्या असतो, तो मोडता येत नाही.

(5) ऐतिहासिकदृष्ट्या हा सिद्धान्त चुकीचा आहे. कोणत्या तरी एका विशिष्ट वेळी लोकांनी मिळून राज्य निर्माण केले, ही कल्पना आता चुकीची ठरलेली आहे. राज्य ही ऐतिहासिक विकासक्रमात स्वाभाविकपणे उदयास आलेली संस्था आहे, हे उत्क्रांतीच्या किंवा ऐतिहासिक सिद्धान्ताने स्पष्ट केल्यानंतर सामाजिक करार सिद्धान्त चुकीचा ठरला.

(6) हा सिद्धान्त मांडणाऱ्या विचारवंतांचा मुख्य हेतू राज्याचा उदय कसा झाला, हे सांगण्याचा नव्हता तर राज्य आणि व्यक्ती यांचे संबंध कसे असावेत ते स्पष्ट करण्याचा होता; आणि त्याच उद्देशाने त्यांनी आपले विचार मांडलेले आहेत. शिवाय, तत्कालीन राजकीय परिस्थितीचा या विचारवंतांवर मोठा प्रभाव होता. त्या परिस्थितीचे समर्थन करण्यासाठी किंवा तिच्यात बदल घडवून आणण्याच्या उद्देशाने या विचारवंतांनी आपले विचार मांडलेले आहेत.

प्रश्नावली

1. रूसोचे मानवी स्वभावाविषयी विचार विशद करा.

2. रूसोचे निसर्गावस्था आणि सामाजिक करार करण्याची गरज का निर्माण झाली याविषयीचे विचार सांगा.

3. रूसोने वर्णिलेला सामाजिक करार स्पष्ट करा.

4. रूसोच्या सामाजिक करार सिद्धान्ताचे मूल्यमापन करा.

5. हॉब्ज, लॉक, रूसो यांच्या सामाजिक करार सिद्धान्ताचे गुण-दोष सांगा.

6. हॉब्ज आणि रूसो यांनी वर्णिलेल्या निसर्गावस्थेतील फरक सांगा.

⊙ **टीपा लिहा :**

1. सामूहिक इच्छा

2. रूसोची सार्वभौमत्वाची कल्पना

3. रूसोने वर्णिलेली निसर्गावस्था.

■■■■■

7

जॉर्ज विल्हेम फ्रेड्रिश हेगेल

इ.स. 1770 – इ.स. 1831

"The rational is the real and the real is the rational."

प्रास्ताविक

प्लेटो, ॲरिस्टॉटल आदी प्राचीन काळातील ग्रीक विचारवंतांनी राज्यासंबंधी आदर्शवादी दृष्टिकोन स्वीकारलेला होता. तशाच स्वरूपाचा आदर्शवाद आधुनिक काळातही काही जर्मन आणि ब्रिटिश विचारवंतांनी मांडला. अठराव्या शतकाचा उत्तरार्ध आणि एकोणिसाव्या शतकाचा प्रारंभ हा आदर्शवादी विचारांचा कालखंड मानता येईल. कान्ट, फिश्ते, हेगेल हे जर्मन विचारवंत तसेच ग्रीन, बोझँक हे ब्रिटिश विचारवंत हे या काळातील प्रमुख आदर्शवादी विचारवंत होत. या आदर्शवादी विचारवंतांच्या विचारात अनेक बाबतीत मतभिन्नता असली तरी काही महत्त्वाच्या तत्त्वांबाबत त्यांच्यात एकमत दिसून येते.

आदर्शवादाची प्रमुख तत्त्वे याप्रमाणे सांगता येतील :

(1)   मनुष्य हा समाजशील तसेच राजकीय प्राणी आहे. म्हणून माणसाच्या व्यक्तित्वाचा आणि त्याच्यातील सुप्त शक्तींचा विकास केवळ राज्यात राहूनच होऊ शकतो. राज्यसंस्थेचा सदस्य बनल्यानेच माणसाला माणूसपणा प्राप्त होत असते. राज्याशिवाय मानवी जीवन हे पशुवत जीवन होय.

(2)   राज्य ही नैतिक संस्था आहे. माणसाला केवळ सुखप्राप्ती करून देणे एवढेच राज्याचे उद्दिष्ट नसून चांगले जीवन जगण्यासाठी आदर्श परिस्थिती निर्माण करणे हे राज्याचे उद्दिष्ट आहे आणि ते नैतिक स्वरूपाचे आहे.

(3)   माणसाच्या व्यक्तित्वाचा पूर्ण आणि सर्वांगीण विकास साधणे हे राज्याचे उद्दिष्ट असल्याने व्यक्तीचे हित आणि राज्याचे हित यात संघर्ष नसतो. राज्याच्या हितामध्येच व्यक्तीचे हित सामावलेले असते. व्यक्तीला जे हक्क आणि स्वातंत्र्य प्राप्त होत असते ते समाजाचा आणि राज्याचा घटक म्हणूनच प्राप्त होत असते. म्हणून राज्याची सत्ता आणि व्यक्तीचे स्वातंत्र्य परस्परविरोधी आहेत ही कल्पना चुकीची आहे.

(4)   राज्याचा कायदा म्हणजे केवळ सार्वभौम सत्तेची आज्ञा नसते तर बुद्धिनिष्ठ विचारांचे ते व्यक्त स्वरूप असते. म्हणून कायद्याचे निष्ठापूर्वक पालन करण्यातच व्यक्तीचे हित असते.

(5)   राज्य ही सर्वोच्च, सर्वशक्तिमान आणि सर्वसमावेशक अशी संस्था आहे. हेगेलसारख्या विचारवंताने अशीही कल्पना मांडली आहे की, राज्यातील नागरिकांहून वेगळे असे राज्याला स्वतंत्र व्यक्तिमत्त्व, चैतन्य आणि इच्छा आहे.

(6)   बळ किंवा सामर्थ्य हा राज्याचा खरा आधार नसून लोकांची इच्छा हा खरा आधार आहे. याचा अर्थ, राज्याला सामर्थ्याची आवश्यकता नसते किंवा राज्य बळाचा वापर करत नाही असा नव्हे. संरक्षणासाठी आणि सुव्यवस्था टिकविण्यासाठी राज्य बळाचा वापर करत असते. पण बळ हा राज्याचा मूलाधार नव्हे. राज्याच्या आज्ञेचे पालन लोक केवळ भीतिपोटी करत नसतात तर

राज्यामुळे सामूहिक हित साध्य होत असते आणि सामूहिक हितामध्येच व्यक्तींचे हित सामावलेले असते. या जाणिवेमुळे व्यक्ती राज्याच्या आज्ञेचे पालन करत असते. म्हणजेच बळ किंवा सामर्थ्य हे राज्याचे केवळ साधन आहे, राज्याचा खरा मूलाधार लोकांची इच्छा हाच होय.

आदर्शवादी विचारवंतांमध्ये नेमस्त आणि जहाल असे पंथ दिसून येतात. कान्ट, ग्रीन हे नेमस्त विचारवंत मानता येतील. या विचारवंतांनी राज्य हे माणसाच्या नैतिक आणि बौद्धिक विकासाचे साधन मानले. मानवी विकासाच्या मार्गातील अडथळे दूर करणे हेच राज्यसंस्थेचे खरे कार्य आहे असे मानले. ग्रीन या विचारवंताने तर राज्याच्या अन्यायकारक किंवा अयोग्य कायद्यांना विरोध करण्याचा हक्क जनतेला आहे असेही प्रतिपादन केले आहे. थोडक्यात, नेमस्त आदर्शवादी विचारवंतांनी राज्य हे आदर्श आणि नैतिक मानलेले असले तरी ते मानवी मानलेले आहे आणि त्याच्या अधिकार क्षेत्राची मर्यादा स्पष्ट केलेली आहे. आदर्शवादी विचारवंतांचा दुसरा पंथ म्हणजे जहाल पंथ होय. हेगेल, फिश्ते, बोझँक हे जहाल विचारवंत मानता येतील. या जहाज विचारवंतांनी राज्यसंस्था हे केवळ साधन न मानता ते साध्यच मानलेले आहे. राज्य कधीही चूक करू शकत नाही असे मानून राज्याच्या आज्ञेला विरोध करण्याचा व्यक्तींचा हक्क नाकारलेला आहे. राज्यसंस्था ही अंतिम आणि सर्वश्रेष्ठ संस्था असून तिच्या निर्णयाची योग्यायोग्यता ठरविण्याचा लोकांना अधिकारच नाही असा दृष्टिकोन स्वीकारलेला आहे. या सर्व आदर्शवादी विचारवंतांमध्ये जर्मन विचारवंत हेगेल हा सर्वांत प्रभावी विचारवंत होता. एकोणिसाव्या शतकाच्या प्रारंभकाळी राजकीय विचारांवर हेगेलच्या विचारांचा एवढा मोठा प्रभाव होता की हा कालखंड 'हेगेल युग' म्हणून ओळखला जातो.

या प्रकरणामध्ये आपल्याला हेगेलच्या राजकीय विचारांची ओळख करून घ्यावयाची आहे. पण ती करून घेण्यापूर्वी हेगेलच्या जीवनाविषयी, तसेच ज्या काळात हेगेलने आपले राजकीय विचार मांडले त्या काळातील जर्मनीतील राजकीय परिस्थितीविषयी थोडक्यात माहिती घेणार आहोत.

हेगेलचा जीवनपरिचय

हेगेलचा जन्म 1770 साली जर्मनीतील स्टुटगार्ड येथे झाला. शिक्षणक्रम पूर्ण केल्यानंतर तो जेना विद्यापीठात प्राध्यापक म्हणून रुजू झाला. याच काळात फ्रान्सचा सम्राट नेपोलियन याने प्रशियाविरुद्ध युद्ध पुकारले. युद्धाच्या धामधुमीची झळ जेना विद्यापीठालाही लागली आणि हेगेलला ते विद्यापीठ सोडावे लागले. पुढे काही काळ हिडेलबर्ग विद्यापीठात प्राध्यापक म्हणून त्याने काम केले. अखेरच्या काळात बर्लिन विद्यापीठात तत्त्वज्ञानाचा प्राध्यापक म्हणून त्याची नेमणूक झालेली होती. तिथे प्राध्यापक पदावर काम करत असतानाच 1831 साली त्याचा मृत्यू झाला.

वेगवेगळ्या विद्यापीठात प्राध्यापकपदी काम करत असतानाच हेगेलचे लेखनकार्य चालू होते. बर्लिन विद्यापीठात असताना त्याचे अनेक महत्त्वाचे ग्रंथ प्रकाशित झाले आणि राजकीय तत्त्ववेत्ता म्हणून त्याला फार मोठी प्रसिद्धी व मान्यता मिळाली. तत्कालीन राजकीय विचारांवर त्याचा प्रभाव होताच; पण तत्कालीन राजकारणावरही त्याच्या विचारांचा प्रभाव दिसून येतो. म्हणून एकोणिसाव्या शतकाचा पूर्वार्ध हा राजकीय विचारांचा इतिहासात 'हेगेलचे युग' म्हणून ओळखला जातो.

हेगेलने आपले राजकीय विचार, त्याच्या एकूण व्यापक तत्त्वज्ञानाचा भाग म्हणून मांडलेले आहे. तत्त्वज्ञानविषयक त्याने अनेक ग्रंथ लिहिले. त्यांपैकी 'हक्कांचे तत्त्वज्ञान' आणि 'इतिहासाचे तत्त्वज्ञान' हे त्याचे सर्वांत प्रसिद्ध पावलेले ग्रंथ होत. त्याचे राजकीय विचारही याच ग्रंथात प्रामुख्याने मांडलेले आहेत. हेगेलचे विचार समजून घेण्यात काही अडचणी येतात. एक म्हणजे त्याची भाषा अत्यंत दुर्बोध आणि बऱ्याच ठिकाणी संदिग्ध आहे. शिवाय त्याच्या विचारात ज्या अनेक अमूर्त संकल्पना मांडलेल्या आहेत त्यांचा सुस्पष्ट अर्थ लावणे कठीण जाते. त्याच्या विचारांची दिशा आणि ते मांडण्याची पद्धत लक्षात आली म्हणजे हेगेलच्या बुद्धिमत्तेचे तसेच त्याच्या पद्धतशीर, काटेकोर विचारसरणीचे दर्शन आपल्याला घडते.

हेगेलच्या विचारांवर अनेक घटकांचा प्रभाव दिसून येतो. कान्ट, फिश्ते या जर्मन आदर्शवादी विचारवंतांचा मोठा प्रभाव त्याच्या विचारांवर पडलेला आहेच; पण प्लेटो, ॲरिस्टॉटल या प्राचीन ग्रीक विचारवंतांचाही प्रभाव त्याच्या विचारावर होता. फ्रेंच राज्यक्रांतीच्या पूर्वीच्या काळातील रूसो आणि मॉंटेस्क्यू या फ्रेंच विचारवंतांचाही काही प्रमाणात त्याच्या विचारावर प्रभाव दिसतो.

विविध राजकीय विचारवंतांप्रमाणेच तत्कालीन राजकीय परिस्थितीचाही परिणाम हेगेलच्या विचारांवर पडलेला असणारच. फ्रेंच राज्यक्रांती ही या काळातील सर्वांत महत्त्वाची घटना होय. या क्रांतीला प्रेरणादायी ठरलेल्या तत्त्वज्ञानाचे हेगेलला आकर्षण होते. फ्रेंच राज्यक्रांतीनंतर फ्रान्समध्ये उदयास आलेली नेपोलियनची राजवट आणि नेपोलियनने केलेला प्रशियाचा पराभव या घटनांचेही हेगेलने स्वागत केले. हेगेलच्या काळात जर्मनी हे एक राष्ट्र म्हणून उदयास आलेले नव्हते. जर्मनीची विभागणी अनेक लहान-लहान राज्यांत झालेली होती. त्यापैकी प्रशिया हे सर्वांत मोठे राज्य होते. एका प्रबळ सत्तेच्या नियंत्रणाखाली जर्मनीचे एकीकरण घडून यावे ही जर्मन राष्ट्रवादाची कल्पना हेगेलच्या काळात मूळ धरू लागली होती. पुढे बिस्मार्कच्या नेतृत्वाखाली असे एकीकरण घडून आले. या पार्श्वभूमीवर नेपोलियनच्या पराक्रमाचे आणि त्याने निर्माण केलेल्या साम्राज्याचे आकर्षण हेगेलला वाटणे स्वाभाविक होते.

7.1 हेगेलचा द्वंद्वात्मक विरोध विकासवाद

हेगेलने आपले विचार मांडताना ऐतिहासिक तसेच विकासवादी दृष्टिकोन स्वीकारलेला आहे. त्याच्या मते, सर्व सृष्टीची निर्मिती आणि विकास हा विशिष्ट तत्त्वानुसार आणि नियमानुसार झालेला आहे आणि यापुढेही तो तसाच होत राहणार आहे. विवेकबुद्धी हे आदितत्त्व आहे. ते निरपवाद आहे. सारे विश्व हा विवेकबुद्धीचा आविष्कार आहे. ते सुसंबद्ध आहे तसेच सेंद्रिय आहे. म्हणूनच ते बुद्धिगम्य आहे. याचा अर्थ असा की, माणसाला त्याचे ज्ञान होऊ शकते. विश्वामध्ये अशी कोणतीही गोष्ट नाही की, जी मानवी बुद्धीला आकलन होऊ शकणार नाही. सारे विश्व ज्या तत्त्वाचा आविष्कार आहे ते बुद्धितत्त्व आणि आपल्या सभोवतालचे भौतिक जग यांच्यात विसंवाद नाही किंवा ते परस्परविरोधी नाहीत तर ते परस्परसंबद्ध आहेत. म्हणूनच विश्वामध्ये सुसंवाद आहे.

हेगेल असेही मानतो की, बुद्धितत्त्व किंवा चैतन्य हे चिरंतन, सर्वसमावेशक आणि स्वयंपूर्ण आहे. पण त्याचबरोबर ते स्थितिशील नसून गतिशील आहे. ते सतत विकास पावणारे आणि स्वतः उलगडत जाणारे तत्त्व आहे. अप्रगत अवस्थेतून अधिक प्रगत अवस्थेत विकसित होत जाणे हे बुद्धितत्त्वाचे किंवा वैश्विक चैतन्याचे वैशिष्ट्य आहे. ही विकासाची किंवा उलगडण्याची प्रक्रिया चिरंतन चालू राहणारी प्रक्रिया आहे. ही प्रक्रिया चालू राहते; कारण बुद्धितत्त्वाला स्वत्वाची जाणीव असते. या जाणिवेमुळे अधिकाधिक प्रगत अवस्था प्राप्त करत पूर्णत्वाकडे जाण्याचा त्याचा प्रयत्न असतो. या विकासाच्या प्रक्रियेत प्राकृतिक विश्वाची निर्मिती ही पहिली अवस्था असते. प्राकृतिक जग हे आपल्याला निर्जीव वाटत असले तरी ते बुद्धितत्त्वाचा किंवा वैश्विक चैतन्याचाच आविष्कार असल्याने त्याच्यात फार मोठी सर्जनशीलता असते.

या सर्जनशील शक्तीमुळे प्राकृतिक जगाचा विकास होतो आणि त्यातून सजीवसृष्टी निर्माण होते. म्हणजेच वनस्पती आणि प्राणी निर्माण होतात. प्राकृतिक किंवा भौतिक जगापेक्षा या अवस्थेत बुद्धितत्त्वाला किंवा चैतन्याला अधिक उच्च स्वरूप प्राप्त होते. पण ते सर्वोच्च किंवा परिपूर्ण स्वरूप नसते. ही परिपूर्णता किंवा सर्वोच्चता मानवाच्या निर्मितीनंतर प्राप्त होते. मानवी तत्त्वज्ञान आणि धर्म यातून वैश्विक चैतन्याचा किंवा बुद्धितत्त्वाचा पूर्ण आविष्कार होतो.

ज्या अर्थी बुद्धितत्त्व हे सर्व सृष्टीच्या पसाऱ्यामागील अंतिम तत्त्व आहे त्या अर्थी या तत्त्वाची जी उकल होते किंवा विकास होतो तो बुद्धिनिष्ठ असला पाहिजे. या बुद्धिनिष्ठ प्रक्रियेचे स्वरूप आपल्याला उमजले आहे असा हेगेलचा दावा होता. त्याने या प्रक्रियेला 'द्वंद्वात्मक विरोध विकासवाद' असे म्हटले आहे. त्याचा अर्थ थोडक्यात सांगावयाचा तर, विरोध विकासवादी तत्त्वानुसार विकास हा सरळ मार्गाने होत नसतो तर तो नागमोडी वळणाने चाललेला असतो. वाद (Thesis), प्रतिवाद (Anti-thesis) आणि संवाद (Synthesis) असे त्याचे सूत्र असते.

इतिहासाच्या कोणत्याही कालखंडात प्रथम एक तत्त्व अस्तित्वात येते. हे तत्त्व वैश्विक सत्याचा किंवा बुद्धितत्त्वाचा आविष्कार असतो. पण तो परिपूर्ण आविष्कार नसतो तर वैश्विक सत्याचा एखादा पैलू त्यातून आविष्कृत होत असतो. विकासाच्या पुढील अवस्थेत त्याच्या विरोधी पैलू प्रकट होतो आणि तिसऱ्या अवस्थेत या दोन्ही तत्त्वांचा समन्वय साधला जाऊन अधिक प्रगत अशी सुसंवादी अवस्था उदयास येते. अर्थात, ही अवस्था फार काळ तशी राहत नाही. कालांतराने सुसंवाद हा वाद बनतो. त्या विरोधी भासणारे प्रतिवादी तत्त्व उदयास येते आणि पुन्हा या दोन तत्त्वांचा समन्वय साधला जाऊन अधिक प्रगत असे सुसंवादी तत्त्व प्रकट होते. अशा प्रकारे ऐतिहासिक विकासक्रम चालू राहतो.

आपण जीवनामध्ये हा अनुभव घेतो की, एखादी क्रिया घडली म्हणजे त्याची प्रतिक्रिया उमटते आणि त्या दोन्हीतील विरोधातून समन्वयाचे तत्त्व उदयास येते. विशिष्ट परिस्थितीत एखादा आत्यंतिक किंवा जहाल विचार प्रभावी बनतो. नंतर त्याची प्रतिक्रिया म्हणून विरोधी विचार उदयास येतो. कालांतराने या दोन्ही दृष्टिकोनातील उपयुक्त तत्त्वे स्वीकारली जातात व दोन्हीच्या समन्वयातून नवा दृष्टिकोन मान्यता पावतो. निरंकुश राजशाहीच्या विरोधातून हुकूमशाहीचा उदय होणे आणि त्यानंतर हुकूमशाहीविरूद्ध क्रांती होऊन लोकशाहीचा उदय होणे अशा घटना राजकीय क्षेत्रात घडतात. हेगेलचा वाद, प्रतिवादी आणि सुसंवाद हा सिद्धान्त म्हणजे राजकीय क्षेत्रात दिसणाऱ्या या प्रवृत्तीचे सामान्यीकरण होय असे म्हणता येईल.

हेगेलने हे सूत्र जीवनाच्या सर्व क्षेत्रातील एवढेच नव्हे, तर सृष्टीतील सर्व घडामोडींचे स्पष्टीकरण करण्यासाठी वापरले. जसे, सृष्टी जीवनात भौतिक जगाची निर्मिती ही प्रथमावस्था, सजीवसृष्टीची निर्मिती ही द्वितीयावस्था आणि मानवाची निर्मिती ही प्रगत अशी तृतीयावस्था. मानवी जीवनात कुटुंबसंस्थेचा उदय ही प्रथमावस्था, समाजजीवनाचा उदय ही द्वितीयावस्था आणि राज्यसंस्थेचा उदय ही तृतीयावस्था होय. कौटुंबिक जीवन हे परस्पर प्रेम आणि त्याग यावर आधारलेले असते. समाजजीवन त्या विरोधी तत्त्वावर, म्हणजे स्पर्धा आणि अस्तित्वासाठी चाललेला संघर्ष यावर आधारलेले असते. राज्यसंस्थेत कौटुंबिक जीवनाचा आणि सामाजिक जीवनाचा समन्वय साधला जातो. राज्यात प्रेम आणि स्पर्धा या दोन्हीला वाव असतो.

हेगेलच्या मते, विरोध विकासाची ही प्रक्रिया पूर्वनियोजित असते. ती माणसाच्या इच्छेनुसार किंवा योगायोगाने घडत नाही. विकास प्रक्रियेचा मार्ग बुद्धितत्त्वाने किंवा वैश्विक चैतन्याने निर्धारित केलेला असतो आणि त्यानुसार वैश्विक तत्त्वाचा आशय उलगडत जात असतो. अपूर्णत्वाकडून पूर्णत्वाकडे जाणारी ही वाटचाल असते. कोणत्याही काळातील सामाजिक संस्था, संघटना या वैश्विक तत्त्वाचा आविष्कार असतात. कुटुंब, राज्य, कायदा, नीती, समाज, धर्म, आर्थिक जीवन या सर्व गोष्टी वैश्विक तत्त्वाचाच आविष्कार असतात. हे बुद्धितत्त्व किंवा वैश्विक तत्त्व अधिकाधिक प्रगत अवस्थेकडे विकसित होत जात असते.

हेगेलच्या या विरोध विकासवादी दृष्टिकोनातून दोन ठळक निष्कर्ष निघतात. एक म्हणजे, जे वास्तव आहे ते बुद्धिनिष्ठ आहे; आणि दुसरे म्हणजे, जे बुद्धिनिष्ठ आहे ते वास्तव आहे. यामुळेच कुटुंबसंस्था, नागरी समाज, धर्म, राजशाही, लोकशाही या सर्व संस्था बुद्धिनिष्ठ आहेत. बुद्धितत्त्वाच्या किंवा वैश्विक तत्त्वाचा विकासातील त्या आवश्यक अवस्था आहेत. तशा त्या नसत्या तर त्या अस्तित्वातच आल्या नसत्या. अशा सर्व सामाजिक संस्था बुद्धिनिष्ठ आहेत; कारण त्यातून बुद्धितत्त्व प्रकट झालेले आहे आणि ऐतिहासिक विकास प्रक्रियेत त्यांना स्वतःचे स्थान आहे.

अर्थात, या संस्थातून बुद्धितत्त्वाचा परिपूर्ण आविष्कार झालेला नसतो. म्हणून अधिक विकसित अवस्था उदयास येणे क्रमप्राप्त ठरते. अशी विकसित अवस्था म्हणजे राज्य होय. राज्यसंस्था ही अशा प्रकारे इतर कोणत्याही सामाजिक संस्थेपेक्षा अधिक बुद्धिनिष्ठ आणि अधिक नैतिक स्वरूपाची संस्था आहे. किंबहुना, ज्यात बुद्धितत्त्वाचा आणि नैतिकतेचा परिपूर्ण आविष्कार होतो अशी ती संस्था आहे. दुसरा निष्कर्ष म्हणजे, सर्व सृष्टी ही बुद्धितत्त्वाचा आविष्कार असल्याने मानवी बुद्धीला तिचे आकलन करणे शक्य आहे.

हेगेल म्हणतो, मानवी बुद्धीला आकलन होऊ शकणार नाही अशी कोणतीही गोष्ट विश्वामध्ये नाही. सारे विश्व हे बुद्धिगम्य आहे.

हेगेलच्या सिद्धान्तानुसार, सर्व सृष्टीचा आणि मानवाचा इतिहास म्हणजे विविध अवस्थांमधून वैश्विक तत्त्वाचा सर्वोच्च किंवा अंतिम अवस्थेच्या दिशेने होणारा विकास आहे. असे जर असेल तर ही सर्वोच्च किंवा अंतिम अवस्था कोणती असा प्रश्न निर्माण होतो. त्याचे उत्तर म्हणजे वैश्विक तत्त्वाचा परिपूर्ण आविष्कार होणे ही त्याची सर्वोच्च किंवा अंतिम अवस्था होय. मानवजातीचा विकास होत, जेव्हा वैश्विक तत्त्वाचा किंवा बुद्धितत्त्वाचा परिपूर्ण आविष्कार होईल तेव्हा उत्क्रांतीची ही प्रक्रिया थांबेल. असा परिपूर्ण विकास राज्यामध्येच शक्य आहे. कारण हेगेलच्या मते, राज्य ही ऐतिहासिक विकासातील अंतिम आणि सर्वोच्च अवस्था आहे.

7.2 हेगेलचा राज्यविषयक सिद्धान्त

1. **आदर्शवाद** : राज्यसंस्थेबद्दलचा हेगेलचा दृष्टिकोन आदर्शवादी आहे. अठराव्या व एकोणिसाव्या शतकात कान्ट, फिश्ते, हेगेल, ग्रीन, बोझँक इत्यादी जे आदर्शवादी विचारवंत होऊन गेले त्यात सर्वांत प्रसिद्ध पावलेला आणि सर्वांत प्रभावी विचारवंत हेगेल होय. इमॅन्युअल कान्टच्या विचारांपासून आधुनिक काळातील आदर्शवादी विचारांचा प्रारंभ झाला असे मानले तर हेगेलचे विचार म्हणजे आदर्शवादाचा उत्कर्ष बिंदू मानता येतील. हेगेलने राज्य केवळ आदर्श मानले नाही तर राज्याला दैवी किंवा आध्यात्मिक स्वरूप देऊन राज्याची इच्छा ही निरपवाद, सर्वश्रेष्ठ मानलेली आहे. विरोध विकासाच्या प्रक्रियेतून

वैश्विक तत्त्व उलगडत जाते आणि या विकासात त्याला प्राप्त होणारी अंतिम अवस्था म्हणजे राज्य होय. म्हणून राज्य हे वैश्विक तत्त्वाचा किंवा वैश्विक चैतन्याचा परिपूर्ण आविष्कार आहे. आध्यात्मिक तत्त्वाचे ते वास्तव रूप आहे. राज्यसंस्थेमधून वैश्विक तत्त्वानेच प्रकट स्वरूप धारण केले आहे. आध्यात्मिक किंवा दैवी तत्त्वाच्या प्रकटीकरणाची ती सर्वोच्च अवस्था आहे. एवढेच नव्हे, तर स्वातंत्र्य आणि नीतिमत्ता यांचा परिपूर्ण संयोग केवळ राज्यातच दिसून येतो असे हेगेल म्हणतो.

विरोध विकासाच्या प्रक्रियेतून राज्यसंस्थेचा उदय कसा झाला आणि तिचे स्वरूप कसे आहे यासंबंधीचे हेगेलचे विचार पुढीलप्रमाणे सांगता येतील.

अपूर्णतेकडून पूर्णत्वाच्या अवस्थेकडे उलगडत जाणे हे जसे वैश्विक तत्त्वाचे किंवा चैतन्याचे वैशिष्ट्य आहे; तसेच त्याचे दुसरे वैशिष्ट्य हेगेलने सांगितलेले आहे, ते म्हणजे वैश्विक तत्त्वाचा हा विकास म्हणजे स्वातंत्र्याच्या संकल्पनेचा विकास आहे. हेगेल म्हणतो, "वैश्विक चैतन्याचे सार म्हणजे स्वातंत्र्य होय." जगाचा इतिहास म्हणजे स्वातंत्र्याच्या जाणिवेच्या विकासाचा इतिहास आहे. वैश्विक चैतन्याच्या विकासातून स्वातंत्र्याचे तत्त्व साकारत असते. वैश्विक तत्त्वाला स्वतःचा विकास घडवून आणण्यासाठी भौतिक जग, नंतर वनस्पती आणि प्राणी सृष्टी आणि अखेरीस मानवाचे रूप धारण करावे लागते; त्याचप्रमाणे सर्वोच्च संस्थांमधून प्रकट व्हावे लागते. मनुष्य हा एकाकी जीवन जगणारा प्राणी नाही. तो समाजशील तसेच राजकीय प्राणी आहे. आपल्या भौतिक आणि बौद्धिक गरजा भागविण्यासाठी तसेच स्वातंत्र्य प्राप्त करण्यासाठी त्याला इतर माणसांची मदत आणि सहकार्य लागते. म्हणून तो समूह करून राहतो. यातून सामाजिक संस्थांची निर्मिती होते.

स्वातंत्र्याच्या परिपूर्तीसाठी वैश्विक चैतन्यातून आकाराला आलेली पहिली संस्था म्हणजे कुटुंबसंस्था होय. कुटुंबसंस्था माणसाच्या प्राथमिक गरजा भागविते आणि त्याला संरक्षण देते. परस्पर प्रेम आणि त्याग यावर कौटुंबिक जीवन आधारलेले असते. अर्थात, माणसाला सुसंस्कृत आणि स्वतंत्र बनविण्याच्या कार्यात कुटुंबसंस्थेचे कितीही महत्त्व असले तरी कुटुंबसंस्थेचे कार्यक्षेत्र मर्यादित असते. माणसाच्या सर्व गरजा ती पूर्ण करू शकत नाही. म्हणून नागरी समाजाचा उदय झाला. समाजाच्या उदयाने सामाजिक जीवन आकाराला आले. सामाजिक जीवन हे स्पर्धेवर आधारलेले असते. पण त्याचबरोबर सामाजिक जीवनामुळे लोकांमध्ये सार्वजनिक हिताची जाणीव निर्माण होते. तशी जाणीव कुटुंबसंस्था निर्माण करू शकत नाही. कौटुंबिक जीवनात माणूस हा त्याच्यातील नैसर्गिक वासनांचा बंदिवान बनलेला असतो. त्यामुळे तो खऱ्या अर्थाने स्वतंत्र बनू शकत नाही. नागरी समाजात राहताना सामाजिक नियमाचे पालन करावे लागते. लोभ, वासना अशा प्रवृत्तीवर नियंत्रण ठेवून इतरांशी तडजोडीने वागावे लागते; त्यामुळे माणूस अधिक स्वतंत्र

बनतो. अर्थात, सामाजिक जीवनात करावा लागणारा संघर्ष आणि स्पर्धा यामुळे हे स्वातंत्र्य मर्यादित प्रमाणातच असते.

माणसाला परिपूर्ण स्वातंत्र्य लाभते ते राज्यसंस्थेमध्येच. कारण माणसाच्या खऱ्या गरजा व इच्छा यांची परिपूर्ती राज्यसंस्थेमध्येच होते. राज्यसंस्था व्यक्तीच्या इच्छा, आकांक्षांना बुद्धिनिष्ठ स्वरूप देते. राज्यसंस्था ही बुद्धिनिष्ठतेवर आणि नैतिक तत्त्वांवर आधारलेली असते. राज्याच्या आज्ञा बुद्धिनिष्ठ व नैतिक तत्त्वांना अनुसरून असतात. त्यांचे निष्ठापूर्वक पालन करण्यानेच व्यक्तीला खरे स्वातंत्र्य प्राप्त होत असते.

2. **राज्य ही सर्वोच्च आणि परिपूर्ण संस्था** : कुटुंबसंस्था आणि नागरी समाज या दोन्ही अवस्थांतील मूलतत्त्वांचा संयोग राज्यसंस्थेत झालेला असतो. वैश्विक तत्त्वाच्या विकासातील ती अंतिम अवस्था आहे. वैश्विक तत्त्वाचा सर्वोच्च आणि परिपूर्ण आविष्कार राज्यसंस्थेत झालेला असतो. उत्क्रांतीच्या प्रक्रियेतील ती अखेरची अवस्था असल्याने राज्याहून अधिक उच्च आणि परिपूर्ण अशी कोणतीही अवस्था नाही.

3. **आध्यात्मिक आणि नैतिक स्वरूप** : हेगेल राज्यसंस्था ही मानवनिर्मित संस्था मानत नाही. राज्याची निर्मिती दैवी इच्छेनुसार झालेली आहे आणि राज्य हे दैवी इच्छेचाच आविष्कार आहे, विविध अवस्थांमधून वैश्विक चैतन्याचा विकास होत-होत त्याला प्राप्त झालेली अंतिम अवस्था म्हणजे राज्य होय. म्हणून दैवी इच्छेचा परिपूर्ण आणि सर्वोच्च आविष्कार राज्यातच दिसून येतो असे तो मानतो. राज्याचे स्वरूप हे अशा प्रकारे दैवी किंवा आध्यात्मिक असल्याने राज्याची इच्छा, राज्याचे कायदे हा सुद्धा दैवी इच्छेचाच आविष्कार ठरतात. राज्य हे आध्यात्मिक किंवा दैवी शक्तीचेच वास्तव रूप असल्याने राज्य कधी चूक करू शकत नाही. राज्याचे कायदे हे नेहमीच बरोबर असतात आणि त्यांचे निष्ठापूर्वक पालन करण्यातच व्यक्तीचे खरे हित असते. राज्यसंस्थेचे कार्य म्हणजे परमेश्वराची जगातील वाटचाल होय असे तो मानतो.

हेगेलच्या मते, राज्य ही जशी दैवी स्वरूपाची संस्था आहे, तशीच ती नैतिक स्वरूपाची संस्था आहे. आध्यात्मिक शक्तीचेच ते प्रकट रूप असल्यामुळे राज्यसंस्थेत सर्वोच्च स्वातंत्र्य आणि सर्वोच्च नीतिमत्ता यांचा संयोग झालेला असतो. सामाजिक नीतिमत्तेचा परिपूर्ण आविष्कार राज्यसंस्थेत झालेला असतो. राज्यनिर्मिती विविध संस्थांमुळे आणि राज्याच्या सांस्कृतिक कार्यांमुळे समाजजीवनाला नैतिक आशय प्राप्त होतो. राज्यामुळे समाजाला सुरक्षितता व स्थैर्य प्राप्त होतेच; पण त्याचबरोबर लोककल्याणकारी कार्ये, शांतता व सुव्यवस्था, आर्थिक व औद्योगिक हितसंबंधाची जपणूक अशा ज्या समाजाच्या गरजा असतात त्यांचे नियमन आणि मार्गदर्शन राज्याकडून होत असते. सामाजिक संस्कृतीमध्ये अंतर्भूत असणारे आध्यात्मिक तत्त्व आणि समाजविकासाला

आवश्यक असणारे बुद्धितत्त्व यांचा आविष्कार राज्यसंस्थेमार्फतच होत असतो. अशा प्रकारे समाजधारणेसाठी आणि समाजविकासासाठी राज्यसंस्थेचे अस्तित्व अटळ असते.

हेगेलच्या मते, राज्याचे स्वरूप बुद्धिनिष्ठ आहे. पण आपण यापूर्वी पाहिल्याप्रमाणे त्याच्या विरोधविकासवादी सिद्धान्तामध्ये असे गृहीत धरण्यात आले आहे की, जे वास्तव आहे ते बुद्धिनिष्ठ आहे आणि जे बुद्धिनिष्ठ आहे ते वास्तव आहे. त्यानुसार कुटुंब, समाज, धर्म या सर्व संस्था बुद्धिनिष्ठ आहेत. परंतु या संस्थांतून बुद्धितत्त्वाचा परिपूर्ण आविष्कार झालेला नसतो. या संस्था म्हणजे बुद्धितत्त्वाच्या विकासातील वेगवेगळ्या अवस्था आहेत. या विकासक्रमातील सर्वांत विकसित आणि अंतिम अवस्था म्हणजे राज्य होय. राज्यसंस्था ही अशा प्रकारे इतर कोणत्याही सामाजिक संस्थेपेक्षा अधिक बुद्धिनिष्ठ आणि अधिक नैतिक स्वरूपाची संस्था आहे. किंबहुना, ज्यात बुद्धितत्त्वाचा नैतिकतेचा परिपूर्ण आविष्कार होतो अशी ती संस्था आहे. म्हणूनच राज्याचे धोरण, कायदे हे नैतिक असतात तसेच ते बुद्धिनिष्ठ असतात असे हेगेल म्हणतो.

4. **राज्य हे साधन नसून साध्य आहे** : हेगेलच्या मते, राज्य हे कोणते तरी उद्दिष्ट प्राप्त करण्याचे साधन नाही तर राज्य हेच साध्य आहे. व्यक्तिजीवनापेक्षाही ते अधिक उच्च दर्जाचे साध्य आहे. कारण व्यक्तिजीवनाला जो नैतिक दर्जा प्राप्त होतो, जे मूल्य आणि महत्त्व प्राप्त होते ते राज्यामुळेच होय. राज्याअभावी व्यक्तिजीवनाला परिपूर्णता लाभू शकत नाही. म्हणून व्यक्तीपेक्षा राज्य श्रेष्ठ असून राज्यसंस्थेचा निष्ठावान सभासद बनणे हेच व्यक्तीचे सर्वोच्च कर्तव्य आहे. राज्याचे हित आणि व्यक्तीचे खरे हित यात विरोध असू शकत नाही. कारण राज्याच्या हितामध्येच व्यक्तीचे खरे हित सामावलेले असते. म्हणून व्यक्तीने राज्याच्या हितासाठी आपल्या संकुचित आणि स्वार्थी वृत्तीचा त्याग केला पाहिजे. हेगेल म्हणतो की, राज्य ही व्यक्तीवर लादलेली कोणती तरी बाह्य किंवा परकी सत्ता नसून व्यक्तिजीवनाचेच ते वस्तुनिष्ठ आणि चिरंतन असे रूप आहे. राज्य हे मानवी जीवनाच्या विकासातील अंतिम आणि परिपूर्ण अवस्था असून त्याहून उच्चतर असे कोणतेही साध्य नाही.

5. **राज्याला नैतिक नियमांचे बंधन नाही** : हेगेलच्या मते, राज्याच्या सत्तेवर नैसर्गिक नियमांचे किंवा नैतिक नियमांचे बंधन असू शकत नाही. राज्य हे सर्वोच्च नैतिक मूल्यांचे प्रतिनिधित्व करते. नीतिमत्तेची निर्मिती आणि संरक्षण राज्यामुळे होत असते. जी गोष्ट राज्याने निर्माण केली आहे तिचेच बंधन राज्यावर असू शकत नाही. म्हणून राज्य हे सर्व नैतिक तत्त्वांपेक्षाही श्रेष्ठ आहे. अशा प्रकारे राज्याचे कायदे म्हणजे सार्वभौम सत्तेची आज्ञा असते; म्हणून राज्याचे सार्वभौमत्व हे कायद्याहून श्रेष्ठ मानले पाहिजे. त्याचप्रमाणे कायद्याचे निष्ठापूर्वक पालन करणे हे नागरिकांचे सर्वोच्च नैतिक कर्तव्य आहे, पण राज्यावर मात्र असे कोणतेही नैतिक बंधन असू शकत नाही.

6. आंतर-राज्य संबंध : राज्य व नागरिक यातील संबंधाबाबत राज्यावर नैतिक नियमांचे बंधन असू शकत नाही; तसेच राज्या-राज्यातील संबंधाबाबतही राज्यावर कोणत्याही बाह्य सत्तेचे किंवा नैतिक नियमांचे बंधन असू शकत नाही. आंतर-राज्य संबंधामध्ये आपली सुरक्षितता आणि हित साध्य करणे हेच राज्याचे उद्दिष्ट असते. प्रत्येक राज्य स्वतंत्र व सार्वभौम असते. आंतर-राज्य संबंधाबाबत सार्वत्रिक असे कोणते नियम किंवा कायदे नसल्यामुळे प्रत्येक राज्याला आपल्या इच्छेनुसार वागण्याचे स्वातंत्र्य असते. राज्याहून श्रेष्ठ अशी कोणतीही सत्ता नाही. त्यामुळे राज्या-राज्यात होणारे तह किंवा करार हे सुद्धा तत्कालिक स्वरूपाचे असतात. त्यांचे कायमस्वरूपी बंधन राज्यावर नसते. परिस्थितीनुसार, प्रसंगानुसार त्यात बदल केले जाऊ शकतात. आंतरराष्ट्रीय संबंधामध्ये नैतिक नियमांचे बंधन नसते. सर्व मानवजातीसाठी समान असे नैतिक नियम नाहीत; म्हणून आंतरराष्ट्रीय नीतिमत्ता अशी कोणतीही गोष्ट असू शकत नाही. प्रत्येक राज्यातील समाजासाठी नैतिक नियम असू शकतात पण राज्या-राज्यातील संबंधामध्ये नैतिक नियम असू शकत नाही.

युद्ध किंवा आणीबाणी प्रसंगी राज्याचे सर्वशक्तिमान स्वरूप ठळकपणे दिसून येते. अशा काळात राज्याच्या सार्वभौमत्वाचे आणि स्वातंत्र्याचे रक्षण करणे ही सर्वोच्च महत्त्वाची गरज असते. कारण राज्याचे सार्वभौमत्व संपुष्टात आले तर राज्याचे अस्तित्वच संपुष्टात येते आणि व्यक्तीच्या जीवनापेक्षा आणि उद्दिष्टांपेक्षा राज्याचे जीवन व उद्दिष्ट अधिक महत्त्वाचे असल्याने राज्याच्या संरक्षणासाठी व्यक्तीने आपल्या जीवित, वित्ताचा त्याग करण्यास अशा प्रसंगी सिद्ध असले पाहिजे असे हेगेल मानतो. विशेष म्हणजे युद्धही तो अनिष्ट घटना मानत नाही. राज्याच्या ऐतिहासिक विकास प्रक्रियेत युद्ध ही अटळ गोष्ट असते. कायमस्वरूपाची शांतता हे केवळ स्वप्न आहे. राज्या-राज्यातील तंटे सोडविण्यासाठी युद्ध हाच अखेरचा उपाय असतो. युद्धात समाजाच्या गुणांची कसोटी लागते. समाजाची नैतिक उन्नती होते. राष्ट्रीय वृत्तीची जोपासना होते. सततच्या शांततेमुळे समाज भ्रष्ट व अधःपतित होतो. त्याच्यामधील गुणांचा ऱ्हास होतो. युद्धप्रसंगामुळे राज्यांतर्गत संघर्ष, यादवी यांना आळा बसतो आणि राज्याचे ऐक्य बळकट होते असे हेगेलचे प्रतिपादन आहे.

हेगेलच्या मते, मानवी इतिहासाच्या विकासात युद्धाने महत्त्वाची भूमिका बजावलेली आहे. विरोध विकासवादी सिद्धान्तानुसार, इतिहासाच्या प्रत्येक कालखंडात कोणतेतरी एक राष्ट्र वैश्विक चैतन्याचे खऱ्या अर्थाने प्रतिनिधित्व करणारे असते. त्या राष्ट्राला जे श्रेष्ठ स्थान प्राप्त होते आणि इतर राष्ट्रांवर त्याचे जे वर्चस्व प्रतिनिधित्व करणारे असते त्या राष्ट्रावर त्याचे जे वर्चस्व निर्माण होते ते युद्धाच्या मार्गानेच होय. म्हणजेच राज्या-राज्यातील संघर्षातून वैश्विक चैतन्याचा विकास होत जातो. अप्रगत अवस्थेतील

राज्ये पराभूत होतात किंवा नष्ट होतात आणि प्रगत अवस्थेतील राज्य विजयी होते. अशा प्रकारे इतिहासाचा एक भाग म्हणून युद्ध या घटनेचा आपण स्वीकार केला पाहिजे असे हेगेल म्हणतो.

7.3 हेगेलचा शासनसंस्थेसंबंधी दृष्टिकोन

हेगेलने शासनसंबंधीची (1) कायदेविषयक (2) प्रशासकीय आणि (3) राजसत्ताक अशी तीन प्रकारची कार्ये मानलेली आहेत. त्याने न्यायविषयक कार्यांचा प्रशासकीय कार्यातच समावेश केलेला आहे. हेगेल हा वंशपरंपरागत राजशाहीचा समर्थक होता. त्याच्या मते, प्रत्येक राज्याला स्वतंत्र व्यक्तिमत्त्व असते आणि राज्याचे सार्वभौमत्व राज्याच्या जनतेमध्ये नव्हे, तर राज्याच्या व्यक्तिमत्त्वात सामावलेले असते. वंशपरंपरेने सत्ताधीश बनलेला राजा हा राज्याच्या व्यक्तिमत्त्वाचा प्रतिनिधी असतो. शासनसंस्थेची कायदेविषयक आणि कार्यकारी स्वरूपाची जी कार्ये असतात त्यांच्यात सुसंवाद राखण्याचे कार्य राजा करत असतो. राज्याचे ऐक्य अणि सार्वभौमत्व यांचे तो प्रतीक असतो.

मात्र याचा अर्थ, राजाची सत्ता निरंकुश असते असा नव्हे; तर राजा हा घटनात्मक प्रमुख असतो आणि घटनेचे किंवा कायद्याचे बंधन त्याच्यावरही असते. कायदे हे बुद्धिनिष्ठ असतात. त्यांना अनुसरून राज्याचे कार्य चालते. म्हणून वंशपरंपरागत राजशाही म्हणजे झोटिंगशाही नव्हे. राजा आपल्या लहरीनुसार राज्यकारभार करू शकत नाही. मंत्री किंवा सल्लागार यांचा सल्ला विचारात घेऊनच आणि कायद्याला अनुसरूनच त्याला राज्यकारभार करावा लागतो. म्हणून राजशाही ही अनिर्बंध नसते तर ती सनदशीर असते.

हेगेलने शासनसंस्थेची, कायदेविषयक, प्रशासकीय आणि राजसत्ताक अशी तीन प्रकारची कार्ये सांगितलेली असली तरी त्याला माँटेस्क्यूप्रमाणे या तीन घटकांमध्ये सत्ताविभाजन अपेक्षित नव्हते. शासनाच्या कार्यात एकरूपता असली पाहिजे तरच ते कार्यक्षम बनते. शासनाच्या सत्तेचे वेगवेगळ्या घटकांमध्ये विभाजन झाल्यास या घटकांमध्ये परस्पर संघर्ष निर्माण होऊन शासन दुबळे बनते असे त्याचे मत होते.

7.4 हेगेलची स्वातंत्र्याची कल्पना

राज्य व नागरी समाज

राज्य हे साधन नसून साध्य आहे असे हेगेल मानत असला तरी राज्यसंस्था व्यक्तिस्वातंत्र्याचा संकोच करत नाही तर व्यक्तीला खऱ्या अर्थाने स्वातंत्र्य प्राप्त करून देते असा हेगेलचा विश्वास होता. आपण यापूर्वी पाहिल्याप्रमाणे, हेगेलच्या विरोध विकासवादी सिद्धान्तानुसार, **वैश्विक चैतन्याचा विकास हा स्वातंत्र्याच्या संकल्पनेचा विकास आहे. वैश्विक चैतन्याचे सार म्हणजे स्वातंत्र्य होय.** 'इतिहासाचे तत्त्वज्ञान' या

आपल्या ग्रंथात हेगेल म्हणतो, **जगाचा इतिहास म्हणजे स्वातंत्र्याच्या जाणिवेच्या विकासाचा इतिहास आहे.** ऐतिहासिक प्रक्रियेत वैश्विक चैतन्य विविध अवस्थांमधून उलगडत जाते त्यानुसार स्वातंत्र्याचे तत्त्व विकसित होत जाते.

वैश्विक चैतन्याला सर्वोच्च स्वातंत्र्याची अवस्था प्राप्त करून घेण्यासाठी विविध सामाजिक संस्थांमधून प्रकट व्हावे लागते. कुटुंबसंस्था नागरी, समाज आणि राज्य या अवस्थांमधून हा विकास होत जातो. कुटुंबसंस्था ही या विकासातील पहिली अवस्था असते. कुटुंबसंस्था माणसाच्या प्राथमिक गरजा भागविते आणि त्याला संरक्षण देते. प्रेम, त्याग अशा गुणांची जोपासना कुटुंबसंस्थेत होते. पण कुटुंबसंस्थेचे कार्यक्षेत्र मर्यादित असते. कौटुंबिक जीवनात माणूस हा त्याच्या नैसर्गिक वासनांचा बंदिवान बनलेला असतो. त्यामुळे तो खऱ्या अर्थाने स्वतंत्र बनू शकत नाही. कुटुंबसंस्थेत माणसाच्या सर्व गरजा भागू शकत नाहीत. म्हणून नागरी समाजाचा उदय होतो. नागरी समाजात व्यक्तीला सामाजिक नियमांचे पालन करावे लागते. आपल्या नैसर्गिक वासनांवर नियंत्रण ठेवून इतरांशी तडजोडीने वागावे लागते, त्यामुळे तो अधिक स्वतंत्र बनतो. पण सामाजिक जीवनात करावा लागणारा संघर्ष आणि स्पर्धा यामुळे हे स्वातंत्र्य मर्यादित प्रमाणातच असते. माणसाला परिपूर्ण स्वातंत्र्य लाभते ते राज्यसंस्थेमध्येच होय. कारण माणसाच्या खऱ्या गरजा व इच्छा यांची परिपूर्ती राज्यसंस्थेमध्येच होते. राज्यसंस्था व्यक्तीच्या इच्छा-आकांक्षांना बुद्धिनिष्ठ स्वरूप देते. राज्याच्या आज्ञा बुद्धिनिष्ठ आणि नैतिक तत्त्वांना अनुसरून असतात. त्यांचे निष्ठापूर्वक पालन करण्यानेच व्यक्तीला खरे स्वातंत्र्य प्राप्त होत असते.

राज्यसंस्थेच्या विकासाबरोबर स्वातंत्र्याची जाणीवही विकसित होत गेलेली आहे असे हेगेल म्हणतो. त्याच्या मते, प्राचीन पौर्वात्य राज्यात फक्त राज्यकर्ताच स्वतंत्र होता. ग्रीक आणि रोमन संस्कृतीच्या काळात स्वातंत्र्य हे काही लोकांनाच होते. स्वातंत्र्य हे सर्वांना असले पाहिजे ही जाणीव निर्माण करण्याचे कार्य आधुनिक राज्याला करावयाचे आहे.

हेगेलच्या दृष्टीने, स्वातंत्र्य म्हणजे केवळ बंधनांचा अभाव नव्हे किंवा मन मानेल तसे वागणे नव्हे. आपल्या संवेदनावर बुद्धीचे नियंत्रण ठेवण्यातच खरे स्वातंत्र्य आहे. हे बुद्धितत्त्व सामाजिक नीतिमत्तेत असते आणि राज्यांचे कायदे तसेच राज्याने निर्माण केलेल्या संस्थांमधून सामाजिक नीतिमत्तेचा आविष्कार होत असतो. म्हणूनच, स्वेच्छेने आणि निष्ठापूर्वक राज्याच्या कायद्याचे पालन करण्यातच व्यक्तीचे खरे स्वातंत्र्य असते.

हेगेलचा हा निष्कर्ष त्याच्या वैश्विक चैतन्याच्या संकल्पनेवर आधारलेला आहे. स्वातंत्र्य हे वैश्विक चैतन्याचे सार आहे. हे वैश्विक चैतन्य विविध अवस्थांमधून विकास पावत असते. वैश्विक चैतन्याचा विकास म्हणजेच स्वातंत्र्याच्या संकल्पनेचा विकास होय. जीवसृष्टीच्या विकासात मनुष्यप्राण्याची निर्मिती ही अंतिम अवस्था असल्याने स्वातंत्र्य हे मानवी जीवनाचेही सार आहे. म्हणून मानवी जीवनाचा इतिहास म्हणजे स्वातंत्र्याचाच

इतिहास होय. दुसऱ्या बाजूने राज्य ही वैश्विक चैतन्याच्या विकासातील अंतिम अवस्था आहे; म्हणून स्वातंत्र्याचा सर्वोच्च आविष्कार राज्यातच होऊ शकतो. अशा प्रकारे व्यक्तिजीवनाचे उद्दिष्ट आणि राज्याचे उद्दिष्ट परस्परविरोधी असू शकत नाही. राज्य आणि राज्यनिर्मित संस्था यांच्या कार्याशी व्यक्ती जेवढी एकरूप होईल तेवढी ती स्वतंत्र बनेल. राज्याचे हेतू आणि उद्दिष्टे तीच आपल्या जीवनाची उद्दिष्टे आहेत असे मानण्यात आणि त्याप्रमाणे वागण्यात व्यक्तीचे खरे स्वातंत्र्य सामावलेले आहे.

हेगेलच्या मते, राज्य ही बुद्धिनिष्ठ संस्था आहे. राज्याचे कायदे, राज्याची उद्दिष्टे ही बुद्धितत्त्वाचा आविष्कार असतात. व्यक्तीमधील बुद्धिनिष्ठता ही व्यक्तीचे मनोविकार, इच्छा-आकांक्षा यांच्या आवरणात गुरफटून जाऊ शकते. त्यामुळे तिच्याकडून तर्कशून्य वर्तन घडू शकते. अशा स्थितीत राज्याच्या आज्ञांचे निष्ठापूर्वक पालन हाच बुद्धितत्त्वानुसार वागण्याचा मार्ग असतो. वेगळ्या भाषेत, व्यक्तीचे मनोवकिार, तिच्या भावना, आकांक्षा यांच्या प्रभावामुळे आपली खरी इच्छा कोणती याची जाणीव व्यक्तीला होईलच असे नाही. व्यक्तीची खरी इच्छा, तिच्या जीवनाचे खरे उद्दिष्ट राज्यसंस्थेकडून व्यक्त होत असते.

राज्यसंस्था ही याबाबत व्यक्तीची मार्गदर्शक असते. कारण राज्यसंस्था ही वैश्विक चैतन्याचे व्यक्त रूप आहे. वैश्विक चैतन्याचे प्रतिनिधित्व करणारी ती संस्था आहे. या वैश्विक चैतन्याशी तादात्म्य पावण्यातच व्यक्तिजीवनाचे साफल्य आहे. राज्याच्या आज्ञा, कायदे हे वैश्विक चैतन्याचा आविष्कार असतो. त्यामुळे राज्याच्या आज्ञांचे पालन करणे आणि राज्याच्या उद्दिष्टांशी समरस होणे हीच व्यक्तीची खरी इच्छा होय आणि तेच व्यक्तीचे खरे स्वातंत्र्य होय. राज्याच्या आज्ञा या अशा प्रकारे व्यक्तीला स्वतंत्र बनण्याची संधी प्राप्त करून देत असतात.

मात्र हे आज्ञापालन स्वेच्छेने झाले पाहिजे. व्यक्ती परिणामाच्या भीतिपोटी आज्ञापालन करत असेल तर ती स्वतंत्र बनू शकणार नाही. कारण भीतिपोटी आज्ञपालन करणे हे बाह्य शक्तीच्या प्रभावाखाली केलेले आज्ञापालन होय. राज्याची आज्ञा हीच आपली खरी इच्छा आहे, तिचे पालन करण्यातच आपल्या जीवनाचे खरे साफल्य आहे याची व्यक्तीला जेव्हा जाणीव असते आणि जाणीवपूर्वक, स्वेच्छेने राज्याच्या आज्ञांचे ती पालन करते तेव्हा ती स्वतःच्या खऱ्या इच्छेनुसार वागत असते. म्हणून ती खऱ्या अर्थाने स्वतंत्र बनते.

हेगेलच्या स्वातंत्र्यविषयक विचारांचे मूल्यमापन

स्वातंत्र्यासंबंधी हेगेलचे हे विचार पाहिल्यानंतर हेगेलने व्यक्तीला राज्याहून दुय्यम स्थान दिले आहे. राज्याने आपल्या उद्दिष्टांच्या पूर्ततेसाठी वापरावयाचे साधन मानले आहे असा समज होणे स्वाभाविक होय. हेगेलने कुटुंब, धर्म तसेच इतर सामाजिक संस्थांपेक्षा राज्यसंस्था श्रेष्ठ मानलेली आहे. या संस्थांना तसेच व्यक्तीला राज्याच्या आज्ञेविरुद्ध वागण्याचा अधिकार तो नाकारतो. त्याहून महत्त्वाचे म्हणजे लोकशाही व्यवस्थेमध्ये आपण

स्वीकारलेली स्वातंत्र्याची कल्पना आणि हेगेल मांडत असलेली स्वातंत्र्याची कल्पना या भिन्न आहेत. लोकशाहीत व्यक्तिस्वातंत्र्याची जी कल्पना स्वीकारलेली आहे त्यात विचारस्वातंत्र्य, धार्मिक स्वातंत्र्य, व्यवसाय स्वातंत्र्य, संघटना स्वातंत्र्य, प्रतिनिधी निवडण्याचे स्वातंत्र्य इत्यादी कल्पना अंतर्भूत असतात. व्यक्तिस्वातंत्र्य ही राज्याच्या अधिकार क्षेत्राची मर्यादा मानलेली असते. व्यक्तिस्वातंत्र्य नष्ट करणारे कायदे राज्याला करता येत नाहीत. त्याचप्रमाणे लोकशाहीत राज्याचे कायदे अन्यायकारक वाटल्यास त्यांना सनदशीर मार्गाने विरोध दर्शविण्याचा लोकांना अधिकार असतो.

हेगेल मात्र असे मानतो की, राज्य कधी चूक करू शकत नाही. तसेच राज्याचे हितसंबंध आणि व्यक्तीचे हितसंबंध यात कधी संघर्ष नसतो. राज्य ही बुद्धिनिष्ठ आणि नैतिक संस्था आहे. त्यामुळे राज्याचे धोरण किंवा राज्याची आज्ञा ही नेहमीच बुद्धिनिष्ठ व नैतिक स्वरूपाची असते. म्हणून ती चुकीची असू शकत नाही. त्याच्या मते, राज्य हे कधीही दडपशाही करणारे किंवा व्यक्तिहिताच्या विरोधात असू शकत नाही. उलट, व्यक्तीच्या व्यक्तिमत्त्वाचा परिपूर्ण विकास राज्याचा सदस्य बनण्यानेच होऊ शकतो आणि त्याला खरे स्वातंत्र्य प्राप्त होऊ शकते. राज्याशिवाय मानवी जीवनाला परिपूर्णता लाभू शकत नाही. माणसाला माणूसपणा आणि उच्च दर्जाचे जीवन राज्यामुळेच शक्य असते. राज्याचे समाजजीवनातील हे महत्त्व मान्य केले तरी राज्य चूक करू शकत नाही आणि राज्याची आज्ञा पाळण्यातच व्यक्तीला खरे स्वातंत्र्य आहे ही कल्पना आधुनिक काळात कोणालाच मान्य होणे शक्य नाही.

हेगेलच्या विचारांचे मूल्यमापन

हेगेल हा जहाल आदर्शवादी मानला जातो. राज्याचे मानवी जीवनातील महत्त्व प्रतिपादन करताना, राज्याला त्याने दैवी स्वरूप दिले आणि ते कधी चूक करू शकत नाही अशी कल्पना मांडली. अशा प्रकारच्या आत्यंतिक विचारावर टीका होणे स्वाभाविकच होते. हेगेलचा त्याच्या कालखंडात युरोपातील बुद्धिजीवी वर्गावर विलक्षण प्रभाव पडला. पण पुढे हा प्रभाव ओसरला. अनेक अभ्यासकांनी त्याच्या विचारात दोष दाखविले. सारांशरूपाने ते आपल्याला पुढीलप्रमाणे सांगता येतील :

(1) हेगेलने राज्य हे बुद्धिनिष्ठ असते आणि दैवी शक्तीचा सर्वोच्च आविष्कार असतो असे मानून राज्याला एक गूढ स्वरूप दिलेच; शिवाय ते कधी चूक करू शकत नाही असे प्रतिपादन करून एकप्रकारे राज्याच्या निरंकुश सत्तेचे समर्थन केले.

(2) राज्य हेच साध्य मानणे म्हणजे व्यक्तीला राज्याच्या हातातील साधन बनविणे होय.

(3) राज्याचा विकास हा वैश्विक चैतन्याच्या इच्छेनुसार पूर्वनियोजित आहे. तो तसाच होणार आहे असा नियतीवाद मांडून हेगेलने मानवी संस्कृतीच्या विकासात व्यक्तीच्या कर्तृत्वाचे जे योगदान असते त्याकडे दुर्लक्ष केले आहे. सर्व घटना दैवी योजनेनुसार घडत असतात असे मानणे म्हणजे माणसाचे कर्तृत्व नाकारणे होय.

(4) राज्यसंस्थेमुळेच मानवी संस्कृतीचा विकास होतो आणि मानवाचा परिपूर्ण विकास राज्यामुळेच होणार आहे ही हेगेलची कल्पना एकांगी वाटते. समाजविकासात राज्यसंस्था महत्त्वाची भूमिका बजावत असते यात शंका नाही; पण कुटुंबसंस्था, शिक्षणसंस्था, इतर सामाजिक-सांस्कृतिक-आर्थिक संस्था संस्कृतीच्या विकासात योगदान देत असतात. त्यांच्या कार्याकडे दुर्लक्ष करून चालणार नाही.

(5) व्यक्तीचे हक्क आणि तिचे स्वातंत्र्य म्हणजे राज्याच्या अधिकार क्षेत्राची मर्यादा मानली जाते. लोकशाहीत व्यक्तीच्या मूलभूत हक्कांवर किंवा तिच्या व्यक्तिस्वातंत्र्यावर अतिक्रमण करणारे कायदे राज्याला करता येत नाहीत. हेगेलची स्वातंत्र्याची कल्पना याच्या उलट प्रकारची वाटते. राज्याचे कायदे निष्ठापूर्वक पाळण्यातच व्यक्तीला खरे स्वातंत्र्य मिळते असे तो म्हणतो. म्हणजे तो राज्याचे आज्ञापालन म्हणजेच स्वातंत्र्य असे मानतो. प्रत्येक नागरिकाने आपल्या राज्याशी निष्ठा ठेवली पाहिजे हे खरे असले तरी आज्ञापालन हेच स्वातंत्र्य होय ही हेगेलची कल्पना मान्य होण्यासारखी नाही.

हेगेल हा निर्विवादपणे एक महान विचारवंत होता. मानवी जीवनाविषयी एक परिपूर्ण आणि पद्धतशीर असे तत्त्वज्ञान मांडण्याचा त्याने प्रयत्न केला. त्याचे राजकीय विचार हे त्याच्या व्यापक तत्त्वज्ञानाचा भाग म्हणून मांडलेले आहेत. राजकीय विचारात हेगेलची जी भर आहे त्याचे तीन ठळक पैलू किंवा वैशिष्ट्ये सांगता येतील : (1) द्वंद्वात्मक विरोध विकासवादी सिद्धान्त मांडून केलेली इतिहासाची मीमांसा; (2) राष्ट्र-राज्य व्यवस्थेचा पुरस्कार; (3) विकासवादी दृष्टिकोन. हेगेलच्या विचारामध्ये हे तीनही पैलू परस्परांशी निगडित आहेत.

द्वंद्वात्मक विरोध विकासवादी सिद्धान्ताद्वारे हेगेलने इतिहासाची अभिनव पद्धतीने मीमांसा केलेली आहे. संपूर्ण मानवी इतिहासाच्या मागे एक विशिष्ट सूत्र असते तसेच इतिहासाला विशिष्ट उद्देश असतो असे दाखविण्याचा त्याने प्रयत्न केला आहे. या सिद्धान्तातून त्याने बुद्धिनिष्ठता आणि वास्तवता यात परस्परसंबंध असतो हे दाखविण्याचा प्रयत्न केला आहे.

आधुनिक काळातील राज्यव्यवस्था म्हणजे राष्ट्र-राज्य व्यवस्था होय. ही व्यवस्था केवळ योगायोगाने निर्माण झालेली नसून त्यामागे निश्चित असे तत्त्व आहे; वैश्विक चैतन्याच्या विकासातील ती अंतिम अवस्था आहे अशी कल्पना मांडून राष्ट्र-राज्य व्यवस्थेचे श्रेष्ठत्व दाखिवण्याचा त्याने प्रयत्न केला आहे आणि तिचे समर्थन केले आहे.

हेगेलच्या विचारांचे तिसरे ठळक वैशिष्ट्य म्हणजे त्याचा विकासवादी दृष्टिकोन होय. इतिहासातील विविध अवस्थांमधून आणि संघर्षातून मानवी जीवन हे सतत प्रगत व विकसित होत चाललेले आहे असे हेगेल मानतो. त्याच्या विरोध विकासवादी सिद्धान्तामध्ये 'विकासाची संकल्पना' हा महत्त्वाचा घटक आहे. मानवी जीवनात संघर्ष असतात. राज्या-राज्यात युद्धे होतात. इतिहासाच्या वाटचालीत जुनी राज्ये नष्ट होतात, नवी राज्ये उदयास येतात. एका संस्कृतीचा विनाश होऊन नव्या संस्कृतीचा उदय होतो. या सर्व संघर्षातून आणि स्थित्यंतरातून अखेरीस मानवी जीवनाचा विकास होत आहे. ते परिपूर्णतेच्या दिशेने वाटचाल करत आहे यावर हेगेलचा विश्वास आहे. त्याच्या मते, मानवी संस्कृतीचा इतिहास हा वेगवेगळ्या कालखंडात उदयास आलेल्या राष्ट्रीय संस्कृतीने घडविलेला आहे आणि या विकासाच्या वाटचालीत प्रत्येक राष्ट्राने स्वतःचे वैशिष्ट्यपूर्ण योगदान दिलेले आहे. अशा प्रकारे त्याच्या विरोध विकासवादी सिद्धान्तामध्ये विकासाची कल्पना अंतर्भूत असून त्या विकासाच्या वाटचालीतील अंतिम टप्पा म्हणजे राष्ट्र-राज्य व्यवस्था होय असे त्याने मानलेले आहे.

अठराव्या व एकोणिसाव्या शतकात जर्मनी व इंग्लंडमध्ये आदर्शवादी विचार मांडणाऱ्या विचारवंतांमध्ये सर्वांत जास्त मान्यता पावलेला आणि सर्वांत जास्त प्रभाव असलेला विचारवंत म्हणजे हेगेल होय. राजकीय विचारांच्या इतिहासात एकोणिसाव्या शतकाचा पूर्वार्ध हा 'हेगेल युग' या नावाने ओळखला जातो. एवढा मोठा त्याचा प्रभाव या कालखंडावर दिसून येतो. एकोणिसाव्या शतकातील जर्मन विचारवंतांवर त्याचा प्रभाव होताच; पण युरोपातील इतर देशांतील विचारवंतांवरही त्याचा प्रभाव दिसून येतो. सुप्रसिद्ध विचारवंत कार्ल मार्क्स हा हेगेलच्या तत्त्वज्ञानाने प्रभावित झालेला होता. कार्ल मार्क्सने भौतिकवादी दृष्टिकोनातून इतिहासाची मीमांसा केलेली आहे. पण ती करताना त्याने हेगेलचीच विरोध विकासवादी पद्धत अनुसरली आहे. हेगेल हा बर्लिन विद्यापीठात प्राध्यापक असताना ते विद्यापीठ वैचारिक चळवळीचे केंद्र बनलेले होते. हेगेलचा प्रभाव तत्कालीन जर्मन राजकारणी लोकांवरही होता. प्रशियाच्या राजाची त्याच्यावर खास मर्जी होती आणि शैक्षणिक बाबतीत राजाचा प्रवक्ता म्हणून त्याची नेमणूक झालेली होती. हेगेलचा राज्यविषयक सिद्धान्त हा त्या काळात जर्मनीत मोठ्या प्रमाणावर मान्यता पावलेला सिद्धान्त होता. एकोणिसाव्या शतकाच्या उत्तरार्धात बिस्मार्कच्या नेतृत्वाखाली जर्मनीचे एकीकरण घडून आले. या बिस्मार्कने राजकारणाबाबत हेगेलच्या विचारांतून प्रेरणा घेतली होती असे मानले जाते.

हेगेलच्या विचारांचा प्रभाव तत्कालीन युरोपातील इतर देशांतील विचारवंतांवर आणि लोकांवर पडलेला दिसून येतो. विशेषतः इंग्लंड आणि इटलीतील विचारवंतांवर हा प्रभाव ठळकपणे दिसून येतो. हेगेलच्या तत्त्वज्ञानाच्या प्रभावामुळे थॉमस ग्रीन या विचारवंतांच्या नेतृत्वाखाली ऑक्सफर्ड आयडियालिस्ट स्कूलची स्थापना झाली आणि इंग्लंडमधील राजकीय विचारांना एक नवी दिशा मिळाली. हेगेलच्या ग्रंथाची इंग्रजी व इतर युरोपीय भाषांमध्ये भाषांतरे प्रसिद्ध झाली. अनेक देशांत हेगेलियन पंथाच्या संस्थांची स्थापना झाली.

राज्य ही वैश्विक चैतन्याच्या विकासाच्या वाटचालीतील अंतिम अवस्था आहे. बुद्धितत्त्व हे वैश्विक चैतन्याचे वैशिष्ट्य आहे आणि स्वातंत्र्य हे त्याचे सारे आहे. म्हणून वैश्विक चैतन्याचे पूर्ण विकसित अवस्था असणारे असे राज्य हे बुद्धितत्त्व आणि स्वातंत्र्य यांचे मूर्तिमंत रूप आहे. राज्याचे कायदे बुद्धितत्त्वाला आणि नीतिमत्तेला अनुसरून असतात; म्हणून त्यांचे निष्ठापूर्वक पालन करण्यातच व्यक्तीचे खरे स्वातंत्र्य आहे, हे हेगेलच्या तत्त्वज्ञानातील मध्यवर्ती सूत्र म्हणून सांगता येईल. माणसाला माणूस म्हणून चांगले आणि समृद्ध जीवन जगणे केवळ राज्यामुळेच शक्य आहे, ही कल्पना प्लेटो, ॲरिस्टॉटल या विचारवंतांनी मांडलेली होती. हेगेलने त्या विचारांनाच पुष्टी दिलेली आहे. मानवी जीवनातील राज्यसंस्थेचे हे महत्त्व आपल्याला नाकारता येणार नाही. सुसंघटित असे सामाजिक जीवन राज्यसंस्थेमुळेच शक्य असते. राज्याशिवाय स्थिर आणि संघटित समाजजीवनाची आपण कल्पना करू शकत नाही.

प्रश्नावली

1. हेगेलच्या द्वंद्वात्मक विरोध-विकासवादी सिद्धान्ताचे मूल्यमापन करा.
2. हेगेलच्या राज्यविषयक सिद्धान्ताचे सटिक परीक्षण करा.
3. हेगेलची व्यक्तिस्वातंत्र्यविषयक कल्पना विशद करा.
4. राज्य व नागरी समाज या संदर्भात हेगेलच्या विचारांचे परीक्षण करा.

⊙ **टीपा लिहा :**

1. हेगेलचा शासनसंस्थेसंबंधीचा दृष्टिकोन
2. हेगेलची स्वातंत्र्याबद्दलची कल्पना.

■■■■

8

जेरेमी बेंथॅम

"Greatest happiness of the greatest number"

इ.स. 1748 – इ.स. 1832

प्रास्ताविक

एकोणिसाव्या शतकात इंग्लंडमध्ये उपयुक्ततावादी विचारप्रणाली उदयास आली. जेरेमी बेंथॅम तिचा प्रणेता होता. पुढे जेम्स मिल आणि जॉन स्टुअर्ट मिल या पिता-पुत्रांनी ही प्रणाली अधिक विकसित केली. या प्रणालीचा आद्य उद्‌गाता म्हणून बेंथॅमचे विचार महत्त्वाचे ठरतात; पण ते विचार समजून घेण्यापूर्वी उपयुक्ततावाद तसेच व्यक्तिस्वातंत्र्यवाद उदयास येण्यास कोणती परिस्थिती कारणीभूत ठरली, ते पाहणे जरूरीचे आहे.

एकोणिसाव्या शतकातील इंग्लंड हे व्यापार-उद्योगांच्या भरभराटीने समृद्ध बनू लागलेले राज्य होते. औद्योगिक क्रांती सर्वप्रथम इंग्लंडमध्ये आली. या क्रांतीने समाजव्यवस्थेत आमूलाग्र बदल झाले. औद्योगिक शहरे उदयास आली. खेडेगावातून नोकरीधंद्यासाठी शहरांकडे लोकांचे स्थलांतर होऊ लागले. नवे उद्योजक उदयास आले. कारखान्यातून मोठ्या प्रमाणात वस्तूंचे उत्पादन होऊ लागले. या वस्तूंना बाजारपेठ मिळविण्यासाठी तसेच कारखान्यांना लागणारा कच्चा माल मिळविण्यासाठी साम्राज्यविस्ताराला चालना मिळाली. इंग्लंड ही सर्वांत मोठी साम्राज्य सत्ता बनली. याचबरोबर पारंपरिक सरंजामशाही व्यवस्था कोलमडून नवी भांडवलशाही व्यवस्था उदयास आली. नव्या उद्योजकांना आर्थिक क्षेत्रात सरकारी हस्तक्षेप नको होता. याच काळात शिक्षणप्रसार, समाजसुधारणेचे वारे यामुळे व्यक्तिस्वातंत्र्यवादी विचार मूळ धरू लागले होते. इंग्लंडमध्ये लोकशाहीचा उदय त्यापूर्वी झालेलाच होता, पण मतदानाचा हक्क मर्यादित होता. एकोणिसाव्या शतकात त्याचा विस्तार होऊ लागला. कामगार, शेतकरी अशा श्रमजीवी वर्गाकडून मतदानाच्या हक्काची मागणी होऊ लागली. सामाजिक व राजकीय क्षेत्रात स्वातंत्र्याचे आणि समतेचे वारे वाहू लागले. उपयुक्ततावाद आणि व्यक्तिस्वातंत्र्यवाद या विचारप्रणालींचा उदय या पार्श्वभूमीवर झाला.

जेरेमी बेंथॅम यांचे संक्षिप्त चरित्र

जेरेमी बेंथॅम यांचा जन्म सन 1748 मध्ये एका सधन कुटुंबात झाला. त्याचे वडील यशस्वी वकील होते आणि बेंथॅमने पुढे तोच वकिलीचा व्यवसाय चालवावा अशी स्वाभाविकच त्यांची इच्छा होती.

बेंथॅमचे शिक्षण ऑक्सफर्ड विद्यापीठात झाले. शिकत असतानाच त्याला एका पुस्तक दुकानात प्रिस्टलेचा 'शासनावरील निबंध' हा ग्रंथ मिळाला. प्रिस्टले याच्या ग्रंथात 'जास्तीतजास्त लोकांचे जास्तीतजास्त सुख' हा वाक्प्रचार दिसला. बेंथॅमने म्हटले आहे की, ''या वाक्प्रचाराने व्यक्तिगत आणि सार्वजनिक नीतिमत्तेबद्दलची माझी तत्त्वे ठरली. त्यावेळी माझ्या अंतर्मनात जो आनंद झाला त्याची तुलना आर्किमिडीजला भौतिकशास्त्रातले तत्त्व सापडल्याने जो आनंद झाला आणि युरेका, युरेका म्हणून तो धावत सुटला त्या आनंदाशी करता येईल.''

शिक्षण पूर्ण झाल्यानंतर वडिलांच्या इच्छेनुसार बेंथॅमने वकिलीचा व्यवसाय सुरू केला, पण त्यात तो रमला नाही. मात्र कायद्याचा अभ्यास आणि वकिलीचा अनुभव याचा त्याला आपले विचार मांडताना पुढील आयुष्यात खूप उपयोग झाला.

वकिलीचा व्यवसाय सोडून देऊन त्याने कायद्यामध्ये सुधारणा व्हावी यासाठी प्रयत्न करण्याचे कार्य हाती घेतले. त्यासाठी लेखनकार्य सुरू केले. जास्तीतजास्त लोकांना जास्तीतजास्त सुख प्राप्त करून देण्यासाठी चांगले कायदे असले पाहिजेत असे त्याचे मत बनले. कायद्यामध्ये सुधारणा करणे हे त्याने आपले जीवित कार्य मानले.

हे कार्य करताना त्याला इतिहास, तत्त्वज्ञान, अर्थशास्त्र, राज्यशास्त्र, नीतिशास्त्र अशा अनेक विषयांचा व्यासंग करावा लागला.

'Fragment on Government' हा त्याचा पहिला ग्रंथ सन 1776 मध्ये प्रसिद्ध झाला. त्यानंतर *'Introduction to the Principles of Morals and Legislation'* (नीती आणि कायदा यांच्या मूलतत्त्वाची ओळख); *'Thoughts on Government'* (शासनासंबंधी विचार) असे राज्यशास्त्रावरील ग्रंथ प्रसिद्ध झाले. शिवाय कायद्यावर त्याचे अनेक ग्रंथ प्रसिद्ध झाले.

सुलभ भाषाशैली, विगमन पद्धतीचा वापर, व्यक्तिस्वातंत्र्याचा पुरस्कार, व्यक्ती केंद्रस्थानी मानून विचारांची मांडणी, उदारमतवादी दृष्टिकोन ही त्यांच्या विचारांची वैशिष्ट्ये म्हणून सांगता येतील.

वयाच्या 82 व्या वर्षी सन 1832 मध्ये त्याचा मृत्यू झाला.

8.1   जेरेमी बेंथॅमचा उपयुक्ततावाद

उपयुक्ततावाद म्हणजे काय आणि तो राजकीय व सामाजिक क्षेत्रात कसा उपयोगात आणता येईल हे बेंथॅमने स्पष्ट केले. राज्य, समाज, कायदे, नीतिनियम हे सर्व माणसाच्या हितासाठी व सुखासाठी आहेत. प्रत्येक व्यक्तीला स्वतःचे हित समजते. आपले हित साध्य करण्यासाठी आणि सुखी जीवन जगण्यासाठी प्रयत्न करणे, हा व्यक्तीचा हक्कच आहे. व्यक्तीच्या या प्रयत्नात राज्य व समाज यांची मदत झाली पाहिजे. सर्वांचेच हित साध्य करणे शक्य नसले तरी जास्तीतजास्त लोकांचे हित साध्य करण्याचा प्रयत्न राज्यांकडून झाला पाहिजे. 'बहुजन हिताय, बहुजन सुखाय' हे राज्याचे उद्दिष्ट असले पाहिजे, असे त्याचे प्रतिपादन होते.

त्याच्या मते, कोणत्याही गोष्टीची योग्यता ठरविताना व्यक्तिहिताचा विचार करून ठरविली गेली पाहिजे. वस्तूमध्ये व्यक्तीला सुख-समाधान देण्याची तसेच दुःख-वेदना टाळण्याची जी क्षमता असते ती त्या वस्तूची उपयुक्तता होय. कोणत्याही गोष्टीचे मूल्यमापन करताना, तिच्यामुळे व्यक्तीला सुख-समाधान मिळते की ते हिरावून घेतले जाते या आधारे केले पाहिजे, हा विचार म्हणजे उपयुक्ततावाद होय.

जे व्यक्तीबद्दल म्हणता येते तेच समाजाबद्दलही म्हणता येते. कारण समाज हा अनेक व्यक्तींचा मिळून बनलेला असतो. म्हणून समाजहित याचा अर्थ त्यातील व्यक्तींचे हित होय. जेव्हा एखाद्या गोष्टीमुळे, वस्तूमुळे व्यक्तीला सुख प्राप्त होते किंवा तिचे दुःख कमी होते तेव्हा ती व्यक्तिहिताची गोष्ट किंवा वस्तू मानता येते. त्याचप्रमाणे समाजातील सर्वांना, किमान बहुसंख्य लोकांना ती लाभदायक असते तेव्हा ती समाजहिताची मानता येते.

शासनाची एखादी कृती, धोरण किंवा कायदा समाजातील लोकांना सुख प्राप्त करून देणारा ठरतो तेव्हा तो 'उपयुक्त' या संज्ञेस पात्र ठरतो. माणूससुद्धा आपल्या जीवनात घडणाऱ्या प्रसंगांची योग्यायोग्यता उपयुक्ततेचा विचार करूनच ठरवत असतो. आपले किंवा इतरांचे वर्तन तो याच आधारे बरोबर किंवा चूक ठरवत असतो. हे तो जाणीवपूर्वक करतोच असे नाही. जाणता-अजाणता माणसाकडून हे घडत असते. कारण माणूस स्वभावतः प्रत्येक बाबतीत उपयुक्तता पाहणारा आहे.

8.2 जेरेमी बेंथॅमचा सामाजिक करार सिद्धान्तास विरोध

बेंथॅमच्या कालखंडापूर्वी सामाजिक करार सिद्धान्त मांडला गेलेला होता. हॉब्ज, लॉक, रूसो या विचारवंतांनी मांडलेल्या या सिद्धान्तात - राज्य निर्माण होण्यापूर्वी निसर्गावस्था होती. निसर्गावस्थेत माणसाला नैसर्गिक हक्क होते, सामाजिक करार करून लोकांनी आपले हक्क एका विशिष्ट सत्तेकडे सोपविले आणि ती सत्ता सार्वभौम बनली अशा प्रकारच्या कल्पना मांडलेल्या होत्या, त्या बेंथॅमला वेडगळ वाटत होत्या. सामाजिक करार सिद्धान्ताची त्याने निर्बुद्ध म्हणून संभावना केलेली आहे. केवळ करार केल्याने किंवा वचन दिल्याने लोक राज्याची आज्ञा पिढ्यान्‌पिढ्या किंवा शतकानुशतके पाळणार नाहीत आणि ते समर्थनीयसुद्धा ठरणार नाही. राजाची आज्ञा अन्यायकारक असेल, व्यक्तिहिताला बाधक असेल तर केवळ कराराचे बंधन म्हणून ती पाळली पाहिजे असे म्हणणे समर्थनीय नाही. शासनाच्या आज्ञापालनाचे समर्थन केवळ उपयुक्ततेच्या कसोटीवर करता येते. शासनाच्या आज्ञा लोकांनी पाळल्या पाहिजेत; कारण त्या पाळण्यामध्येच लोकांचे व पर्यायाने समाजाचे हित आहे. असे आज्ञापालनाचे समर्थन करणे योग्य ठरते. म्हणजे उपयुक्ततेच्या आधारेच शासनाच्या सत्तेचे समर्थन करता येते. कायदा हा सार्वभौम सत्तेने केलेला नियम आहे, एवढ्यामुळे त्याचे समर्थन करता येत नाही; तर लोकांचे हित तो साध्य करतो की नाही या आधारेच त्याचे समर्थन करता येते. असे लोकहित साध्य करणारे कायदे पाळणे हे लोकांचे कर्तव्य ठरते; एवढेच नव्हे, तर समाजहिताच्या कायद्याचे पालन करणे नैतिक असते असे त्याने प्रतिपादन केले.

8.3   जेरेमी बेंथॅमचे नैतिक समर्थन

सार्वभौम सत्तेकडून कायदे केले जातात. त्याचे उद्देश चार प्रकारचे असतात : सामाजिक संधारणा, सामाजिक विकास, सामाजिक सुरक्षितता आणि सामाजिक समता. जेव्हा हे उद्देश समोर ठेवून कायदे केले जातात तेव्हा त्यांचे पालन हे प्रत्येकाचे नैतिक कर्तव्य ठरते. ते मोडण्याचा अधिकार लोकांना नाही. कारण हे कायदे म्हणजेच लोकांच्या इच्छेचेच व्यक्त स्वरूप असते आणि ते लोकहितासाठीच असतात. म्हणून त्याविरुद्ध बंड करण्याचा अधिकार लोकांना नाही किंवा तो असू नये. लोकहितासाठी आणि सुखासाठी असणाऱ्या कायद्याप्रमाणे आचरण करणे हे नैतिकदृष्ट्याही योग्य ठरते; कारण आपले जीवन सुखी करण्यासाठी प्रयत्न करणे ही माणसाची नैसर्गिक प्रवृत्ती आहे. लोकहितकारक कायद्याचे व्यक्ती पालन करते तेव्हा ती आपल्या नैसर्गिक प्रवृत्तीला अनुसरूनच वागत असते असे प्रतिपादन करून बेंथॅमने उपयुक्ततावादाचे नैतिक दृष्टीने समर्थन केले आहे.

बेंथॅमने राज्य आणि शासनसंस्था, हक्क आणि स्वातंत्र्य, सार्वभौमत्व इत्यादी राजकीय संकल्पना यासंबंधी विचार मांडताना उपयुक्ततावादी दृष्टिकोनातूनच मांडलेल्या आहेत.

राज्य आणि शासनसंस्था

बेंथॅमच्या मते, राज्य म्हणजे व्यक्तींचा एक समूह असतो आणि राज्याची निर्मिती ही व्यक्तीच्या सुखासाठीच झालेली आहे. जास्तीतजास्त लोकांचे जास्तीतजास्त सुख साध्य करणे हे राज्याचे उद्दिष्ट होय. हे सुख म्हणजे प्रत्येक व्यक्तीच्या वैयक्तिक सुखाची गोळाबेरीजच होय. बेंथॅम सामाजिक हित किंवा सामाजिक सुख अशी वेगळी कल्पना मानत नाही. त्याच्या मते, समाज म्हणजे वेगवेगळ्या व्यक्तींचा गट असतो. समाजाला स्वतंत्र असे अस्तित्व नाही. समाज ही केवळ काल्पनिक गोष्ट आहे. थोडक्यात, व्यक्ती केंद्रस्थानी मानून बेंथॅमने आपले विचार मांडले असून राज्यसंस्थेचे अस्तित्वही व्यक्तीला अधिकाधिक सुख प्राप्त करून देण्यासाठीच आहे, असे तो मानतो.

राज्यसंस्थेचे वैशिष्ट्य म्हणजे लोकांना राज्याच्या आज्ञा पाळण्याची सवय लागते. या सवयीमुळे राज्यसंस्थेला स्थिरता मिळते. शासनाला विरोध करण्यापेक्षा शासनाच्या आज्ञा पाळणे कमी संकटाचे असते, अधिक सुखाचे असते; म्हणजेच ते उपयुक्त असते. त्यामुळे लोक आज्ञापालन करतात. त्याची त्यांना सवय लागते आणि शासनसंस्था टिकून राहते.

शासनसंस्थेनेसुद्धा कायदे करताना लोकांना ते उपयुक्त ठरतील, म्हणजेच लोकहिताचे असतील असेच केले पाहिजेत. तशा कायद्याबाबत लोकांकडून आज्ञापालनाची अपेक्षा ठेवणे रास्त ठरते. कारण कायद्याचा उद्देश लोकांचे हित आणि सुख साधणे हाच असतो असे बेंथॅम म्हणतो. थोडक्यात, राज्याचे आज्ञापालन का करावे या प्रश्नाचे उत्तर त्याने उपयुक्ततावादाच्या आधारेच दिलेले आहे. राज्यसंस्था उपयुक्त आहे म्हणूनच ती टिकून राहिलेली आहे आणि म्हणूनच लोक तिच्या आज्ञा पाळतात. तिची उपयुक्तता जर संपुष्टात आली तर लोक तिच्या आज्ञा पाळणार नाहीत असे तो म्हणतो.

कायदा, हक्क आणि स्वातंत्र्य

बेंथॅमच्या मते, कायद्याने जे स्वातंत्र्य व्यक्तीला प्राप्त होते, ते तिचे हक्क होत. त्याला नैसर्गिक हक्कांची कल्पना मान्य नाही. नैसर्गिक हक्क अशी कोणती गोष्ट अस्तित्वात नाही : लोकांना हक्क प्राप्त होतात ते राज्याने कायदे केल्यामुळेच होय. लोकांचे हित आणि सुख पाहणे हे राज्याचे कर्तव्य होय. म्हणून कायद्यातून लोकांचीच इच्छा व्यक्त होत असते किंवा व्यक्त झाली पाहिजे.

त्याच्या मते, कायदे नैसर्गिक नसतात किंवा ईश्वरी इच्छेने निर्माण होत नाहीत. मानवी इच्छा हेच त्यांचे उगमस्थान मानले पाहिजे. हे कायदे व्यक्ती-व्यक्तीतील हितसंबंधांमध्ये समतोल राखण्याचे काम करतात. प्रत्येक व्यक्ती स्वतःच्या हिताबद्दल जागरूक असते पण कायद्याचा उद्देश सार्वजनिक हित साध्य करण्याचा असतो; म्हणून व्यक्तीच्या स्वतःचेच हित पाहण्याच्या प्रवृत्तीचे नियमन करण्याचे कार्य कायदा करतो. त्यासाठी सार्वजनिक हिताविरुद्ध वर्तन करणाऱ्या व्यक्तींचे वर्तन हा गुन्हा ठरवितो आणि त्याबद्दल तिला शिक्षा दिली जाते. म्हणजेच कायदा हा सार्वजनिक हिताचे रक्षण करणारा असतो.

समाजहित हा कायद्याचा उद्देश असल्याने समाजहिताविरोधी कृत्यांना प्रतिबंध करणे हे कायद्याचे अपरिहार्य कार्य ठरते. यासाठी कायद्यानुसार शिक्षेची तरतूद असते. गुन्हेगारास पुन्हा गुन्हा करण्यास प्रतिबंध व्हावा, तसा गुन्हा करण्यास इतरांनी प्रवृत्त होऊ नये आणि अधिक महत्त्वाचे म्हणजे गुन्हेगाराच्या वृत्तीत सुधारणा व्हावी, हे शिक्षा देण्याचे उद्देश असतात. गुन्हा करून आपल्याला काही फायदा होत नाही; उलट हालअपेष्टा सहन कराव्या लागतात, ही जाणीव गुन्हेगारांमध्ये निर्माण होईल एवढ्यापुरती शिक्षा असावी. त्याचबरोबर गुन्हेगाराला सुधारण्यास संधी मिळेल अशी तुरुंगव्यवस्था असावी असे विचार बेंथॅमने मांडले आहेत.

हक्काची संकल्पना स्पष्ट करताना बेंथमने तीन मुद्दे मांडलेले आहेत :

(1) हक्कांची निर्मिती कायद्यामुळे होते. हक्क हे नैसर्गिक किंवा दैवी नसतात तर राज्यसंस्थेने मानवी सुखासाठी कायद्याद्वारे निर्माण केलेले असतात. म्हणूनच ते अमलात आणता येतील अशाच स्वरूपाचे हक्क असले पाहिजेत आणि कायद्याचे त्यांना संरक्षण असले पाहिजे. म्हणजे व्यक्तीच्या हक्कांवर अतिक्रमण झाल्यास अतिक्रमण करणाऱ्यास शिक्षा दिली गेली पाहिजे.

(2) हक्क हे कर्तव्याशी निगडित असतात. कर्तव्याशिवाय हक्क निरर्थक ठरतात. कर्तव्याचा संबंध इतरांच्या हक्कांशी असतो. म्हणजे इतरांचे हक्क म्हणजे आपले कर्तव्य ठरते. म्हणून हक्कांचा उपभोग घेत असताना लोकांमध्ये कर्तव्याची जाणीव असली पाहिजे. हक्क आणि कर्तव्ये या दोहोंनाही जे अस्तित्व प्राप्त होते ते कायद्यामुळेच होय.

(3) सुखी जीवनासाठी चार गोष्टीची आवश्यकता असते. उदरनिर्वाहाची सोय, जीवनावश्यक वस्तूंची उपलब्धता, समानता आणि सुरक्षितता. यांपैकी सुरक्षिततेमध्ये स्वातंत्र्याची कल्पना अंतर्भूत आहे. कायद्यामुळे प्राप्त होणारे हक्क म्हणजेच स्वातंत्र्य होय. मात्र, बेंथॅम स्वातंत्र्यापेक्षा सुरक्षिततेला प्राधान्य देतो. राज्याचा उद्देश लोकांना सुख-समाधान प्राप्त करून देणे हा आहे आणि त्यासाठी सुरक्षितता महत्त्वाची आहे.

व्यक्तीला चांगले जीवन जगता येण्यासाठी सुरक्षितता लाभली पाहिजे त्याचबरोबर निर्वाहाची सोय झाली पाहिजे. निर्वाह आणि जीवनावश्यक वस्तूंचा सुकाळ या गोष्टी कायद्याने निर्माण करता येत नाहीत; पण संपत्तीचे न्याय्य वाटप करून लोकांचे दारिद्र्य कमी करता येते आणि हे न्याय्य वाटप कायद्याच्या माध्यमातून करता येते. म्हणजेच आर्थिक समानता ही सामाजिक सुख आणि हित साध्य करण्यास उपयुक्त ठरते.

मात्र बेंथॅम समानतेपेक्षाही सुरक्षितता महत्त्वाची मानतो. समानता काही प्रमाणात आणता येणे शक्य आहे, मात्र संपूर्ण समानता आणण्याचा आग्रह सुरक्षितता धोक्यात आणू शकतो आणि व्यक्तीची सुरक्षितता धोक्यात आल्यास तो भयग्रस्त बनतो. म्हणून सुरक्षितता धोक्यात येता कामा नये. समानता आणि सुरक्षितता यात विरोध निर्माण झाल्यास शासनाने सुरक्षिततेला प्राधान्य दिले पाहिजे. सुरक्षितता म्हणजे जीवित आणि वित्ताची सुरक्षितता होय. प्रत्येकाला सुरक्षित जीवन जगता आले पाहिजे तसेच त्याचा मालमत्तेलाही संरक्षण मिळाले पाहिजे. शासनानेसुद्धा कोणत्याही व्यक्तीची मालमत्ता ताब्यात घेणे आवश्यक ठरल्यास तिला पुरेशी नुकसानभरपाई दिली पहिजे असे बेंथॅम म्हणतो.

मूल्यमापन

एकोणिसाव्या शतकात युरोपात विशेषतः इंग्लंडमध्ये उपयुक्ततावादी व उदारमतवादी राजकीय विचारवंतांचा जो पंथ उदयास आला, त्यातील बेंथॅम हा एक प्रमुख विचारवंत होय. बेंथॅमने मांडलेला उपयुक्ततावादी विचार पुढे जेम्स मिल आणि जॉन स्टुअर्ट मिल यांनी अधिक विकसित केला.

राज्यासहित माणसाने निर्माण केलेल्या सर्व संस्था मानवी सुखासाठी आहेत, हा महत्त्वाचा विचार बेंथॅमने मांडला. त्याच्या काळात इंग्लंडमध्ये लोकशाही विकसित होत होती. लोकांचे जास्तीतजास्त हित साध्य करणे हे शासनाचे उद्दिष्ट असले पाहिजे; ही त्याने मांडलेली कल्पना लोकशाही तत्त्वांशी सुसंगतच होती.

बेंथॅम आणि इतर उदारमतवाद्यांनी आपले विचार मांडताना अनुभवजन्य पद्धतीचा वापर केला. सामाजिक व राजकीय घडामोडींचे निरीक्षण करून समाजातील विविध वर्गांशी प्रत्यक्ष संपर्क ठेवून अनुभवावर आधारित विचार मांडले. त्यामुळे त्यांच्या विचारांना वास्तववादी बैठक लाभलेली आहे. केवळ तात्त्विक चर्चा असे त्यांच्या विचारांचे स्वरूप नाही. व्यवहारी दृष्टीने त्यांनी विचार मांडलेले आहेत.

राज्य आणि शासनसंस्था यांचे कार्य लोकांना हितकारक वाटले पाहिजे. त्यांचे कार्य जाचक असता कामा नये, हे व्यक्तिविकासाला उपयुक्त ठरले पाहिजे हा आधुनिक दृष्टिकोन बेंथॅमच्या विचारात दिसून येतो.

बेंथॅमच्या काळापूर्वी मांडल्या गेलेल्या सामाजिक करार सिद्धान्तातील फोलपणा बेंथॅमने दाखवून दिला. राज्यसंस्थाही कोणत्या तरी कराराच्या बंधनातून निर्माण होत नाही तर राज्य हे उपयुक्त किंवा गरजेचे आहे म्हणून टिकून राहिलेले आहे आणि आज्ञापालन हे सुद्धा उपयुक्ततेतूनच होत असते हा महत्त्वपूर्ण विचार त्याने मांडला.

उपयुक्ततावादाचा प्रवर्तक म्हणून बेंथॅम महत्त्वाचा विचारवंत असला तरी त्यांच्या विचारात काही ठळक दोषही आहेत. एक म्हणजे मानवी सुखाची त्याची कल्पना अगदी प्राथमिक स्वरूपाची आहे. चरितार्थाचे साधन, वस्तूंचा सुकाळ, समानता आणि सुरक्षितता मिळाली म्हणजे माणूस सुखी होतो ही कल्पना आता बाळबोध समजली जाईल. बेंथॅमच्या काळात मानसशास्त्राचा जवळजवळ नगण्य असा विकास झालेला होता; पण आज प्रगत झालेले मानसशास्त्र असे सांगते की, सुखाची कल्पना इतकी साधीसोपी असत नाही. व्यक्ती-व्यक्तीप्रमाणे ती भिन्न तर असतेच; शिवाय तिला अनेक पैलू असतात किंवा अंतर्मनाचे स्तर असतात. त्याचा अंदाज स्वतःलाही अनेकदा नसतो. सुख म्हणजे काय आणि ते कशामुळे लाभते याचे उत्तर देणे सोपे नाही आणि त्याचे सुलभीकरण किंवा सार्वत्रिकीकरण करणे तर चुकीचेच होय.

जास्तीतजास्त लोकांचे जास्तीतजास्त सुख हे बेंथॅम शासनाच्या कार्याची कसोटी मानतो, पण लोकशाही म्हणजे केवळ बहुसंख्य लोकांचे हित पाहणे नव्हे. लोकशाहीचा कारभार बहुमतानुसार चालतो. हे खरे असले तरी त्यात अल्पसंख्याक लोकांच्या हक्कांना संरक्षण दिलेले असते. किंबहुना, अल्पसंख्याकांच्या हिताचे आणि हक्काचे किती प्रमाणात संरक्षण केले जाते यावरच लोकशाहीचा दर्जा ठरत असतो.

प्रश्नावली

1. बेंथॅमच्या उपयुक्ततावादाचे टीकात्मक परीक्षण करा.
2. बेंथॅमचे कायदा आणि हक्क याबद्दलचे विचार सांगा.

⊙ टीपा लिहा :
1. बेंथॅमचे राज्यसंस्थेबद्दलचे विचार
2. बेंथॅमचे सामाजिक करार सिद्धान्ताबद्दलचे विचार.

■■■■

9

जॉन स्टुअर्ट मिल

इ.स. 1806 – इ.स. 1873

"It is better to be a human being dissatisfied than a pig satisfied; better to be Socrates dissatisfied than a fool satisfied."

9.1 मिलचा उपयुक्ततावाद

9.2 मिलचे स्वातंत्र्यविषयक विचार

9.3 मिलचे प्रातिनिधिक शासनासंबंधीचे विचार

9.4 राज्याची कार्ये

प्रास्ताविक

अठराव्या-एकोणिसाव्या शतकात ब्रिटनमध्ये उदारमतवादी विचारप्रणालीचा उदय झाला. जॉन स्टुअर्ट मिल हा या विचारप्रणालीचा पुरस्कार करणारा सर्वांत प्रभावशाली विचारवंत होय. औद्योगिक क्रांती आणि फ्रेंच राज्यक्रांती ही उदारमतवादी विचारप्रणालीच्या उदयास लाभलेली पार्श्वभूमी होती. स्वातंत्र्य, समता आणि बंधुत्व या तत्त्वांचा उद्घोष फ्रेंच राज्यक्रांतीने केला; त्याचा फार मोठा प्रभाव ब्रिटिश जनमानसावर पडलेला होता. या काळात ब्रिटनमध्ये लोकशाही शासनव्यवस्था हळूहळू उत्क्रांत होत होती. स्वातंत्र्य, समता आणि बंधुत्व या तत्त्वांच्या प्रभावामुळे लोकशाहीच्या विकासाला अधिक चालना मिळाली. याचबरोबर औद्योगिक क्रांतीनंतर उदयास आलेल्या नवीन मध्यमवर्गाला राजकीय सत्तेत आपल्याला वाटा मिळाला पाहिजे असे तीव्रतेने वाटू लागले होते. यातून मताधिकाराचा विस्तार करण्याची मागणी मूळ धरू लागली. कारखानदारीच्या वाढीबरोबर कामगारवर्गाचा विस्तार झाला. हा कामगारवर्ग आपल्या हक्कांसाठी आणि मागण्यांसाठी संघटित होऊ लागला. यातून संघटना स्वातंत्र्य, कायद्याची समता या तत्त्वाचा आग्रह धरण्यात येऊ लागला.

औद्योगिक क्रांतीच्या पहिल्या पर्वात कामगारवर्गाच्या हितसंबंधाचे रक्षण करणारे कोणतेही कायदे नव्हते. कामगारवर्गाची स्थिती अत्यंत हलाखीची असे. त्या काळात मतदानाचा हक्क प्राप्त होण्यासाठी मालमत्तेची अट असे. त्यामुळे कामगारवर्गाला मतदानाचाही अधिकार नव्हता. शासनाची सत्ता ही आर्थिक व सामाजिकदृष्ट्या वरिष्ठ वर्गाची मक्तेदारी होती. लोकशाहीचे तत्त्व व वास्तव परिस्थिती यातील ही विसंगती विचारवंतांना तीव्रतेने जाणवू लागली. चांगले व आनंदी जीवन जगण्याचा प्रत्येक माणसाला हक्क आहे. हा हक्क सर्वांना उपभोगता यावा यासाठी सामाजिक जीवनात आवश्यक ती सुधारणा शासनाने घडवून आणली पाहिजे. असा आग्रह ब्रिटनमधील काही विचारवंत धरू लागले. यातूनच एकोणिसाव्या शतकाच्या पूर्वार्धात बिटनमध्ये विचारवंतांचा जो पंथ उदयास आला तो 'उपयुक्ततावादी पंथ' म्हणून ओळखला जातो. जेरेमी बेंथॅम हा या पंथाचा आद्य प्रवर्तक होय तर जेम्स मिल, जॉन स्टुअर्ट मिल, जॉन ऑस्टिन हे या पंथाचे आघाडीचे विचारवंत होत. या विचारवंतापैकी जॉन स्टुअर्ट मिलच्या विचारांची माहिती आपल्याला या ठिकाणी घ्यायची आहे.

जॉन स्टुअर्ट मिल (जे. एस. मिल) : संक्षिप्त चरित्र

जॉन स्टुअर्ट मिलचा जन्म 20 मे, 1806 रोजी लंडन येथे झाला आणि 8 मे, 1873 रोजी त्याचा मृत्यू झाला. उपयुक्ततावादी विचारवंत जेरेमी बेंथॅमचा मित्र व

शिष्य असलेल्या जेम्स मिल याचा जॉन स्टुअर्ट मिल हा मुलगा होय. त्याच्या बुद्धिमत्तेची चमक लहानपणापासूनच दिसून येत होती. अगदी लहान वयात त्याने ग्रीक व लॅटिन या भाषांचा तसेच ग्रीक तत्त्ववेत्त्यांच्या तत्त्वज्ञानाचा अभ्यास केलेला होता. तरुण वयात त्याने बेंथॅमच्या तत्त्वज्ञानाचा अभ्यास केला आणि आपल्या वडिलांप्रमाणेच तो बेंथॅमच्या उपयुक्ततावादी पंथाचा कट्टर पुरस्कर्ता बनला. तत्त्वज्ञानाचा अभ्यास आणि प्रचार करण्याच्या हेतूने त्याने उपयुक्ततावादी समाजाची स्थापना केली. 'लंडन रिव्हू' नावाचा वृत्तपत्राचा संपादक म्हणूनही त्याने काही काळ काम केले.

वयाच्या पंचविसाव्या वर्षी मिलची मैत्री हॅरिएट टेलर नावाच्या अत्यंत बुद्धिमान आणि आकर्षक व्यक्तिमत्त्वाच्या विवाहित स्त्रीबरोबर झाली. 'आपल्या आयुष्यातील सर्वांत मूल्यवान ऋणानुबंध' असे या मैत्रीचे मिलने वर्णन केले आहे. पुढे या मैत्रीचे रूपांतर विवाहात झाले. हॅरिएट ही त्याची पत्नी होती, मित्र होती, साथीदार होती. 'ऑन लिबर्टी' हा मिलचा गाजलेला ग्रंथ त्याने आपल्या पत्नीलाच अर्पण केलेला आहे. हॅरिएटच्या सहवासात मिलच्या जीवनविषयक दृष्टिकोनाला नवे वळण मिळाले. मानवी जीवनातील भावनात्मक पैलूंचे महत्त्व त्याला जाणवू लागले. व्यक्तित्व विकासासाठी केवळ शुष्क तत्त्वज्ञानाचा आधार पुरेसा नसतो. त्यासाठी सद्भावनांची जोपासना होणे अत्यंत आवश्यक आहे. तसेच मानवी जीवनाला कोणते तरी उदात्त उद्दिष्ट असल्याखेरीज त्याला सार्थकता लाभत नाही असे त्याचे मत बनले. या नव्या दृष्टिकोनामुळे मिलच्या विचारांवर प्रारंभीच्या काळात बेंथॅम आणि वडील जेम्स मिल यांच्या विचारांचा जो पगडा होता तो कमी झाला. मानवी जीवनासंबंधी तो अधिक स्वतंत्रपणे विचार करू लागला. यातूनच बेंथॅमच्या उपयुक्ततावादी सिद्धान्तात सुधारणा करून वेगळे विचार मांडण्यास तो प्रवृत्त झाला. मिलची सर्वोत्कृष्ट ग्रंथनिर्मिती ही हॅरिएटचा सहवास आणि सहकार्य मिळाल्यानेच शक्य झाली आहे. हॅरिएट ही त्याची केवळ पत्नी नव्हती तर त्याच्या कार्यामागील प्रेरणादायी शक्ती बनलेली होती.

जॉन स्टुअर्ट मिल हा ईस्ट इंडिया कंपनीत नोकरीला होता. सन 1858 मध्ये ईस्ट इंडिया कंपनी बरखास्त झाल्यानंतर तो आपला सर्व वेळ विविध विषयांच्या अभ्यासात आणि ग्रंथनिर्मितीसाठी देऊ लागला. तर्कशास्त्र, नीतिशास्त्र, अध्यात्मशास्त्र, अर्थशास्त्र, राज्यशास्त्र अशा अनेक विषयांत मिलने ग्रंथनिर्मिती केलेली आहे. त्याची बुद्धिमत्ता चतुरस्त्र होती आणि अनेक विषयात त्याला रस होता. 'सिस्टीम ऑफ लॉजिक', 'प्रिन्सिपल ऑफ पॉलिटिकल इकॉनॉमी', 'ऑन लिबर्टी', 'रिप्रेझेन्टेटिव्ह गव्हर्मेंट यावरील निबंध' हे त्याचे गाजलेले ग्रंथ होते. याशिवाय धर्म या विषयावरील त्याच्या निबंधाचे पुस्तक व त्याचे आत्मचरित्र त्याच्या मृत्यूनंतर प्रसिद्ध झाले.

9.1   मिलचा उपयुक्ततावाद

एकोणिसाव्या शतकाच्या पूर्वार्धात उदयास आलेली आणि विकसित झालेली उपयुक्ततावादी विचारसरणी ही ब्रिटनमधील राजकीय विचारांच्या इतिहासातील ठळक अशी घटना होती. ब्रिटिश विचारवंतांनी राजकीय विचारामध्ये घातलेली ती सर्वांत महत्त्वाची भर मानली जाते. या काळात डेव्हिड ह्यूम, बर्कले, बेंथॅम, जॉन मिल, जेम्स स्टुअर्ट मिल या विचारवंतांनी उपयुक्ततावादी विचार मांडले. यातून उपयुक्ततावादी पंथ उदयास आला. त्याचा प्रारंभ डेव्हिड ह्यूम याच्या विचारात दिसून येतो. डेव्हिड ह्यूम याने उपयुक्ततावादी विचार सुरुवातीला मांडले म्हणून त्याला अनेक अभ्यासक उपयुक्ततावादाचा जनक मानतात. मात्र, उपयुक्ततावादी विचारप्रणाली पद्धतशीरपणे मांडून या विचारप्रणालीचा पाया बेंथॅमने घातला. तसेच काही विचारवंत त्याच्या विचारांनी प्रभावित होऊन त्याचे अनुयायी बनले. यामुळे बेंथॅमला उपयुक्ततावादी पंथाचा प्रवर्तक मानले जाते. बेंथॅमच्या विचारांचा प्रभाव पडलेल्या विचारवंतांपैकी जॉन स्टुअर्ट मिल हा एक विचारवंत होय. बेंथॅमप्रणीत विचारप्रणालीला 'उपयुक्ततावाद' ही संज्ञा मिलनेच दिली. मात्र, मिलच्या विचारांवर बेंथॅमच्या विचारांचा प्रभाव असला तरी बेंथॅमप्रणीत उपयुक्ततावादी सिद्धान्तात त्याने बऱ्याच सुधारणा करून आपले विचार मांडलेले आहेत. मिलचा हा उपयुक्ततावाद समजून घेण्यापूर्वी उपयुक्ततावादी विचारप्रणालीचा अर्थ आणि त्याची महत्त्वाची तत्त्वे आपण प्रथम पाहू.

उपयुक्ततावादाचा आशय आणि तत्त्वे

वेगवेगळ्या विचारवंतांनी जे उपयुक्ततावादी विचार मांडले त्या आधारे उपयुक्ततावादाचा आशय आपल्याला याप्रमाणे सांगता येईल. सर्व माणसे सुखप्राप्तीसाठी प्रयत्न करतात. सुखी-समाधानी, आनंदी आयुष्य मिळावे ही प्रत्येक माणसाची स्वाभाविक इच्छा असते. असे आयुष्य मिळणे ही प्रत्येक व्यक्तीच्या दृष्टीने मूल्यवान गोष्ट असते; ज्यामुळे माणसाच्या सुखात व समाधानात भर पडते. दुःख व वेदना कमी होतात अशी प्रत्येक कृती व घटना ही बरोबर असते आणि ज्यामुळे दुःखात भर पडते, जी वेदनादायी असते अशी प्रत्येक कृती, घटना चुकीची किंवा अयोग्य असते. 'जास्तीतजास्त लोकांना जास्तीतजास्त सुख' हा उपयुक्ततावादाचा मूलमंत्र होय. राज्याची ध्येयधोरणे, कायदे योग्य की अयोग्य यांचे मोजमाप करण्याचा तोच मापदंड होय. राज्य हे नागरिकांच्या कल्याणासाठीचे साधन आहे, ते साध्य नव्हे. उपयुक्ततावाद व्यक्तीचे हक्क आणि स्वातंत्र्य यांना प्राधान्य देतो. व्यक्तिस्वातंत्र्याचे रक्षण करणे आणि व्यक्तिविकासाला आवश्यक ती परिस्थिती निर्माण करणे हे राज्याचे आणि समाजाचे कर्तव्य मानतो. राज्याचे कायदे, धोरणे व कार्यक्रम यातून व्यक्तीला अधिकाधिक चांगले व सुखी जीवन जगण्याची संधी मिळाली पाहिजे. राज्याच्या कार्यांचे मूल्यमापन त्याच आधारे झाले पाहिजे.

उपयुक्ततावादाची ठळक तत्त्वे याप्रमाणे सांगता येतील :

(1) मनुष्य हा सुखप्राप्तीची इच्छा बाळगणारा आणि दुःख टाळण्याचा प्रयत्न करणारा प्राणी आहे. आपले जीवन आनंदी व सुखी बनविण्याची त्याची इच्छा असते. माणसाची ही स्वाभाविक प्रवृत्ती आहे. ज्या गोष्टीतून माणसाला समाधान मिळते आणि दुःख किंवा वेदना, हालअपेष्टा टाळल्या जातात ती गोष्ट करण्यास माणूस प्रवृत्त होत असतो. यावरून आपण असा निष्कर्ष काढला पाहिजे की, जी कृती माणसाला सुख व समाधान देते ती चांगली किंवा योग्य कृती; आणि जी कृती माणसाच्या दुःखात भर घालते ती वाईट किंवा चुकीची कृती होय. याचा अर्थ असा की, कोणत्याही कृतीची योग्यता, ती कृती लोकांना समाधान व सुख देण्याबाबत किती उपयुक्त ठरते यावरून ठरविली पाहिजे. उपयुक्ततावादात अशा प्रकारे व्यवहारी दृष्टिकोन आहे. शासनाचे एखादे धोरण किंवा कार्यक्रम तत्त्वतः किती आदर्श आहे यापेक्षा व्यवहारात त्या कार्यक्रमाची अंमलबजावणी किती लोकांच्या जीवनात आनंद व सुख-समाधान निर्माण करते यावरून त्या धोरणाची किंवा कार्यक्रमाची योग्यता ठरविली पाहिजे असे उपयुक्ततावाद मानतो.

(2) मानवी स्वभाव आणि मानवी हेतू यांचा विचार उपयुक्ततावाद करत असल्यामुळे तो परिणामांना महत्त्व देतो. तसेच कोणत्याही कृतीचे व्यवहारात होणारे परिणाम महत्त्वाचे मानतो. उपयुक्ततावादी पंथ हा मानवी जीवन, मानवी कार्ये आणि मानवाचे कल्याण यांना सर्वोच्च स्थान देतो. यामुळेच या पंथाच्या विचारवंतांनी कायदेविषयक, आर्थिक व राजकीय सुधारणांचा सातत्याने पुरस्कार केला. मतदानाचा अधिकार, प्रतिनिधित्व, संसदीय व्यवस्थेतील सुधारणा, कायद्यामधील सुधारणा अशा प्रश्नात उपयुक्ततावादी विचारवंतांनी लक्ष घातले. राजकीय ध्येयधोरणाचे मूल्यमापन त्यातील आदर्श कल्पनांवर न करता प्रत्यक्ष व्यवहारात या धोरणांमुळे कोणते हेतू साध्य झाले यावरून केले पाहिजे असा या विचारवंतांनी आग्रह धरला. व्यवहारातील हेतू याचा अर्थ लोकांचे जीवन अधिक चांगले व अधिक आनंददायी बनविण्यात ही ध्येय-धोरणे कितपत यशस्वी झाली यावरून त्याची योग्यता ठरविणे होय. यामुळेच उपयुक्ततावाद हा मानवी स्वातंत्र्याचा आग्रही पुरस्कर्ता आणि कोणत्याही स्वरूपातील जुलूमशाही आणि अन्याय यांचा विरोधक बनला.

(3) व्यक्तिस्वातंत्र्याचा पुरस्कार हे सर्वच उपयुक्ततावादी विचारवंतांचे समान वैशिष्ट्य आहे. समाज हा व्यक्तींनी बनलेला असतो. प्रत्येक व्यक्तीला निसर्गाने बौद्धिक क्षमता व विचारशक्ती दिली आहे. तिचा उपयोग करून व्यक्ती आपला विकास साध्य करण्याचा प्रयत्न करत असते. प्रत्येक व्यक्तीला स्वतंत्र्य व्यक्तिमत्त्व असते. आपल्या व्यक्तिमत्त्वाचा विकास घडविण्याचे स्वातंत्र्य व्यक्तीला असले पाहिजे.

उपयुक्ततावाद व्यक्तीचे हक्क आणि तिचे स्वातंत्र्य याला प्राधान्य देतो. व्यक्तीला आपल्या जीवनात सुख-समाधान प्राप्त करण्यासाठी आणि आपला विकास साध्य करण्यासाठी स्वातंत्र्य मिळाले पाहिजे. मात्र, जीवनात आनंद किंवा सुख-समाधान माणूस एकाकीपणे मिळवू शकत नाही. हे सुख-समाधान त्याला समूहजीवनात मिळू शकते. समाजाचा एक घटक म्हणून मिळू शकते. त्यासाठी समाजजीवनात सुव्यवस्था असावी लागते. तसेच व्यक्तीच्या हक्कांचे आणि स्वातंत्र्याचे रक्षण करणारी व्यवस्था असावी लागते. हे कार्य राज्यसंस्था पार पाडत असते. राज्यसंस्थेचे हे महत्त्व उपयुक्ततावाद नाकारत नाही. व्यक्तीला सुरक्षित जीवन जगण्यासाठी, आपल्या व्यक्तित्वाचा विकास साध्य करण्यासाठी आणि जीवनात सुख-समाधान प्राप्त करण्यासाठी जी आवश्यक परिस्थिती लागते ती राज्यसंस्थेमुळेच मिळत असते. पण व्यक्तिजीवनावर राज्याचे नियंत्रण जरूरीपुरतेच असावे. 'जे कमीतकमी सत्ता वापरते ते सर्वोत्कृष्ट शासन' असे मिलने म्हटलेले आहे. स्वतःचा विकास कसा साध्य करायचा ते व्यक्तीला समजते. राज्याची धोरणे व्यक्तिविकासास पोषक असावीत. राज्याने व्यक्तीच्या विकासाच्या मार्गातील अडथळे दूर करावेत; पण व्यक्तिजीवनावर आवश्यक तेवढेच नियंत्रण असावे आणि व्यक्तीला जास्तीतजास्त स्वातंत्र्य असावे असे उपयुक्ततावाद मानतो.

(4) उपयुक्ततावाद असे मानतो की, राज्य हे माणसाच्या इच्छा-आकांक्षा पूर्ण करण्यासाठी निर्माण झालेले आहे. राज्य हे साध्य नसून ते साधन आहे. समाजात शांतता व सुव्यवस्था राखण्यासाठी, समाजाच्या सुरक्षिततेसाठी आणि लोकांना आपल्या इच्छा-आकांक्षा पूर्ण करता याव्यात, आपला विकास साध्य करता यावा यासाठी राज्यसंस्था आहे. राज्याचे कार्यक्षेत्र ही कार्ये पार पाडण्यापुरतेच मर्यादित असले पाहिजे आणि राज्याची धोरणे 'जास्तीतजास्त लोकांचे जास्तीतजास्त समाधान' करण्यासाठी असली पाहिजेत.

(5) प्लेटो-ॲरिस्टॉटल यासारखे प्राचीन विचारवंत किंवा आधुनिक काळातील आदर्शवादी विचारवंत यांनी राज्य हे नैसर्गिक मानले. माणसामधील नैसर्गिक प्रवृत्ती ही राज्याचा आधार मानला. पण उपयुक्ततावादी राज्याची निर्मिती माणसाच्या नैसर्गिक प्रेरणेतून झाली असे मानत नाहीत तर माणसाला आपला विकास साध्य करण्यासाठी राज्य उपयुक्त आहे म्हणून ते निर्माण झाले असे मानतात. म्हणजेच राज्याचा आधार नैसर्गिक मानवी प्रेरणा हा नसून उपयुक्तता हा आहे.

मिलचे उपयुक्ततावादी विचार

डेव्हिड ह्यूम, बेंथॅम, जेम्स मिल या विचारवंतांनी मांडलेल्या विचारांना उद्देशून 'उपयुक्ततावाद' हा शब्दप्रयोग प्रथम जॉन स्टुअर्ट मिल याने केला. मात्र त्याच्यावर बेंथॅम, जेम्स मिल अशा विचारवंतांच्या विचारांचा प्रभाव असला तरी मिलने उपयुक्ततावादी सिद्धान्तात अनेक मूलभूत सुधारणा करून आपले विचार मांडलेले आहेत. 'उपयुक्ततावाद' या नावाच्या ग्रंथात त्याने या संदर्भातील आपले विचार स्पष्ट केले आहेत.

बेंथॅमप्रणीत उपयुक्ततावादी तत्त्वज्ञानात मिलने केलेल्या सुधारणा आणि त्याचे या संदर्भातील विचार पुढीलप्रमाणे सांगता येतील :

1. **बौद्धिक समाधान श्रेष्ठ दर्जाचे** : बेंथॅमच्या मतानुसार जीवनामध्ये सुख-समाधान व आनंद मिळविण्याची माणसाची इच्छा असते. हाल-अपेष्टा आणि दुःख हे आपल्या वाट्याला येऊ नये अशी त्याची इच्छा असते. माणसाच्या दृष्टीने सर्व प्रकारची सुखे सारखीच असतात. सुख मिळाले म्हणजे तो समाधान पावतो. म्हणजे सुखाची प्राप्ती होणे हे माणसाच्या दृष्टीने महत्त्वाचे असते. ते सुख कशापासून मिळते ते महत्त्वाचे नसते.

बेंथॅमच्या वरील मतामध्ये दोन गोष्टी गृहीत आहेत. एक म्हणजे, आपल्याला सुख कशामुळे मिळते ते कारण महत्त्वाचे नाही. सुख-समाधान मिळणे हे महत्त्वाचे आहे. दुसरी गोष्ट म्हणजे, सर्व सुखे किंवा सर्व प्रकारचे समाधान हे सारखेच असते. त्यांच्यात गुणात्मक फरक नाही. थोडक्यात, बेंथॅम सुखाचा विचार संख्यात्मक दृष्टीने करतो, गुणात्मक दृष्टीने करत नाही. जास्तीतजास्त सुख मिळणे महत्त्वाचे. ते कशापासून मिळते आणि त्या सुख-समाधानाचा दर्जा काय आहे याचा विचार बेंथॅमच्या प्रतिपादनात नाही.

मिलने बेंथॅमचा हा दृष्टिकोन स्वीकारला नाही. त्याने जो वेगळा दृष्टिकोन मांडला तो मिलच्या उपयुक्ततावादातील सर्वांत महत्त्वाचा मुद्दा आहे. मिलने असे प्रतिपादन केले की, सर्वच सुखे सारख्या दर्जाची नसतात. यामुळे सुखाचा विचार केवळ संख्यात्मक दृष्टीने करून चालणार नाही तर तो गुणात्मक दृष्टीने झाला पाहिजे. सुखामध्येसुद्धा श्रेष्ठ दर्जाचे सुख आणि कनिष्ठ दर्जाचे सुख असा गुणात्मक फरक असतो. भौतिक गरजा भागल्या म्हणजे माणसाला समाधान मिळते. तसेच श्रेष्ठ दर्जाच्या साहित्यकृतीपासून समाधान मिळते. पण भौतिक समाधानापेक्षा बौद्धिक समाधान हे श्रेष्ठ दर्जाचे असते. मिल शारीरिक समाधानापेक्षा वाङ्मय, कला यातून मिळणारा बौद्धिक आनंद श्रेष्ठ दर्जाचा मानतो. म्हणजेच, व्यक्तीला मिळणारे समाधान कशामुळे मिळते त्याला मिल महत्त्व देतो. आनंद किंवा समाधान देणारे जे साधन आहे त्यामुळे त्या आनंदात किंवा समाधानात गुणात्मक फरक पडतो असे त्याचे प्रतिपादन आहे. थोडक्यात, मिलच्या मते, सर्व प्रकारचा आनंद किंवा सामधान यांचा दर्जा सारखाच नसतो; त्यात उच्च-नीचता असते.

2. **नैतिक जीवनाला महत्त्व** : बेंथॅमच्या उपयुक्ततावादात सुखप्राप्ती हाच जीवनाचा हेतू मानलेला आहे. 'जास्तीतजास्त लोकांना जास्तीतजास्त सुख' हे राज्याचे उद्दिष्ट मानलेले आहे. मिल याच्याशी सहमत नाही. तो नैतिक तत्त्वांना जास्त महत्त्व देतो. बौद्धिक व नैतिक विकास साध्य करणे हे माणसाचे उच्चतम ध्येय असले पाहिजे. माणसाला अधिक उन्नत, अधिक श्रेष्ठ दर्जाचे जीवन प्राप्त करून देणे हा राज्याचा उद्देश असला पाहिजे. म्हणून व्यक्तीच्या गुणांचा विकास घडवून आणण्याचा प्रयत्न राज्याने केला पाहिजे असे तो म्हणतो.

या ठिकाणी मिल हा ॲरिस्टॉटलशी अधिक जवळचा वाटतो. ॲरिस्टॉटल म्हणतो की, माणसाला भौतिक गरजा असतात तसेच नैतिक व बौद्धिक गरजाही असतात. भौतिक गरजा भागणे माणसाच्या दृष्टीने महत्त्वाचे असते. पण भौतिक गरजा भागल्याने माणूस समाधानी राहू शकत नाही. मनुष्य हा बुद्धिनिष्ठ प्राणी आहे. इतर प्राणी त्यांच्या भौतिक गरजा भागल्या म्हणजे समाधान पावतात. पण माणसाला अधिक उन्नत, अधिक श्रेष्ठ दर्जाचे जीवन जगण्याची आकांक्षा असते. असे जीवन जगण्याची संधी प्रत्येक व्यक्तीला मिळाली पाहिजे.

मिलचाही दृष्टिकोन असा आहे की, केवळ भौतिक सुखे प्राप्त करण्यात मानवी जीवनाचे सार्थक नाही. उच्च दर्जाचे नैतिक जीवन जगणे हे माणसाचे उद्दिष्ट असले पाहिजे. त्यातच जीवनातला खरा आनंद आहे. मिलने म्हटले आहे की, ''पशू होऊन समाधानी राहण्यापेक्षा माणूस होऊन असमाधानी राहणे अधिक चांगले. संतुष्ट मूर्खापेक्षा असंतुष्ट सॉक्रेटिस अधिक श्रेष्ठ होय.'' याचा अर्थ असा की, शारीरिक गरजांची पूर्तता झाली म्हणजे पशू-पक्षी समाधानाने जगू शकतात. पण माणूस मात्र केवळ शारीरिक गरजांच्या पूर्ततेवर समाधान मानत नाही. हाच माणूस आणि इतर पशू यांच्यातील फरक आहे. म्हणून माणसाने अधिक श्रेष्ठ दर्जाच्या म्हणजेच बौद्धिक व नैतिक सुखाचा शोध घेतला पाहिजे. असा माणूस असमाधानी असला तरी भौतिक सुखापासून मिळणाऱ्या समाधानापेक्षा त्याचे असमाधान अधिक श्रेष्ठ होय.

3. **सामूहिक हिताची जाणीव** : बेंथॅमने असे प्रतिपादन केले की, सुख-समाधान मिळण्याची शक्यता दिसली म्हणजे माणूस कृती करण्यास प्रवृत्त होतो. बेंथॅमच्या या म्हणण्यातून असा अर्थ निघतो की, माणूस केवळ स्वतःच्या सुखाचा व फायद्याचा विचार करतो. तो आत्मकेंद्री आहे. समाज हा अशा प्रकारे केवळ स्वतःच्या सुखाचा विचार करणाऱ्या व्यक्तींचा समूह आहे.

मिलने ही कल्पना मान्य केलेली नाही. त्याने असे प्रतिपादन केले की, माणूस आपल्या जीवनात सुख-समाधान मिळविण्याचा प्रयत्न करत असतो हे खरे आहे; पण माणसाची प्रत्येक कृती केवळ स्वार्थाने किंवा व्यक्तिगत फायद्याच्या दृष्टीने प्रेरित झालेली असते असे म्हणता येत नाही. स्वतःच्या हिताची माणसामध्ये जशी जाणीव असते तशीच सामूहिक हिताची जाणीव असते आणि सामूहिक हितासाठीही तो कृती करण्यास, प्रसंगी स्व-हिताचा त्याग करण्यास तयार होतो. स्वतःप्रमाणेच आपल्या कुटुंबासाठी तसेच समाजासाठीही माणूस विविध कार्ये पार पाडत असतो. कारण आपण आपल्या कुटुंबाचा, आपल्या समाजाचा एक घटक आहोत ही जाणीव त्याच्यामध्ये असते. समूहजीवन हे माणसासाठी नैसर्गिक आहे, गरजेचे आहे आणि सवयीचे आहे. यातूनच सामूहिक ऐक्य भावना निर्माण झालेली असते. या भावनेमुळे माणूस स्वतःप्रमाणेच सामूहिक हिताचाही विचार करतो आणि सामूहिक हितासाठी कार्य करण्यास प्रवृत्त होत असतो.

4. नैतिक आधार : बेंथॅमच्या विचारात, 'जास्तीतजास्त लोकांचे जास्तीतजास्त समाधान' हे उपयुक्ततावादाचे तत्त्व मुख्यतः राजकीय दृष्टीने मांडलेले आहे. शासनाने आपली धोरणे आणि कार्यक्रम ठरविताना जास्तीतजास्त लोकांचे कल्याण साधले जाईल किंवा जास्तीतजास्त लोकांना समाधान मिळेल या उद्देशाने ते ठरविले पाहिजेत असे बेंथॅमचे प्रतिपादन आहे.

मिलने या दृष्टिकोनात सुधारणा करून त्याला नैतिक आधार प्राप्त करून दिला. उपयुक्ततेचे तत्त्व हे शासनाचे धोरण कसे असावे याबाबत मार्गदर्शन करणाऱ्या तत्त्वापेक्षाही मिलने हे तत्त्व व्यक्तिगत नीतिमत्तेचा भाग मानला. मिलच्या मते, प्रत्येक व्यक्तीने हे समजले पाहिजे की, जीवनात सुख-समाधान मिळविण्याची आपली जशी इच्छा आहे तशीच ती समाजातील इतर व्यक्तींचीही आहे. हे समाधान मिळविण्याचा आपल्याला हक्क असला पाहिजे तसाच तो इतरांनाही असला पाहिजे. इतरांकडून आपण ज्या प्रकारच्या वागणुकीची अपेक्षा करतो तशीच वागणूक आपण इतरांना दिली पाहिजे. व्यक्तीचा या बाबतीतला दृष्टिकोन निष्पक्षपाती असला पाहिजे. स्वतःचा विकास साध्य करण्याचा अधिकार आपल्याप्रमाणेच समाजातील प्रत्येक व्यक्तीला आहे, ही जाणीव लोकांना असली पाहिजे. प्रत्येक व्यक्तीचे ते नैतिक कर्तव्य आहे असे मिलचा उपयुक्ततावाद मानतो.

मूल्यमापन

उपयुक्ततावादी विचारप्रणालीमध्ये जॉन स्टुअर्ट मिलने ज्या सुधारणा सुचविल्या त्या वरवरच्या नाहीत तर मूलभूत स्वरूपाच्या आहेत. त्यांचे महत्त्व पुढीलप्रमाणे सांगता येईल :

(1) बेंथॅमच्या उपयुक्ततावादात सुखप्राप्ती हाच जीवनाचा हेतू मानलेला आहे आणि जास्तीतजास्त लोकांना जास्तीतजास्त सुख प्राप्त करून देणे हे राज्याचे कर्तव्य मानलेले आहे. परंतु मिल नैतिक तत्त्वांना जास्त महत्त्व देतो. माणसाला अधिक उन्नत, अधिक श्रेष्ठ दर्जाचे जीवन प्राप्त करून देणे हा राज्याचा उद्देश असतो. म्हणून व्यक्तीच्या गुणांचा विकास घडवून आणण्याचा प्रयत्न राज्याने केला पाहिजे असे तो म्हणतो. मिलने अशा प्रकारे बेंथॅमच्या उपयुक्ततावादाला नैतिक आशय प्राप्त करून देण्याचा प्रयत्न केला.

(2) मानवी जीवनातील बौद्धिक व नैतिक समाधानाचे महत्त्व हे भौतिक समाधानापेक्षा श्रेष्ठ आहे हा विचार मिलने मांडला. यामुळेच त्याने सर्व प्रकारचे समाधान सारख्याच दर्जाचे असते, समाधानामध्ये गुणात्मक फरक नसतो, समाधान मिळणे महत्त्वाचे; ते कशामुळे मिळते ते महत्त्वाचे नाही हा बेंथॅमचा विचार मिलने नाकारला आणि समाधान कशातून मिळते त्या साधनाचे महत्त्व प्रतिपादन केले. ते करताना त्याने बौद्धिक समधान हे भौतिक समाधानापेक्षा श्रेष्ठ मानले. या बाबतीत मिलचे विचार हे बेंथॅमपेक्षा ॲरिस्टॉटलच्या विचारांशी जास्त जुळणारे आहेत.

(3) मिलच्या विचारातील सर्वांत महत्त्वाचा मुद्दा म्हणजे उपयुक्ततावादाला त्याने दिलेला सामाजिक आशय होय. बेंथॅमच्या उपयुक्ततावादात असे मानलेले आहे की, माणसाची कृती ही स्वतःसाठी सुख-समाधान मिळविण्याच्या उद्देशाने झालेली असते. समाजातील प्रत्येक व्यक्ती अशा प्रकारे स्वतःचे सुख-समाधान शोधत असते. समाज म्हणजे स्वतःचे हित साध्य करण्याचा प्रयत्न करणाऱ्या अनेक व्यक्तींची गोळाबेरीज आहे असा अर्थ त्यातून ध्वनित होतो.

मिलने या दृष्टिकोनात फार महत्त्वाची सुधारणा केली. मनुष्य हा स्वभावतःच, गरज म्हणून आणि सवय म्हणून समूजजीवन जगतो. समूहजीवनाचे महत्त्व त्याला कळते. तसेच समूहजीवनाच्या हितामध्येच आपलेही हित आहे याची जाणीव त्याला असते. म्हणूनच सामूहिक हितासाठीसुद्धा माणूस कृती करण्यास प्रवृत्त होतो. काही वेळा स्व-हिताचा विचार न करता सामूहिक हिताला तो प्राधान्य देतो. त्यासाठी स्वहिताचा त्यागही करण्यास तयार होतो. अशी कल्पना मांडून मिलने उपयुक्ततावादी विचारांना अधिक उच्च दर्जा प्राप्त करून दिला.

मात्र मिलने वर सांगितलेल्या ज्या सुधारणा सुचविल्या त्यातून उपयुक्ततावादाच्या मूळ संकल्पनेपासून त्याने बरीच फारकत घेतली हे नमूद करावे लागेल. प्रत्येक व्यक्ती स्वतःचे सुख-समाधान शोधण्याच्या प्रयत्नात असते. हे सुख कशामुळे मिळते हे तिच्या दृष्टीने महत्त्वाचे नसते तर सुखाची प्राप्ती महत्त्वाची असते. व्यक्तीच्या या प्रयत्नात राज्याने सहकार्य दिले पाहिजे आणि 'जास्तीतजास्त लोकांचे जास्तीतजास्त समाधान' या तत्त्वानुसार आपले धोरण व कार्यक्रम अमलात आणले पाहिजेत हा उपयुक्ततावादाचा मूळ आशय आहे. पण मिलने जे विचार मांडले ते या मूळ आशयालाच आव्हान देणारे होते. यामुळेच तो उपयुक्ततावादापेक्षा व्यक्तिस्वातंत्र्यवादी विचारवंत म्हणून जास्त ओळखला जातो.

मिल मानवी जीवनात नैतिक व बौद्धिक गरजांना श्रेष्ठ स्थान देतो. त्याची व्यक्तिस्वातंत्र्याची कल्पनासुद्धा याच दोन तत्त्वांवर आधारलेली आहे. माणसाला उच्च दर्जाचे नैतिक जीवन जगता यावे आणि आपल्या व्यक्तित्वाचा विकास साध्य करता यावा यासाठी व्यक्तिस्वातंत्र्य ही पूर्वअट असते. व्यक्तिस्वातंत्र्याच्या अभावी माणसाला उच्च दर्जाचे नैतिक आणि मानसिक समाधान मिळविणे शक्य नसते. या जाणिवेतून त्याने व्यक्तिस्वातंत्र्याचा जोरदारपणे पुरस्कार केला. व्यक्तिस्वातंत्र्याचे निष्ठापूर्वक समर्थन करण्याच्या त्याच्या या प्रयत्नाचे फलित म्हणजे 'ऑन लिबर्टी' ग्रंथ होय.

9.2 मिलचे स्वातंत्र्यविषयक विचार

'ऑन लिबर्टी' हा मिलचा ग्रंथ राज्यशास्त्रामधील एक अभिजात ग्रंथ मानला जातो. मिलचे स्वातंत्र्यविषयक विचार मुख्यतः याच ग्रंथात मांडलेले आहेत.

एकोणिसाव्या शतकाच्या मध्यकाळात युरोपमध्ये खासकरून ब्रिटनमध्ये व्यक्तिस्वातंत्र्यादी विचार मांडले गेले. मिलप्रमाणेच इतरही काही विचारवंतांनी व्यक्तिस्वातंत्र्याचा आग्रहाने पुरस्कार केला. याला ब्रिटनमधील तत्कालीन परिस्थिती बऱ्याच प्रमाणात कारणीभूत होती.

अठराव्या शतकाच्या उत्तरार्धापासून एकोणिसाव्या शतकाच्या पूर्वार्धापर्यंतचा काळ हा ब्रिटनमधील औद्योगिक क्रांतीचा काळ होता. या काळात यंत्रयुगाचा उदय झाला. कारखानदारी निर्माण झाली आणि कारखानदारीबरोबर औद्योगिक शहरे उदयास आली. समाजात उद्योजकांचा नवा वर्ग उदयास आला. तसेच कारखान्यात काम करणाऱ्या औद्योगिक कामगारांचा वर्ग उदयास आला. वाढती कारखानदारी, शहरीकरण यातून काही गंभीर समस्या निर्माण झाल्या. बालमजुरीचा प्रश्न, कामगारांसाठी सेवाशर्ती, शहरातील गलिच्छपणा असे प्रश्न सोडविण्यासाठी कायदे करण्यात येऊ लागले. या कायद्यांची अंमलबजावणी करण्यासाठी शासनयंत्रणेचा विस्तार होऊ लागला. आर्थिक व सामाजिक क्षेत्रात शासनाचा कमीतकमी हस्तक्षेप असावा, जे कमीतकमी सत्ता वापरते ते उत्कृष्ट शासन या उदारमतवादी विचाराला त्यामुळे आव्हान मिळाले. लोककल्याणासाठी आर्थिक व सामाजिक क्षेत्रात शासनाचा काही प्रमाणात हस्तक्षेप अनिवार्य ठरू लागला होता. शासनाच्या अधिकार क्षेत्राची मर्यादा काय असावी आणि व्यक्तिस्वातंत्र्याचे क्षेत्र कोणते असावे हा प्रश्न या काळात ब्रिटनमध्ये चर्चिला जाऊ लागला. अशा त्या काळात व्यक्तिस्वातंत्र्याचे समर्थन करण्याच्या उद्देशाने आपले विचार मांडले. व्यक्तिस्वातंत्र्य हे मिलच्या दृष्टीने सर्वोच्च मूल्य होते; त्यामुळे या स्वातंत्र्याच्या बाजूने त्याने युक्तिवाद करणे स्वाभाविक होते. व्यक्तिस्वातंत्र्याच्या समर्थनार्थ मिलने केलेला युक्तिवाद म्हणजेच 'ऑन लिबर्टी' हा ग्रंथ होय. त्यात स्वातंत्र्यासंबंधी मिलने मांडलेले विचार आपल्याला पुढीलप्रमाणे सांगता येतील.

व्यक्तिविकासासाठी स्वातंत्र्य आवश्यक : मिलची स्वातंत्र्याची संकल्पना व्यापक स्वरूपाची आहे. व्यक्तीला आपल्या व्यक्तित्वाचा विकास साधण्यासाठी आणि ते समृद्ध बनविण्यासाठी आवश्यक असणारी परिस्थिती म्हणजे स्वातंत्र्य होय असे तो मानतो. व्यक्तीच्या मानसिक आणि नैतिक चारित्र्याचे संगोपन होण्यासाठी स्वातंत्र्याची नितांत आवश्यकता असते. स्वातंत्र्याअभावी व्यक्तिविकास शक्य नाही; म्हणून व्यक्तिस्वातंत्र्य हे श्रेष्ठ मूल्य मानून त्याचे रक्षण केले पाहिजे.

व्यक्तिस्वातंत्र्यावर अतिक्रमण हे निरंकुश किंवा हुकूमशाही राजवटीतच होते असे नाही. लोकशाही शासनव्यवस्थेतही बहुमताच्या जोरावर सत्ताधीश व्यक्तिस्वातंत्र्यावर गदा आणू शकतात. सार्वजनिक हिताच्या नावाखाली व्यक्तिस्वातंत्र्याचा संकोच करणारे कायदे केले जाऊ शकतात. अशी 'बहुमताची हुकूमशाही' निर्माण होऊ नये म्हणून शासनाच्या कायदे करण्याच्या अधिकारावर मर्यादा असली पाहिजे. लोकशाहीत शासनाची सत्ता लोकांनी निवडून दिलेल्या प्रतिनिधींच्या हाती असली तरी या प्रतिनिधींकडूनसुद्धा सत्तेचा गैरवापर होऊ शकतो. आपल्याला बहुमताचा पाठिंबा आहे या सबबीवर सरकार जुलमी कायदे करू शकते आणि व्यक्तिस्वातंत्र्यावर आघात करू शकते. यासाठी लोकशाही देशांतही लोकांनी आपल्या स्वातंत्र्याच्या रक्षणासाठी जागरूक राहिले पाहिजे असा इशारा मिलने दिला आहे.

यापुढे जाऊन मिल असे म्हणतो की, व्यक्तीवर जुलूम केवळ सत्ताधीशांकडूनच होतो असे नाही. सत्ताधीशांकडून जसा व्यक्तिस्वातंत्र्याला धोका संभवतो तसाच समाजाकडूनही व्यक्तिस्वातंत्र्याला धोका संभवतो. समाज परंपराप्रिय असतो. प्रत्येक समाजाच्या काही दृढमूल अशा कल्पना, रीतिरिवाज, रूढी व परंपरा असतात. व्यक्तीने त्यांचे पालन करावे अशी समाजाची अपेक्षा असते. व्यक्तीने सामाजिक परंपरांचे पालन केले नाही तर तिला शिक्षा सुनावण्याचा अधिकार समाजाला नसतो. शासनाच्या कायद्याचे पालन न केल्यास शासन व्यक्तीला शिक्षा देऊ शकते. तसा अधिकार समाजाला नसतो, हे खरे आहे. पण व्यक्तीने सामाजिक परंपरांचे पालन न केल्यास तिला समाजाचा रोष ओढवून घ्यावा लागतो. समाजात तिची अवहेलना होते. पूर्वीच्या काळात अशा व्यक्तीला वाळीत टाकले जाई. तिच्याशी सामाजिक व्यवहार बंद केले जात. मिलने म्हटले आहे की, अशा सामाजिक जुलमापासूनसुद्धा व्यक्तिस्वातंत्र्याचे रक्षण झाले पाहिजे. समाजाची जी धारणा असते, जी विशिष्ट जीवनपद्धती असते त्याच्याशी सुसंगत असे वर्तन प्रत्येक व्यक्तीने केले पाहिजे, तिच्याशी विसंगत वर्तन ही व्यक्तीकडून झालेली चूक आहे, असे मानून विशिष्ट प्रकारचे वर्तन करण्यास व्यक्तीला भाग पाडणे हा सामाजिक जुलूम आहे.

मिल म्हणतो की, या सामाजिक जुलमापासून व्यक्तीला स्वातंत्र्य असले पाहिजे. सामाजिक रूढी-परंपरा यांचे पालन करण्याची सक्ती व्यक्तीवर होता कामा नये. कोणतीही सामाजिक रूढी किंवा परंपरा व्यक्तीवर लादली जाऊ नये. त्यांचे पालन न करण्याचे स्वातंत्र्य व्यक्तीला असले पाहिजे. म्हणजेच शासनाच्या जुलमापासून व्यक्तिस्वातंत्र्याचे जसे रक्षण झाले पाहिजे तसेच ते सामाजिक जुलमापासूनही झाले पाहिजे. समाजातील बहुसंख्य लोकांचे मत हे बरोबर आहे आणि प्रत्येक व्यक्तीचे आचरण त्याच्याशी सुसंगत असले पाहिजे, नसल्यास तो सामाजिक गुन्हा होय ही कल्पना चुकीची असून प्रत्येक व्यक्तीला आपले आयुष्य स्वतःच्या इचछेनुसार जगण्याचे स्वातंत्र्य मिळाले पाहिजे.

निरपवाद स्वातंत्र्य आणि मर्यादित स्वातंत्र्य : व्यक्तिस्वातंत्र्याची स्वतःची संकल्पना स्पष्ट करताना मिलने निरपवाद स्वातंत्र्य आणि मर्यादित स्वातंत्र्य असा भेद केला आहे. काही बाबतीत व्यक्तीला पूर्ण स्वातंत्र्य मिळाले पाहिजे, त्या बाबतीत शासनाची किंवा समाजाची कोणतीही बंधने असता कामा नयेत. हे व्यक्तीचे निरपवाद स्वातंत्र्य होय. इतर बाबतीत व्यक्तिस्वातंत्र्यावर समाजहितासाठी काही बंधने आवश्यक ठरतात, मात्र ती बंधने वाजवी असावीत. या बंधनांमुळे व्यक्तिस्वातंत्र्य नष्ट होऊ नये, काही मर्यादांचे पालन करून तिला स्वातंत्र्य उपभोगता यावे अशा प्रकारचे स्वातंत्र्य म्हणजे मर्यादित स्वातंत्र्य होय.

मिलच्या मते, व्यक्तीच्या काही कृती या प्रामुख्याने तिच्या स्वतःच्या जीवनाशी संबंधित असतात. समाजातील इतर व्यक्तींवर त्याचा काही परिणाम होत नसतो. अशा कृतींबाबत व्यक्तीला पूर्ण स्वातंत्र्य असले पाहिजे. अशा बाबतीत व्यक्तीवर कोणतीही बंधने लादण्याचा शासनाला किंवा समाजाला कोणताही अधिकार नाही. व्यक्तीच्या ज्या कृतीचे, वर्तनाचे बरे-वाईट परिणाम केवळ त्या व्यक्तीवर होणारे असतील त्या बाबतीत निर्णय घेण्याचे पूर्ण, निरपवाद स्वातंत्र्य त्या व्यक्तीला असले पाहिजे. त्या बाबतीत समाजाचे कोणतेही नियंत्रण व्यक्तीवर असू नये. जे वर्तन केवळ व्यक्तीशी संबंधित असते, समाजातील इतर व्यक्तीशी ज्यांचा काही संबंध नसतो असे वर्तन चांगले असो किंवा वाईट; समाजाने त्या बाबतीत व्यक्तीवर कोणतीही सक्ती करू नये. तो अधिकार समाजाला नाही. माणूस व्यसनी असेल, जुगारी असेल तर असे करणे वाईट आहे हे समाजातील इतर लोक त्याला समजावून सांगू शकतील; पण ज्याचे परिणाम फक्त त्या व्यक्तीवर होतात, इतरांशी त्यांच्या परिणामाचा काही संबंध नसतो अशा बाबतीत समाज व्यक्तीवर सक्ती करू शकत नाही. या बाबतीत त्या व्यक्तीनेच स्वतः निर्णय घेतला पाहिजे असे मिलचे प्रतिपादन आहे. म्हणजेच व्यक्तीची जी कृती केवळ स्वतःशी संबंधित असते, दुसऱ्या कोणत्या व्यक्तीवर तिचा कोणताही परिणाम होत नसतो त्या बाबतीत प्रत्येक व्यक्तीला निरपवाद स्वातंत्र्य असले पाहिजे असे मिल म्हणतो.

व्यक्तिस्वातंत्र्याचा दुसरा भाग त्याने मानलेला आहे, तो मर्यादित स्वातंत्र्याचा होय. व्यक्तीच्या ज्या कृतीचे परिणाम केवळ त्या व्यक्तीपुरते मर्यादित राहत नाहीत, तर इतर व्यक्तींवरही होतात; अशा बाबतीत व्यक्तिस्वातंत्र्यावर काही मर्यादा घालणे आवश्यक ठरते. प्रत्येक व्यक्तीला आपला भौतिक विकास साध्य करण्याचे स्वातंत्र्य असले पाहिजे. आपल्या इच्छा-आकांक्षा पूर्ण करण्याचा प्रयत्न प्रत्येक व्यक्ती करू शकते. पण हे करत असताना आपल्या वर्तनाने किंवा कृतीने दुसऱ्यांना हानी पोहोचविण्याचा तिला अधिकार नाही. व्यक्तिस्वातंत्र्यावर आवश्यक असणारे असे ते बंधन होय. व्यक्तिस्वातंत्र्यावर असे कायदेशीर निर्बंध घालण्याचा अधिकार शासनाला असला पाहिजे असे मिल म्हणतो. म्हणजेच, व्यक्तीच्या ज्या कृतीचा परिणाम त्या व्यक्तीवरच होतो, इतर कोणावरही होत

नाही अशा बाबतीत व्यक्तीला पूर्ण स्वातंत्र्य असले पाहिजे; पण ज्या बाबतीत व्यक्तीच्या वर्तनाचा परिणाम इतर व्यक्तींवर होणारा असतो तिथे तिला मर्यादित स्वातंत्र्य असले पाहिजे. 'मर्यादित स्वातंत्र्य' याचा अर्थ इतरांना हानिकारक होणार नाही. या मर्यादित वर्तन करण्याचे स्वातंत्र्य असा आहे.

मिल हा उपयुक्ततावादी विचारवंत आहे. उपयुक्ततावादी तत्त्वज्ञानानुसार प्रत्येक व्यक्ती आपला भौतिक विकास साध्य करण्याचा प्रयत्न करत असते. व्यक्तीची ती नैसर्गिक प्रवृत्ती असते. हा विकास साध्य करणाऱ्या व्यक्तीच्या प्रयत्नात शासनाने किंवा समाजाने अडथळे आणू नयेत. यासाठी प्रत्येक व्यक्तीला आपला विकास साध्य करण्याचे स्वातंत्र्य असले पाहिजे. पण याचबरोबर प्रत्येक व्यक्तीने याची जाणीव ठेवली पाहिजे की, आपल्याप्रमाणेच समाजातील इतर व्यक्तींनाही स्वतःचा भौतिक विकास साध्य करण्याचा अधिकार आहे. यासाठी आपली कोणतीही कृती किंवा वर्तन हे इतर व्यक्तींना हानिकारक ठरता कामा नये किंवा तिच्या विकासाच्या मार्गातील अडथळा बनता कामा नये.

विचार आणि अभिव्यक्ती स्वातंत्र्य : मिलने स्वातंत्र्याचे, निरपवाद स्वातंत्र्य आणि मर्यादित स्वातंत्र्य असे जे दोन भाग मानले आहेत; त्यापैकी निरपवाद स्वातंत्र्याच्या क्षेत्रात विचार व अभिव्यक्ती स्वातंत्र्याचा त्याने समावेश केलेला आहे. मिल हा विचारस्वातंत्र्याचा खंदा पुरस्कर्ता होता. प्रत्येक व्यक्तीला स्वतंत्र व्यक्तिमत्त्व असते. समाज हा अशा वेगवेगळे व्यक्तिमत्त्व लाभलेल्या व्यक्तींचा बनलेला असतो. प्रत्येक व्यक्तीला आपल्या व्यक्तित्वाचा विकास साध्य करण्याची संधी मिळाली पाहिजे. यासाठी विचार आणि अभिव्यक्ती स्वातंत्र्य ही पूर्वअट आहे; त्या अभावी व्यक्तिविकास शक्य नाही.

विचार आणि अभिव्यक्ती स्वातंत्र्य निरपवाद असले पाहिजे असे मिल म्हणतो. समाजात विचारांची देवाण-घेवाण मुक्तपणे झाली पाहिजे. तरच समाजाचा आणि त्यातील व्यक्तींचा विकास होऊ शकेल. समाजजीवन साचेबंद असेल तर त्या समाजाचा विकास होऊ शकत नाही.

विचार आणि अभिव्यक्ती स्वातंत्र्य अनिर्बंध असावे हे प्रतिपादन करताना मिलने असा युक्तिवाद केला आहे की, जिथे मुक्तपणे विचार मांडता येतात तिथेच नवे विचार, नव्या कल्पना उदयास येतात. चांगले, प्रगत, उदात्त विचार प्रज्ञावंतांकडून मांडले जातात. त्यांचा प्रसार समाजात झाला म्हणजे इष्ट ते बदल समाजात घडून येतात. यासाठी समाजाच्या रूढ कल्पना, प्रस्थापित विचार यापेक्षा वेगळे तसेच त्या विरोधीसुद्धा विचार मांडण्याचे स्वातंत्र्य व्यक्तीला असले पाहिजे. अमुक एक विचार किंवा कल्पना हीच बरोबर आहे, त्याविरोधी काही मत व्यक्त करणे चुकीचे आहे ही धारणा समाजविकासाला आणि व्यक्तिविकासाला मारक ठरते.

यासाठी विचार आणि अभिव्यक्ती स्वातंत्र्यावर राज्याचे कोणतेही बंधन असू नये असे मिल म्हणतो. व्यक्तीचे मतस्वातंत्र्य दडपून टाकण्याचा शासनाला अधिकार नाही. अशा शासनाला लोकांचा पाठिंबा असला किंवा बहुमत त्याच्या बाजूने असले तरी त्या बहुमताच्या बळावर व्यक्तीच्या अभिव्यक्ती आणि विचारस्वातंत्र्याची गळचेपी करण्याचा अधिकार शासनाला नाही. तसा प्रयत्न चुकीचा ठरतो; कारण बहुसंख्याकांचे मत किंवा सत्ताधीशांचे मत हे नेहमीच योग्य असेल असे नाही. अल्पसंख्याकांचे मत किंवा एका व्यक्तीचेही मत योग्य असू शकेल. समजा, ते चुकीचे असले तरी ते व्यक्त करण्याचा अधिकार व्यक्तीला असला पाहिजे. कारण विचारांची मुक्तपणे देवाण-घेवाण झाली तर योग्य काय, अयोग्य काय याचा निर्णय करता येतो. यासाठी कोणाचेही विचारस्वातंत्र्य हिरावून घेतले जाता कामा नये.

आपला मुद्दा स्पष्ट करण्यासाठी मिलने ॲरिस्टॉटल आणि येशू ख्रिस्त यांची उदाहरणे दिली आहेत. त्यांचे विचार प्रस्थापितांना रुचले नाहीत म्हणून त्यांना मृत्युदंड देण्यात आला. पण सत्ताधीशांचे ते दुष्कर्म होते हे इतिहासाने सिद्ध केले आहे. ॲरिस्टॉटलला 'राज्यशास्त्राचा जनक' मानले जाते आणि त्याच्या विचारांचा अभ्यास आजही केला जातो. येशू ख्रिस्ताने प्रवर्तित केलेल्या धर्माचा प्रसार जगभर झाला आणि जगातील कोट्यवधी लोक त्यांचे विचार शिरसावंद्य मानतात.

विचार आणि अभिव्यक्ती स्वातंत्र्यावर शासनाकडून बंधने घातली जाऊ शकतात तशीच समाजाकडूनही घातली जाऊ शकतात. समाजाची रूढिप्रियता विचारस्वातंत्र्याच्या आड येते. समाजाच्या काही धारणा असतात. काही परंपरा, पद्धती समाजजीवनाचा भाग बनलेल्या असतात. त्याविरोधी विचार समाजाला किंवा समाजातील बहुसंख्य लोकांना मान्य होत नाहीत. मिलच्या मते, व्यक्तीला सामाजिक रूढी, परंपरा, धारणा या विरोधीही आपली मते व्यक्त करण्याचे निरपवाद स्वातंत्र्य असले पाहिजे. व्यक्तीला आपले विचार मांडण्यापासून परावृत्त करण्याचा अधिकार साऱ्या मानवजातीलासुद्धा नाही.

मिल एवढ्या जोमदारपणे विचारस्वातंत्र्याचे समर्थन करतो आणि विचारस्वातंत्र्य हे निरपवाद असले पाहिजे असे मानतो; कारण बुद्धिनिष्ठतेने विचार करणे, अज्ञाताचा शोध घेणे आणि ज्ञान मिळविणे हे माणसाचे वैशिष्ट्य आहे. माणसाने केलेल्या भौतिक, सांस्कृतिक व नैतिक प्रगतीचे ते रहस्य आहे, असे त्याचे मत होते.

व्यक्तिस्वातंत्र्याच्या मर्यादा

मिल निरपवाद विचार आणि अभिव्यक्ती स्वातंत्र्याचा पुरस्कर्ता असला तरी सर्वच प्रकारचे स्वातंत्र्य तो निरपवाद मानत नाही. निरपवाद विचारस्वातंत्र्य उपभोगण्यास कोणता समाज योग्य आहे याचीही चर्चा त्याने केली आहे. याबाबत मिलचे विचार पुढीलप्रमाणे सांगता येतील :

(1) व्यक्तीच्या ज्या वर्तनाचा संबंध इतर व्यक्तींशी येतो त्या बाबतीत व्यक्तीला निरपवाद स्वातंत्र्य असू शकत नाही. व्यक्तीची कृती इतरांना हानिकारक किंवा इजा देणारी असता कामा नये. व्यक्तीच्या ज्या कृतीचा किंवा वर्तनाचा इतरांशी संबंध पोहोचतो, त्या बाबतीत इतरांना हानिकारक ठरणार नाही ही मर्यादा सांभाळून व्यक्तीला स्वातंत्र्याचा उपभोग घेता आला पाहिजे. मिलने याबाबत संघटना स्वातंत्र्याचे उदाहरण दिले आहे. लोकांना संघटना स्थापन करण्याचे स्वातंत्र्य असले पाहिजे. पण अशा संघटनेचा इतर लोकांना उपद्रव होता कामा नये. त्या संघटनेचा कार्यक्रम समाजाला हानिकारक असता कामा नये.

अशा प्रकारे व्यक्तीच्या ज्या कृतीचा संबंध इतर व्यक्तींशी येतो अशा बाबतीत व्यक्तिस्वातंत्र्य हे मर्यादित असले पाहिजे, अशा स्वातंत्र्यावर बंधने घालण्याचा अधिकार राज्याला असला पाहिजे. मात्र ही बंधने वाजवी आणि आवश्यक तेवढीच असली पाहिजेत असे मिल म्हणतो.

(2) मिलच्या मते, निरपवाद विचार आणि अभिव्यक्ती स्वातंत्र्य हे बौद्धिक प्रगल्भता असलेल्या लोकांनाच असले पाहिजे. विशिष्ट वयाखालील व्यक्तींना ते असता कामा नये. कारण ते अशा अवस्थेत असतात की त्यांची काळजी इतरांना घ्यावी लागते. थोडक्यात, प्रौढत्व ही स्वातंत्र्याचा उपभोग घेण्याची तो पूर्वअट मानतो.

(3) मागासलेले समाज किंवा वंश यांना स्वातंत्र्य असू नये. निरंकुश सत्ता हीच त्यांच्यासाठी योग्य ठरते. विचार आणि अभिव्यक्ती स्वातंत्र्याचा उपभोग घेण्यासाठी समाजातील लोकांमध्ये मुक्तपणे आणि समान पातळीवरून चर्चा करण्याची क्षमता असावी लागते. प्रगल्भ समाजामध्येच अशी क्षमता असू शकते. ज्या समाजाचा पुरेसा बौद्धिक विकास झालेला नाही अशा समाजात विचार आणि अभिव्यक्ती स्वातंत्र्य निरर्थक होय. जोपर्यंत अशा समाजाची बौद्धिक प्रगती होत नाही तोपर्यंत त्या समाजासाठी अनियंत्रित राजेशाही किंवा हुकूमशाही योग्य ठरते असे मिलचे प्रतिपादन आहे.

मिलच्या स्वातंत्र्यविषयक विचारांचे मूल्यमापन

व्यक्तिस्वातंत्र्याचा कट्टर पुरस्कर्ता म्हणून जॉन स्टुअर्ट मिल ओळखला जातो. आधुनिक काळात राज्याच्या अधिकारक्षेत्राची वाढ होऊ लागली आणि व्यक्तिजीवनावर राज्याचे अधिकाधिक नियंत्रण प्रस्थापित होऊ लागले. अशा काळात व्यक्तिस्वातंत्र्याचे महत्त्व सांगणारा आणि त्याचे समर्थन करणारा 'ऑन लिबर्टी' हा ग्रंथ मिलने लिहिला. राज्यशास्त्रातील अभिजात ग्रंथांमध्ये त्याच्या या ग्रंथाचा समावेश होतो. प्रभावी आणि परिणामकारक शब्दांत त्याने या ग्रंथात व्यक्तिस्वातंत्र्याचे महत्त्व सांगितले आहे.

व्यक्तिस्वातंत्र्यविषयक त्याच्या विचारांचे गुण आपल्याला पुढीलप्रमाणे सांगता येतील :

गुण :

(1) व्यक्तिस्वातंत्र्य ही व्यक्तिविकासाची आणि पर्यायाने समाजविकासाची पूर्वअट आहे. स्वतःचा भौतिक आणि बौद्धिक विकास साध्य करणे यात प्रत्येक मनुष्यमात्राच्या जीवनाचे साफल्य आहे. हा विकास साध्य करण्यासाठी व्यक्तीला स्वातंत्र्य मिळाले पाहिजे, स्वातंत्र्याअभावी असा विकास शक्य नाही. एवढेच नव्हे, तर समाजाचा विकासही त्यावरच अवलंबून आहे. कारण समाज हा अनेक व्यक्तींचा मिळून बनलेला असतो. समाजातील प्रत्येक व्यक्तीला आपला विकास साध्य करण्याची संधी मिळाली तर त्यातून सर्व समाजाचा विकास साध्य होत असतो, हा महत्त्वाचा विचार मिलने मांडला.

(2) विचार आणि अभिव्यक्तीचे स्वातंत्र्य हे निरपवाद असले पाहिजे, त्यावर कोणतेही बंधन असू नये हे मिलचे प्रतिपादन बऱ्याच अंशी मान्य करण्यासारखे आहे. बऱ्याच अंशी म्हणण्याचे कारण, काही अपवादात्मक परिस्थितीत या स्वातंत्र्यावर मर्यादित बंधने क्रमप्राप्त ठरतात. उदाहरणार्थ, राष्ट्रीय सुरक्षा आणि सुव्यवस्था यासाठी शासन विचार आणि अभिव्यक्ती स्वातंत्र्यावर काही बधंने घालते. पण सर्वसाधारणपणे या स्वातंत्र्यावर बंधने असू नयेत हे मिलचे प्रतिपादन मान्य केले पाहिजे. भौतिक, बौद्धिक व सामाजिक प्रगतीसाठी विचारांची मुक्तपणे देवाण-घेवाण झाली पाहिजे. मनुष्य हा बुद्धिनिष्ठ प्राणी आहे असे त्याचे वर्णन केले जाते. तो विचार करू शकतो. त्याला कल्पना सुचतात. आपले विचार आणि कल्पना व्यक्त करण्याचे स्वातंत्र्य त्याला असले पाहिजे याबद्दल दुमत होण्याचे कारण नाही. कारण अशा वैचारिक कार्यातूनच व्यक्तीची आणि समाजाची प्रगती होत असते.

(3) सत्ताधीशांकडून तसेच समाजाकडून विचारस्वातंत्र्य हिरावून घेतले जाण्याची शक्यता असते. यासाठी विचारस्वातंत्र्याबद्दल समाजात जागरूकता असली पाहिजे. आपल्याला मान्य नसलेले विचार मांडण्याचा व्यक्तीचा अधिकार समाजाने मान्य केला पाहिजे हा मिलचा दृष्टिकोन महत्त्वाचा आहे. प्रस्थापित व्यवस्थेच्या विरोधात जे विचार व्यक्त केले जातात त्याला सत्ताधीशांचा विरोध असतो तसाच समाजाचाही विरोध असतो.

सत्ताधीश अशा प्रयत्नांना विरोध करतात; कारण आपली सत्ता टिकविण्यासाठी प्रस्थापित व्यवस्था टिकविणे त्यांना आवश्यक असते. समाजातील बहुसंख्य लोक त्याला विरोध करतात. कारण सामाजिक रूढी व परंपरा यांचा त्यांच्यावर पगडा असतो. यामुळे नवे विचार, नव्या कल्पना यांना

विरोध केला जात असतो. पण अशा नव्या विचार आणि कल्पनांतूनच मानवजातीची प्रगती होत असते. हे नवे विचार आणि कल्पना साचेबंद समाजजीवनात परिवर्तन घडवून आणतात. यामुळेच मिलने निरपवाद विचार आणि अभिव्यक्ती स्वातंत्र्याचा आग्रह धरला.

(4) व्यक्तीच्या ज्या कृतीचा व वर्तनाचा इतर लोकांवर परिणाम होतो अशा बाबतीत व्यक्तीला निरपवाद स्वातंत्र्य असता कामा नये. समाजहितासाठी शासनाला त्यावर काही बंधने घालण्याचा अधिकार असला पाहिजे हा मिलचा विचार योग्यच आहे त्याबाबत दुमत होण्याचे कारण नाही. मिल हा व्यक्तिवादी विचारवंत मानला जातो. समाज हा स्वतंत्र व्यक्तिमत्त्व असणाऱ्या अनेक व्यक्तींचा मिळून बनलेला समूह आहे आणि त्यातील प्रत्येक व्यक्तीला आपल्या इच्छेनुसार आपला विकास घडवून आणण्याचे स्वातंत्र्य असले पाहिजे हा व्यक्तिवादाचा मुख्य विचार होय.

पण मिल व्यक्तिवादी असला तरी इतर व्यक्तिवादी विचारवंतांपेक्षा त्याचे वेगळेपण हे आहे की, व्यक्ती ही समाजाचा एक घटक असते आणि ती आपला विकास समाजाचा एक घटक म्हणूनच साध्य करू शकते. एकाकी व्यक्ती आपला विकास साध्य करू शकणार नाही. म्हणून व्यक्तीचा विचार समाजाचा एक घटक म्हणून केला पाहिजे आणि व्यक्तिस्वातंत्र्याचा विचार करताना समाजाचा एक घटक म्हणून व्यक्तिस्वातंत्र्यावर जी बधंने येतात त्यांचाही विचार झाला पाहिजे असे मिलचे प्रतिपादन आहे. यामुळचे त्याने निरपवाद स्वातंत्र्य आणि मर्यादित स्वातंत्र्य असे व्यक्तिस्वातंत्र्याचे दोन भाग केले आहेत.

दोष : मिलने आपल्या विचारातून व्यक्तिस्वातंत्र्याचे महत्त्व प्रभावीपणे मांडत असले तरी त्याच्या स्वातंत्र्यविषयक विचारांमध्ये काही दोष दिसून येतात, ते पुढीलप्रमाणे सांगता येतील.

(1) मिलने निरपवाद स्वातंत्र्य आणि मर्यादित स्वातंत्र्य अशी व्यक्तिस्वातंत्र्याची विभागणी केली आहे. माणसाच्या ज्या कृतीचे बरे-वाईट परिणाम केवळ ती कृती करणाऱ्या व्यक्तीवरच होतात, इतर कोणावरही होत नाही त्याबाबत व्यक्तिस्वातंत्र्यावर कोणतेही बंधन असू नये असे मिल म्हणतो. पण निरपवाद स्वातंत्र्य आणि मर्यादित स्वातंत्र्य यातील सीमा ठरविणे कठीण आहे. शिवाय ही सीमारेषा ठरवणार कोण आणि कशाच्या आधारे हा प्रश्न निर्माण होतो. जी कृती पूर्णपणे व्यक्तिगत स्वरूपाची समजली जाते तिचेही अनेकदा प्रत्यक्ष-अप्रत्यक्ष परिणाम समाजातील इतर लोकांवर होतात. दारू पिणे, जुगार खेळणे या कृत्यांचे दुष्परिणाम त्या व्यक्तीवर होतातच; पण त्याच्या कुटुंबीयांवरसुद्धा होतात.

(2) खरे पाहता, निरपवाद स्वातंत्र्य ही संकल्पनाच चुकीची आहे. व्यक्तीला आपल्या व्यक्तित्वाचा विकास साध्य करण्याची पूर्ण संधी देणे हा स्वातंत्र्याचा उद्देश आहे. स्वतःचा विकास साध्य करण्याच्या व्यक्तीच्या प्रयत्नात राज्याने किंवा समाजाने अडथळे आणू नयेत. तसे अडथळे आणणे अयोग्य आणि व्यक्तिस्वातंत्र्याला हानिकारक आहे. पण व्यक्ती अज्ञानामुळे, नैराश्यामुळे किंवा भावनातिरेकामुळे आपला जीव धोक्यात घालते किंवा स्वतःचेच नुकसान करून घेते तेव्हा तसे करण्यापासून तिला परावृत्त करणे हे राज्याचे कर्तव्य ठरते. अशा वेळी राज्याचा व्यक्तिजीवनात हस्तक्षेप आवश्यक ठरतो. राज्याची अशी कृती स्वातंत्र्यविरोधी मानता येत नाही. उदाहरणार्थ, आत्महत्येचा प्रयत्न हा गुन्हा मानला जातो. व्यक्तीला इतरांचे तसेच स्वतःचेही आयुष्य नष्ट करण्याचे स्वातंत्र्य नाही ही त्यामागची कल्पना आहे.

(3) व्यक्तीला मिळणारे स्वातंत्र्य तसेच हक्क हे समाजाचा एक घटक म्हणून मिळतात. या स्वातंत्र्याला राज्याचे संरक्षण असते म्हणून व्यक्तीला ते उपभोगता येते. व्यक्तीचे जे कृत्य पूर्णतः व्यक्तिगत स्वरूपाचे आहे, ज्या कृत्याचा इतरांशी काही संबंध येत नाही त्याबाबत व्यक्ती समाजाला जबाबदार नसते. अशा कृत्यांबाबत व्यक्तीला पूर्ण स्वातंत्र्य असले पाहिजे ही मिलची कल्पना अवास्तव वाटते. समाज म्हणजे वेगवेगळ्या पद्धतीने जीवन जगणाऱ्या आणि केवळ स्वतःच्या हितसंबंधाचा विचार करणाऱ्या व्यक्तींची गोळाबेरीज नव्हे. समाज हा विशिष्ट संबंधांनी, वर्तनाच्या पद्धतींनी बांधल्या गेलेल्या व्यक्तींचा समूह असतो. या सामाजिक संबंधातूनच व्यक्तीच्या व्यक्तिमत्त्वाची जडणघडण होते. समाजाचा विचार न करता व्यक्ती स्वतंत्रपणे आपला विकास साध्य करू शकत नाही तेव्हा व्यक्तिस्वातंत्र्याचाही विचार समाजाच्या संदर्भात केला पाहिजे.

(4) व्यक्तिस्वातंत्र्याचा खंदा पुरस्कर्ता असलेला मिल मागासलेले समाज, वंश यांना स्वातंत्र्य असू नये; त्यांच्यासाठी हुकूमशाही सत्ताच योग्य होय असे म्हणतो, ते त्याच्या एकूण स्वातंत्र्यविषयक विचारांशी विसंगत वाटते. स्वातंत्र्य ही व्यक्तीच्या आणि समाजाच्या विकासासाठी आवश्यक अशी पूर्वअट आहे हे मान्य केल्यानंतर जे मागासलेले समाज आहेत त्यांचा विकास होण्यासाठी त्यांना स्वातंत्र्य मिळणे आवश्यक ठरते. त्यांना स्वातंत्र्य असू नये असे प्रतिपादन करून मिल एक प्रकारे ब्रिटिशांच्या साम्राज्यवादाचेच समर्थन करतो. मिलने ज्या काळात आपले विचार मांडले तो युरोपियन वसाहतवादाचा काळ होता. युरोपियन गोरे लोक हा प्रगत वंश आहे आणि आशिया, आफ्रिका खंडांतील लोक मागासलेले आहेत. युरोपियनांची म्हणजेच प्रगत लोकांची सत्ता ही त्यांना

फायदेशीरच आहे. प्रगत युरोपियनाच्या साहाय्याने ते आपली प्रगती करू शकतील, असा युक्तिवाद वसाहतवादाचे समर्थक त्या काळात करत असत. कदाचित या युक्तिवादाचा मिलवरही प्रभाव पडला असावा.

9.3 मिलचे प्रातिनिधिक शासनासंबंधीचे विचार

मिलचा कालखंड म्हणजे एकोणिसाव्या शतकाचा मध्यकाळ होय. या काळात औद्योगिक क्रांतीमुळे आधुनिक उद्योगधंद्यांचा उदय झालेला होता. औद्योगिक शहरे निर्माण होत होती. औद्योगिकीकरण व शहरीकरण याचबरोबर शिक्षणप्रसार होऊ लागला होता. समाजात हे जे बदल होत होते त्यातून उद्योजकांचा वर्ग, औद्योगिक कामगारांचा वर्ग, नवा मध्यमवर्ग असे वर्ग समाजात निर्माण झाले.

ब्रिटनमध्ये लोकशाही व्यवस्था असली तरी एकोणिसाव्या शतकापर्यंत मतदानाचा अधिकार उमराववर्ग, श्रीमंतवर्ग या समाजातील उच्च वर्गांपुरता मर्यादित होता. मध्यमवर्ग, कामगारवर्ग, स्त्रिया यांना मतदानाचा अधिकार नव्हता. पार्लमेंटमध्ये उमराव, धर्मगुरू, श्रीमंतवर्ग अशा समाजातील वरिष्ठ वर्गांचेच प्रतिनिधी असत. एकोणिसाव्या शतकात शिक्षणप्रसारामुळे समाजात राजकीय जागृती होऊ लागली आणि समाजातील विविध गटांकडून, विशेषतः मध्यमवर्गाकडून मतदानाच्या अधिकाराचा विस्तार करण्याची मागणी होऊ लागली. सन 1832 च्या कायद्याने मतदानाच्या अधिकाराचा काही प्रमाणात विस्तार झाला आणि त्यानंतरच्या सुधारणा कायद्यानी तो विस्तार अधिकाधिक होत गेला आणि त्या प्रमाणात ब्रिटनमधील कॉमन्स सभागृहाला अधिकाधिक प्रातिनिधिक स्वरूप मिळत गेले. 'प्रातिनिधिक शासन' यासंबंधी मिलने जे विचार मांडलेले आहेत त्याची ही पार्श्वभूमी आहे.

मिल हा प्रातिनिधिक शासनपद्धतीचा खंदा पुरस्कर्ता होता. 'प्रातिनिधिक शासन' या आपल्या ग्रंथात तो म्हणतो की, प्रातिनिधिक शासनपद्धती ही सर्व शासनपद्धतींमध्ये श्रेष्ठ आहे. कारण या पद्धतीत शासन हे लोकांनी निवडून दिलेल्या प्रतिनिधींचे बनत असल्यामुळे सर्वसामान्य माणसालाही शासनाच्या कार्याबाबत आस्था असते. लोकांना राजकीय प्रक्रियेत सहभागी होण्याची संधी मिळते. त्यांचे राजकीय ज्ञान वाढते. लोकांमध्ये राजकारणाविषयी कुतूहल, जिज्ञासा निर्माण होते. या जिज्ञासेतून राजकारणाविषयी माहिती प्राप्त करून घेण्यास लोक प्रवृत्त होतात आणि हळूहळू शासनाच्या कार्याचे मूल्यमापन करण्यासही शिकतात. मिल म्हणतो की, राजकीय संस्था या लोकांनी आपल्या काळातील परिस्थितीनुसार घडविलेल्या असतात. बदलत्या परिस्थितीनुसार त्यात बदल घडवून आणण्याचा लोकांना अधिकार आहे. जनतेची सत्ता ही सार्वभौम सत्ता असते. पण हे सार्वभौमत्व व्यक्त करण्यास लोकांना पुरेसा वाव मिळाला पाहिजे. प्रातिनिधिक शासनपद्धतीत अशी संधी लोकांना मिळत असते; म्हणून प्रातिनिधिक शासनपद्धती ही सर्वश्रेष्ठ शासनपद्धती होय.

क्रमाक्रमाने विकास : प्रातिनिधिक शासनपद्धतीतील धोके लक्षात घेता ती घाईगडबडीने अमलात न आणता टप्प्याटप्प्याने अमलात आणावी असे मिल सुचवितो. लोकांचा बौद्धिक आणि गुणात्मक विकास घडवून आणणे हे कोणत्याही शासनाचे सर्वोच्च उद्दिष्ट असते. प्रातिनिधिक शासनपद्धतीत व्यक्तीचा बौद्धिक आणि गुणात्मक विकास योग्य प्रकारे होऊ शकतो. या शासनपद्धतीत लोकांना राजकीय सहभागाची संधी मिळते. राज्यकर्त्यांना आवश्यक असणारी गुणवत्ता आत्मसात करता येते. मात्र ही स्थिती एकाएकी निर्माण होत नाही. प्रातिनिधिक शासनपद्धती यशस्वी होण्यासाठी समाजाचा बौद्धिक स्तर उंचावणे आवश्यक असते. समाजाच्या बौद्धिक आणि गुणात्मक विकासाबरोबर प्रातिनिधिक शासनपद्धतीचा क्रमाक्रमाने विकास झाला पाहिजे. लोकांची पात्रता नसताना प्रातिनिधिक शासनपद्धती पूर्ण स्वरूपात अमलात आणणे धोकादायक ठरू शकते असे मिलचे प्रतिपादन आहे.

प्रातिनिधिक शासनपद्धतीत कोणते धोके संभवतात याची चर्चा मिलने केलेली आहे आणि त्यावर उपायही सुचविलेले आहेत.

प्रातिनिधिक शासन यशस्वी होण्यासाठी उपाय

1. **शिक्षणप्रसार** : प्रातिनिधिक लोकशाहीत, संख्येच्या बळावर अज्ञानी व अपात्र व्यक्ती सत्ता काबीज करतील, हा धोका संभवतो. यासाठी एकदम सर्वांना मताधिकार न देता, मताधिकाराचा हळूहळू विस्तार करण्यात यावा. मताधिकार प्राप्त होण्यासाठी शिक्षणाची अट असावी. ज्याला लिहिता-वाचता येत नाही अशा व्यक्तीला मताधिकार देणे सर्वथा अयोग्य होय. म्हणून शिक्षणाची अट आवश्यक आहे. अर्थात, यामुळे बहुसंख्य लोकांना मताधिकारापासून वंचित राहावे लागू नये यासाठी प्रथम शिक्षणाची सोय सर्वांना उपलब्ध करून द्यावी आणि जसजसा शिक्षणप्रसार होईल तसतसा मताधिकाराचा विस्तार करण्यात यावा असे मिल सुचवितो.

2. **अल्पसंख्याकांच्या हक्कांचे रक्षण** : प्रातिनिधिक लोकशाहीतील दुसरा धोका बहुमताची हुकूमशाही निर्माण होण्याचा असतो. लोकशाहीत बहुमताने निर्णय होत असला तरी अल्पसंख्याकांच्या हक्काचे आणि हितसंबंधाचे रक्षण झाले पाहिजे. यासाठी प्रमाणशीर प्रतिनिधित्वाच्या पद्धतीचा मिलने पुरस्कार केला. याचबरोबर लोकशाहीतील निवडणुकांत केवळ संख्येला महत्त्व मिळू नये तर गुणांनाही महत्त्व मिळावे म्हणून मिलने अनेक मताधिकाराची कल्पना मांडली. म्हणजेच शिक्षण, सार्वजनिक कार्याचा अनुभव असे गुण असलेल्या व्यक्तींना एकाहून अधिक मते देण्याचा अधिकार असावा असे म्हटले आहे.

3. **कर भरणाऱ्यांना मताधिकार** : जे लोक कोणत्या ना कोणत्या स्वरूपात कर भरतात त्यांनाच मताधिकार असावा. जे कोणत्याही स्वरूपात कर भरत नाहीत त्यांना

मताधिकार असू नये. कारण शासनाचे उत्पन्न व खर्च याबाबत ते बेफिकीर राहतील असे मत मिलने व्यक्त केले आहे.

4. **स्त्री–पुरुष भेद नको** : मात्र मताधिकाराबाबत स्त्री–पुरुष भेद केला जाऊ नये. पुरुषांप्रमाणेच स्त्रियांनाही मताधिकार असला पाहिजे असे मिलने आग्रहपूर्वक सांगितले आहे. मिलच्या काळात ब्रिटनमध्ये स्त्रियांना मताधिकार नव्हता. राजकारण हे पुरुषवर्गाचे क्षेत्र मानले जात असे, अशा काळात मिलने स्त्री मताधिकाराचा पुरस्कार केला हे लक्षणीय आहे.

5. **लोकप्रतिनिधींची कर्तव्ये** : मताधिकाराबाबत चर्चा केल्यानंतर प्रातिनिधिक लोकशाहीत प्रतिनिधी मंडळाचे किंवा कायदेमंडळाचे स्वरूप कसे असावे आणि त्याची कार्ये कोणती असावीत याची चर्चा मिलने केली आहे. तो म्हणतो की, देशासमोरील विविध प्रश्नांची चर्चा करणे, जनतेच्या तक्रारी, गाऱ्हाणी मांडणे, शासनाच्या कार्यावर देखरेख ठेवणे व कारभारतील उणिवा किंवा दोष उघडकीस आणणे, जनतेच्या इच्छा–आकांक्षा व्यक्त करणे हे कायदेमंडळाचे काम आहे.

लोकप्रतिनिधींनी शासनाच्या कारभारात देखरेख ठेवावी, त्या कारभाराबाबत आपली मते व्यक्त करावीत किंवा त्यातील दोष उघडकीस आणावेत. पण प्रशासनामध्ये प्रत्यक्ष हस्तक्षेप करू नये. कारण प्रशासन ही एक कला आहे. त्यासाठी विशिष्ट प्रकारचे ज्ञान आवश्यक असते. म्हणून प्रशासनाचे कार्य हे तज्ज्ञ व्यक्तींच्या हाती असावे. लोकप्रतिनिधींनी त्यात ढवळाढवळ करू नये. प्रशासनाच्या कार्यावर लोकप्रतिनिधींची केवळ देखरेख व नियंत्रण असावे. कायदेमंडळाने शासनाच्या धोरणाची चिकित्सा करावी, त्यात काही उणिवा असतील तर त्या उघडकीस आणाव्यात. पण प्रशासनाची जबाबदारी सनदी सेवकवर्गाकडे सोपवावी. सनदी अधिकाऱ्यांची निवड गुणवत्तेच्या कसोटीनुसार व्हावी आणि त्यांची नेमणूक कायम स्वरूपाची असावी. या सनदी नोकरवर्गावर विविध खात्यांच्या मंत्र्यांचे नियंत्रण असावे असे मिलने सुचविले आहे.

कायदे मंजूर करण्याचा अधिकार लोकप्रतिनिधींना असला पाहिजे. पण कायद्यांचा मसुदा किंवा विधेयक तयार करण्याचे काम लोकप्रतिनिधींनी किंवा कायदेमंडळाने करू नये. हे कार्य करण्यासाठी कायदेतज्ज्ञांची जरुरी असते. म्हणून कायदेतज्ज्ञांचे एक लहानसे मंडळ नेमण्यात यावे व त्या मंडळाकडे कायद्याचे मसुदे तयार करण्याचे काम सोपविण्यात यावे असे मिलने सुचविले आहे.

लोकप्रतिनिधींनी स्वतःच्या विवेकबुद्धीनुसार निर्णय घ्यावेत. ते स्वातंत्र्य लोकप्रतिनिधींना असले पाहिजे. निर्णय घेताना लोकमताचे दडपण त्यांच्यावर असू नये. कारण अज्ञानी व अपात्र अशा बहुसंख्य लोकांपेक्षा जाणकार व विचारी अशा मोजक्या व्यक्तींचे मत अधिक योग्य होय असे मिल म्हणतो.

मूल्यमापन

प्रातिनिधिक लोकशाहीसंबंधी मिलचे वरील विचार पाहिल्यानंतर लोकशाही तत्त्वावर मिलचा खरोखरच विश्वास होता का ? की त्याची लोकशाही निष्ठा बेगडी स्वरूपाची होती असा प्रश्न निर्माण होईल. कारण मताधिकारासाठी शिक्षण, मालमत्ता अशा अटींचा त्याने धरलेला आग्रह; सुशिक्षित व जाणकार व्यक्तींना अनेक मताधिकार देण्याचा पुरस्कार; तसेच संख्येला महत्त्व न देता बौद्धिक क्षमतेला दिलेले महत्त्व यामुळे मिलच्या लोकशाही निष्ठेबाबत शंका निर्माण होईल. पण ही शंका पूर्णतः चुकीची आहे. वस्तुस्थिती याच्या बरोबर उलट आहे. मिल हा लोकशाहीचा खंदा पुरस्कर्ता होता. आधुनिक काळातील श्रेष्ठ लोकशाहीवादी विचारवंतांमध्ये मिलची गणना होते.

इतर लोकशाहीवादी विचारवंतांप्रमाणेच मिलसुद्धा लोकशाही हा शासनसंस्थेचा सर्वोत्कृष्ट प्रकार मानतो. कारण त्याच्या मते, केवळ लोकशाहीमध्येच प्रत्येक नागरिकाला आपले मत व्यक्त करण्याची आणि राजकीय सहभागाची संधी मिळत असते. माणसाला अधिक सुखी आणि प्रगत जीवन जगण्याची संधी लोकशाहीतच मिळू शकते. पण यापेक्षाही महत्त्वाचे म्हणजे मिल व्यक्तिस्वातंत्र्य हे सर्वोच्च मूल्य मानतो आणि व्यक्तीच्या व्यक्तिमत्त्वाचा विकास साध्य करणे हे शासनाचे सर्वोच्च उद्दिष्ट मानतो. त्यामुळे त्याला निःसंशय खरा आणि श्रेष्ठ लोकशाहीवादी मानले पाहिजे. त्याने केलेला स्त्री-मताधिकाराचा पुरस्कार तसेच स्थानिक स्वराज्य संस्था निर्माण करण्याबाबतचा त्याचा आग्रह यातूनही लोकशाही पद्धतीवरील त्याचा विश्वास दिसून येतो.

मात्र, प्रातिनिधिक लोकशाही यशस्वी होण्यासाठी देशातील सामाजिक परिस्थिती लोकशाहीला पोषक असावी लागते. लोकांना लोकशाही व्यवस्थेबद्दल आस्था असावी लागते. लोक त्या बाबतीत उदासीन आणि अज्ञानी असतील तर लोकशाही संस्थांवर काही हितसंबंधी गट कब्जा मिळवतील व या संस्थांचा वापर आपले हितसंबंध जोपासण्यासाठी करतील असा इशारा मिलने दिलेला आहे. याच दृष्टीने, जिथे लोकशाहीला पोषक अशी सामाजिक परिस्थिती नसते तिथे प्रातिनिधिक लोकशाही पद्धतीचा टप्प्याटप्प्याने विकास झाला पाहिजे. तो घाईगडबडीने केला जाऊ नये. केल्यास लोकशाही व्यवस्थाच धोक्यात येईल असे तो म्हणतो.

मिलच्या मते, प्रातिनिधिक लोकशाहीचे मुख्यतः दोन प्रकारच्या संकटांपासून संरक्षण करावे लागते. एक म्हणजे, बहुमताच्या बळावर अज्ञानी आणि अपात्र व्यक्ती सत्ता काबीज करतील आणि दुसरे म्हणजे, सत्ताधारी गट सर्व समाजाच्या हितसंबंधाऐवजी आपल्या गटाच्या हितसंबंधांना प्राधान्य देतील. या प्रकारच्या संकटांपासून लोकशाहीचे संरक्षण व्हावे म्हणूनच मिल लोकशाही व्यवस्था अमलात आणताना सावधगिरी बाळगणे आवश्यक मानतो. तसेच ही संकटे टाळण्यासाठी विविध उपाय सुचवितो.

9.4 राज्याची कार्ये

मिलने राज्याला मानवी इच्छेचा परिणाम मानलेले आहे. राज्याची उत्पत्ती सार्वजनिक हितासाठी झाली असून त्याचा विकास हळूहळू होत गेला आहे. राज्यांतर्गत असणाऱ्या सर्व राजकीय संघटनांची (संस्थांची) निर्मिती व्यक्तीच्या कल्याणासाठी झाली आहे. राज्य अमूर्त असल्यामुळे ते स्वतः काही करीत नाही. राज्याचा स्तर हा राज्यामध्ये राहणारी जनता आणि शासन कारभार करणारे यांच्या हाती आहे. त्यांच्या गुणांवर व क्षमतेवर राज्याचा विकास अवलंबून असतो. राज्याचे कार्य अयोग्य लोकांच्या विश्वासावर असेल तर ते राज्य निष्क्रिय बनते. त्यामुळे राजकारणात जनतेने सक्रिय सहभाग घेणे क्रमप्राप्त आहे असे मिलचे मत आहे. राज्याने जनतेच्या कल्याणासाठी कोणती कार्ये करावीत याबाबत त्याने आपले मत व्यक्त केले आहे.

राज्याची आवश्यक कार्ये

राज्याची उत्पत्ती ज्या सामाजिक हितासाठी झाली ते हित ज्याद्वारे प्राप्त केले जाऊ शकते ती राज्याची आवश्यक कार्ये आहेत. जसे –

1. **संरक्षण करणे** : परकीय आक्रमणापासून व आंतरिक विद्रोह आणि बंडापासून राज्याचे रक्षण करणे हे राज्याचे मूलभूत आणि आवश्यक कार्य आहे. यासाठी राज्याने सैन्य ठेवावे, राज्याचे अस्तित्व टिकविण्यासाठी संरक्षणाचे कार्य महत्त्वाचे आहे.

2. **सार्वजनिक शांतता आणि सुव्यवस्था** : राज्यात शांतता प्रस्थापित करणे आणि सुव्यवस्था ठेवणे हे राज्याचे आवश्यक कार्य आहे. सर्वसामान्य लोकांमध्ये दीनदुबळे, अपंग, वृद्ध, बालक या सर्वांचा समावेश असल्यामुळे राज्यात शांतता आणि सुव्यवस्था असल्यास जनतेला राज्यात राहणे सुसह्य होते. यासाठी राज्याने पोलीस दल ठेवावे व शांतता प्रस्थापित करण्याचा प्रयत्न करावा.

3. **समाजोपयोगी कायदे** : समाजाच्या हिताला अनुसरून कायदे करणे हे राज्याचे आवश्यक कार्य आहे. हे कार्य उत्तम रीतीने पार पाडण्यासाठी लोकप्रतिनिधी असलेले विधिमंडळ राज्यात असावे.

4. **शिक्षा आणि दंडाची व्यवस्था** : कायद्याचे उल्लंघन करणाऱ्या अपराध्यांना शिक्षा आणि दंड देण्याची व्यवस्था करणे हे राज्याचे आवश्यक कार्य आहे. शासनकर्ते आणि त्याची अंमलबजावणी करणारे कितीही कार्यक्षम असले; पण राज्यात जर अपराध्यांना योग्य शिक्षेची व्यवस्था नसेल तर सर्वांच्या कार्यक्षमतेवर पाणी फिरते. त्यासाठी राज्यात अपराध्यांना योग्य शिक्षेची व्यवस्था करण्यासाठी व योग्य न्यायदानासाठी न्यायालयाची व्यवस्था असावी.

5. **व्यक्तीची प्रतिष्ठा राखणे** : राज्याने व्यक्तीची प्रतिष्ठा राखण्याचे आणि त्याचे संवर्धन करण्याचे आवश्यक कार्य मिलने सांगितले आहे. व्यक्तीचे महत्त्व व राज्यात तिचे स्थान काय आहे यासंबंधी माहिती देण्याचे कार्य राज्याचे आहे. यासाठी प्रसारमाध्यमांचा उपयोग करून व्यक्तींचे मनोबल वाढविणे आवश्यक आहे. व्यक्तीला प्रोत्साहित करण्याबरोबरच वाईट गोष्टींच्या दुष्परिणामांबद्दल व्यक्तीला जागृत ठेवण्याचे कार्य महत्त्वाचे आहे.

मिलने आपल्या संपूर्ण राजकीय तत्त्वज्ञानात व्यक्तिविकासाला सर्वोच्च प्राथमिकता दिलेली आहे. त्यामुळे त्याने राज्याचे आवश्यक कार्य म्हणून त्याचा उल्लेख केला आहे.

समारोप

जॉन स्टुअर्ट मिल हा व्यक्तिस्वातंत्र्याचा कट्टर पुरस्कर्ता विचारवंत म्हणून ओळखला जातो. ब्रिटनमध्ये ज्या काळात लोकशाहीचा विकास वेगाने होऊ लागला होता त्या काळात व्यक्तिस्वातंत्र्यादी विचार मांडून मिलने राजकीय व्यवस्थेच्या लोकशाहीकरणास तात्त्विक बैठक प्राप्त करून दिली.

'ऑन लिबर्टी' या ग्रंथात मिलने प्रभावी भाषेत व्यक्तिस्वातंत्र्याचे महत्त्व प्रतिपादन केले आहे. त्याचा हा ग्रंथ राज्यशास्त्रातील एक अभिजात ग्रंथ समजण्यात येतो.

विचार आणि अभिव्यक्ती स्वातंत्र्यावरचे त्याचे चिंतन हे 'स्वातंत्र्य' या विषयावर अद्यापपर्यंत जे विचार मांडले गेले आहेत त्यातील सर्वोत्कृष्ट विचारात गणले जाते.

व्यक्तिस्वातंत्र्य हे केवळ सर्वंकष शासनव्यवस्थेत धोक्यात येते असे नाही तर लोकशाहीतही बहुमताच्या बळावर व्यक्तिस्वातंत्र्यावर शासनाकडून अतिक्रमण होऊ शकते. यासाठी 'बहुमताच्या हुकूमशाही' पासून व्यक्तिस्वातंत्र्याचे रक्षण करण्याची गरज असते हा महत्त्वाचा विचार त्याने मांडला.

मिलने ज्या काळात आपले विचार मांडले त्या काळात ब्रिटनमध्ये लोकशाहीचा पूर्ण विकास झालेला नव्हता. मतदानाचा अधिकार मर्यादित होता; अशा त्या काळात स्त्रियांना मताधिकार मिळाला पाहिजे असा आग्रही पुरस्कार मिलने केला. यातून त्याची पुरोगामी दृष्टी दिसून येते. प्रत्यक्षात ब्रिटनमध्ये स्त्रियांना मताधिकार त्यानंतर बऱ्याच काळाने म्हणजे 1918 साली मिळाला.

मिलच्या काळात ब्रिटनमध्ये प्रातिनिधिक शासनव्यवस्था विकसित होत होती. या प्रातिनिधिक शासनाचे महत्त्व काय आणि ती यशस्वी होण्यासाठी कोणते उपाय योजले पाहिजेत याची चर्चा करून मिलने लोकांना उपयुक्त असे मार्गदर्शन केले.

मिलच्या विचारात विसंगती आहे, त्याचे स्वातंत्र्यविषयक विचार अमूर्त स्वरूपाचे आहेत अशी टीका काही नामवंत अभ्यासकांनी केली. असे असले तरी ज्या प्रभावी भाषेत त्याने व्यक्तिस्वातंत्र्याचे महत्त्व प्रतिपादन केले त्यामुळे त्याची गणना श्रेष्ठ दर्जाच्या राजकीय विचारवंतांमध्ये केली जाते.

प्रश्नावली

1. मिलच्या उपयुक्ततावादी विचारांची चर्चा करा.

2. मिलच्या उपयुक्ततावादाचे टीकात्मक परीक्षण करा.

3. मिलचे स्वातंत्र्यविषयक विचार विशद करा.

4. मिलच्या स्वातंत्र्यविषयक विचारांचे मूल्यमापन करा.

5. मिलचे 'प्रातिनिधिक शासन' यासंबंधीचे विचार स्पष्ट करून त्यांचे मूल्यमापन करा.

6. मिलच्या राज्यविषयक विचारांची चर्चा करा.

⊙   **टीपा लिहा :**

1. मिलचे उपयुक्ततावादी विचार

2. मिलचे स्वातंत्र्यविषयक विचार

3. मिलचे राज्यविषयक विचार.

■■■■

10

कार्ल मार्क्स

"Let the ruling classes tremble at a Communistic Revolution. The Proletarians have nothing to loose but their chains. They have a world to win. Working men of all countries Unite !"

इ.स. 1818 – इ.स. 1883

प्रास्ताविक

आधुनिक काळातील सर्वांत प्रभावी विचारवंत म्हणून कार्ल मार्क्स या जर्मन विचारवंताचा उल्लेख करावा लागेल. त्याने मांडलेले तत्त्वज्ञान हे 'साम्यवाद' या नावाने ओळखले जाते. त्याच्या या कार्यात आयुष्यभराचा त्याचा मित्र फ्रेडरिक एंजल्स याचाही महत्त्वाचा सहभाग होता. मार्क्स व एंजल्स यांनी मांडलेल्या विचारांचा प्रभाव जगभर पडला. अनेक देशांत साम्यवादावर निष्ठा ठेवणारे पक्ष आणि संघटना उदयास आल्या. 1917 साली रशियात साम्यवादी क्रांती झाली. जगातील पहिली साम्यवादी चळवळ सुरू झाली. श्रमजीवीवर्गाचा या चळवळीला पाठिंबा मिळू लागला. दुसऱ्या महायुद्धानंतर पूर्व युरोपातील देश चीन, उत्तर कोरिया, उत्तर व्हिएतनाम अशा देशांत साम्यवादी शासनव्यवस्था उदयास आली. साम्यवादी राष्ट्रांचा गट ही जगाच्या राजकारणातील एक प्रमुख शक्ती बनली. जागतिक राजकारणावर त्याचे मोठे परिणाम घडून आले.

सन 1990 नंतर रशिया व पूर्व युरोपातील देशांमधील साम्यवादी शासनव्यवस्थेची अखेर झाली. जगात आता साम्यवादी देश फार थोडे उरलेले आहेत. पण तरीही साम्यवादी तत्त्वज्ञानाचे महत्त्व कमी होत नाही. कार्ल मार्क्सच्या या तत्त्वज्ञानाने भांडवलशाहीत कामगारवर्गाचे आणि श्रमजीवीवर्गाचे जे शोषण होत असते त्याकडे जगाचे लक्ष वेधले. त्याचबरोबर जगातील कोट्यवधी श्रमजीवी आणि दरिद्री लोकांमध्ये भविष्याविषयी नवा आशावाद निर्माण केला. राष्ट्रांच्या आणि खंडांच्या सीमा ओलांडून, त्यांच्या विचारांचा प्रसार सर्व जगभर झाला. त्याने लिहिलेल्या ग्रंथांना धर्मग्रंथासारखे महत्त्व प्राप्त झाले. धर्मनिष्ठ माणूस आपल्या धर्मग्रंथाबद्दल जी निष्ठा बाळगतो तशीच निष्ठा मार्क्सच्या अनुयायांनी त्याच्या विचारांबाबत बाळगली. जगावर असा प्रभाव पाडणाऱ्या विचारवंतांचे विचार समजून घेणे यासाठीच महत्त्वाचे ठरते. पण हे विचार पाहण्यापूर्वी प्रथम कार्ल मार्क्सच्या जीवनाविषयी थोडक्यात माहिती घेऊ.

कार्ल मार्क्स याचे संक्षिप्त चरित्र

कार्ल मार्क्स यांचा जन्म 1818 साली जर्मनीतील एका ज्यू कुटुंबात झाला. तो सहा वर्षांचा असताना त्याच्या कुटुंबाने ख्रिश्चन धर्मातील प्रोटेस्टंट पंथ स्वीकारला. कार्ल मार्क्सचे वडील वकील होते. मुलाने वडिलांचाच व्यवसाय करावा या उद्देशाने बॉन विद्यापीठात कायदा शाखेत त्याचे नाव दाखल करण्यात आले. पण मार्क्सला तत्त्वज्ञान, इतिहास या विषयात रस होता. त्यासाठी तो बर्लिन विद्यापीठात दाखल झाला. त्या काळात हेगेलच्या विचारांचा फार मोठा प्रभाव जर्मनीतील बुद्धिजीवी आणि तरुणवर्गावर होता. बर्लिन विद्यापीठात शिकत असतानाच मार्क्स हेगेलच्या विचारांकडे आकर्षित झाला. हेगेलच्या विचारांनी प्रभावित झालेल्या तरुणांची 'यंग हेगेलियन' या नावाची संघटना होती. कार्ल मार्क्स या संघटनेत सामील झाला. त्याने वृत्तपत्रातून आपले क्रांतिकारी विचार

मांडण्यास प्रारंभ केला. जर्मनीतील सत्ताधारीवर्गाला त्याचे विचार मानवणारे नव्हते. त्यांच्या विरोधामुळे मार्क्सला आपला देश सोडणे भाग पडले.

या काळात फ्रेडरिक एंजल्स या क्रांतिकारी विचाराच्या तरुणाशी त्याची मैत्री झाली आणि तो आयुष्यभराचा मार्क्सचा साथीदार झाला. जर्मनीतून बाहेर पडल्यानंतर प्रथम स्वित्झर्लंड, नंतर फ्रान्स, त्यानंतर बेल्जिअम असे देशांतर करून कार्ल मार्क्स इंग्लंडमध्ये स्थायिक झाला. आयुष्याच्या अखेरपर्यंत तो इंग्लंडमध्येच होता. लंडन येथील ब्रिटिश म्युझियमच्या ग्रंथालयात त्याचा बराच वेळ जात असे. त्या ग्रंथालयाचा उपयोग करून त्याने अर्थशास्त्र, समाजशास्त्र, इतिहास अशा विषयांचा सखोल अभ्यास केला. त्या काळातील सामाजिक व आर्थिक स्थितीवर त्याने चिंतन केले आणि विविध ग्रंथांचे लिखाण करून आपले विचार जगासमोर मांडले.

या काळात फ्रेडरिक एंजल्सची त्याला मोलाची साथ लाभली. मार्क्सचे उत्पन्न तुटपुंजे होते. वृत्तपत्रीय लिखाणातून त्याला थोडेफार पैसे मिळत. पण कुटुंबाच्या चरितार्थासाठी ते पुरेसे नसत. अशा काळात एंजल्सने त्याला आर्थिक मदत केली. मार्क्सने जे तत्त्वज्ञान मांडले त्यातही एंजल्सचा सहभाग राहिला.

मार्क्स आणि एंजल्स यांनी मिळून अनेक ग्रंथ लिहिले. त्यातील दोन ग्रंथ सर्वांत महत्त्वाचे आहेत. 1848 साली कार्ल मार्क्स आणि एंजल्स यांचा **'साम्यवादी पक्षाचा जाहीरनामा'** हा लहानसा ग्रंथ प्रसिद्ध झाला. साम्यवादी तत्त्वज्ञान सारांशरूपाने आणि अत्यंत प्रभावी भाषेत त्यात मांडलेले आहे. पुढे हेच तत्त्वज्ञान **'भांडवल'** या ग्रंथाच्या तीन खंडांतून प्रसिद्ध झाले. 1867 साली त्या ग्रंथाचा पहिला खंड प्रसिद्ध झाला. 1883 साली मार्क्सचा मृत्यू झाला. त्यानंतर दहा वर्षांनी एंजल्सने या ग्रंथाचे उरलेले दोन खंड प्रसिद्ध केले.

10.1 मार्क्सचा ऐतिहासिक भौतिकवाद

मानवी इतिहासाचा अन्वयार्थ लावण्याचे कार्य प्राचीन काळापासून चालू आहे. हा अन्वयार्थ वेगवेगळ्या प्रकारे लावला गेला आहे. इतिहासामध्ये घडणाऱ्या घटना दैवी इच्छेनुसार घडत असतात. माणूस निमित्तमात्र असतो; त्याच्या हातून होणारे कार्य ईश्वरी संकेतानुसार होत असते अशी कल्पना प्राचीन काळी अस्तित्वात होती. त्याचप्रमाणे पारंपरिक इतिहासामध्ये ऐतिहासिक घटनांचे विवेचन राजकीय दृष्टिकोनातून करण्यात आले. राजघराणी, त्यांच्या वंशावळी, राज्यकर्त्यांचे कर्तृत्व, त्यांनी केलेली युद्धे, त्यांचे जय-पराजय यांचा आलेख म्हणजे इतिहास असे मानले गेले. हेगेलने इतिहास म्हणजे वैश्विक तत्त्वाचा विकास आहे असे मानले. वेश्विक तत्त्व हे अप्रगत अवस्थेकडून अधिक प्रगत अवस्थेकडे जात असते. विकासाची ही प्रक्रिया चालू असताना संघर्ष व युद्धे होतात; एक संस्कृती नष्ट होऊन नवी संस्कृती उदयास येते. इतिहासामध्ये घडणाऱ्या या घटना

अटळ असतात. त्यातूनच वैश्विक तत्त्वाचा विकास होत राहतो. या वैश्विक तत्त्वाचा जेव्हा पूर्ण विकास होईल तेव्हाच मानवजात पूर्ण विकसित व पूर्ण स्वतंत्र बनेल अशी कल्पना हेगेलने मांडली.

मार्क्सला या कल्पना मान्य नव्हत्या. ऐतिहासिक विकास दैवी इच्छेने घडत नाही. तसेच ऐतिहासिक विकासामध्ये एक अवस्था संपुष्टात येऊन नवी अवस्था निर्माण होते किंवा समाज परिवर्तन घडून येते, ते महान व्यक्तींच्या कर्तृत्वाने किंवा तत्त्वज्ञानामुळे घडून येत नाही; तर मुख्यतः आर्थिक घटकामुळे घडून येत असते हा विचार त्याने मांडला.

आपल्या गरजा भागविण्यासाठी माणूस विविध वस्तूंचे उत्पादन करतो. तो अन्नधान्य पिकवितो, कापड निर्माण करतो, इतर गरजेच्या वस्तू निर्माण करतो. हे उत्पादन करण्यासाठी तो हत्यारे वापरतो, ती उत्पादनाची साधने होत. माणूस जी उत्पादनाची साधने वापरतो त्यानुसार उत्पादनाची पद्धत ठरते आणि उत्पादनाच्या पद्धतीनुसार समाजाची अर्थव्यवस्था निर्माण होते. जसे, पूर्वी कापड तयार करण्यासाठी हातमागाचा वापर केला जात असे. हातमाग हे उत्पादनाचे साधन होते. हातमागाद्वारे कापडाचे उत्पादन ही उत्पादनाची पद्धत होती. आधुनिक काळात यंत्राद्वारे कापडाचे उत्पादन होऊ लागले आणि यांत्रिक उत्पादन पद्धती निर्माण झाली. यामुळे पूर्वीची अर्थव्यवस्था नाहीशी होऊन नवी अर्थव्यवस्था उदयास आली.

थोडक्यात, उत्पादनाची साधने उत्पादनाची पद्धत ठरवितात, उत्पादनाच्या पद्धतीतून समाजाची अर्थव्यवस्था निर्माण होते. ही अर्थव्यवस्था समाजजीवनाचा आधार असतो. मार्क्सने अर्थव्यवस्था ही समाजाची पायाभूत रचना मानलेली आहे. या अर्थव्यवस्थेवरच समाजजीवनाचा डोलारा उभा असतो. अर्थव्यवस्थेनुसार समाजव्यवस्था, राज्यव्यवस्था, धर्म, नीती, कायदा, तत्त्वज्ञान, शिक्षण, कला, वाङ्मय अशा सर्व घटकांचे स्वरूप ठरत असते.

आपले जीवन अधिकाधिक प्रगत आणि समृद्ध बनविण्याचा माणसाचा सतत प्रयत्न चालू असतो. यासाठी तो नवे शोध लावतो. नवे तंत्रज्ञान निर्माण करतो. विज्ञान व तंत्रज्ञानाच्या साहाय्याने आपल्यासाठी अधिक सुखसोई निर्माण करण्याचा त्याचा प्रयत्न असतो. उत्पादनाची प्रचलित साधने समाजाच्या गरजा भागविण्यास जेव्हा अपुरी ठरू लागतात तेव्हा माणूस अधिक प्रगत अशा साधनांचा शोध लावतो. नवी उत्पादनाची साधने नवी उत्पादन पद्धती निर्माण करतात. ही नवी उत्पादन पद्धती नव्या अर्थव्यवस्थेला जन्म देते. नवी अर्थव्यवस्था निर्माण झाली म्हणजे त्यानुसार समाजव्यवस्था, राज्यव्यवस्था, धर्म व नीती यांच्या कल्पना, कायदा, तत्त्वज्ञान यातही बदल होऊ लागतात. नवी संस्कृती उदयास येते.

मार्क्सने अर्थव्यवस्था हा समाजव्यवस्थेचा पायाभूत घटक मानलेला आहे. समाजव्यवस्था, राज्यव्यवस्था, संस्कृती, कला, तत्त्वज्ञान, कायदा हे सर्व घटक त्या अर्थव्यवस्थेवर आधारलेली रचना मानलेले आहेत. ऐतिहासिक विकासात अर्थव्यवस्थेत आणि त्यानुसार समाजव्यवस्थेत होणारे बदल हेच निर्णायक असतात. सामाजिक विकासातील एक अवस्था संपुष्टात येऊन नवी व्यवस्था उदयास येते; ती आर्थिक व सामाजिक या भौतिक घटकांमुळे येते हा विचार त्याने मांडला. म्हणूनच ऐतिहासिक विकासाबद्दलचा त्याचा सिद्धान्त हा 'ऐतिहासिक भौतिकवाद' या नावाने ओळखला जातो.

ऐतिहासिक विकास हा केवळ आर्थिक घटकामुळेच होतो असे मार्क्सने म्हटलेले नाही. ऐतिहासिक विकासात सामाजिक, राजकीय, सांस्कृतिक या घटकांचेही कार्य असते. पण आर्थिक घटक हा सर्वांत महत्त्वाचा आणि निर्णायक असतो. इतर घटकांचे स्वरूप हे सुद्धा बऱ्याच प्रमाणात आर्थिक घटकानुसारच ठरत असते. अशा प्रकारे इतिहासाच्या कोणत्याही कालखंडातील समाज, शासन, कायदा, शिक्षण, धर्म, कला, तत्त्वज्ञान, लोकांच्या श्रद्धा, परंपरा यांचे स्वरूप त्या काळातील अर्थव्यवस्थेनुसार ठरत असते. म्हणजेच सामाजिक संस्थांचे स्वरूप अर्थव्यवस्थेनुसार ठरत असतेच; पण लोकांची वैचारिक जडणघडणसुद्धा अर्थव्यवस्थेला अनुरूप अशी होत असते.

थोडक्यात, अर्थव्यवस्था हा सर्व सामाजिक व्यवस्थांचा पाया असतो. जेव्हा अर्थव्यवस्था बदलते तेव्हा त्यावर आधारलेल्या सर्व सामाजिक व्यवस्थांमध्येसुद्धा बदल होऊ लागतो. त्यातून ऐतिहासिक विकास घडून येतो.

ऐतिहासिक विकासाचे मार्क्सने चार प्रमुख टप्पे मानलेले आहेत : (1) आदिम अवस्था (2) प्रारंभिक अवस्था (3) सरंजामी अवस्था (4) भांडवलशाही अवस्था.

आदिम अवस्थेत जेव्हा माणूस भटके जीवन जगत होता तेव्हा खाजगी मालमत्ता नव्हती. प्राण्यांची शिकार, फळे, कंदमुळे यावर माणूस आपली गुजराण करत होता. त्यावर कोणाची व्यक्तिगत मालकी नव्हती. खाजगी मालमत्ताच नसल्यामुळे त्या काळच्या मानवी समूहात आर्थिक उच्च-नीचता नव्हती. प्राथमिक स्वरूपातील तो साम्यवादच होता.

पुढे माणूस शेती करू लागला. त्याचे भटके जीवन संपुष्टात येऊन तो स्थिर जीवन जगू लागला. शेतीबरोबरच आपल्या गरजा भागविण्यासाठी इतर वस्तू निर्माण करू लागला. मार्क्सने ऐतिहासिक विकासातील ती प्रारंभिक अवस्था मानलेली आहे. मानवी संस्कृतीचा तो प्रारंभ काळ होता. या काळात प्रारंभिक स्वरूपाची अर्थव्यवस्था उदयास आली. खाजगी मालमत्ता निर्माण झाली. जमीन व पाळीव प्राणी ही त्या काळातील मालमत्ता होती. ज्या लोकांनी अशी मालमत्ता मिळविली तो मालकवर्ग बनला. ज्यांनी वेगवेगळ्या वस्तू तयार करण्याचे कौशल्य प्राप्त केले तो कारागिरांचा वर्ग बनला. जे केवळ श्रम करून जगणारे होते तो गुलामांचा वर्ग बनला. अशा प्रकारे प्रारंभिक अवस्थेत मालक, कारागीर, गुलाम असे वर्ग असलेली समाजव्यवस्था निर्माण झाली.

मध्ययुगात सरंजामी व्यवस्था उदयास आली. औपचारिकरीत्या राजा किंवा सम्राट हा सर्वोच्च सत्ताधारी असला तरी प्रत्यक्षात ठिकठिकाणचे सरंजामदार प्रबळ होते. शेती हे उत्पन्नाचे प्रमुख साधन होते. शेतजमिनीची मालकी सरंजामदार व जमीनदार यांच्याकडे होती. शेती कसणारे लोक त्यांची कुळे होती. यातून मध्ययुगात संरजामदार आणि शेतमजूर किंवा कुळे असे वर्ग निर्माण झाले.

आधुनिक काळात यांत्रिक उत्पादन पद्धती सुरू झाली. विविध वस्तूंचे मोठ्या प्रमाणात उत्पादन करणारे कारखाने निर्माण झाले. या कारखान्यांचा मालक असणारा भांडवलदार आणि त्या कारखान्यात मजुरी करणारा मजूर असे वर्ग उदयास आले. ही भांडवलशाही अवस्था होय.

उत्पादनाच्या साधनांची मालकी ज्या वर्गाकडे असते त्या वर्गाच्या हाती संपत्ती एकवटते. संपत्तीच्या बळावर तो वर्ग राजकीय सत्तेवर नियंत्रण ठेवतो. राजकीय सत्तेचा वापर या वर्गाच्या हिताचे रक्षण करण्यासाठी केला जातो. राज्याचे कायदे, शासनाची यंत्रणा सत्ताधारी वर्गाच्या हितरक्षणासाठी वापरली जाते. पण सत्ताधारीवर्ग केवळ बळाच्या आधारे समाजावर आपले नियंत्रण ठेवू शकत नाही. आपले वर्चस्व टिकविण्यासाठी समाजातील इतर वर्गांचे सहकार्य त्याला आवश्यक असते किंवा वेगळ्या भाषेत सत्ताधीशाच्या सत्तेला समाजाची मान्यता आवश्यक असते. हे साध्य करण्यासाठी धर्म, तत्त्वज्ञान, शिक्षण, कला या घटकांचा वापर केला जातो.

भौतिकवादी विरोध विकासवाद

मार्क्सच्या 'ऐतिहासिक भौतिकवाद' या तत्त्वाशी निगडित असे दुसरे तत्त्व म्हणजे 'विरोध विकासवाद' हे होय. मानवजात ही सतत विकसित होत चाललेली आहे. अप्रगत अशा अवस्थेकडून अधिक प्रगत अशा अवस्थेकडे तिचा विकास चालू आहे. मात्र ऐतिहासिक विकासात एका अवस्थेतून दुसऱ्या अवस्थेत संक्रमण होताना जुन्या-नव्यामध्ये संघर्ष होतो. हा संघर्ष अटळ असतो. या संघर्षात जुनी अवस्था नष्ट होते व तिची जागा नवी अवस्था घेते. कालांतराने नवी अवस्था जुनी बनते. त्याहून प्रगत अशी दुसरी अवस्था उदयास येते. ती आधीच्या अवस्थेला नष्ट करते. यातून मानवजातीचा विकास होत राहतो. असा 'विरोध विकासवाद' या संकल्पनेचा अर्थ आहे.

विरोध विकासाची संकल्पना प्रथम हेगेल याने मांडली. पण हेगेलचा विरोध विकासवाद आध्यात्मिक स्वरूपाचा होता. त्याने अशी कल्पना मांडली की, सृष्टीचा विकास म्हणजे विश्व चैतन्याचा विकास असतो. मानवी इतिहासातील वेगवेगळ्या अवस्था या सुद्धा विश्वचैतन्याच्या विकासातील वेगवेगळे टप्पे आहेत. इतिहासाच्या प्रत्येक कालखंडात एक तत्त्व अस्तित्वात येते. कालांतराने त्याच्या विरोधी तत्त्व उदयास येते. तत्त्व आणि विरोधी तत्त्व यातील समन्वयातून पुढे अधिक प्रगत असे तत्त्व निर्माण होते. वैश्विक चैतन्य या प्रक्रियेतून विकासाच्या दिशेने उलगडत जात असते. अपूर्ण अवस्थेकडून पूर्ण अवस्थेकडे

जाणारी ही वाटचाल असते. कोणत्याही काळातील सामाजिक संस्था या वैश्विक चैतन्याचाच आविष्कार असतात. वैश्विक तत्त्वाने नवी अवस्था धारण केली म्हणजे त्यानुसार या सामाजिक संस्थांमध्ये बदल घडून येतात. हे बदल घडून येताना नव्या-जुन्यामध्ये संघर्ष होतात. त्यात जुन्या सामाजिक संस्था नष्ट होतात, नव्या उदयास येतात. हे संघर्ष होतात; कारण सामाजिक संस्था पूर्ण विकसित नसतात. त्यांच्यात काही दोष असतात. त्यामुळे आंतरविरोध निर्माण होतो. या विकासाच्या वाटचालीत वैश्विक तत्त्वाचा जेव्हा पूर्ण विकास होईल तेव्हा सामाजिक संस्थासुद्धा पूर्ण विकसित अवस्थेत असतील. त्यांच्यातील आंतरविरोध नाहीसा होईल. त्या स्थितीत मानवजातीचा पूर्ण विकास होईल आणि व्यक्तीला पूर्ण स्वातंत्र्य मिळेल.

हेगेलच्या या सिद्धान्तातील विकासाची कल्पना मार्क्सने स्वीकारली. मानवाचा इतिहास म्हणजे वेगवेगळ्या अवस्थांमधून प्रगत होत जाणारी प्रक्रिया आहे. तिचा विकास पूर्ण प्रगत होण्याच्या दिशेने जाणारा आहे हे हेगेलच्या सिद्धान्तातील मुख्य सूत्र मार्क्सने स्वीकारले. पण ऐतिहासिक विकास म्हणजे वैश्विक तत्त्वाचा विकास ही हेगेलची कल्पना त्याने नाकारली. ऐतिहासिक विकासात एक अवस्था संपून नवी अवस्था उदयास येते. त्यामागचे कारण कोणतीही आध्यात्मिक शक्ती नसून त्याचे कारण आर्थिक म्हणजेच भौतिक आहे हा विचार त्याने मांडला.

सामाजिक परिवर्तन कसे घडून येते त्याचे विवेचन करताना मार्क्सने उत्पादन शक्ती आणि उत्पादन संबंध हे दोन घटक महत्त्वाचे मानलेले आहेत. ऐतिहासिक विकासात एक सामाजिक अवस्था संपुष्टात येऊन दुसरी उदयास येते त्यमागे या दोन घटकांतील संघर्ष हे मूळ कारण असते.

यामध्ये 'उत्पादन शक्ती' हा घटक माणसाचे निसर्गाशी असणारे संबंध दर्शविणारा आहे तर 'उत्पादन संबंध' हा घटक माणसाचे माणसाशी असणारे संबंध दर्शविणारा आहे. आपल्या सभोवतालच्या निसर्गातून माणूस जीवनासाठी आवश्यक अशा वस्तू निर्माण करत असतो. त्या वस्तू निर्माण करण्यासाठी तो हत्यारे किंवा साधने वापरतो. विज्ञान आणि तंत्रज्ञानाच्या आधारे माणूस अधिकाधिक प्रगत अशी उत्पादनाची साधने निर्माण करण्याचा प्रयत्न करत असतो. माणसाने प्राप्त केलेले विज्ञान आणि तंत्रज्ञान, त्या आधारे त्याने निर्माण केलेली उत्पादनाची साधने याला मार्क्स 'उत्पादन शक्ती' असे संबोधतो.

माणूस जी उत्पादनाची साधने वापरतो त्यावरून उत्पादनाची पद्धत ठरते आणि उत्पादनाची पद्धत उत्पादन संबंध ठरविते. उत्पादन संबंध हा माणसा-माणसातील संबंध असतो. प्रत्येक काळात निर्माण होणाऱ्या सामाजिक संस्था म्हणजेच हे उत्पादन संबंध होत. मध्ययुगातील सरंजामशाहीत सरंजामदारांचे हक्क, शेतजमिनीवरील त्यांची मालकी, कुळांनी त्यांना द्यावयाचा खंड असे उत्पादन संबंध होते. आधुनिक काळातील भांडवलशाहीत खाजगी मालमत्तेचा अधिकार, नफ्याच्या उद्देशाने केले जाणारे उत्पादन, मजुरांना दिले जाणारे वेतन अशा प्रकारचे उत्पादन संबंध आहेत.

उत्पादन संबंध हे त्या काळातील उत्पादन शक्तींना म्हणजे विज्ञान-तंत्रज्ञान यांना जुळणारे असतात. उत्पादन शक्ती आणि तिला अनुरूप असणारे उत्पादन संबंध यातून समाजाची अर्थव्यवस्था ठरते. अर्थव्यवस्था हा समाजव्यवस्थेचा पाया असतो. अर्थव्यवस्थेवरच समाजाची कायदेशीर व राजकीय रचना आधारलेली असते. अर्थव्यवस्थेनुसार समाजव्यवस्था व राज्यव्यवस्था यांचे स्वरूप ठरत असते. त्याचबरोबर समाजाच्या धार्मिक, सांस्कृतिक, वैचारिक जाणिवा या सुद्धा अर्थव्यवस्थेला अनुरूप अशा बनत असतात. याच अर्थाने मार्क्सने म्हटले आहे की, माणसाच्या जाणिवा त्याचे जीवन ठरवित नाहीत तर त्याचे जीवन त्याच्या जाणिवा ठरविते.

या ठिकाणी माणसाच्या जाणिवा म्हणजे त्याचे विचार, कल्पना, दृष्टिकोन हे त्याचे बौद्धिक जीवन होय. तो वापरत असलेली उत्पादनाची साधने, त्या आधारे निर्माण झालेले आर्थिक व सामाजिक संबंध हे त्याचे भौतिक जीवन होय. म्हणजेच, मार्क्सच्या प्रतिपादनाचा अर्थ असा की, माणसाच्या बौद्धिक जीवनानुसार त्याचे भौतिक जीवन ठरत नाही तर त्याच्या भौतिक जीवनानुसार त्याचे बौद्धिक जीवन ठरते. म्हणजेच, माणसाचे विचार, त्याच्या कल्पना, तत्त्वज्ञान, संस्कृती यांची मुळे त्या काळातील अर्थव्यवस्थेशी निगडित असतात.

हेगेल याने अशी कल्पना मांडली होती की, 'तत्त्व' आधी अस्तित्वात येते आणि त्यानुसार प्रत्येक काळातील समाजव्यवस्था, राज्यव्यवस्था, अर्थव्यवस्था ठरत असते. मार्क्सने याउलट विचार मांडला की, आधी अर्थव्यवस्थेत बदल होतात आणि त्यानुसार समाजव्यवस्था व राज्यव्यवस्था यात बदल होतात. कायदा, धार्मिक कल्पना, तत्त्वज्ञान, नीतीच्या कल्पना, संस्कृती यात बदल घडून येतात. याच अर्थाने मार्क्सने एके ठिकाणी म्हटले आहे की, ''हेगेल डोके खाली आणि पाय वर अशा स्थितीत उभा होता, मी त्याला पायावर उभा केला.''

आपले जीवन अधिक चांगले, समृद्ध बनविण्याच्या प्रयत्नातून माणूस निसर्गासंबंधी अधिकाधिक ज्ञान मिळवत राहतो. नवे तंत्रज्ञान आत्मसात करतो. उत्पादनाची अधिक प्रगत साधने निर्माण करतो. यातून उत्पादन शक्तींचा विकास होतो. प्रस्थापित समाजव्यवस्थेत जोपर्यंत या उत्पादनशक्तीच्या विकासाला वाव मिळत राहतो तोपर्यंत ती समाजव्यवस्था टिकून राहते. पण कालांतराने हीच समाजव्यवस्था उत्पादनशक्तीच्या विकासाला अडथळा बनू लागते. याचे कारण मार्क्सने असे सांगितले आहे की, माणसाच्या शास्त्रीय ज्ञानाचा विकास सामाजिक संस्थांच्या विकासापेक्षा अधिक वेगाने होत असतो. माणूस सतत नवे तंत्रज्ञान प्राप्त करत असतो. नवनवी यंत्रे निर्माण करत असतो. नवे वैज्ञानिक शोध लावत असतो. मात्र, त्या वेगाने सामाजिक संस्थांत बदल होत नाही. सामाजिक संस्थांचे स्वाभाविक स्वरूप हे स्थितिशील असते. उत्पादनशक्तीची गतिशीलता आणि सामाजिक संस्थांची स्थितिशीलता यामुळे उत्पादनशक्ती आणि उत्पादनसंबंध (म्हणजेच सामाजिक संस्था) यांच्यात गतिरोध निर्माण होतो. उत्पादनसंबंध हे उत्पादनशक्तींना जुळणारे असावे

लागतात. जेव्हा नव्या उत्पादनशक्ती म्हणजे नवी यंत्रे, नवे तंत्रज्ञान निर्माण होतात तेव्हा जुने उत्पादनसंबंध त्यांच्या विकासात अडथळा बनतात. मार्क्सने म्हटले आहे की, जे उत्पादनसंबंध आजवर उत्पादनशक्तीच्या विकासाला साहाय्यक ठरत होते तेच संबंध विकासाच्या पायातील बेड्या बनतात.

उत्पादनशक्तीचा विकास कोणतीही सामाजिक व्यवस्था रोखू शकत नाही. माणूस नवी यंत्रे, नवे तंत्रज्ञान शोधून काढणारच असतो. हा विकास अटळ असतो. त्यामुळे नव्या उत्पादनशक्ती आणि जुने उत्पादनसंबंध यातील संघर्षसुद्धा अटळ असतो. या संघर्षातून सारांश, नव्या उत्पादनशक्ती, त्यातून निर्माण झालेले नवे उत्पादनसंबंध यामुळे समाजाच्या आर्थिक पायामध्ये बदल घडून येतात. अर्थव्यवस्था बदलली म्हणजे त्यावर आधारलेली सामाजिक, राजकीय, वैधानिक व्यवस्था बदलू लागतात. कला, संस्कृती, नीतीबद्दलच्या लोकांच्या जाणिवा बदलतात. नवे विचार, नवे तत्त्वज्ञान उदयास येते. इतिहासाचा एक कालखंड संपुष्टात येऊन नव्या युगाला प्रारंभ होतो.

मार्क्सने मानवी इतिहासाचे आशियाई, प्राचीन, मध्ययुगीन आणि आधुनिक असे चार ठळक कालखंड मानले आहेत. इतिहासपूर्व काळात माणूस भटक्या अवस्थेत राहत होता. माणसांच्या टोळ्या होत्या. शिकार करून कंदमुळे खाऊन जगत होता. त्यावेळी खाजगी मालमत्ता नव्हती. जी काही मालमत्ता असे, ती सामूहिक मालकीची असते. मार्क्सच्या मते, प्राथमिक अवस्थेतील तो साम्यवादच होता. पुढे माणूस शेती करू लागला. त्याच्या स्थिर जीवनाला प्रारंभ झाला. मानवी संस्कृतीचा तो उदयकाळ होता. प्रारंभीच्या काळात या संस्कृती आशिया खंडात उदयास आल्या. मार्क्सने त्याला 'आशियाई कालखंड' असे म्हटले आहे. या काळात राज्यसंस्थेचा उदय झाला. खाजगी मालमत्ता निर्माण झाली.

युरोपात प्राचीन काळी ग्रीक आणि त्यानंतर रोमन संस्कृतीचा उदय झाला. हा प्राथमिक अर्थव्यवस्थेचा काळ होता. या काळात गुलामगिरी उदयास आली. मालक व गुलाम हे प्रमुख सामाजिक वर्ग होते. ऐतिहासिक विकासातील हा प्राचीन कालखंड होय. ही जुनी व्यवस्था नष्ट होऊन मध्ययुगात तिची जागा सरंजामशाहीने घेतली. जमिनीची मालकी असणारे सरंजामदार, जमीनदार आणि जमीन कसणारी कुळे किंवा भूदास हे वर्ग उदयास आले. हा सरंजामशाहीचा कालखंड होय. औद्योगिक क्रांतीनंतर यंत्रयुगाचा प्रारंभ झाला. सरंजामशाहीची जागा भांडवलशाहीने घेतली. भांडवलदार आणि मजूर असे नवे वर्ग उदयास आले. या भांडवलशाही युगाने सरंजामशाहीचा विनाश केला.

सरंजामशाहीतून भांडवलशाहीकडे झालेल्या स्थित्यंतराकडे मार्क्सने विशेष करून लक्ष दिले आहे. मध्ययुगात सरंजामदार आणि कुळे किंवा भू-दास असे सामाजिक वर्ग होते. आधुनिक काळात जेव्हा औद्योगिक क्रांती झाली, यंत्रयुग उदयास आले, कारखानदारीची वाढ होऊ लागली तेव्हा मध्ययुगातील सरंजामशाही व्यवस्था, सरंजामशाही मूल्ये नव्या व्यवस्थेला अडथळा बनू लागली. कारखानदारीच्या वाढीबरोबर उदयास आलेल्या भांडवलदारांच्या हाती संपत्तीचे केंद्रीकरण होऊ लागले. सरंजामदारांच्या वर्चस्वाला

नव्या भांडवलशाही व्यवस्थेने निष्प्रभ केले. सरंजामशाहीचा ऱ्हास झाला. सरंजामदार, भूदास या वर्गांची जागा भांडवलदार आणि औद्योगिक कामगार या नव्या वर्गाने घेतली. सरंजामशाही अर्थव्यवस्था नष्ट झाली आणि भांडवलशाही अर्थव्यवस्था उदयास आली. मध्ययुगात सरंजामदार हा सत्ताधारीवर्ग होता, आधुनिक काळात भांडवलदार हा सत्ताधारीवर्ग बनला आहे.

मार्क्सच्या मते, भांडवलशाही व्यवस्था ही सुद्धा अखेरची अवस्था नाही. ऐतिहासिक विकासक्रमात भांडवलशाहीसुद्धा नष्ट होणार नाही. तिची जागा साम्यवादी व्यवस्था घेणार आहे. हे सामाजिक परिवर्तन कसे होणार या बाबतीत मार्क्सने जे विचार मांडले त्याची माहिती आपण पुढील भागात घेऊ.

ऐतिहासिक भौतिकवादाचे मूल्यमापन

कार्ल मार्क्सने इतिहासाचे भौतिकवादी दृष्टिकोनातून जे विवेचन केले त्याचा फार मोठा प्रभाव नंतरच्या काळात सामाजिक शास्त्राच्या अध्ययनावर पडला. सामाजिक शास्त्राच्या अभ्यासकांवर कार्ल मार्क्सचे हे ऋण आहे की, इतिहासाचे त्याने एका वेगळ्या दृष्टिकोनातून जे विवेचन केले की त्यामुळे सामाजिक शास्त्रांच्या अध्ययनाला एक नवा आणि व्यापक दृष्टिकोन मिळाला. पं. जवाहरलाल नेहरू यांनी आपल्या आत्मचरित्रात म्हटले आहे की, "मार्क्सवादामुळे माझ्या मनाच्या कानाकोपऱ्यात दडून राहिलेले बरेच अज्ञान दूर होऊन इतिहासाचा मला नवा अर्थ दिसला. मार्क्सवादाच्या प्रकाशाचा झोत इतिहासाच्या सृष्टीवर पडल्याबरोबर त्याला प्रमाणबद्ध नाट्यकृतीचे स्वरूप प्राप्त झाले."

मार्क्सच्या ऐतिहासिक भौतिकवादी सिद्धान्ताचे गुण आपल्याला पुढीलप्रमाणे सांगता येतील :

(1) मार्क्सवादामध्ये वर्गसंघर्ष, अतिरिक्त मूल्यसिद्धान्त, वर्गविरहित – राज्यविरहित समाज इत्यादी जी वेगवेगळी तत्त्वे किंवा सिद्धान्त मांडलेले आहेत त्यामध्ये सर्वांत अधिक बरोबर असणारा सिद्धान्त ऐतिहासिक भौतिकवाद हा आहे. या सिद्धान्तात मार्क्सने मानवी इतिहासाचे भौतिकवादी दृष्टिकोनातून जे विवेचन केले ते कोणालाही पूर्णपणे नाकारता येणार नाही. त्यातील तथ्यांश हा मान्य करावाच लागतो.

(2) ऐतिहासिक विकासक्रमात आणि सामाजिक संस्थांच्या विकासात मूलभूत परिवर्तन करणाऱ्या ज्या घटना घडतात त्यामागे आर्थिक घटक हा एकमेव नसला तरी तो मूलभूत घटक असतो हे नाकारता येत नाही.

(3) उत्पादनाची नवी साधने उदयास आली म्हणजे उत्पादनाची नवी पद्धती आकाराला येते. ही नवी उत्पादन पद्धती नवे उत्पादनसंबंध निर्माण करते. त्यातून नवी अर्थव्यवस्था उदयास येते. या अर्थव्यवस्थेचे परिणाम समाजव्यवस्था, राज्यव्यवस्था, संस्कृती, कायदा, तत्त्वज्ञान इत्यादींवर कमी–जास्त प्रमाणात

होतात हे ऐतिहासिक भौतिकवादाचे मुख्य सूत्र चुकीचे म्हणता येणार नाही, ते मान्य करावे लागते.

(4) मार्क्सपूर्व काळात इतिहासलेखन हे व्यक्तीला केंद्रस्थानी मानून केले जात असे. इतिहास म्हणजे राजघराणी, त्यांनी केलेल्या लढाया, मिळविलेले विजय, त्यांचे कर्तृत्व यांचा इतिहास असा समज होता. इतिहासात घडणाऱ्या घटनांचे श्रेय व्यक्तीच्या कर्तृत्वाला दिले जात असे. मार्क्सने ऐतिहासिक विकासात आर्थिक घटक जी कळीची भूमिका बजावत असतो त्याचे विवेचन केल्यानंतर इतिहासलेखनातही बदल घडून आले. तसेच इतर सामाजिक शास्त्रांच्या अभ्यासकांना आणि विचारवंतांना याची जाणीव झाली की, समाजाची आर्थिक स्थिती विचारात घेऊन आपल्या विषयाचे विवेचन केल्यास ते अधिक सखोल व वास्तववादी बनेल. मार्क्सच्या ऐतिहासिक भौतिकवादाने सामाजिक शास्त्रांच्या विश्लेषणाला अधिक प्रगत अशी अवस्था प्राप्त करून दिली आहे. मार्क्सपूर्व काळातील पद्धतीने केले जाणारे विवेचन आता कालबाह्य ठरले आहे.

मार्क्सच्या ऐतिहासिक भौतिकवादाचे महत्त्व मान्य केल्यानंतरही या सिद्धान्तात काही **दोष** दाखविले जातात :

(1) मानवी जीवन एवढे गुंतागुंतीचे, संमिश्र आहे की कोणत्याही एका घटकाच्या आधारे, मग तो घटक कितीही महत्त्वाचा असला तरी त्याचे पूर्ण स्पष्टीकरण देता येणार नाही. धर्म, तत्त्वज्ञान, आर्थिक घटक, व्यक्तीचे कर्तृत्व अशा कोणत्याही एका घटकाच्या आधारे मानवी इतिहासाचे स्पष्टीकरण केल्यास ते एकांगीच ठरणार. मार्क्सचे इतिहासाचे विवेचन असेच एकांगी आहे, असा आक्षेप त्या विवेचनावर घेतला जातो. आधुनिक काळात उदयास आलेल्या मानसशास्त्र या विषयाने व्यक्तीच्या आणि समाजाच्या मानसिकतेचा विचार करणे कसे आवश्यक आहे ते प्रतिपादन केले. ऐतिहासिक विकासात आर्थिक, सामाजिक, राजकीय प्रश्नांबरोबरच समाजाच्या मानसिकतेचा जो प्रभाव पडतो असतो त्याचाही विचार करणे आता क्रमप्राप्त बनलेले आहे.

(2) अर्थव्यवस्था हा समाजव्यवस्थेचा पाया असतो. अर्थव्यवस्थेच्या पायाभूत रचनेवर समाजव्यवस्था, राज्यव्यवस्था, धर्मव्यवस्था, कायदाव्यवस्था या आधारलेल्या असतात. अर्थव्यवस्थेत बदल झाला म्हणजेच पायाभूत रचना बदलली म्हणजे इतर व्यवस्थेतही बदल घडून येतात असे ऐतिहासिक भौतिकवाद मानतो.

ऐतिहासिक भौतिकवादाचे हे तत्त्व बरोबर असले तरी समाजव्यवस्था, राज्यव्यवस्था, धर्मव्यवस्था, तत्त्वज्ञान, कायदा या व्यवस्थांना स्वतःचे स्वतंत्र अस्तित्व आहे आणि त्यांचाही स्वतंत्रपणे विकास होत असतो या मुद्द्याकडे दुर्लक्ष करून चालणार नाही. मार्क्सचा सहकारी आणि मित्र फ्रेडरिक एंजल्स यानेही हे स्पष्ट केले की, मार्क्सवादाचे अनुयायी आर्थिक घटकावर प्रमाणापेक्षा जास्त भर देतात आणि ऐतिहासिक विकासात इतर

घटकांच्या भूमिकेकडे दुर्लक्ष करतात ते चुकीचे आहे. खुद्द मार्क्सलाही ऐतिहासिक विकासात इतर घटकांचे असणारे योगदान मान्य होते. ऐतिहासिक विकासक्रमात जे मूलभूत किंवा ठळक परिवर्तन घडून येते ते अर्थव्यवस्थेतील बदलांमुळे घडून येते. पण या दरम्यानच्या काळात ज्या घटना घडत असतात त्यामध्ये इतर घटकांचाही परिणाम होत असतो; असे तो मानतो.

म्हणजेच ऐतिहासिक घटनांमागे केवळ 'आर्थिक घटक' हा एकमेव घटक असतो असे मानणे चुकीचे ठरते आणि मार्क्सनेही तसे प्रतिपादन केलेले नाही. म्हणूनच आपल्याला हे दिसून येते की, हजारो वर्षांच्या मानवाच्या इतिहासाचे मार्क्सने केवळ चार टप्प्यांत विभाजन केले आहे. आदिम व्यवस्था, प्रारंभिक अवस्था, सरंजामशाही अवस्था आणि भांडवलशाही अवस्था. या प्रत्येक टप्प्यावर उत्पादनाच्या साधनांमध्ये क्रांतिकारक बदल घडले. त्यातून प्रत्येक वेळी नवी अर्थव्यवस्था उदयास आली आणि या अर्थव्यवस्थेने सामाजिक व राजकीय बदल घडवून आणले. पण या चार अवस्थांच्या दरम्यानच्या काळात शेकडो वर्षे गेली. त्या शेकडो वर्षांच्या काळात राजकीय, सामाजिक, सांस्कृतिक बदल होतच होते. म्हणजेच राजकीय, सामाजिक, धार्मिक, सांस्कृतिक संस्थांचा स्वतंत्रपणे विकास चालू होता.

ऐतिहासिक भौतिकवादाचे महत्त्व मान्य करताना ऐतिहासिक विकासक्रमात या इतर घटकांनी तसेच व्यक्तींनी बजावलेल्या भूमिकेकडे दुर्लक्ष करता येत नाही.

(3) राजकीय, सामाजिक, सांस्कृतिक, धार्मिक व्यवस्था तसेच कायदा, तत्त्वज्ञान, नीतिमत्ता यांना समाजव्यवस्थेत स्वतंत्र स्थान आहे आणि प्रत्येक घटकाचा आपापल्या परीने विकास होत असतो हे मान्य केले तर आपल्याला हे सुद्धा मान्य केले पाहिजे की, अर्थव्यवस्थेतील बदलांचे परिणाम जसे इतर घटकांवर होतात तसेच इतर घटकांमध्ये जे बदल होतात किंवा त्यांचा जो विकास होतो त्याचे कमी-जास्त परिणाम अर्थव्यवस्थेवर होत असतात. म्हणजेच मानवी संस्कृतीचा विकास केवळ आर्थिक घटकांवर अवलंबून नाही. या विकासात इतर घटकांचेही योगदान असते. म्हणूनच मार्क्सचा ऐतिहासिक भौतिकवाद मानवाच्या सांस्कृतिक विकासाच्या सर्व कारणांचा साकल्याने विचार करत नाही अशी त्यावर टीका केली जाते.

10.2 मार्क्सचा वर्गसंघर्षाचा सिद्धान्त

मार्क्सचे प्रतिपादन असे आहे की, इतिहासाच्या प्रत्येक कालखंडात उत्पादनाच्या साधनांची मालकी विशिष्ट वर्गाच्या हाती असते. या वर्गाकडे आर्थिक सत्ता व संपत्ती एकवटलेली असते. आर्थिक सत्तेच्या बाळावर हा वर्ग राजकीय सत्तेवर नियंत्रण ठेवतो. सत्ता आणि संपत्ती हाती असलेल्या या वर्गाला मार्क्सने 'आहेरे वर्ग' असे संबोधले आहे. दुसरा वर्ग हा 'श्रमजीवी वर्ग' असतो. या वर्गाकडे सत्ता किंवा संपत्ती नसते. मिळेल त्या मोबदल्यात श्रम करून तो जगत असतो. मार्क्सने या वर्गाला 'नाहीरे वर्ग' असे संबोधले

आहे. या दोन वर्गांचे हितसंबंध एकमेकांच्या विरोधी असतात. त्यामुळे त्यांच्यात संघर्ष चालू राहतो.

साम्यवादी पक्षाचा जाहीरनामा या आपल्या ग्रंथाच्या प्रारंभीच मार्क्स आणि एंजल्स यांनी म्हटले आहे. ''अद्यापपर्यंतच्या मानवी समाजाचा इतिहास हा वर्गसंघर्षाचा इतिहास आहे. कधी उघडपणे, कधी छुप्या रीतीने, 'आहेरे' आणि 'नाहीरे' वर्गात संघर्ष चालू राहिला आहे. या संघर्षात अखेरीस दोन्ही वर्गांचा विनाश होतो किंवा क्रांती होऊन नवा समाज उदयास येतो.''

हा संघर्ष होतो याचे कारण 'आहेरे वर्ग' आपल्याकडील सत्ता आणि संपत्ती यांच्या बळावर 'नाहीरे वर्गाचे' शोषण करत असतो. श्रमजीवी वर्गाच्या शोषणापासून तो संपत्ती मिळवत असतो. 'आहेरे' वर्ग असे शोषण करू शकतो; कारण आपल्या आर्थिक सत्तेच्या बळावर तो राजकीय सत्ता प्राप्त करत असतो. एकतर तोच सत्ताधीशवर्ग असतो किंवा जे सत्ताधीश असतील त्यावर तो नियंत्रण ठेवत असतो.

अशा प्रकारे आर्थिक सत्ता आणि राजकीय सत्ता एकाच वर्गाच्या हातात एकवटलेली असते. राज्याचे कायदे त्याच वर्गाच्या हिताचे रक्षण करणारे असतात. प्रत्येक काळातील नीती-अनीतीच्या कल्पना, धार्मिक आचार-विचार, सामाजिक रूढी-परंपरा, शिक्षण, आहेरे वर्गाच्या हिताचेच रक्षण करत असतात. प्रत्येक काळातील तत्त्वज्ञानही तशाच स्वरूपाचे असते. या सर्व आयुधांचा वापर करून आहेरे वर्ग हा नाहीरे वर्गाचे शोषण करत असतो. यातून संघर्ष निर्माण होतो.

अशा प्रकारे प्राचीन ग्रीक संस्कृतीच्या काळात मालक व गुलाम, रोमन संस्कृतीच्या काळात पॅट्रिशियन आणि प्लेबियन, मध्ययुगात सरंजामदार आणि भूदास असा संघर्ष होता. आधुनिक काळातील भांडवलशाही व्यवस्थेत भांडवलदार आणि मजूर असा संघर्ष आहे.

मार्क्सच्या मते, भांडवलशाहीत वर्गसंघर्ष यापूर्वी कधी नव्हे एवढा तीव्र बनलेला आहे. पूर्वीच्या काळात समाजात अनेक स्तर होते. समाजाची विभागणी केवळ 'आहेरे' आणि 'नाहीरे' वर्गात झालेली नव्हती. जसे मध्ययुगात सरंजामदार, सरदार, जमीनदार, व्यापारी, कारागीर, शेतकरी, शेतमजूर असे वर्ग होते. प्रत्येक वर्गात पुन्हा काही स्तर होते. जसे, जमीनदारवर्गात मोठे जमीनदार व छोटे जमीनदार होते. समाजाचे स्वरूप असे बहुस्तरीय असल्यामुळे वर्गसंघर्ष तीव्र स्वरूपात नव्हता.

भांडवलशाहीत मात्र हा वर्गसंघर्ष तीव्र बनतो. कारण भांडवलशाहीत समाजाची विभागणी शोषक आणि शोषित अशा दोन परस्परविरोधी वर्गात होत जाते. कारखान्यातून मोठ्या प्रमाणात उत्पादन होऊ लागले म्हणजे कारागिरांचे व्यवसाय नष्ट होतात. बेकार बनलेले कारागीर मजुरीच्या शोधात औद्योगिक शहराकडे धाव घेतात. कारागीरवर्गाचे रूपांतर मजूरवर्गामध्ये होते. मोठ्या कारखान्यातून मोठ्या प्रमाणात उत्पादन होऊ लागते.

अशा मोठ्या उद्योगांशी छोटे उद्योग, व्यवसाय स्पर्धा करू शकत नाहीत. मोठे उद्योग त्यांना नष्ट करतात. भांडवलशाहीत अशा प्रकारे मूठभर भांडवलदारांच्या हातात संपत्तीचे केंद्रीकरण होत जाते.

भांडवलदारांमध्येसुद्धा स्पर्धा असते. अधिक संपत्ती मिळविण्यासाठी अधिकाधिक उत्पादन करण्याची स्पर्धा चालू असते. त्यासाठी मोठ्या प्रमाणात उत्पादन करणारे कारखाने काढले जातात. मोठे भांडवलदार उत्पादनाच्या वेगवेगळ्या क्षेत्रात उत्पादन सुरू करतात. वेगवेगळ्या उत्पादनाच्या क्षेत्रात आपले भांडवल गुंतवतात. या स्पर्धेत छोटे भांडवलदार टिकू शकत नाहीत. औद्योगिक क्षेत्रात बड्या उद्योगपतींचीच त्यामुळे मक्तेदारी निर्माण होते.

औद्योगिक क्रांतीपूर्वी विकेंद्रित उत्पादन पद्धती होती. विविध वस्तूंचे उत्पादन करणारा कारागीरवर्ग देशभर पसरलेला असे. यंत्रयुगाने केंद्रित उत्पादन पद्धती निर्माण केली. मोठ्या प्रमाणात उत्पादन करणारे कारखाने निर्माण झाले. या कारखानदारीतून औद्योगिक शहरे उदयास आली. या औद्योगिक शहरांत कामगारवर्ग एकवटला. मार्क्स म्हणतो की, देशभर पसरलेला श्रमजीवीवर्ग औद्योगिक शहरात एकत्र आल्याने त्यांच्यातही 'वर्गीय जाणीव' निर्माण होते, तो संघटित होऊ लागतो. आपल्या हक्कासाठी लढा देऊ लागतो. यातून वर्गसंघर्ष अधिक तीव्र बनतो.

थोडक्यात, भांडवलशाहीमध्ये संपत्तीचे अधिकाधिक केंद्रीकरण मूठभर भांडवलदारांच्या हातात होऊ लागते. मोठा मासा लहान माशाला खातो तसे बडे भांडवलदार लहान-सहान भांडवलदारांना नष्ट करतात. भांडवलदारांच्या स्पर्धेत ते टिकून राहू शकत नाहीत. छोटे उद्योजक, व्यावसायिक, कारागीर यांचे उद्योग-व्यवसाय नष्ट होतात. मध्यमवर्गाचा संकोच होत जातो.

एकीकडे बड्या भांडवलदारांच्या हातात संपत्तीचे केंद्रीकरण होत जाते त्याचबरोबर औद्योगिक शहरात एकवटलेल्या कामगारवर्गाकडे वर्गीय जाणीव निर्माण होते. कारण कारखान्यातून श्रमाचे काम करणाऱ्या या लोकांच्या समस्या समान असतात. भांडवलदारांकडून त्यांचे जे शोषण चालू असते त्यातून त्यांच्यात असंतोष निर्माण होतो. कामगार ऐक्याची भावना प्रबळ बनते आणि ते आपल्या हक्कांसाठी संघर्ष करण्यास प्रवृत्त होतात. यामुळचे मार्क्स म्हणतो की, यापूर्वी कधी नव्हे एवढा वर्गसंघर्ष भांडवलशाहीत तीव्र बनतो. समाजाची विभागणी कधी नव्हे अशी 'आहेरे' आणि 'नाहीरे' अशा दोन आणि परस्परांच्या विरोधी असणाऱ्या वर्गात होते.

10.3 राज्याचे स्वरूप

मार्क्सच्या मते, आदिम अवस्थेत राज्यसंस्था, कायदे यांची गरज लोकांना वाटत नव्हती. राजकीय सत्तेबद्दल त्यांना काही कल्पनाही नव्हती. पण समाजात वर्ग निर्माण झाले, त्यांचा संघर्ष सुरू झाला तेव्हा तो संघर्ष नियंत्रणात ठेवण्यासाठी राज्याची गरज निर्माण झाली. वर्गांमधील संघर्षात समाजाचा विनाश होऊ नये म्हणून त्यात समन्वय साधण्यासाठी

एखाद्या सत्तेची जरुरी होती. यातून राज्याचा उदय झाला. पण काळाच्या ओघात राज्यसंस्थेचा मूळ उद्देश बाजूला पडला आणि 'आहेरे' वर्गाने म्हणजेच शोषकवर्गाने राजकीय सत्तेवर आपले नियंत्रण प्रस्थापित केले. राजकीय सत्तेचा वापर 'आहेरे' वर्गाच्या हितसंबंधासाठी होऊ लागला.

मार्क्सच्या मते, राज्य हे एका वर्गाने दुसऱ्या वर्गाचे शोषण करण्यासाठी वापरायचे साधन बनलेले आहे. ज्या वर्गाच्या हाती संपत्ती असते तो वर्ग आपल्या आर्थिक सत्तेच्या बळावर राजकीय सत्तेवर नियंत्रण ठेवतो. राजकीय सत्ता आणि आर्थिक सत्ता यांचा संयोग या वर्गाच्या हातात होतो. राज्याच्या सत्तेचा वापर श्रमजीवीवर्गाचे शोषण करण्यासाठी केला जातो. कायदे 'आहेरे' वर्गाचे हित जोपासणारे असतात. त्या-त्या काळातील तत्त्वज्ञान सत्ताधीशांच्या हिताला पोषक असेच असते. धार्मिक, नैतिक कल्पना 'आहेरे' वर्गाच्या हितसंबंधांना अनुरूप असतात. म्हणजेच, राजकीय सत्तेच्या साहाय्याने शोषकवर्ग आपली आर्थिक सत्ता अबाधित ठेवण्याचा प्रयत्न करत असतो. त्यासाठी वैधानिक, धार्मिक, शैक्षणिक, सांस्कृतिक, नैतिक अशा सर्व साधनांचा वापर केला जातो. सैन्य, पोलीस, न्यायालये, तुरुंग अशा यंत्रणांचा आधार घेतला जात असतो.

अशा प्रकारे आर्थिक सत्ता असलेला वर्ग श्रमजीवीवर्गाचे शोषण करत असतो, त्यांच्यावर जे जुलूम करता असतो त्याला कायद्याचे संरक्षण आणि मान्यता प्राप्त करण्यासाठी राज्यसंस्थेचा वापर केला जातो.

प्राचीन ग्रीक संस्कृतीच्या काळात राजकीय हक्क केवळ मालकवर्गाला होते. गुलामांना राजकीय हक्क नव्हते. गुलामगिरीला कायदेशीर मान्यता होती. एवढेच नव्हे, तर त्या काळातील तत्त्ववेत्त्यांनी गुलामगिरीचे समर्थन केलेले आहे. मध्ययुगात सरंजामदारांकडे सत्ता होती. शेती कुळांकडून करून घेणे, वेठबिगार म्हणून त्यांचा वापर करणे हे कायदेशीर होते. आधुनिक काळात भांडवलशाहीच्या उदयानंतर मालमत्तेचा हक्क प्रस्थापित झाला. मुक्त अर्थव्यवस्थेचे तत्त्वज्ञान मांडण्यात आले. ही या संदर्भातील काही ठळक उदाहरणे आहेत.

अतिरिक्त मूल्यसिद्धान्त

भांडवलशाहीत कामगारवर्गाचे शोषण कशा प्रकारे होते ते स्पष्ट करण्यासाठी मार्क्सने अतिरिक्त मूल्यसिद्धान्त मांडला. उत्पादनाचे चार घटक असतात : (1) भूमी, (2) भांडवल, (3) मानवी श्रम, (4) व्यवस्थापन. या चार घटकांच्या संयोगातून वस्तूंचे उत्पादन होते. याचा अर्थ, कच्च्या मालाचे रूपांतर पक्क्या मालात होते. उद्योजक कारखान्यात भांडवल गुंतवितो, त्यामागे त्याचा उद्देश जास्तीतजास्त नफा मिळविणे हा असतो. वस्तू उत्पादनासाठी लागणारा कच्चा माल, यंत्रसामग्री, ऊर्जेचा वापर यात तो काटकसर करू शकत नाही. हा खर्च त्याला करावाच लागतो. अशा परिस्थितीत मजुरांना कमीतकमी मजुरी देऊन अधिकाधिक नफा मिळविण्याचा त्याचा प्रयत्न असतो.

मार्क्सच्या मते, वस्तू उत्पादनात सर्वांत महत्त्वाचा घटक 'मानवी श्रम' हा असतो. उत्पादन प्रक्रियेत कच्च्या मालाचे रूपांतर पक्क्या मालात होते. त्यात यंत्रसामग्री, ऊर्जा, व्यवस्थापन अशा घटकांचा वापर होत असला तरी मुख्य वापर मानवी श्रमाचा होतो. वस्तूचे उत्पादन करताना जे श्रम खर्च केले जातात त्यामुळेच त्या वस्तूला मूल्य प्राप्त होत असते. उत्पादन केलेल्या वस्तूंना जे मूल्य प्राप्त होत असते ते त्या वस्तूचे 'उपयुक्तता मूल्य' होय. याचा अर्थ असा की, कच्च्या मालाचे जेव्हा पक्क्या मालात रूपांतर होते तेव्हा त्याला उपयुक्तता प्राप्त होते. व्यक्तीची गरज भागविण्यासाठी तो माल उपयुक्त ठरतो आणि त्याला मूल्य प्राप्त होते. उदाहरणार्थ, नुसत्या कापसाचा माणसाला फार मोठा असा उपयोग नसतो. त्या कापसापासून जेव्हा कापड बनते तेव्हा ते माणसाची वस्त्राची गरज भागविण्यास उपयुक्त ठरते. त्यामुळे कापडाला उपयुक्तता मूल्य प्राप्त होते.

वस्तूचे उत्पादन करताना जे श्रम खर्च केले जातात त्यामुळेच मुख्यतः वस्तूला मूल्य प्राप्त होते. तेव्हा उत्पादित वस्तूंना बाजारात जी किंमत मिळते त्यातील जास्त वाटा हा कारखान्यात श्रम करणाऱ्या मजुरांना मिळाला पाहिजे.

वस्तूंचे उत्पादन करताना जे श्रम केले जातात ती श्रमशक्ती होय. कारखानदार किंवा भांडवलदार ही श्रमशक्ती विकत घेतो. म्हणजेच मजुरांना मजुरी देतो. त्यांच्या श्रमशक्तीचा वापर करून वस्तूंचे उत्पादन करतो. या वस्तूंचे उत्पादन मजुरांच्या श्रमातून झाले असले तरी त्यांची मालकी भांडवलदारांकडे असते. उत्पादित वस्तू बाजारात विकून भांडवलदार नफा कमावतो.

कारखान्याचा मालक मजुरांना कमीतकमी मजुरी देऊन जास्तीतजास्त नफा मिळविण्याचा प्रयत्न करतो. म्हणजेच मजुरांच्या श्रमातून वस्तूंना जी किंमत प्राप्त झालेली असते त्यातला मोठा वाटा स्वतःकडे ठेवून मजुरांना अति अल्प मोबदला देतो. हे जादा मूल्य मालक स्वतःकडे घेतो त्याला मार्क्सने 'अतिरिक्त मूल्य' असे म्हटले आहे. मजुरांना कसेबसे जगता येईल एवढे तुटपुंजे वेतन देऊन त्यांच्या श्रमातून निर्माण झालेली संपत्ती मालक लाटतो आणि मजुरांचे शोषण करतो. भांडवलशाहीचा विकास होतो तसे हे शोषण वाढत जाते. कारखान्याचा मालक किंवा भांडवलदार असे का करू शकतो, याचे स्पष्टीकरण मार्क्सने दिले आहे. एक म्हणजे, मजुरी मागणाऱ्यांची संख्या प्रचंड पण जागा मात्र मर्यादित अशी अवस्था असते. त्यामुळे मालक आपल्या अटीवर मजूर नेमत असतो. दुसरे म्हणजे रोजची आपली श्रमशक्ती मजुराला राखून ठेवता येत नाही. मिळेल त्या मोबदल्यात त्याला आपले श्रम विकावेच लागतात. योग्य मोबदला मिळेल त्यावेळी काम स्वीकारू अशी अट तो घालू शकत नाही.

याचा फायदा मालक घेतो. मार्क्सच्या काळात, मजुरांच्या हिताचे रक्षण करणारे कायदे नव्हते. किमान वेतन, कामाचे तास, समान कामाबद्दल समान वेतन, बालमजुरीला प्रतिबंध असे आज दिसून येणारे नियम नव्हते. स्त्रिया, मुले यांना अत्यल्प वेतनावर नेमले जाई. किती तास काम करून घ्यायचे याला मर्यादा नव्हती. औद्योगिक क्रांतीच्या त्या

पहिल्या काळात कामगारवर्गाची स्थिती अत्यंत हलाखीची होती. भांडवलदारवर्ग मात्र श्रीमंत बनला होता. या तीव्र आर्थिक विषमतेची कारणमीमांसा मार्क्सने अतिरिक्त मूल्यसिद्धान्त मांडून केली.

अतिरिक्त मूल्यसिद्धान्ताचे मूल्यमापन

कार्ल मार्क्सचा अतिरिक्त मूल्यसिद्धान्त हा भांडवलशाहीत कामगारवर्गाचे शोषण कशा प्रकारे होत असते ते दाखविण्यासाठी मांडला. या सिद्धान्ताचे महत्त्व तसेच त्यावर घेतले जाणारे आक्षेप पुढीलप्रमाणे सांगता येतील :

(1) औद्योगिक क्रांतीच्या प्रारंभीच्या काळात मजूरवर्गाच्या हिताचे रक्षण करणारे कायदे नव्हते. भांडवलशाही जवळजवळ अनिर्बंध बनलेली होती. मजुरांच्या कामाचे तास, वेतन, सेवाशाश्वती, कामाच्या ठिकाणची परिस्थिती याबाबत निर्बंध नसल्यामुळे मजुरांना अत्यंत कमी वेतनावर काम करावे लागे. मजुरांसाठी कामाचे तास किती असावेत याबाबतही काही नियम नव्हते. त्यामुळे मजुरांना अनेक तास कमी वेतनावर काम करावे लागे. स्त्रिया, मुले यांना अगदी कमी वेतनावर कामावर नेमले जाई. यातून श्रमजीवीवर्गाचे जे शोषण होत होते त्याकडे लक्ष वेधण्याचे काम अतिरिक्त मूल्यसिद्धान्ताने केले.

(2) जमीन, भांडवल, मानवी श्रम आणि व्यवस्थापन हे उत्पादनाचे चार घटक असतात. कच्च्या मालाचे पक्क्या मालात जे परिवर्तन होते त्यात हे चारही घटक साहाय्यभूत असतात. मार्क्सने त्यातील मानवी श्रम हा घटक महत्त्वाचा मानून आपला सिद्धान्त मांडला; हे खरे असले तरी उत्पादनाच्या प्रक्रियेतील मानवी श्रमाचे योग्य मूल्य ठरविणे महत्त्वाचे ठरते. मानवी श्रम सहजपणे उपलब्ध असल्याने मालकवर्गाचा स्वाभाविक कल मजुरांना कमीतकमी वेतन देऊन त्यांच्याकडून जास्तीतजास्त काम करून घेण्याकडे असतो. त्यातूनच मालकवर्ग नफा कमावत राहतो. मालकवर्गाकडे संपत्तीचा संचय होत जातो आणि मजूरवर्ग मात्र दरिद्री राहतो. यातून समाजात जी आर्थिक विषमता निर्माण होते त्याकडे अतिरिक्त मूल्यसिद्धान्ताने जगाचे लक्ष वेधले. पुढील काळात किमान वेतन, कामाचे तास, बालमजुरीला प्रतिबंध, स्त्री-पुरुष कामगारांना समान वेतन इत्यादींबाबत जे कायदे झाले त्यामध्ये मार्क्सच्या विचारांचे योगदान महत्त्वाचे आहे.

(3) अर्थशास्त्रीय दृष्टिकोनातून अतिरिक्त मूल्यसिद्धान्त हा चूक की बरोबर हा वेगळा प्रश्न आहे. मार्क्सने ज्या काळात आपले विचार मांडले त्या काळातील वस्तुस्थिती ही होती की समाजात आर्थिक विषमता वाढत होती. भांडवलदार हा समाजातील श्रीमंतवर्ग बनलेला होता आणि मजूरवर्ग दारिद्र्यामध्ये खितपत पडलेला होता. या तीव्र आर्थिक विषमतेचे स्पष्टीकरण अतिरिक्त मूल्यसिद्धान्ताने केले.

(4) शोषणमुक्त समाज निर्माण करणे हे मार्क्सचे ध्येय होते. असा समाज निर्माण करायचा तर श्रमजीवीवर्गाला त्याच्या श्रमाचा योग्य मोबदला मिळाला पाहिजे. मूठभर भांडवलदारांच्या हातात संपत्तीचे केंद्रीकरण होता कामा नये. आर्थिक विषमता दूर झाली पाहिजे. हा विचार ठळकपणे मांडण्याचे कार्य अतिरिक्त मूल्यसिद्धान्ताने केले. यामुळेच मार्क्सवादी विचारात अतिरिक्त मूल्यसिद्धान्त हा आधारभूत सिद्धान्त मानला जातो.

अतिरिक्त मूल्यसिद्धान्तावरील आक्षेप

अतिरिक्त मूल्यसिद्धान्तावर काही आक्षेप घेतले जातात :

(1) उत्पादनाचे चार घटक असतात : भूमी, भांडवल, मानवी श्रम आणि व्यवस्थापन. उत्पादित वस्तूला जे मूल्य प्राप्त होते त्यामध्ये या चारही घटकांचा वाटा असतो. मार्क्सने मात्र कामगारांच्या श्रमामुळे वस्तूला मूल्य प्राप्त होते असे मानून इतर तीन घटकांचा फारसा विचार केला नाही. उत्पादनासाठी भांडवल गुंतवणूक होत असते. ऊर्जा वापरली जात असते. यंत्रसामग्रीची झीज होत असते. उत्पादित वस्तूला प्राप्त होणाऱ्या मूल्यांमध्ये अशा गोष्टींचा वाटा असतो. याचबरोबर व्यवस्थापकीय कौशल्याचाही वाटा असतो. केवळ मानवी श्रमामुळे वस्तूला मूल्य प्राप्त होते हा युक्तिवाद त्यामुळे एकांगी वाटतो.

(2) बाजारात वस्तूला मिळणारी किंमत मागणी व पुरवठ्यावर अवलंबून असते. मागणी वाढली आणि त्या प्रमाणात पुरवठा झाला नाही तर वस्तूची किंमत वाढते. पुरवठा वाढला आणि मागणी तेवढीच राहिली किंवा कमी झाली तर वस्तूंची किंमत कमी होते. म्हणजेच वस्तू उत्पादनासाठी जे मानवी श्रम खर्च केले जातात तेवढ्यावरूनच वस्तूचे मूल्य ठरत नाही तर बाजारातील मागणी व पुरवठा यावरही ते अवलंबून असते.

(3) मानवी श्रमामुळे वस्तूला मूल्य प्राप्त होते असे मार्क्स म्हणतो. पण ते सर्वच बाबतीत खरे नाही. मानवी श्रमातून निर्माण न झालेल्या, म्हणजेच निसर्गात उपलब्ध असणाऱ्या काही वस्तूंनाही मूल्य प्राप्त होते. निसर्गात उपलब्ध असणारी फळे-फुले यांना बाजारात किंमत मिळते. ज्या प्रदेशात अशा निसर्गदत्त वस्तू दुर्मीळ असतात तिथे त्यांचे मूल्य अधिकच वाढते. उदाहरणार्थ, ज्या प्रदेशात पर्जन्यमान भरपूर असेल, मुबलक पाणी असेल तिथे साधारणतः पाण्याला काही मूल्य असणार नाही पण हेच पाणी वाळवंटी प्रदेशात मूल्यवान ठरते. जगात असे काही प्रदेश आहेत की जिथे पाणी विकत घ्यावे लागते. म्हणजेच वस्तूच्या दुर्मीळतेवरून तिचे मूल्य ठरत असते.

(4) अर्थशास्त्रात सीमांत उपयोगितेचा सिद्धान्त मांडण्यात आला. हा सिद्धान्त असे मानतो की वस्तूंचे मूल्य तिच्या उत्पादनासाठी खर्च पडलेल्या श्रमातून ठरत नाही तर तिच्या उपयोगितेवरून ठरते. वस्तूची उपयोगिता वाढली तर तिचे मूल्य वाढते. उपयोगिता घटली तर वस्तूंचे मूल्य कमी होते.

10.4 कामगार क्रांती व साम्यवाद

ऐतिहासिक विकासक्रमात एक अवस्था संपुष्टात येऊन दुसरी उदयास येणे क्रमप्राप्त असते. त्याप्रमाणे भांडवलशाहीचा विनाश होऊन नवी अवस्था उदयास येणे क्रमप्राप्त आहे. ही नवी अवस्था म्हणजे साम्यवाद असेल असे भाकीत कार्ल मार्क्सने केले. भांडवलशाहीचा विनाश अटळ आहे हे सांगताना त्याने भांडवलशाहीचे स्वरूप स्पष्ट केले. भांडवलशाहीच्या विकासाबरोबर कामगारवर्गाचे होणारे शोषणही वाढत जाते. ही अन्यायकारक व्यवस्था नष्ट करून साम्यवादी समाजव्यवस्था निर्माण करण्यासाठी त्याने कामगारवर्गाला क्रांतीचा मार्ग सांगितला. क्रांतीच्या मार्गाने कामगारवर्गाने राज्याची सत्ता आपल्या हाती घ्यावी आणि भांडवलशाही नष्ट करून साम्यवादाची प्रस्थापना करावी असे त्याने आवाहन केले.

भांडवलशाही व्यवस्थेचे स्वरूप : मार्क्सच्या मते, औद्योगिक क्रांतीनंतर उदयास आलेली भांडवलशाही व्यवस्था ही स्वातंत्र्याच्या विरोधी आहे; तसेच श्रमजीवीवर्गाचे शोषण करणारी आहे. ती अमानुष आणि कामगारवर्गावर गुलामगिरी लादणारी व्यवस्था आहे.

भांडवलशाही केवळ देशातील कामगारांचे शोषण करून थांबत नाही. कारखान्यातून प्रचंड मोठ्या प्रमाणात उत्पादन सुरू झाले म्हणजे देशांतर्गत बाजारपेठ त्या उत्पादनाला अपुरी पडू लागते. त्यासाठी परदेशातील बाजारपेठा काबीज करण्याचा प्रयत्न भांडवलशाही सुरू करते. परदेशी बाजारपेठा काबीज करण्याचा जो मार्ग युरोपीय भांडवलशाहीने शोधून काढला तो वसाहतवादाचा होय. एकोणिसाव्या शतकाच्या उत्तरार्धात युरोपियन देशांत वसाहतवादी स्पर्धा सुरू झाली ती भांडवलदारांच्या दबावामुळे होय. भांडवलशाही वसाहतीचा दुहेरी फायदा घेते. एक म्हणजे वसाहतीतून कमी किमतीत कच्चा माल आयात करता येतो आणि तेथील बाजारपेठेत आपली मक्तेदारी निर्माण करून पक्का माल चढ्या किमतीत विकता येतो. युरोपातील वसाहतवादी सत्तांनी आफ्रिका, आशिया, लॅटिन अमेरिका या खंडांतील देश एकामागून एक पादाक्रांत केले. त्यामागील प्रमुख प्रेरणा आर्थिकच होती असे मार्क्स म्हणतो.

मात्र भांडवलशाहीत अंगभूत दोष असतात. मार्क्सच्या मते, कोणतीही व्यवस्था कायम स्वरूपाची नसते. इतिहासातील प्रत्येक व्यवस्था कालांतराने नष्ट झाली तशी भांडवलशाहीही नष्ट होणारच आहे. किंबहुना, भांडवलशाही व्यवस्थेतच तिच्या विनाशाची बीजे आहेत. भांडवलशाहीत अनिर्बंध स्पर्धा असते. 'बळी तो कान पिळी' या न्यायाने किंवा 'मोठा मासा लहान माशाला खातो' या न्यायाने बडे भांडवलदार या स्पर्धेत छोट्या भांडवलदारांना नष्ट करतात. मोठा भांडवलदार मोठ्या प्रमाणात वस्तूंचे उत्पादन करून त्या कमी किमतीत विकू

शकतो तसे छोटे भांडवलदार करू शकत नाहीत आणि स्पर्धेमध्ये ते टिकत नाहीत. ते नष्ट होतात आणि भांडवलदारवर्ग आक्रसत जातो.

याचबरोबर स्पर्धेत टिकण्यासाठी भांडवलदारांना उत्पादनवाढ करावी लागते. उत्पादन वाढले म्हणजे वस्तूंच्या किमती घसरतात तेव्हा आपला नफा कायम टिकविण्यासाठी अधिक उत्पादन करणे भांडवलदारांना भाग पडते. अधिक उत्पादनामुळे किमती अधिक असतात. अर्थव्यवस्थेत त्यामुळे मंदी येते. कारखाने बंद पडतात. मजूर बेकार होतात. उत्पादन थंडावते. यामुळे काही काळाने अर्थव्यवस्थेत तेजी येते. भांडवलशाही ही अशी तेजी-मंदीच्या लाटेत हेलकावे खात राहते. तिचा हळूहळू ऱ्हास होणे अपरिहार्य असते.

श्रमिकवर्गाची हुकूमशाही : शोषणमुक्त समाज निर्माण करण्यासाठी आणि श्रमिक-वर्गावरील अन्याय दूर होण्यासाठी भांडवलशाहीचा विनाश घडून येणे आवश्यक आहे. यासाठी मार्क्सने श्रमजीवीवर्गाला क्रांतीचा मार्ग सांगितलेला आहे. ऐतिहासिक विकासक्रमात एक अवस्था संपुष्टात येऊन दुसरी निर्माण होणे क्रमप्राप्तच असते. चिरकाल टिकणारी अशी कोणतीच अवस्था नसते. त्यानुसार भांडवलशाहीची अखेर होऊन तिच्या जागी नवी व्यवस्था उदयास येणे अटळ आहे. ही नवी व्यवस्था म्हणजे समाजवादी व्यवस्था असेल असे मार्क्सने म्हटले आहे.

भांडवलशाही व्यवस्था तेजी-मंदीच्या दुष्टचक्रात अडकलेली असते आणि त्या व्यवस्थेमधील आंतरविरोध एवढे तीव्र असतात की त्यात सुधारणा करणे किंवा ते दोष दूर करणे शक्य नसते. त्यासाठी क्रांतीचा मार्ग अटळ ठरतो. ज्या देशात भांडवलशाही पूर्ण विकसित झालेली आहे तिथे ही क्रांती प्रथम घडून येईल. कारण कोणतीही व्यवस्था पूर्ण विकसित झाल्यानंतर तिचा विनाश होऊन नवी व्यवस्था उदयास येते. त्यामुळे औद्योगिकदृष्ट्या प्रगत देशात सर्वप्रथम क्रांती होईल; मात्र त्या देशापुरती ती मर्यादित राहणार नाही. भांडवलशाहीने व्यापार-उद्योगातून सर्व जगच व्यापलेले असल्याने एका देशातील क्रांती नंतर इतर देशात आणि मग सर्व जगातच ती पसरेल असे भाकीत मार्क्सने केले.

ही क्रांती घडवून आणण्यासाठी कामगारांना संघटित होऊन उठाव करण्याचे आवाहन मार्क्सने केले आहे. ज्या राजकीय सत्तेच्या आधारे भांडवलदारवर्ग श्रमजीवीवर्गाचे शोषण करत असतो. ती सत्ता श्रमिकांनी आपल्या हाती घेतली पाहिजे आणि भांडवलदारांची सत्ता उद्ध्वस्त केली पाहिजे, असे तो म्हणतो.

अर्थात, क्रांती हे अंतिम उद्दिष्ट नाही. शोषणमुकत समाज निर्माण करणे आणि साम्यवादी व्यवस्था साकार करणे हे श्रमिकवर्गाचे अंतिम उद्दिष्ट आहे. दरम्यानचा काळ हा 'स्थित्यंतराचा काळ' मानला पाहिजे. भांडवलशाही व्यवस्थेचे रूपांतर साम्यवादी व्यवस्थेमध्ये करण्याचा हा काळ होय. हे समाजपरिवर्तन घडवून आणण्यासाठी काही काळ 'श्रमिकवर्गाची हुकूमशाही' निर्माण करणे आवश्यक आहे. भांडवलदारवर्गाने प्रतिक्रांतीचा प्रयत्न केल्यास तो मोडून काढण्यासाठी ही हुकूमशाही आवश्यक आहे. या काळात राज्याची

सत्ता श्रमिकवर्गाच्या हाती असेल. तिचा वापर करून उत्पादनाच्या साधनांची खाजगी मालकी नष्ट करून ती सार्वजनिक मालकीची केली पाहिजे. दळणवळण, वितरण या व्यवस्था सार्वजनिक मालकीच्या केल्या पाहिजेत. कायदे, न्यायव्यवस्था, प्रशासन हे साम्यवादी तत्त्वावर आधारलेले बनविले पाहिजेत.

वर्गविरहित व राज्यविरहित समाज : मार्क्सच्या मते, साम्यवादी क्रांतीनंतर जे सामाजिक परिवर्तन घडून येईल ते आमूलाग्र असेल. अद्यापपर्यंतच्या इतिहासात सामाजिक बदल झाले तेव्हा जुने वर्ग नाहीसे होऊन नवे वर्ग उदयास आले. तशा स्वरूपाचा हा बदल असणार नाही तर वर्गविरहित समाज निर्माण होईल. उत्पादनाची साधने, वितरण व्यवस्था खाजगी मालकीची असते. म्हणून 'आहेरे' आणि 'नाहीरे' किंवा शोषक आणि शोषित असे वर्ग निर्माण होत असतात. पण साम्यवादी क्रांतीनंतर उत्पादनाची साधने सर्व समाजाच्या मालकीची होतील. सर्व शेतजमीन सामूहिक मालकीची होईल. उत्पादन हे नफ्याच्या उद्देशाने नव्हे तर समाजाच्या गरजेनुसार केले जाईल. प्रत्येक जण स्वतःच्या कुवतीनुसार श्रम करेल. दुसऱ्याच्या श्रमावर जगणारा कोणी नसेल. कोणी कोणाचा मालक असणार नाही किंवा गुलाम असणार नाही. समाजातील शोषक आणि शोषित हा वर्गभेद राहणार नाही. म्हणजेच वर्गविरहित समाज निर्माण होईल.

अशा त्या साम्यवादी समाजात कोणत्याही स्वरूपाच्या जुलूमशाहीला थारा असणार नाही. प्रत्येकाला आपला भौतिक व बौद्धिक विकास करण्याची पूर्ण संधी प्राप्त होईल, त्यायोगे सर्व समाजाचाच परिपूर्ण विकास घडून येईल.

मार्क्सच्या मते, राज्य हे एका वर्गाने दुसऱ्या वर्गाचे म्हणजेच 'आहेरे' वर्गाने 'नाहीरे' वर्गाचे शोषण करण्याचे साधन असल्याने वर्गविरहित समाज निर्माण झाल्यानंतर राज्याच्या सत्तेची गरज उरणार नाही. ते हळूहळू विलयास जाईल आणि समतेवर आधारलेला, शोषणापासून मुक्त असलेला समाज अस्तित्वात येईल.

मात्र, राज्यविरहित अशा त्या समाजात सुव्यवस्था कशी राखली जाईल, कायदे कोणत्या स्वरूपात असतील, त्यांची अंमलबजावणी करणारी यंत्रणा कोणती असेल अशा प्रश्नांची चर्चा मार्क्सने केलेली नाही. राज्याची गरजच संपून गेल्याने ते विलय पावेल एवढेच तो म्हणतो. त्यामुळे राज्यविरहित समाज ही त्याची संकल्पना बरीचशी अस्पष्ट राहिलेली आहे.

मूल्यमापन

गुण : मार्क्सच्या सिद्धान्ताचा खूप मोठा प्रभाव विसाव्या शतकात पडला. कामगारवर्गाला त्याने क्रांतीची प्रेरणा दिली. अनेक देशांत साम्यवादी शासनव्यवस्थेचा उदय झाला. साम्यवादी विचाराने प्रेरित होऊन कामगार चळवळी उदयास आल्या. शोषितवर्गाला अन्याय व जुलूम याविरुद्ध लढण्याची जी प्रेरणा मार्क्सने दिली तिचे महत्त्व कोणालाही नाकारता येणार नाही. त्याच्या सिद्धान्ताचे गुण पुढीलप्रमाणे सांगता येतील :

(1) मार्क्सने ऐतिहासिक घटनांकडे पाहण्याची नवी दृष्टी जगाला दिली. इतिहासाच्या विकासक्रमात होणारे महत्त्वाचे बदल हे कोणा व्यक्तीच्या कर्तृत्वाने होत नाहीत किंवा दैवी इच्छेने होत नाहीत तर त्यामागे भौतिक कारणे असतात; हा महत्त्वाचा विचार मार्क्सने मांडला.

(2) समाजातील धनवानवर्ग आपल्या आर्थिक बळाचा वापर राजकीय सत्तेवर नियंत्रण ठेवण्यासाठी करतो हे नाकारता येत नाही. इतिहासातच नव्हे तर आजच्या काळातही याची भरपूर उदाहरणे देता येतात.

(3) भांडवलशाहीत श्रमिकवर्गाच्या होणाऱ्या शोषणाचे स्वरूप मार्क्सने उघड केले. त्याच्या या कामगिरीमुळे मुक्त अर्थव्यवस्था व अनिर्बंध स्पर्धा या तत्त्वांचा जो पुरस्कार केला जात होता त्याचा पुनर्विचार सुरू झाला.

(4) एकोणिसाव्या शतकात युरोपीय राष्ट्रांमध्ये जी साम्राज्य स्पर्धा सुरू झाली त्यामागे भांडवलशाहीचा उदय हे खरे कारण होते ही आता सर्वमान्य झालेली गोष्ट आहे. आर्थिक सत्तेचा राज्याच्या धोरणावर कसा प्रभाव पडतो याचे हे ठळक उदाहरण आहे.

(5) वेगवेगळ्या कालखंडातील कायदे, तत्त्वज्ञान, नीतिमत्तेच्या कल्पना पाहिल्यास सत्ताधीशवर्गाच्या हितसंबंधाचे रक्षण करण्याचा त्यामागील उद्देश स्पष्ट दिसतो. प्राचीन काळात गुलामगिरीचे केले गेलेले समर्थन, मध्ययुगात सरंजामदारांना मिळालेले विशेषाधिकार किंवा आधुनिक काळात भांडवलशाही देशात मुक्त अर्थव्यवस्थेचे करण्यात आलेले समर्थन ही याची उदाहरणे म्हणून देता येतील.

(6) व्यक्तीला खऱ्या अर्थाने स्वातंत्र्य मिळवून द्यायचे असेल तर आर्थिक समता निर्माण झाली पाहिजे आणि समाज हा शोषणमुक्त असला पाहिजे हा मार्क्सचा आग्रह योग्यच म्हटला पाहिजे.

दोष : मार्क्सच्या तत्त्वज्ञानाला मोठ्या प्रमाणात समर्थक मिळाले तसेच मोठ्या प्रमाणात विरोधकही निर्माण झाले. या तत्त्वज्ञानातील ठळक दोष पुढीलप्रमाणे सांगितले जातात :

(1) मार्क्सने इतिहासाचे आणि राज्यसंस्थेच्या वाटचालीचे केलेले विवेचन एकांगी स्वरूपाचे आहे. ऐतिहासिक विकासात आर्थिक घटक महत्त्वाचा असतो, पण तो एकमेव नसतो. आर्थिक घटकाला मार्क्सने अवास्तव महत्त्व दिल्याने त्याचे विवेचन एकांगी झालेले आहे अशी टीका केली जाते.

(2) राज्यासंबंधीचा त्याचा दृष्टिकोनही एकांगी स्वरूपाचा आहे. राज्य म्हणजे केवळ एका वर्गाने दुसऱ्या वर्गाचे शोषण करण्यासाठी वापरलेले साधन आहे असे म्हणणे पूर्णपणे चुकीचे आहे. राज्यसंस्थेने मानवी समाजाच्या विकासात कळीची भूमिका बजावलेली आहे. समाजाला स्थैर्य, शांतता आणि सुव्यवस्था देण्याचे

कार्य राज्यसंस्थेने केलेले आहे. मानवी समाजाचा अद्यापपर्यंत जो विकास झालेला आहे तो राज्यसंस्थेच्या अस्तित्वामुळेच झालेला आहे. राज्यसंस्था हे केवळ शोषणाचे साधन आहे अशी कल्पना करून मार्क्सने तिच्या इतर महत्त्वाच्या कार्यांकडे दुर्लक्ष केले आहे.

(3) मानवी संस्कृतीच्या प्रारंभापासून आजतागायत राज्यसंस्था अस्तित्वात आहे आणि यापुढेही अस्तित्वात राहणार आहे. कारण समाजजीवनाला ती आवश्यक आणि अटळ अशी संस्था आहे. तेव्हा साम्यवादी क्रांतीनंतर राज्य विलयास जाईल हे मार्क्सचे भाकीत चुकीचे ठरले यात आश्चर्य नाही.

(4) भांडवलशाहीबद्दलचेही मार्क्सचे भाकीत चुकीचे ठरलेले आहे. भांडवलशाहीतच तिच्या विनाशाची बीजे आहेत. त्यामुळे भांडवलशाही नष्ट होणार आणि तिची जागा साम्यवाद घेणार हे त्याचे भाकीत चुकीचे ठरले. कारण भांडवलशाहीतील स्पर्धेमुळे भांडवलदारांची संख्या कमी होत जाईल आणि तेजी-मंदीच्या लाटांमुळे ती विनाशाकडे जाईल अशी मार्क्सची कल्पना होती ती चुकीची ठरली. उलट, राज्याच्या विकासाबरोबर अधिकाधिक उद्योजक निर्माण होतात. तसेच छोटे उद्योग व व्यवसाय टिकून राहतात हे दिसून आलेले आहे.

(5) भांडवलशाहीत समाजाची विभागणी 'आहेरे' आणि 'नाहीरे' अशा दोन वर्गात होते ही कल्पनाही चुकीची ठरली आहे. भांडवलशाही समाजात मध्यमवर्ग, लहान-मोठे व्यावसायिक, वेगवेगळ्या क्षेत्रातील पगारदार, अधिकारी वर्ग असे अनेक वर्ग असतात. त्यांचे हितसंबंध वेगवेगळे असतात हे दिसून आलेले आहे.

(6) वर्गविरहित समाज निर्माण करणे हे मार्क्सचे स्वप्न असले तरी असा समाज निर्माण होणे शक्य नाही असे टीकाकारांचे मत आहे. कोणत्याही समाजात श्रमविभागणी असतेच आणि त्यानुसार वर्ग निर्माण होतात. शिवाय वर्ग म्हटल्यानंतर शोषक आणि शोषित अशाच स्वरूपात ते असतात असे समजणे चुकीचे ठरते. समाजातील विविध वर्गात सहकार्यही शक्य असते. वेगवेगळ्या वर्गांचे हितसंबंध सुरक्षित राखून परस्पर सहकार्यावर आधारलेला नागरी समाज निर्माण करणे शक्य असते. किंबहुना सामाजिक प्रगतीचे ते लक्षण असते.

(7) साम्यवादी क्रांतीनंतर वर्गविरहित समाज निर्माण होईल आणि मग राज्यसंस्थेची गरज उरणार नाही. ती विलयास जाईल हे मार्क्सचे भाकीत प्रत्यक्षात येऊ शकले नाही. ज्या देशात साम्यवादी क्रांती घडून आली तेथे राज्याचा विलय होण्याऐवजी राज्याची सत्ता अधिक प्रबळ बनल्याचे दिसून आले. राज्याचा लोप होणे ही गोष्ट व्यवहारात शक्य वाटत नाही, ते केवळ स्वप्नरंजन ठरते.

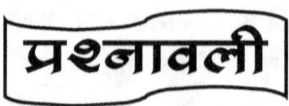

प्रश्नावली

1. कार्ल मार्क्सची 'ऐतिहासिक भौतिकवाद' ही संकल्पना स्पष्ट करा.

2. कार्ल मार्क्सच्या ऐतिहासिक भौतिकवादाचे टीकात्मक परीक्षण करा.

3. कार्ल मार्क्सची वर्गसंघर्षाची संकल्पना स्पष्ट करा.

4. कार्ल मार्क्सचा अतिरिक्त मूल्यसिद्धान्त सांगून त्याचे मूल्यमापन करा.

5. कामगार क्रांती व साम्यवाद स्पष्ट करा.

⊙ **टीपा लिहा :**

     1. भौतिकवादी विरोध विकासवाद

     2. मार्क्सच्या श्रमिकवर्गाच्या हुकूमशाहीची संकल्पना

     3. मार्क्सची वर्गविरहित – राज्यविरहित समाजाची संकल्पना.

■■■■

11

निकोले लेनिन

"While the state exists, there can be no freedom. Where there is freedom there will be no state."

इ.स. 1870 – इ.स. 1924

प्रास्ताविक

ब्लादिमीर इलिच - उलॅनॉव्ह हे मूळ नाव. लेनिन हे टोपणनाव.

रशियातील साम्यवादी क्रांतीचा नेता. क्रांतीनंतर रशियातील साम्यवादी शासनाचा अध्यक्ष. साम्यवादाची रशियात पायाभरणी करण्याचे कार्य.

कार्ल मार्क्सनंतर मार्क्सवादात महत्त्वाची भर घालणारा विचारवंत.

'रशियातील भांडवलशाहीचा विकास', 'भौतिकवाद आणि अनुभवजन्यवाद', 'साम्राज्यवाद, भांडवलशाहीची सर्वोच्च अवस्था', 'राज्य व क्रांती' या ग्रंथांचे लेखन.

1917 साली रशियात साम्यवादी क्रांती झाली. निकोलाय लेनिन यांच्या नेतृत्वाखाली जगातले पहिले साम्यवादी शासन रशियात स्थापन झाले. जी क्रांती घडवून आणण्यासाठी लेनिन आणि त्यांच्या सहकाऱ्यांनी प्रदीर्घ काळ प्रयत्न केले ती क्रांती अखेर यशस्वी झाली. त्यानंतर सन 1924 पर्यंत म्हणजे मृत्यूपर्यंत लेनिन रशियाच्या अध्यक्षपदी होता. नव्या साम्यवादी व्यवस्थेचा पाया घालण्याचे कार्य त्याने या काळात केले.

तरुण वयातच लेनिन कार्ल मार्क्सच्या विचारांनी प्रभावित झाला होता. क्रांतिपूर्व काळात त्याने आणि त्याच्या सहकाऱ्यांनी बोल्शेव्हिक पक्षाच्या माध्यमातून कामगार, शेतकरी यांना संघटित करण्याचे कार्य केले होते. क्रांतीनंतर रशियात साम्यवादी व्यवस्था साकार करण्याचे आव्हान लेनिनसमोर होते, पण ते सोपे नव्हते.

एक म्हणजे, साम्यवादी क्रांती ही औद्योगिकदृष्ट्या आघाडीच्या राज्यात, जिथे कामगारवर्ग हा संघटित आणि जागृत बनलेला आहे तिथे होईल; कारण क्रांतीसाठी अनुकूल अशी परिस्थिती तिथे असेल असे मार्क्सचे भाकीत होते. प्रत्यक्षात क्रांती रशियासारख्या तुलनेने औद्योगिकदृष्ट्या मागासलेल्या आणि शेतीप्रधान देशात झाली.

दुसरे म्हणजे, रशियात क्रांती झाली तेव्हा रशिया पहिल्या महायुद्धात गुंतलेला होता. क्रांती यशस्वी करून साम्यवादी शासन स्थिर करण्यासाठी युद्धजन्य परिस्थितीतून रशियाला बाहेर काढणे जरुरीचे होते. जर्मनीशी तह करून लेनिनने ते साध्य केले, पण याच वेळी क्रांतीविरोधी लोकांनी भांडवलशाही देशाच्या साहाय्याने उठाव केला. त्यांच्याशी लढा देणे साम्यवादी शासनाला भाग पडले.

तिसरे म्हणजे, युरोपियन साम्यवादी देशांच्या वर्चस्वाखाली आफ्रिका व आशिया खंडातील देश अडकलेले होते. पहिल्या महायुद्धानंतर या देशातील राष्ट्रीय चळवळ अधिक तीव्र बनू लागली होती.

मार्क्सवादी दृष्टिकोनातून या घटनांचे विश्लेषण लेनिनने केले आणि बदलत्या परिस्थितीनुसार मार्क्सवादी तत्त्वांचा अन्वयार्थ लावला; हीच त्याने मार्क्सवादात घातलेली

भर होय. रशियातील साम्यवादी चळवळीचे नेतृत्व करत असतानाच साम्यवादी क्रांती, त्यातील शेतकरीवर्गाची भूमिका, साम्राज्यवाद, लोकशाही आणि साम्यवादी व्यवस्था, पक्ष संघटना, आंतरराष्ट्रीय संबंध यासंबंधी वेळोवेळी विचार मांडले. मार्क्सच्या विचारात जिथे संदिग्धता होती किंवा मार्क्सने ज्याबाबत पुरेसे भाष्य केलेले नव्हते त्या विचारांना सुस्पष्टता देण्याचे कार्य केले.

11.1 लेनिनची साम्यवादी क्रांतीची कल्पना

क्रांतीसंबंधी मार्क्सवादी विचारांना लेनिनने एक नवे परिमाण दिले. औद्योगिकदृष्ट्या प्रगत देशात, जिथे भांडवलशाहीतील आंतरविरोधामुळे ती खिळखिळी झालेली आहे आणि वर्गसंघर्ष तीव्र बनलेला आहे, तिथे क्रांतीची शक्यता सर्वांत जास्त आहे असे मार्क्सचे भाकीत होते. मात्र लेनिनने अशी कल्पना मांडली की, अनुकूल परिस्थिती असेल तर साम्यवादी क्रांती इतर देशातही होऊ शकते. औद्योगिकदृष्ट्या प्रगत देशातील भांडवलशाहीने जगभर आपली साम्राज्यशाही निर्माण केलेली असून नवनव्या भूप्रदेशांवर तसेच जागतिक बाजारपेठेवर आपले वर्चस्व निर्माण करण्यासाठी भांडवलशाही देशात तीव्र स्पर्धा सुरू झालेली आहे. पहिले महायुद्ध त्यातूनच निर्माण झाले.

जगभर पसरलेल्या या साम्राज्यशाहीचा सर्वांत कच्चा दुवा असेल तिथे हल्ला केला पाहिजे. हा कच्चा दुवा प्रगत देशातच असेल असे नाही. औद्योगिकदृष्ट्या अप्रगत आणि शेतीप्रधान देशातही क्रांतीला अनुकूल परिस्थिती निर्माण होऊ शकते. तशी ती झाल्यास अशा देशात क्रांती घडवून आणली पाहिजे. रशियात अशी अनुकूल स्थिती असल्याचे मत लेनिनने मांडले.

त्याच्या मते, साम्यवादी क्रांती यशस्वी होण्यासाठी –

(1) मार्क्सवादी विचारांचे ज्ञान असलेला आणि त्याने प्रेरित झालेला, आपली उद्दिष्टे कोणती आहेत याबद्दल सुस्पष्ट दृष्टिकोन असलेला क्रांतिकारकांचा संघटित शिस्तबद्ध असा वर्ग आवश्यक असतो.

(2) क्रांतीच्या विचारांनी प्रेरित झालेल्या या वर्गाला मार्गदर्शन करण्यासाठी सैन्यासारखी शिस्तबद्ध आणि क्रांतीकार्यात आघाडीवर असणारी पक्ष संघटना आवश्यक असते.

(3) या पक्ष संघटनेला, उद्दिष्टांची पूर्ण जाणीव असणारा, प्रबळ इच्छाशक्ती असणारा, दूरदृष्टीचा आणि प्रभावी असा नेता असावा लागतो.

(4) सत्ताधीश, धनिक यांच्याबद्दल जनतेत तीव्र असंतोष निर्माण झालेला असला पाहिजे आणि सत्ताधारीवर्ग आपापसातील दुहीमुळे खिळखिळा झालेला असला पाहिजे.

रशियातील स्थिती अशीच झालेली होती. क्रांतिपूर्व काळातील तेथील झारशाही अकार्यक्षम होती. उमराव, जमीनदार हा वर्ग ऐषारामात राहत होता; पण सामान्य जनांची स्थिती हलाखीची होती. शेतकरी दैन्यावस्थेत होता. तशात महायुद्धाने परिस्थिती अधिकच बिकट केली होती. युद्ध लढण्याची लोकांची इच्छा नव्हती. सैन्यात दुफळी पडून अनेक सैनिक क्रांतिकारकांना सामील होत होते.

दुसरीकडे लेनिनच्या नेतृत्वाखाली बोल्शेव्हिक पक्ष सुसंघटित आणि क्रांतीच्या विचारांनी प्रेरित झालेला होता. शेतकरी आणि कामगारवर्गाच्या पाठिंब्यामुळे त्याची ताकद वाढलेली होती. ही परिस्थिती क्रांतीला अत्यंत अनुकूल आहे, असा विचार लेनिनने मांडला आणि तो खरा करून दाखविला.

शेतकरीवर्गाची भूमिका

औद्योगिक कामगार हा क्रांतीचा अग्रदूत आहे, अशी कल्पना मार्क्सने मांडली; पण रशियासारख्या औद्योगिकदृष्ट्या अप्रगत आणि शेतीप्रधान देशात क्रांती घडवून आणायची तर शेतकऱ्यांना क्रांतीला परावृत्त करणे जरूरीचे होते. शेतकरी आणि कामगारवर्गाची एकजूटच क्रांती यशस्वी करेल ही अटकळ मनाशी बाळगून त्याने क्रांतिकार्यात शेतकरी–वर्गाला सामील करून घेतले. त्याने असा विचार मांडला की, कामगारवर्गाप्रमाणेच शेतकरी हा सुद्धा शोषितवर्ग असतो. जमीनदार, सावकार, दलाल हे त्याचे शोषण करत असतात. त्याची स्थिती हलाखीची झालेली असते. त्यामुळे कामगारवर्गाप्रमाणे शेतकरीसुद्धा क्रांती करण्यास उत्सुक असतात.

सशस्त्र क्रांती

साम्यवादाच्या प्रस्थापनेसाठी भांडवलशाही राज्यव्यवस्था समूळ नष्ट करणे ही पहिली आवश्यक गोष्ट होय. ती साध्य करण्यासाठी सशस्त्र क्रांतीचा मार्ग चोखळणे अपरिहार्य ठरते. बळाचा वापर करून सत्ता प्राप्त करणे हा एक विशेष प्रकारचा राजकीय मार्ग आहे आणि भांडवलशाहीच्या विनाशासाठी तो वापरावा लागतो. कारण भांडवलशाही सुखासुखी सत्तात्याग करणे शक्यच नसते. आपल्या सर्वशक्तिनिशी ती स्वतःची सत्ता टिकविण्याचा प्रयत्न करणारच. अशा परिस्थितीत बळाचा मार्ग वापरावा लागतो. तो वापरताना कोणते नियम पाळले पाहिजेत याची चर्चा लेनिनने केलेली आहे. तो म्हणतो,

क्रांतिकार्याला एकदा सुरुवात केल्यानंतर ते अखेरपर्यंत तडीस नेले पाहिजे. आणीबाणीप्रसंगी सर्वशक्तिनिशी शत्रूच्या मर्मस्थानावर प्रहार केला पाहिजे. शत्रूकडे साधनसामग्री आणि संघटना असल्यामुळे आणीबाणीच्या लढाईत शिथिलता आल्यास तो क्रांतिकारक चळवळ मुळापासून निपटून काढील. म्हणून क्रांतिकार्य सुरू

झाल्यानंतर दृढतापूर्वक, सर्व सामर्थ्याने शत्रूवर हल्ला सुरूच ठेवला पाहिजे. अशा वेळी बचावात्मक पवित्रा घेणे म्हणजे क्रांतीचा विनाशच ओढवून घेणे होय.

शत्रूच्या शक्ती विस्कळीत झालेल्या असताना आणि शत्रू बेसावध असताना प्रहार केला पाहिजे. या लढाईत अगदी लहान वाटणारे विजयसुद्धा मिळविले पाहिजेत आणि आपले नीतिधैर्य टिकवून ठेवले पाहिजे.

पक्ष संघटना

क्रांतिकार्य यशस्वी करण्यासाठी निष्ठावान कार्यकर्त्यांची पक्ष संघटना आवश्यक आहे याची जाणीव लेनिनला होती. कामगारवर्गाला संघटित करण्याची कल्पना मार्क्सने मांडलेली होती; पण त्याची रचना, कार्यपद्धती इत्यादींची तपशीलवार चर्चा त्याने केली नव्हती. ते काम लेनिनने केले.

कामगारांना संघटित करण्यासाठी, त्यांची शक्ती योग्य प्रकारे वापरण्यासाठी आणि कामगार आंदोलन केवळ आर्थिक लाभापुरते मर्यादित न ठेवता त्यात क्रांतीचा विचार सतत प्रज्वलित ठेवण्यासाठी शिस्तबद्ध, समर्पित व निष्ठावान अशा कार्यकर्त्यांची पक्ष संघटना आवश्यक आहे असे लेनिनने प्रतिपादन केले. अशा संघटनेच्या आणि योग्य नेतृत्वाअभावी कामगार अखेर भांडवलशाही विचारसरणीला बळी पडतील, अशी त्याला भीती वाटत होती. साम्यवादी तत्त्वज्ञानावर अविचल निष्ठा असणाऱ्या, क्रांतिकारी आंदोलनात निष्णात असणाऱ्या आणि साम्यवादी उद्दिष्टांशी वचनबद्ध असणाऱ्या अशा कार्यकर्त्यांची पक्ष संघटनाच साम्यवादी क्रांती यशस्वी करेल अशी लेनिनला खात्री वाटत होती.

लोकशाही केंद्रीकरण

कामगारांची सत्ता स्थापन करून समाजात आमूलाग्र परिवर्तन घडवून आणायचे असेल तर पक्षातील ऐक्य, कार्यपद्धती, युद्धनीती आणि नेतृत्व हे टिकून राहिले पाहिजे; यासाठी पक्षाच्या कार्यपद्धतीचा एक अभिनव मार्ग लेनिनने सुचविला. 'लोकशाही केंद्रीकरण' या नावाने तो ओळखला जातो. रशियातील साम्यवादी पक्षाचे कार्य याच तत्त्वानुसार चालत असे. यात लोकशाहीचे तत्त्व आणि केंद्रीकरणाचे तत्त्व अशा परस्परविरोधी वाटणाऱ्या तत्त्वांची सांगड घालण्याचा प्रयत्न होता.

लोकशाही केंद्रीकरणाची वैशिष्ट्ये पुढीलप्रमाणे आहेत :

(1) पक्षाच्या सर्वोच्च पदापासून तळाच्या घटकापर्यंत सर्व पदे निर्वाचित असतील.

(2) पक्षाच्या सर्व स्तरावरील घटक आपल्या कार्याचा अहवाल नियमितपणे पक्ष संघटनेकडे सादर करतील. पक्षाच्या वरिष्ठ घटकाचा आदेश कनिष्ठ घटकावर बंधनकारक राहील.

(3) प्रत्येक स्तरावरील घटक बहुमताने निर्णय घेईल. त्याचबरोबर पक्षशिस्त काटेकोरपणे पाळण्यात येईल.

(4) पक्षातील प्रत्येक वरिष्ठ घटकाचा निर्णय कनिष्ठ घटकावर बंधनकारक राहील.

या चार नियमांपैकी पक्षाची सर्व पदे ही निर्वाचित असतील आणि प्रत्येक स्तरावर चर्चेतून बहुमताने निर्णय घेतले जातील हे दोन नियम लोकशाही तत्त्वाशी सुसंगत आहेत. त्याचबरोबर पक्षातील प्रत्येक वरिष्ठ घटकाचे कनिष्ठ घटकावर नियंत्रण असेल, वरिष्ठ घटकाचा आदेश कनिष्ठ घटकावर बंधनकारक राहील, तसेच पक्षशिस्तीचे काटेकोरपणे पालन करावे लागेल. यातून केंद्रीकरणाचे तत्त्व दिसून येते.

लोकशाही आणि केंद्रीकरण अशा तत्त्वांची सांगड घालताना लेनिनच्या समोर असा उद्देश होता की, पक्षांतर्गत विचारविनिमयास मुक्त वाव असावा, टीका-प्रतिटीका व्हावी; पण पक्षशिस्तीला बाधा येऊ नये. टीका करतानासुद्धा कार्यकर्त्यांनी पक्षनिष्ठ असले पाहिजे आणि टीका विधायक स्वरूपाची असावी. पक्षाच्या प्रत्येक स्तरावर मुक्तपणे विचारविनिमय व्हावा, पण बहुमताने एकदा निर्णय घेतल्यानंतर सर्वांनी त्याच्याशी बांधील असावे. शिस्त, विचारसरणीबाबत एकवाक्यता आणि पक्ष निर्णयांशी बांधीलकी हे पक्षाचे ऐक्य टिकविण्याचे आधार आहेत असे त्याने म्हटले आहे.

पक्षाने कशा प्रकारे कार्य केले पाहिजे ते सांगताना लेनिनने म्हटले आहे की, पक्ष कार्यकर्त्यांनी जनतेच्या सतत संपर्कात राहिले पाहिजे. पक्षाची ध्येये आणि उद्दिष्टे जनतेला पटवून दिली पाहिजेत. याचबरोबर मजुरांच्या संघटना, महिला – युवक यांच्या संघटना, उद्योगधंदे, कारखाने अशा ठिकाणी कार्य करत राहिले पाहिजे. त्या अनुभवातून पक्षाने शिकत गेले पाहिजे. जनतेला शिकविणे आणि जनतेकडून शिकणे अशा दोन्ही मार्गांनी पक्षकार्य चालले पाहिजे.

11.2   लेनिनचे नेतृत्व

भांडवलशाहीविरोधी लढ्यात पक्ष नेतृत्वाची भूमिका लेनिन महत्त्वाची मानतो. नेत्याला समाजवादी विचारांचे आकलन योग्य प्रकारे झालेले असलेच पाहिजे. पक्षाची तत्त्वे आणि उद्दिष्टे त्याला स्पष्टपणे माहीत असली पाहिजेत. पण त्याचबरोबर त्याच्याजवळ व्यवहार कौशल्य आणि चळवळ चालविण्याची हातोटी असली पाहिजे. परिस्थितीचा अंदाज घेऊन, योग्य साधनांचा वापर करून, उद्दिष्टांच्या दिशेने लोकांना घेऊन जाण्यात नेतृत्वाची खरी कसोटी असते असे तो मानतो.

लेनिनच्या मते, नेत्याची कार्ये सात प्रकारची असतात :

(1) जनतेच्या आर्थिक गरजा आणि राजकीय हितसंबंध यांचा पाठपुरावा करून भांडवलशाहीविरुद्ध लढा चालविणे.

(2) या प्रयत्नात ज्यांची साथ मिळेल त्यांचे अगदी मूलभूत मुद्द्यांबाबत मतभेद असले तरी सहकार्य घेणे.

(3) परिस्थितीचा विचार करून त्याला योग्य असे लढ्याचे स्वरूप ठरविणे.

(4) गरजेनुसार लढ्याच्या स्वरूपात त्वरित, काही वेळा अनपेक्षित बदल करणे.

(5) लढ्याचा वेग मंदावलेला असेल अशा काळात भावी काळातील उद्दिष्टे लक्षात घेऊन त्यांना आधारभूत ठरतील अशा गोष्टींवर लक्ष केंद्रित करणे.

(6) योग्य वेळी योग्य ठिकाणी सर्व सामर्थ्यानिशी आघात करणे, गरज पडल्यास डावपेच म्हणून माघार घेणे.

(7) मागण्यांचे अग्रक्रम ठरवून त्यातील एखाद्या मागणीवर लढा केंद्रित करणे. लेनिन म्हणतो, नेत्याने दोन महत्त्वाच्या गोष्टी नेहमी लक्षात ठेवल्या पाहिजेत. एक म्हणजे, आपल्या सहकाऱ्यांच्या श्रमावर जगण्याचा कोणालाही हक्क नाही. दुसरे म्हणजे, प्रत्येक कामगाराला त्याच्या श्रमाचे फळ मिळणे हा त्याचा हक्क आहे.

नेत्याने अंतिम उद्दिष्ट गाठण्याच्या प्रयत्नात तत्त्व आणि व्यवहार याची सांगड घातली पाहिजे. ते साध्य करताना शक्य तेवढ्या प्रमाणात हिंसा टाळावी, पण अटळ असेल तेव्हा हिंसेचाही अवलंब करण्यास हरकत नाही. कारण या लढ्यात भावनेला व हळवेपणाला स्थान नाही. लढणे हाच या ठिकाणी नियम आहे. अर्थात, या लढाईतसुद्धा तडजोड किंवा लवचीकपणा काही वेळा आवश्यक ठरतो.

11.3 लोकशाही व साम्यवाद

भांडवलशाही देशातील देशात दिसून येणारी लोकशाही ही खरी लोकशाही नव्हे तर ती भांडवलदारांची हुकूमशाहीच होय, हा दृष्टिकोन मार्क्सने मांडला होताच. कामगारांच्या क्रांतीमुळे भांडवलशाही नष्ट होईल आणि वर्गविरहित समाज अस्तित्वात येईल व राज्य जे आहेरे वर्गाकडून नाहीरे वर्गाचे शोषण करण्याचे साधन बनलेले आहे ते विरून जाईल ही मार्क्सची संकल्पना होती. पण त्यानंतरची व्यवस्था कशी असेल याबद्दल मार्क्सने स्पष्ट मत नोंदवलेले नव्हते. लेनिनने हे ओळखले की, क्रांतीमुळे आधीची

राज्यव्यवस्था पूर्णपणे कोलमडून पडल्यास अजराजकच निर्माण होईल. म्हणून त्याने मार्क्सच्या कामगारवर्गाची हुकूमशाही या कल्पनेचा व्यवहार्य असा अन्वयार्थ लावला.

क्रांती झाल्यानंतर भांडवलदारवर्गाचा विरोध मोडून काढण्यासाठी तसेच भांडवलशाहीची पाळेमुळे खणून काढण्यासाठी प्रबळ अशी शासनयंत्रणा निर्माण करणे अपरिहार्य आहे. कारण कोणत्याही समाजात कायदा व सुव्यवस्था राखण्यासाठी शासन यंत्रणा ही आवश्यक असतेच. समाजात समाजविघातक प्रवृत्ती असतात. त्यांचा बंदोबस्त करण्याची आणि लोकांना सुरक्षितता देण्याची जरुरी असते. पण याचबरोबर ज्या भांडवलदारवर्गाला सत्तेवरून दूर करण्यात येईल तो वर्ग सत्ता मिळविण्याचा परत प्रयत्न करणार. तो प्रयत्न मोडून काढण्यासाठीही प्रबळ शासन यंत्रणा आवश्यक ठरेल हे लेनिनने ओळखले होते.

क्रांतिकार्य हे सत्ता प्राप्त केल्यावर संपत नाही, ते पुढेही चालू राहते. कामगारांची सत्ता टिकविण्यासाठी लोकांचा विश्वास प्राप्त करावा लागेल. त्या आधारे आर्थिक व सामाजिक परिवर्तन घडवून आणावे लागेल. शोषणमुक्त समाज निर्माण करणे हे या क्रांतीचे ध्येय असेल. या ध्येयाला समाजमान्यता मिळविणे आवश्यक ठरेल याची जाणीव लेनिनला होती.

कामगारवर्गाची सत्ता कोणत्या स्वरूपाची असेल ? ती लोकशाही असेल काय ? या प्रश्नाला लेनिनचे उत्तर असे होते की, तो लोकशाहीचा एक नवा प्रयोग असेल; आणि भांडवलशाहीतील लोकशाहीपेक्षा ती लोकशाहीच्या तत्त्वांशी अधिक जवळची लोकशाही असेल. भांडवलशाहीत मूठभर भांडवलदारांचे सत्तेवर जे वर्चस्व असते ते दूर होऊन बहुसंख्याक अशा श्रमजीवीच्या हाती सत्ता येईल. जे अल्पसंख्य भांडवलदार किंवा शोषकवर्ग असेल त्यांच्यावर हुकूमशाही गाजवावी लागेल. पण त्यांच्याकडून होणारे शोषण थांबल्यावर खरी लोकशाही विकसित होईल.

क्रांतीनंतर निर्माण होणारी लोकशाही ही व्यापक स्वरूपाची असेल. मानवी इतिहासात प्रथमच श्रमजीवी लोकांची लोकशाही अस्तित्वात येईल आणि ती जनसामान्यासाठी असेल. ही लोकशाही टिकविण्यासाठी शोषकवर्गाचा विरोध मोडून काढावा लागेल. त्यासाठी प्रसंगी बळाचा वापर करावा लागेल. पण तो अनिवार्य असतो.

थोडक्यात, भांडवलशाहीत जी लोकशाही दिसते ती खरी लोकशाही नसते. कारण सत्ता ही मूठभर भांडवलदारांची मक्तेदारी बनलेली असते आणि बहुसंख्याकांचे शोषण चालू असते. याउलट, कामगार क्रांतीनंतर जी सत्ता अस्तित्वात येते तिला 'कामगारवर्गाची हुकूमशाही' असे नाव असले तरी तिच्यातच खऱ्या लोकशाहीची बीजे असतात. कारण ती जनसामान्यांना शोषणापासून मुक्त करणारी व्यवस्था असते असे लेनिनचे प्रतिपादन आहे.

मूल्यमापन

लेनिनच्या नेतृत्वाखाली रशियात साम्यवादी चळवळ उभी राहिली आणि जगातले पहिले साम्यवादी शासन उदयास आले. तो निष्ठावान साम्यवादी होता. पण तत्त्व आणि व्यवहार यांची योग्य सांगड त्याच्या विचारातून दिसून येते. त्यामुळेच क्रांतीनंतर साम्यवादी व्यवस्थेची यशस्वीपणे पायाभरणी करण्याचे कार्य तो करू शकला. रशियासारख्या शेतीप्रधान देशात क्रांती घडवून आणायची असेल तर औद्योगिक कामगार या एकाच वर्गावर अवलंबून राहून चालणार नाही तर शेतकरी हा सुद्धा शोषित घटक आहे हे समजून त्यालाही क्रांतिकार्यात सामील करून घेतले पाहिजे हे ओळखून त्याने शेतकरी – कामगारांची एकजूट घडवून आणली.

क्रांतीनंतरची व्यवस्था कशी राहील याबद्दल मार्क्सवादात संदिग्धता होती. लेनिनने ती दूर केली. मार्क्सवादातील त्याची ती सर्वांत महत्त्वाची भर म्हणता येईल. मार्क्सवादातील मूळ तत्त्वांना बाधा न आणता व्यवहारी विचार करून त्याने मार्क्सवादी तत्त्वांचा अन्वयार्थ लावला. क्रांतिकार्यात आणि त्यानंतरच्या साम्यवादी व्यवस्थेच्या जडणघडणीत साम्यवादी पक्षाची भूमिका त्याने सुस्पष्ट केली. पक्षाच्या कार्यपद्धतीबाबत त्याने मांडलेली लोकशाही केंद्रीकरणाची कल्पना अभिनव होती. रशियात साम्यवादी पक्षाचे कार्य याच तत्त्वानुसार चालत असे.

लेनिन याच्या व्यवहारी दृष्टिकोनाचे उत्कृष्ट उदाहरण म्हणजे क्रांतीनंतर त्याने स्वीकारलेले नवे आर्थिक धोरण होय. उद्योगधंदे, शेती ही उत्पादनाची साधने सार्वजनिक मालकीची करताना नव्या शासनव्यवस्थेला अर्थव्यवस्था चालविण्याचा सर्व बोजा पेलवणार नाही हे लक्षात घेऊन त्याने तडजोड स्वीकारली आणि छोटे उद्योग, शेती अशा क्षेत्रात काही प्रमाणात खाजगी मालकीला परवानगी दिली. त्याच्या या धोरणावर टीका झाली तरी ते धोरण यशस्वी ठरले.

क्रांतीनंतर काही वर्षांतच लेनिनचा मृत्यू झाला. आपल्या सर्व योजना अमलात आणण्याएवढी उसंत त्याला मिळाली नाही. लेनिनला सत्तेचे अतिरिक्त केंद्रीकरण नको होते. रशियन संघराज्य अधिक लवचीक आणि घटकराज्यांना अधिक अधिकार असणारे असे त्याला बनवायचे होते; पण ते तो करू शकला नाही. त्याचा उत्तराधिकारी स्टॅलिन याने लेनिनच्या योजना रद्द केल्या व सत्तेचे मोठ्या प्रमाणात केंद्रीकरण घडवून आणले; आणि एकूणच साम्यवादी क्रांतीला वेगळे वळण लागले.

प्रश्नावली

1. लेनिनने मार्क्सवादामध्ये कोणती भर घातली ?
2. रशियातील परिस्थितीला अनुसरून लेनिनने मार्क्सवादात कोणत्या सुधारणा केल्या ?
3. पक्ष संघटना आणि नेतृत्व याबद्दलचे लेनिनचे विचार स्पष्ट करा.

⊙ **टीपा लिहा :**

1. लोकशाही केंद्रीकरण.

■■■■

12

हॅरॉल्ड लास्की

इ.स. 1893 – इ.स. 1950

"The Penumbra of freedom, its purpose and life, is the movement for equality."

प्रास्ताविक

विसाव्या शतकाच्या पूर्वार्धात ज्या विचारवंतांनी राजकीय विचारात महत्त्वाची भर घातली, त्यात हॅरॉल्ड लास्की यांचा समावेश होतो. ब्रिटनमध्ये या काळात लोकशाही समाजवादाचा बराच प्रभाव होता. लास्की हे सुद्धा लोकशाही समाजवादाचे पुरस्कर्ते विचारवंत होते. पण याचबरोबर या काळात जो अनेक सत्तावादी विचारांचा पंथ उदयास आला त्या पंथातील ते प्रमुख विचारवंत होते. या प्रकरणात आपल्याला लास्की यांच्या विचारांची माहिती घ्यायची आहे. ती घेण्यापूर्वी त्यांचा थोडक्यात जीवनपरिचय करून घेऊ.

हॅरॉल्ड लास्की यांचा जीवनपरिचय

हॅरॉल्ड जोसेफ लास्की यांचा जन्म सन 1893 मध्ये मँचेस्टर येथील एका ज्यू कुटुंबात झाला. वडिलांचा कापड निर्यातीचा व्यवसाय होता. मँचेस्टरच्या ज्यू समाजात त्यांना प्रतिष्ठा होती. आई-वडील सनातनी विचारांचे होते. आपल्या मुलानेसुद्धा ज्यू धर्मावर श्रद्धा ठेवावी आणि धार्मिक रीतिरिवाजांचे निष्ठापूर्वक पालन करावे अशी आई-वडिलांची इच्छा होती. मात्र तसे घडले नाही. शिक्षण घेत असतानाच हॅरॉल्ड लास्की यांच्यावर आधुनिक व पुरोगामी विचारांचे संस्कार झाले. पुढे त्यांनी आपल्याहून आठ वर्षांनी मोठ्या असलेल्या प्रायदा केरी या ख्रिश्चन महिलेशी विवाह केला. यामुळे आई-वडिलांशी त्यांचा बेबनाव झाला.

कुटुंबाचा आधार तुटल्यामुळे शिक्षण पूर्ण होताच लास्की यांना उपजीविकेचे साधन शोधणे भाग पडले. सुरुवातीला काही काळ 'डेली हेरॉल्ड' या वृत्तपत्रात त्यांनी काम केले. नंतर कॅनडामध्ये मॉंट्रियल येथील विद्यापीठात आणि अमेरिकेतील हार्वर्ड विद्यापीठात काही काळ प्राध्यापक म्हणून कार्य केले. 1920 साली ते इंग्लंडला परतले आणि 'लंडन स्कूल ऑफ इकॉनॉमिक्स' या संस्थेत प्राध्यापक म्हणून रुजू झाले. आयुष्याच्या अखेरीपर्यंत या संस्थेत ते कार्यरत होते. 1950 साली वयाच्या 56 व्या वर्षी हॅरॉल्ड लास्की यांचा मृत्यू झाला.

लास्की यांना आयुष्य कमी लाभले. पण या अल्प आयुष्यात ते वैचारिक, वृत्तपत्रीय, शैक्षणिक, राजकीय अशा क्षेत्रात कार्यरत राहिले. लास्की हे थोर विचारवंत होतेच; पण त्याचबरोबर ते श्रेष्ठ दर्जाचे आणि विद्यार्थिप्रिय शिक्षक होते. ते लंडन स्कूल ऑफ इकॉनॉमिक्समध्ये असताना इंग्लंडमधीलच नव्हे, तर परदेशातीलही विद्यार्थी त्यांच्या ज्ञानाचा लाभ घेण्यासाठी त्या संस्थेत दाखल होत असत. अध्यापन कौशल्याबरोबरच विद्यार्थ्यांशी असणारा त्यांचा अकृत्रिम स्नेह आणि त्यांच्यावरचे पितृवत प्रेम हे सुद्धा शिक्षक म्हणून त्यांना जी विद्यार्थिप्रियता लाभली त्याचे कारण होते.

प्राध्यापक म्हणून कार्य करत असतानाच इंग्लंड व अमेरिकेतील महत्त्वाच्या वृत्तपत्रातून व नियतकालिकातून त्यांचे स्तंभलेखन चालू होते. अनेक राष्ट्रीय व आंतरराष्ट्रीय प्रश्नांबाबत या लेखामधून त्यांनी अभ्यासपूर्ण विवेचन केलेले असे.

हॅरॉल्ड लास्की राजकारणात सक्रिय होते. ते मजूर पक्षात होते. या पक्षाच्या कार्यकारी मंडळाचे ते अनेक वर्षे सदस्य होते. दुसऱ्या माहयुद्धानंतर सन 1945 ते 1950 या काळात मजूर पक्ष जेव्हा सत्तारूढ होता त्या काळात ते मजूर पक्षाचे अध्यक्ष होते. देश-विदेशातील अनेक राजकीय नेते, मुत्सद्दी यांच्याशी त्यांचा व्यक्तिगत संबंध होता आणि अशा नेत्यांना विविध राजकीय प्रश्नांबाबत त्यांनी अनेकदा सल्ला दिलेला होता. अमेरिकेचे अध्यक्ष फ्रँकलिन, रुझवेल्ट, जवाहरलाल नेहरू, चर्चिल, ॲटली इत्यादींशी त्यांचा व्यक्तिगत पत्रव्यवहार होता.

12.1   हॅरॉल्ड लास्की यांचे राजकीय विचार

राजकीय अभ्यासकाने प्रत्यक्ष राजकारणाचा अनुभव घेतला पाहिजे, त्यासाठी त्याने राजकारणात सक्रिय सहभाग घेतला पाहिजे असा लास्की यांचा आग्रह होता. ते स्वतः शिक्षकी पेशा करत असताना राजकारणात सक्रिय सहभागी होते. लास्की यांचा आग्रह बरोबर की चूक हा वेगळा प्रश्न आहे. पण त्यांच्या राजकारणातील सक्रिय सहभागाचा परिणाम त्यांच्या राजकीय विचारावर झालेला निश्चितपणे दिसून येतो.

लास्की यांच्या आयुष्याचा जो कालखंड आहे, तो म्हणजे विसाव्या शतकाचा पूर्वार्ध होय. या कालखंडात जागतिक परिस्थितीवर मोठा परिणाम करणाऱ्या घटना घडल्या. सन 1914 ते 1918 या काळात झालेले पहिले महायुद्ध, 1917 साली रशियात झालेली जगातील पहिली साम्यवादी क्रांती, 1929 साली निर्माण झालेली जागतिक आर्थिक महामंदी आणि सन 1939 ते 1945 या काळात झालेले दुसरे महायुद्ध यांचा उल्लेख या काळातील सर्वांत महत्त्वाच्या घटना म्हणून करावा लागेल.

याच काळात इंग्लंडमध्येही काही महत्त्वपूर्ण घटना घडत होत्या. स्त्रियांना मतदानाचा अधिकार नव्हता, तो मिळावा यासाठी चळवळ सुरू होऊन 1918 साली त्यांना हा अधिकार देण्यात आला. 1928 साली संसदेची निवडणूक लढविण्याचा अधिकार देण्यात आला. स्त्रियांना हे अधिकार मिळाल्याने सार्वत्रिक प्रौढ मताधिकाराचे तत्त्व प्रस्थापित झाले.

याच काळात कामगार चळवळीचा विस्तार झाला. अनेक कामगार संघटना उदयास आल्या आणि त्यांच्या पाठिंब्यातून इंग्लंडच्या राजकारणात मजूर पक्षाचा उदय झाला.

या सर्व घटनांचा परिणाम लास्की यांच्या विचारावर झालेला दिसून येतो. लास्की हे प्रत्यक्ष राजकारणात सहभागी असलेले विचारवंत होते. देशांतर्गत आणि आंतरराष्ट्रीय राजकारणात घडणाऱ्या घडामोडींचा मागोवा ते घेत होते. परिणामी, त्यांच्या विचारात वेळोवेळी काही बदल झालेले आहेत. पण त्यांच्या विचारातील ठळक असे सिद्धान्त किंवा तत्त्वे म्हणून अनेकसत्तावाद, स्वातंत्र्य आणि समता या तत्त्वांचा पुरस्कार आणि लोकशाही समाजवाद यांचा उल्लेख करावा लागेल.

लास्की यांची ग्रंथसंपदा विपुल आहे. त्यांचे राजकीय विचार ज्या ग्रंथांमधून आपल्याला दिसून येतात ते ग्रंथ याप्रमाणे आहेत.

सार्वभौमत्वाचे प्रश्न, सार्वभौमत्वाचा पाया, ग्रामर ऑफ पॉलिटिक्स, आधुनिक राज्यातील स्वातंत्र्य, इंग्लंडमधील संसदीय लोकशाही, राज्याचा सिद्धान्त आणि व्यवहार या वेगवेगळ्या ग्रंथांतून लास्की यांनी जे राजकीय विचार मांडलेले आहेत त्यांची आपण माहिती घेऊ.

12.2 सार्वभौमत्वाचा अनेकसत्ताक सिद्धान्त

हॅरॉल्ड लास्की यांनी 'सार्वभौमत्वाचा प्रश्न' तसेच 'आधुनिक राज्यातील अधिसत्ता' अशा प्रारंभीच्या काळात लिहिलेल्या ग्रंथांमधून सार्वभौमत्वाविषयीचे आपले विचार मांडलेले आहेत. पुढील काळात त्यांनी 'ग्रामर ऑफ पॉलिटिक्स' आणि 'स्टेट इन थिअरी ॲन्ड प्रॅक्टिस' या ग्रंथांतून जे राज्यविषयक तत्त्वज्ञान मांडले त्याचा पाया या प्रारंभीच्या ग्रंथातून मांडलेल्या विचारातून दिसून येते.

सार्वभौमत्वाचा एकसत्ताक सिद्धान्त या काळात बराच प्रभावी होता. सोळाव्या शतकात बोदँ, सतराव्या शतकात हॉब्ज या विचारवंतांनी एकसत्ताक सार्वभौमत्वाची संकल्पना मांडलेली होती. एकोणिसाव्या शतकात जॉन ऑस्टिन या कायदेपंडिताने सार्वभौमत्वाचा एकसत्ताक सिद्धान्त पद्धतशीरपणे आणि सुस्पष्ट स्वरूपात मांडला.

सार्वभौमत्वाचा एकसत्ताक सिद्धान्त असे मानतो की, प्रत्येक राज्यात एकमेव अशी मानवी सत्ता सार्वभौम असते. राज्यातील सर्व व्यक्ती आणि संस्थांवर तिचे निरपवाद नियंत्रण असते. या सार्वभौम सत्तेची आज्ञा म्हणजेच कायदा असतो आणि राज्यातील सर्व व्यक्ती व संस्था यांना त्या आज्ञेचे सक्तीचे पालन करावे लागते. राज्यातील सर्व व्यक्ती आणि संस्था यांच्यासाठी कायदे करण्याचा निरपवाद अधिकार हे सार्वभौम सत्तेचे सर्वांत महत्त्वाचे वैशिष्ट्य असते. कायदा म्हणजे सार्वभौम सत्तेची इच्छाच असते.

सार्वभौमत्वाचा एकसत्ताक सिद्धान्त हा कायदेशीर दृष्टिकोनातून मांडला गेला. राज्याची सार्वभौम सत्ता ही एकमेव निरपवाद, सर्वश्रेष्ठ मानल्यामुळे इतर संस्था, संघटनांना दुय्यम स्थान असते असे मानले तसेच राज्याचे त्यांच्यावर निरपवाद नियंत्रण असते असे मानले.

हॅरॉल्ड लास्की यांनी सार्वभौमत्वाच्या या एकसत्ताक सिद्धान्तावर कठोर हल्ला चढविला. एकसत्ताक सिद्धान्तावरील त्यांनी अनेक बाजूंनी आक्षेप घेतले. हा सिद्धान्त चुकीचा ठरवून आपला अनेकसत्ताक सिद्धान्त मांडला.

लास्की यांनी एकसत्ताक सिद्धान्तावर घेतलेले आक्षेप पाहू.

(1) आधुनिक काळात राज्य आणि नागरिक यातील संबंधाचे आपण परीक्षण केले तर हे संबंध ऑस्टिनच्या एकसत्ताक सिद्धान्ताला पुष्टी देणारे नाहीत असे दिसून येते. आधुनिक काळात कोणतेही राज्य आपल्या नागरिकांवर अमर्याद आणि निरपवाद सत्ता गाजवू शकत नाही. विशेषतः लोकशाही देशात लोकांवर अशा प्रकारची निरपवाद किंवा निरंकुश सत्ता गाजविणे अशक्यच असते. उलट वस्तुस्थिती आपल्याला अशी दिसते की, शासनाच्या धोरणाला किंवा कायद्याला लोकांनी प्रखर विरोध केला तर शासनाला नमते घ्यावे लागते. याची अनेक उदाहरणे आपल्याला देता येतील.

(2) लास्की यांचा दुसरा आक्षेप असा की, एकसत्ताक सिद्धान्त नैतिकदृष्ट्या समर्थनीय नाही. राज्याची आज्ञा योग्य की अयोग्य याचा निर्णय घेण्याचा नागरिकाला अधिकार असला पाहिजे. राज्यसंस्था ही सामूहिक हितासाठी तसेच व्यक्तीचा विकास साध्य करण्यासाठी निर्माण झालेली आहे. राज्याची आज्ञा किंवा कायदे हे या उद्दिष्टांशी सुसंगत असले पाहिजेत; तरच त्यांचे पालन करण्याचे नैतिक बंधन व्यक्तीवर राहते. व्यक्तीची बांधीलकी राज्य या संस्थेशी नसून राज्यसंस्थेच्या उद्दिष्टांशी आहे. राज्याचे कायदे त्या उद्दिष्टांशी सुसंगत आहेत की नाहीत हे ठरविण्याचा अधिकार व्यक्तीला असला पाहिजे. आपल्या विवेकबुद्धीला पटत नसताना राज्याची प्रत्येक आज्ञा शिरसावंद्य मानून व्यक्तीने तिचे पालन केले पाहिजे अशी अपेक्षा करणे नैतिकदृष्ट्या योग्य नाही.

(3) व्यक्ती वेगवेगळ्या संस्था व संघटनांशी संबंधित असते. कुटुंबसंस्था, धर्मसंस्था, व्यावसायिक संघटना अशा विविध संस्थांची व संघटनांची ती सदस्य असते. व्यक्तिविकास आणि सामूहिक हित साध्य करणे हा राज्यसंस्थेप्रमाणेच या इतर संस्था संघटनांचे उद्दिष्ट असते. व्यक्तीची बांधीलकी या संस्थांशी नसून त्यांच्या उद्दिष्टांशी असते. कोणत्याही संस्थेचे कार्य व्यक्तिहिताच्या दृष्टीने योग्य आहे की नाही हे तपासून त्यानुसार व्यक्तीने त्या संस्थेशी सहकार्य केले पाहिजे व त्या संस्थेशी आपली निष्ठा ठेवली पाहिजे. व्यक्तीची निष्ठा केवळ राज्याशीच असली पाहिजे ही अपेक्षा चुकीची आहे. राज्याचा निर्णय आणि एखाद्या संस्थेचा निर्णय यामध्ये संस्थेचा निर्णय सामूहिक हिताच्या दृष्टीने योग्य आहे असे वाटल्यास व्यक्तीने संस्थेच्या निर्णयाचे पालन केले पाहिजे.

(4) लास्कीच्या मते, एकसत्ताक राज्यात सत्तेचे केंद्रीकरण होणे अपरिहार्य आहे. सत्तेचे एकमेव केंद्र असेल आणि राज्याची सर्व प्रशासन यंत्रणा त्या सत्तेच्या पूर्ण नियंत्रणाखाली असेल तर सर्व महत्त्वाचे निर्णय घेण्याची जबाबदारी एकाच केंद्र सत्तेकडे येते. हे निर्णय घेताना त्यात लोकांना सहभागी करून घेण्याचे प्रयत्न होत नाहीत. केंद्रीय सत्तेकडून निर्णय घेतले जातात आणि प्रशासन यंत्रणेकडून त्यांची अंमलबजावणी केली जाते.

प्रशासन यंत्रणेच्या कार्यपद्धतीत लवचीकता नसते. एका ठरावीक साचेबद्ध पद्धतीने ही यंत्रणा काम करत असते. परिस्थितीतील बदल किंवा वेगळेपणा यांचा विचार न करता एकाच ठरलेल्या पद्धतीने ही यंत्रणा कार्य करत असते. परिणामी, प्रशासनात अकार्यक्षमता निर्माण होते आणि वेगवेगळे प्रश्न योग्य प्रकारे सोडविले जात नाहीत.

यावर उपाय म्हणजे सत्तेचे विकेंद्रीकरण करणे हा आहे. प्रशासनाचे विकेंद्रीकरण केले आणि प्रशासन यंत्रणा ही वेगवेगळ्या संघटनांच्या कार्याला प्रतिसाद देणारी बनविली तर ती अधिक कार्यक्षम व परिणामकारक बनेल असे मत लास्की यांनी नोंदविले आहे.

अनेकसत्ताक राज्याचे स्वरूप

सार्वभौमत्वाचा एकसत्ताक सिद्धान्त अमान्य करून लास्की यांनी जो अनेकसत्ताक सिद्धान्त मांडला त्याचे स्वरूप पुढीलप्रमाणे सांगता येईल.

राज्याची सत्ता ही सर्वोच्च, निरंकुश आणि एकमेव मानण्याचे कारण नाही. मानवी जीवन विविधांगी असते. माणसाच्या गरजा अनेक प्रकारच्या असतात. त्या पूर्ण करण्यासाठी समाजात विविध संस्था निर्माण होतात. त्या राज्याने निर्माण केलेल्या नसतात तर समाजाची गरज म्हणून निर्माण झालेल्या असतात. राज्य ही अशा संस्थांपैकी एक संस्था आहे. ती समाजाची राजकीय गरज पूर्ण करते. समाजाच्या आर्थिक, सामाजिक, सांस्कृतिक, धार्मिक, शैक्षणिक गरजा पूर्ण करण्यासाठी इतर संस्था असतात. त्यांचे कार्य राज्यसंस्थेप्रमाणेच महत्त्वाचे आणि समाजासाठी आवश्यक असते. राज्यसंस्थेचे स्थान या अनेक संस्थांपैकी एक असे मानता येईल. फार तर ती प्रमुख संस्था मानता येईल. पण ती एकमेवाद्वितीय व सर्वसमावेशक मानण्याचे कारण नाही.

समाजात राज्य ही एकमेव सार्वभौम सत्ता नसते. विविध क्षेत्रांत कार्य करणाऱ्या संस्था, संघटना या आपापल्या क्षेत्रात श्रेष्ठ असतात आणि त्यांच्या क्षेत्रात त्यांना स्वायत्तता असते; असा सारांशरूपाने अनेकसत्ताक सिद्धान्ताचा अर्थ सांगता येईल.

लास्की यांच्या मते, समाज म्हणजे केवळ व्यक्तींचा समूह नसून तो अनेक संस्था आणि संघटनांचा मिळून बनलेला असतो. व्यक्तीची निष्ठा राज्यावर असते. त्याचप्रमाणे ती ज्या संस्थेशी व संघटनेशी निगडित असते तिच्यावरही असते. राज्याचे जसे कायदे असतात तसेच या संस्था किंवा संघटनांचे स्वतःचे नियम असतात आणि त्या संस्थेतील किंवा संघटनेतील लोक त्या नियमांचे पालन करत असतात. या विविध संस्था आणि संघटनांच्या कार्यातून समाजाचा विकास होत असतो. स्वाभाविकच, समाजाचा सर्वांगीण विकास साध्य करणे हे राज्याचे उद्दिष्ट असेल तर समाजातील विविध संस्था, संघटनांचे स्वतंत्र अस्तित्व आणि त्यांचे स्वतंत्र कार्य मान्य करणे क्रमप्राप्त ठरते.

लास्की यांच्या मते, राज्य आणि समाजातील वेगवेगळ्या संस्था म्हणजे वेगवेगळी कार्ये पार पाडणारे पण एकाच स्वरूपाचे समाजाचे घटक आहेत. त्यांचे स्वरूप सारखेच असल्यामुळे त्यात कोणत्या संस्थेला श्रेष्ठत्व देणे आणि इतर संस्थांना दुय्यम मानणे चुकीचे

ठरते. या वेगवेगळ्या संस्था समान दर्जाच्या मानून त्यांच्यात समन्वय राखणे हेच समाजहिताचे ठरते.

राज्याचे जसे कायदे असतात तसेच प्रत्येक संस्थेचे व संघटनेचे स्वतःचे नियम असतात. यात राज्याच्या कायद्यांना श्रेष्ठत्व देणे चुकीचे आहे. राज्य आणि इतर संस्था यांचे उद्दिष्ट एकच आहे; ते म्हणजे व्यक्तिविकास आणि समाजहित साध्य करणे होय. राज्याचा कायदा आणि एखाद्या संस्थेचा नियम यात संस्थेचा नियम सामूहिक हिताच्या दृष्टीने योग्य आहे असे व्यक्तीला तिच्या विवेकबुद्धीनुसार वाटले तर राज्याच्या कायद्यापेक्षा संस्थेचा नियम महत्त्वाचा मानून त्या नियमाचे ती पालन करेल. थोडक्यात राज्याची आज्ञा किंवा कायदा हा इतर संस्थांच्या नियमांहून श्रेष्ठ आहे असे समजणे चुकीचे ठरते.

समाजातील विविध घटक संस्था या राज्यसंस्थेच्या बरोबरीच्या असल्याने आणि राज्याला इतर संस्थांहून कोणतेही श्रेष्ठत्व नसल्याने या विविध संस्थांना आपल्या कार्यक्षेत्रात अधिक स्वायत्तता मिळाली पाहिजे. तसेच त्यांना अधिक उपक्रमशीलता दाखविण्याचे स्वातंत्र्य मिळाले पाहिजे असे लास्की यांनी प्रतिपादन केले. विविध संस्थांच्या कार्याचे नियंत्रण जे राज्याकडून केले जाते तो अधिकार राज्याला असू नये असे मत लास्की यांनी व्यक्त केले.

मूल्यमापन

हॅरॉल्ड लास्की यांनी सार्वभौमत्वासंबंधी काही महत्त्वाचे मुद्दे उपस्थित केले. प्रा. लास्की हे व्यक्तिस्वातंत्र्य, लोकशाही, संघटना स्वातंत्र्य यांचे खंदे पुरस्कर्ते होते. राज्याच्या सर्वंकष सत्तेला त्यांचा प्रखर विरोध होता. त्यांनी मांडलेल्या सिद्धान्तातील गुण पुढीलप्रमाणे सांगता येतील :

गुण :

(1) अनेकसत्तावादाने वेगवेगळ्या संस्था, संघटना यांचे समाजजीवनात असणारे महत्त्व आणि राज्याच्या अतिरेकी नियंत्रणापासून त्या मुक्त असण्याची गरज प्रतिपादन केली.

(2) आधुनिक काळात राज्याचे कार्यक्षेत्र मोठ्या प्रमाणात वाढलेले आहे. या वाढत्या कार्यक्षेत्राबरोबर राज्याच्या सत्तेतही वाढ झालेली आहे. सत्तेचे अधिकाधिक केंद्रीकरण होत आहे. व्यक्तिजीवनावर राज्याचे नियंत्रण वाढत आहे. राज्याच्या या अतिरेकी नियंत्रणापासून व्यक्तिस्वातंत्र्याचे तसेच वेगवेगळ्या संस्था, संघटना यांच्या स्वातंत्र्याचे रक्षण करणे लोकशाही व्यवस्थेत फार गरजेचे बनलेले आहे.

अशा या परिस्थितीत राज्याचे अधिकार कोणते आहेत, ते सांगण्यापेक्षा राज्याच्या अधिकार क्षेत्राची मर्यादा कोणती ते सांगणे अधिक गरजेचे आहे. अनेकसत्तावादाने हेच कार्य केले.

(3) लास्की यांनी राज्याच्या निरंकुश सत्तेला विरोध केलेला आहे. राज्य ही संस्थाच नष्ट व्हावी असे म्हटलेले नाही. राज्यसंस्थेचे महत्त्व आणि तिची आवश्यकता त्यांना मान्य आहे. मात्र तिची सत्ता राजकीय क्षेत्रापुरती मर्यादित असावी; ती एकमेव, सर्वशक्तिमान, निरंकुश बनू नये असे त्यांचे प्रतिपादन आहे.

(4) शैक्षणिक, सांस्कृतिक, आर्थिक, सामाजिक संस्था तसेच व्यावसायिक आणि इतर संघटना समाजाच्या ज्या गरजा पूर्ण करतात त्या राज्य करू शकत नाही. उदाहरणार्थ, कुटुंबसंस्था किंवा धार्मिक संस्था समाजाची जी गरज पूर्ण करत असते ती राज्य करू शकणार नाही. म्हणून या संस्था व संघटनांना स्वायत्तता मिळाली पाहिजे, त्यांना स्वतःचे नियम ठरविण्याचा अधिकार असला पाहिजे, या अनेकसत्तावाद्यांच्या प्रतिपादनात तथ्य आहे. धोरण ठरविताना किंवा कायदे करताना सरकारने संबंधित क्षेत्रातील संघटनांशी चर्चा करावी. उदाहरणार्थ, कामगारवर्गासंबंधी कायदा करायचा असेल तर कामगार संघटनांचे मत विचारात घेतले जावे, शिक्षणक्षेत्रासंबंधी निर्णय घेताना त्या क्षेत्रातील संघटनांशी विचारविनिमय केला जावा अशी लोकशाहीत अपेक्षा असते. ती योग्यच मानली पाहिजे.

(5) समाजात सार्वभौम अशी एकमेव निरंकुश सत्ता असता कामा नये. कारण अशा सत्तेकडून चुका झाल्यास त्याचे दुष्परिणाम सर्व समाजाला भोगावे लागतील. शैक्षणिक, धार्मिक, सामाजिक, सांस्कृतिक, आर्थिक अशा सर्व क्षेत्रांबाबत निर्णय घेण्याचे अधिकार एकाच सत्तेकडे असण्यापेक्षा त्या-त्या क्षेत्रातील संस्थांकडे असणे समाजहिताच्या दृष्टीने योग्य ठरते.

दोष :

लास्की आणि इतर अनेकसत्तावाद्यांनी उपस्थित केलेले मुद्दे महत्त्वाचे आहेत आणि त्यांनी राज्याच्या सर्वंकष सत्तेला केलेला विरोधही योग्यच आहे. पण त्यांच्या सिद्धान्तात काही ठळक दोषही आहेत.

(1) विविध क्षेत्रांतील संस्था आणि संघटनांना स्वायत्तता असली पाहिजे हे मान्य केले तरी त्यांच्यावर नियंत्रण ठेवणारी एक सर्वोच्च सत्ता राज्यात असणे अपरिहार्य आहे. अशा सर्वोच्च सत्तेच्या अभावी राज्यात अराजक निर्माण होईल.

(2) समाजात एक सर्वोच्च सत्ता नसेल आणि वेगवेगळ्या संस्था व संघटनांना आपले धोरण किंवा नियम ठरविण्याचे स्वातंत्र्य असेल तर या संस्था-संस्थांमध्ये किंवा संघटना-संघटनांमध्ये जर संघर्ष निर्माण झाला तर तो कोण सोडविणार हा प्रश्न निर्माण होतो. हा अधिकार स्वाभाविकपणेच राज्यसंस्थेकडे येतो आणि तो अधिकार वापरताना वेगवेगळ्या संस्थांच्या कारभाराचे नियंत्रण करण्याचा अधिकारही राज्यसंस्थेला असणे क्रमप्राप्त ठरते.

(3) राज्यसंस्थेचे कार्य राजकीय जीवनापुरते मर्यादित असावे असे अनेकसत्ताक सिद्धान्त मानतो. पण राजकीय जीवन हे सामाजिक, आर्थिक, सांस्कृतिक जीवनापासून पूर्ण वेगळे करता येत नाही. मानवी जीवनाचे हे वेगवेगळे पैलू आहेत आणि ते एकमेकांशी निगडित आहेत. त्यामुळे राजकीय जीवनाची मर्यादा ठरविणे जवळजवळ अशक्य आहे.

(4) समाजातील विविध गट, संस्था, संघटना यांचे हितसंबंध वेगवेगळे असतात. त्यांच्यात संघर्ष निर्माण होणे अपरिहार्य असते. असे संघर्ष सोडविण्यासाठी तसेच सामाजिक न्यायाच्या प्रस्थापनेसाठी आणि सामूहिक हित साध्य करण्यासाठी राज्याच्या सत्तेची आवश्यकता असते.

(5) लास्कींसारख्या अनेकसत्तावाद्यांनी राज्याच्या सत्तेवर घेतलेले आक्षेप सर्वंकष हुकूमशाहीबाबत खरे आहेत. कारण अशा राजवटीत समाजातील विविध संस्था व संघटनांना कोणतेच स्वातंत्र्य दिलेले नसते. पण लोकशाही देशाबाबत तसे म्हणता येणार नाही. लोकशाहीत वेगवेगळ्या क्षेत्रातील संस्थांना तसेच व्यावसायिक आणि इतर संघटनांना शक्य तेवढे स्वातंत्र्य दिलेले असते.

(6) लास्की यांनी आधुनिक राज्यात होत असलेल्या सत्तेच्या केंद्रीकरणावर आक्षेप घेतलेला आहे. कल्याणकारी राज्याच्या संकल्पनेमुळे राज्याच्या अधिकार क्षेत्राची वाढ झालेली आहे ही गोष्ट खरी आहे. पण त्याचबरोबर लोकशाही देशात सत्तेच्या विकेंद्रीकरणावर भर दिला जातो. राष्ट्रीय स्तरापासून स्थानिक स्तरापर्यंत सत्तेचे विकेंद्रीकरण घडवून आणले जाते आणि राजकीय सत्तेमध्ये लोकांचा अधिकाधिक सहभाग साध्य करण्याचा प्रयत्न केला जातो. याचबरोबर आर्थिक, शैक्षणिक, सांस्कृतिक किंवा सामाजिक संस्थांना त्यांच्या कार्यात शक्य तेवढी स्वायत्तता देण्याचाही प्रयत्न केला जातो.

(7) लास्की आणि इतर अनेकसत्तावाद्यांनी राज्याच्या सार्वभौम सत्तेवर हल्ला चढविला. पण राज्याचे सार्वभौमत्व नाकारताना त्याला योग्य असा पर्याय ते सुचवू शकले नाहीत. एवढेच नव्हे, तर बहुतेक सर्व अनेकसत्तावाद्यांनी राज्य ही सर्व संस्थांमधील प्रमुख संस्था आहे हे सुद्धा मान्य केले. म्हणजे त्यांचा आक्षेप हा 'सार्वभौमत्व' या संकल्पनेला आहे. राज्यसंस्थेचे श्रेष्ठत्व त्यांना नाकारता आलेले नाही. त्यामुळे त्यांचा सिद्धान्त हा व्यवहारात निरर्थक ठरला. उलट आधुनिक काळात कल्याणकारी राज्याच्या संकल्पनेमुळे राज्याचे कार्यक्षेत्र वाढतच गेले. समाजाच्या विविध क्षेत्रांत राज्याचा हस्तक्षेप अनिवार्य ठरला. परिणामी, अनेकसत्ताक सिद्धान्त मागे पडला. आता त्याचे महत्त्व केवळ पुस्तकी आणि ऐतिहासिक राहिलेले आहे.

अर्थात, राज्याच्या सर्वंकष सत्तेला त्यांनी केलेला विरोध आणि विविध सामाजिक संस्था, संघटना यांच्या स्वायत्ततेचा त्यांनी धरलेला आग्रह हे लास्कींसारख्या अनेकसत्तावाद्यांचे महत्त्वपूर्ण योगदान होते हे मान्य केले पाहिजे.

12.3 स्वातंत्र्य आणि समता

हॅरॉल्ड लास्की यांनी आपल्या विचारातून ज्या तत्त्वांचा पुरस्कार केला त्यात व्यक्तिस्वातंत्र्य आणि समता या तत्त्वांचा प्रामुख्याने समावेश होतो. लास्की हे लोकशाहीचे खंदे समर्थक होते. त्याचे कारणही हेच होते की, स्वातंत्र्य आणि समता ही लोकशाहीची आधारभूत तत्त्वे आहेत. सर्वंकष राजवटीत सत्तेचे केंद्रीकरण झालेले असते. तिथे स्वातंत्र्य आणि समता या तत्त्वांची प्रस्थापना होऊ शकत नाही. केवळ लोकशाही व्यवस्थेतच ही तत्त्वे प्रत्यक्षात आणणे शक्य असते. लोकशाही व्यवस्थेत ही तत्त्वे कशा प्रकारे अमलात आणता येतील यासंबंधी लास्की यांचे विचार तसेच स्वातंत्र्य व समता याबद्दलच्या त्यांच्या कल्पना यांची माहिती आपण या ठिकाणी घेऊ.

स्वातंत्र्य

व्यक्तिजीवनावर राज्याचे नियंत्रण किती प्रमाणात असावे आणि व्यक्तीला स्वातंत्र्य किती प्रमाणात असावे हा एक महत्त्वाचा प्रश्न आहे. व्यक्तीला चांगले जीवन जगण्यासाठी व्यक्तिस्वातंत्र्य आणि मूलभूत हक्क असले पाहिजेत; हे तत्त्व आधुनिक काळात सर्वमान्य झालेले आहे. पण या बाबतीत महत्त्वाचा प्रश्न व्यक्तीचे स्वातंत्र्य आणि राज्याचे नियंत्रण यांचा योग्य समन्वय साधणे हा असतो. व्यक्तीला अमर्याद स्वातंत्र्य दिले तर अराजक निर्माण होईल आणि राज्याचे व्यक्तिजीवनावर अनिर्बंध नियंत्रण निर्माण केले तर जुलूमशाही निर्माण होईल. राजकीय सत्तेच्या अतिक्रमणापासून व्यक्तिस्वातंत्र्याचे रक्षण झाले पाहिजे; त्याचबरोबर समाजहिताच्या दृष्टीने या स्वातंत्र्यावर आवश्यक ती बंधनेही असली पाहिजेत. या दोन्ही गोष्टींचा योग्य मेळ कसा साधायचा हा एक महत्त्वाचा प्रश्न असतो.

हा प्रश्न मुख्यतः लोकशाही देशात निर्माण होतो. व्यक्तिस्वातंत्र्य हे लोकशाहीचे आधारभूत तत्त्व आहे. लोकांना किती प्रमाणात स्वातंत्र्य उपभोगता येते यावरून देशातील लोकशाहीचा दर्जा ठरतो. यामुळेच राज्याची सुरक्षितता आणि सुव्यवस्था धोक्यात न आणता व्यक्तीला अधिकाधिक स्वातंत्र्य कसे देता येईल हा विचार लोकशाही समर्थक विचारवंतांनी केलेला दिसून येतो.

हॅरॉल्ड लास्की यांच्या विचारातही या मुद्द्यांची चर्चा अग्रक्रमाने केलेली दिसून येते. विसाव्या शतकात कल्याणकारी राज्याची संकल्पना उदयास आली. समाजाचा सर्वांगीण विकास साध्य करणे हे राज्याचे उद्दिष्ट मानले गेले. आर्थिक, शैक्षणिक, आरोग्यविषयक, सामाजिक, सांस्कृतिक अशा जीवनाच्या सर्व क्षेत्रांमध्ये विकास साध्य करण्यासाठी राज्याकडून विविध कार्यक्रम आणि धोरणे यांची अंमलबजावणी होऊ लागली.

वाढते औद्योगिकीकरण, शहरीकरण यांमुळे अनेक सामाजिक समस्या निर्माण झाल्या होत्या. त्या सोडविण्यासाठी आर्थिक व सामाजिक क्षेत्रात शासनाचा हस्तक्षेप वाढत होता.

1930 साली जगभरात आर्थिक मंदीची लाट आली. ब्रिटनसहित जगातील अनेक देशांच्या अर्थव्यवस्था संकटात सापडल्या. त्यातून मार्ग काढण्यासाठी सरकारकडून अनेक उपाय योजण्यात आले.

या सर्वांचा परिणाम म्हणजे शासनाच्या कार्यक्षेत्रात मोठ्या प्रमाणात वाढ झाली. शासनाचे कार्यक्षेत्र ज्या प्रमाणात वाढले त्या प्रमाणात शासनाच्या सत्तेतही वाढ झाली. सत्तेचे अधिक प्रमाणात केंद्रीकरण होऊ लागले आणि व्यक्तिजीवनावर शासनाचे नियंत्रण वाढले.

लास्की यांचे स्वातंत्र्यविषयक विचार या पार्श्वभूमीवर आपल्याला समजून घ्यावे लागतात. लास्की हे व्यक्तिस्वातंत्र्याचे कट्टर समर्थक होते. राज्याच्या वाढत्या हस्तक्षेपापासून व्यक्तिस्वातंत्र्याचे कसे रक्षण करता येईल हा त्यांच्यासमोरचा मुख्य प्रश्न होता. सत्तेच्या केंद्रीकरणाला त्यांचा पूर्ण विरोध होता. राज्याचे वाढते अधिकारक्षेत्र आणि सत्तेचे होत जाणारे केंद्रीकरण हे व्यक्तिस्वातंत्र्याचा संकोच करणारे आहे असे त्यांचे मत होते. राज्याच्या वाढत्या नियंत्रणापासून कोणत्या मार्गाने व्यक्तिस्वातंत्र्याचे रक्षण करता येईल हा त्यांच्यासमोरचा मुख्य प्रश्न होता. कारण राज्याची वाढती सत्ता ही व्यक्तिस्वातंत्र्याच्या विरोधी आहे असे त्यांचे मत होते.

स्वातंत्र्याचा अर्थ : स्वातंत्र्याची अशी व्याख्या केली जाते की, '**स्वातंत्र्य म्हणजे बंधनाचा अभाव.**' बंधने जेवढी कमीतकमी असतील तेवढे स्वातंत्र्य अधिक असते. जेथे कोणतीच बंधने नसतील तेथे पूर्ण स्वातंत्र्य असते असा या व्याख्येचा अर्थ सांगता येईल. या व्याख्येमध्ये स्वातंत्र्य म्हणजे कशाचा अभाव ते सांगितलेले आहे. याचा अर्थ असा की, ही स्वातंत्र्याची नकारात्मक व्याख्या आहे.

लास्की यांनी ही व्याख्या मान्य केली नाही. त्यांनी स्वातंत्र्याची होकारात्मक व्याख्या केली. त्यांनी अशी व्याख्या केली की, ''**लोकांना स्वतःचा अधिकाधिक विकास साध्य करण्याची संधी प्राप्त करून देणारे वातावरण म्हणजे स्वातंत्र्य होय.**'' केवळ बंधनांचा अभाव असला म्हणजे व्यक्तीला स्वतःचा विकास साध्य करता येईल असे नव्हे. त्यासाठी विकासाची सर्वांना समान संधी मिळाली पाहिजे तसेच प्रत्येकाला आपला विकास साध्य करता येईल असे सामाजिक वातावरण असले पाहिजे; तरच खऱ्या अर्थाने लोकांना स्वातंत्र्याचा लाभ घेता येईल. ज्या राज्यात विकासाची समान संधी सर्वांना प्राप्त झालेली असते तिथे नागरिकांना स्वातंत्र्य आहे असे म्हटले पाहिजे. ही समान संधी राजकीय, आर्थिक, शैक्षणिक अशा सर्वच क्षेत्रांत मिळाली पाहिजे. तरच व्यक्तीचा सर्वांगीण विकास होणे शक्य आहे. '**आधुनिक राज्यातील अधिसत्ता**' या आपल्या ग्रंथात ''**स्वतःचा विकास साध्य करण्याची सर्वांना असणारी होकारात्मक आणि समान संधी**'' असे 'स्वातंत्र्य' या संकल्पनेचे त्यांनी वर्णन केले आहे.

स्वातंत्र्य रक्षणासाठी आवश्यक अटी : व्यक्तीला स्वतःचा अधिकाधिक विकास साध्य करण्याची संधी प्राप्त होईल अशी परिस्थिती म्हणजे स्वातंत्र्य अशी लास्की यांची स्वातंत्र्याची व्याख्या आहे. ही परिस्थिती निर्माण व्हावी, यासाठी कोणत्या गोष्टींची पूर्तता झाली पाहिजे याची चर्चा लास्की यांनी केली आहे. त्यांच्या मते, व्यक्तीला स्वातंत्र्याचा उपभोग घेता यावा आणि तिच्या स्वातंत्र्याचे रक्षण व्हावे यासाठी पुढील गोष्टी आवश्यक आहेत :

(1) राज्याचे अधिकार क्षेत्र मर्यादित पाहिजे. राज्याच्या अधिकार क्षेत्रात वाढ होणे आणि व्यक्तिजीवनावर राज्याचे अधिकाधिक नियंत्रण प्रस्थापित होणे हे व्यक्तिस्वातंत्र्याच्या विरोधी आहे. राज्याचे अधिकार क्षेत्र जेवढे वाढत जाईल तेवढा व्यक्तिस्वातंत्र्याचा संकोच होत जाईल असे लास्की यांचे मत होते.

(2) सत्तेचे शक्य तेवढे विकेंद्रीकरण झाले पाहिजे. सत्तेचे केंद्रीकरण व्यक्तीचे स्वातंत्र्य हिरावून घेणारे असते. सर्व क्षेत्रांबाबत महत्त्वाचे सर्व निर्णय सत्तेच्या केंद्रस्थानी असणाऱ्या लोकांनी घेणे हे व्यक्तिस्वातंत्र्याच्या तसेच लोकशाहीच्या विरोधी आहे. यासाठी निर्णय प्रक्रियेत देशातील विविध संस्था, संघटना, राजकीय पक्ष यांचा सहभाग असला पाहिजे. तसेच संस्था व संघटनांना त्यांच्या कार्यात जास्तीतजास्त स्वायत्तता मिळाली पाहिजे.

(3) समूह जीवनासाठी काही नियम आवश्यक असतात. अशा नियमांच्या अभावी समूहजीवनात सुव्यवस्था शक्य नाही. लास्की यांच्या मते, सामाजिक सुव्यवस्था, सुरक्षितता तसेच समूह हित यासाठी नियम करण्याचा अधिकार राज्याला असला पाहिजे. समाजातील वेगवेगळे गट, संस्था, संघटना यांच्याबाबतीतही राज्याने काही नियम करणे गरजेचे असते. पण हे नियम करताना संबंधित लोकांची इच्छा विचारात घेऊन ते बनविले पाहिजेत. या नियमांना संबंधित लोकांचा पाठिंबा असला पाहिजे. लोकांच्या इच्छेनुसार जे नियम किंवा कायदे अमलात आणले जातात त्याचे पालन केल्यामुळे व्यक्तिस्वातंत्र्याचा संकोच होत नाही. कारण लोकांच्या इच्छेनुसारच ते बनविलेले असतात. पण लोकांची इच्छा विचारात न घेता किंवा लोकांच्या विवेकबुद्धीला न पटणारा कायदा राज्याने केला असेल तर त्याचे पालन न करण्याचे स्वातंत्र्य लोकांना असले पाहिजे. व्यक्तीच्या विवेकबुद्धीला मान्य नसणारा कायदा तिच्यावर लादणे हे व्यक्तिस्वातंत्र्यावरचे अतिक्रमण होय.

(4) लोकशाहीत शासनाची सत्ता लोकांनी निवडून दिलेल्या प्रतिनिधींकडे असते. लोकप्रतिनिधींचे कायदेमंडळ बनते. तसेच कार्यकारी मंडळातही लोकप्रतिनिधी असतात. पण शासन लोकप्रतिनिधींचे आहे एवढी एक गोष्ट व्यक्तिस्वातंत्र्याचे रक्षण होण्यास पुरेशी नसते. शासनाकडून व्यक्तिस्वातंत्र्यावर जेव्हा अतिक्रमण होते तेव्हा त्याला प्रतिकार करण्याची क्षमता लोकांमध्ये असली पाहिजे.

स्वातंत्र्याचे रक्षण करण्याचा तोच खात्रीचा मार्ग असतो. दुसऱ्या शब्दात सांगायचे तर, राजकीय व्यवस्थेत सामील होऊन शासनाच्या निर्णय प्रक्रियेवर प्रभाव पाडण्याची क्षमता जेव्हा लोकांमध्ये निर्माण होते तेव्हाच व्यक्तिस्वातंत्र्याचे रक्षण होऊ शकते.

लोकांमध्ये ही क्षमता निर्माण होण्यासाठी काही गोष्टींची पूर्तता होणे आवश्यक असते. राजकीय व्यवस्थेवर प्रभाव पाडण्याची शक्ती सर्वसामान्य लोकांमध्ये निर्माण होण्यासाठी लास्की यांनी पुढील गोष्टींची आवश्यकता सांगितलेली आहे.

(1) लोक साक्षर असले पाहिजेत. समाजातील लोक एवढे सुशिक्षित असले पाहिजेत की ते शासनाच्या धोरणाबाबत किंवा कायद्याबाबत योग्य प्रकारे आपले मत व्यक्त करू शकले पाहिजेत. एखाद्या कायद्याला किंवा धोरणाला आपला विरोध का आहे हे इतरांना समजावून देण्याएवढी शैक्षणिक पात्रता त्यांच्या अंगी असली पाहिजे.

(2) विविध प्रकारची माहिती योग्य प्रकारे लोकांपर्यंत पोहोचली पाहिजे. म्हणजेच प्रसारमाध्यमे शासनाच्या नियंत्रणापासून मुक्त असली पाहिजेत. प्रसारमाध्यमावर शासनाचे नियंत्रण असेल तर शासनाला सोईची ठरेल अशी माहिती लोकांना दिली जाईल आणि त्यामुळे लोकांची दिशाभूल होईल. लोकांपर्यंत जी माहिती पोहोचविली जाते त्या आधारे लोक आपले मत बनवित असतात. लोकांना योग्य निर्णय घेता यावा यासाठी माहितीचे स्रोत हे कोणत्याही सत्तेच्या वर्चस्वापासून मुक्त असले पाहिजेत. खात्रीपूर्वक आणि सत्य माहिती मिळाल्याशिवाय लोक सार्वजनिक प्रश्नांबाबत योग्य निर्णय घेऊ शकणार नाहीत.

(3) तिसरी आवश्यक गोष्ट म्हणजे लोकांना आर्थिक सुरक्षितता मिळाली पाहिजे. आर्थिक असुरक्षितता हा स्वातंत्र्याच्या आणि व्यक्तिविकासाच्या मार्गातील सर्वांत मोठा अडथळा असतो. आर्थिकदृष्ट्या असुरक्षित माणूस किंवा अत्यंत दारिद्र्यामध्ये असणारा माणूस हा आर्थिक विवंचनेत असतो. त्याच्या दृष्टीने स्वातंत्र्यापेक्षा आर्थिक विवंचना महत्त्वाची असते. किमान प्राथमिक गरजा भागतील एवढी आर्थिक स्थिती असेल तरच कोणतीही व्यक्ती आपल्या स्वातंत्र्यविषयक हक्कांबाबत जागरूक राहू शकेल.

समता

लास्की यांच्या विचारांमध्ये स्वातंत्र्याच्या तत्त्वाएवढेच समतेच्या तत्त्वाला महत्त्वाचे स्थान आहे. **'व्यक्तीला स्वतःचा विकास साध्य करण्यासाठी प्राप्त झालेली होकारात्मक आणि समान संधी म्हणजे व्यक्तिस्वातंत्र्य होय,'** असे त्यांनी म्हटलेले आहे. या ठिकाणी विकासाची संधी प्राप्त होणे हे तत्त्व जसे महत्त्वाचे आहे तसेच ही संधी समान असणे हे तत्त्वही महत्त्वाचे आहे. व्यक्तित्व विकासाची सर्वांना समान संधी म्हणजेच समता होय. अशा प्रकारे लास्की यांच्या स्वातंत्र्याच्या कल्पनेमध्ये समतेचे तत्त्व अंतर्भूत आहे.

लास्की म्हणतात, समाजातील विशिष्ट वर्गाला विशेषाधिकार असतील, विशिष्ट वर्गाच्या हातात संपत्तीचे केंद्रीकरण झाले असेल, राजकीय सत्ता विशिष्ट वर्गाची मक्तेदारी बनली असेल तिथे सर्वसामान्य माणसाला स्वातंत्र्य मिळू शकत नाही.

भांडवलशाही व्यवस्थेत उत्पादनाच्या साधनांची मालकी आणि त्यावर नियंत्रण मूठभर भांडवलदारांच्या हातात असते. भांडवलशाहीत भांडवलदारवर्गाला आपल्या गरजा आणि शौक पुरे करण्याचा विशेषाधिकारच मिळतो. कारण त्यांच्याकडे संपत्ती असते. श्रम करून जगणारा गरीबवर्ग आपल्या प्राथमिक गरजाही योग्य प्रकारे भागवू शकत नाही.

भांडवलदारवर्ग आपल्या आर्थिक सत्तेच्या बळावर राजकीय सत्तेवरही नियंत्रण मिळवितो. सत्ता आणि संपत्तीचे केंद्रीकरण या वर्गाच्या हातात होते. या परिस्थितीत सत्ता आणि संपत्तीपासून वंचित असणारा श्रमजीवीवर्ग कोणत्याही प्रकारचे स्वातंत्र्य उपभोगण्याच्या अवस्थेत नसतो.

लास्की यांनी असे प्रतिपादन केले की, स्वातंत्र्याचा उपभोग घेण्याची संधी सर्वांना मिळण्यासाठी समाजात संपत्तीचे समन्याय्य वाटप झाले पाहिजे. प्रत्येक व्यक्तीला किमान तिच्या प्राथमिक गरजा भागतील एवढा तरी राष्ट्रीय संपत्तीत वाटा मिळाला पाहिजे. सर्वसामान्य लोकांना स्वातंत्र्याचा उपभोग घेता यावा यासाठी राष्ट्रीय संपत्तीचे अधिक प्रमाणात समन्याय्य वाटप ही अशा प्रकारे पूर्वअट आहे. ती साध्य करण्यासाठी उत्पादनाच्या साधनांचे सामाजीकरण आवश्यक ठरते.

थोडक्यात, लास्की यांच्या मते, (1) समता निर्माण होण्यासाठी समाजातील कोणत्याही वर्गाला विशेषाधिकार असता कामा नये. (2) सार्वजनिक अधिकार पदे प्राप्त करण्याचा सर्व नागरिकांना अधिकार असला पाहिजे. (3) आपला विकास साध्य करण्याची सर्वांना समान संधी मिळाली पाहिजे. (4) राष्ट्रीय संपत्तीचे समन्याय्य वाटप झाले पाहिजे.

स्वातंत्र्य आणि समता यांमधील संबंध

स्वातंत्र्य आणि समता या दोन तत्त्वांमध्ये काय संबंध आहे हा एक विवाद्य प्रश्न आहे. ही दोन तत्त्वे परस्परविरोधी आहेत अशी कल्पना काही विचारवंतांनी मांडलेली आहे. स्वातंत्र्य याचा अर्थ अमर्याद किंवा निरपवाद स्वातंत्र्य असा अर्थ घेतला तर ही कल्पना बरोबर आहे असे म्हणावे लागते. स्वातंत्र्य जर अमर्याद असेल तर ज्याला संधी मिळेल, तो शक्य असेल तेवढी सत्ता आणि संपत्ती प्राप्त करण्याचा प्रयत्न करेल. ज्यांना संधी मिळणार नाही ते त्यापासून वंचित राहतील. अशा परिस्थितीत समता निर्माण करणे ही अशक्य गोष्ट होय. कारण समता निर्माण करण्याच्या कोणत्याही प्रयत्नामध्ये व्यक्तीच्या वर्तनावर काही बंधने घालणे अपरिहार्य ठरते. त्या दृष्टीने समतेची संकल्पना ही अमर्याद स्वातंत्र्याच्या विरुद्ध आहे याबद्दल शंका नाही.

पण लास्की यांना अभिप्रेत असणारा स्वातंत्र्याचा अर्थ आपण पाहिला तर स्वातंत्र्य आणि समता या संकल्पना परस्परांशी निगडित आहेत असे दिसून येते. 'व्यक्तीला आपला विकास साध्य करण्यासाठी समान संधी प्राप्त होणे म्हणजे स्वातंत्र्य' असा स्वातंत्र्याचा लास्की यांनी सांगितलेला अर्थ आहे. हा दृष्टिकोन स्वीकारला तर समतेची कल्पना स्वातंत्र्यविरोधी नाही. किंबहुना, स्वातंत्र्याचा लाभ सर्वांना मिळावा यासाठी ती आवश्यक अशी पूर्वअट आहे हे दिसून येईल. नागरी, आर्थिक, राजकीय स्वातंत्र्याचा लाभ सर्व व्यक्तींना मिळण्यासाठी नागरी, राजकीय, आर्थिक समता निर्माण होणे आवश्यक असते.

भाषण स्वातंत्र्य, लेखन स्वातंत्र्य, संघटना स्वातंत्र्य, व्यवसाय स्वातंत्र्य, धार्मिक स्वातंत्र्य इत्यादींचा नागरी स्वातंत्र्यामध्ये समावेश होतो. या स्वातंत्र्याचा लाभ सर्व नागरिकांना मिळण्यासाठी कायद्याची समता हे तत्त्व मान्य करावे लागते. म्हणजेच ही स्वातंत्र्ये बहाल करताना राज्याला व्यक्ती-व्यक्तीत धर्म, वंश, जात, पंथ, लिंग अशा कारणाने भेदभाव करता येणार नाही हे तत्त्व मान्य करावे लागते.

राजकीय स्वातंत्र्याबद्दलही हेच सांगता येईल. राजकीय व्यवस्थेत सहभागी होण्याची सर्वांना समान संधी असेल तरच तिथे राजकीय स्वातंत्र्य आहे असे म्हणता येईल. मतदानाचा अधिकार मर्यादित असेल अथवा राजकीय सत्ता ही एका वर्गाची मक्तेदारी बनलेली असेल, म्हणजेच राजकीय विषमता असेल तर त्या देशात राजकीय स्वातंत्र्यही असणार नाही.

तसेच समाजात आर्थिक समता असेल तरच आर्थिक स्वातंत्र्याला अर्थ प्राप्त होईल. समाजात काही लोकांच्या हातात संपत्तीचे केंद्रीकरण झालेले असेल आणि समाजातील मोठा वर्ग दारिद्र्यामध्ये असेल; म्हणजेच आत्यंतिक स्वरूपाची आर्थिक विषमता असेल तर तिथे आर्थिक स्वातंत्र्यही असणार नाही. एवढेच नव्हे, तर अशा परिस्थितीत नागरी आणि राजकीय स्वातंत्र्यसुद्धा निरर्थक बनते. किमान प्राथमिक गरजा भागतील एवढे तरी उत्पन्नाचे साधन प्रत्येक व्यक्तीला मिळाले पाहिजे. जे लोक आपल्या प्राथमिक गरजाही भागवू शकत नाहीत ते नागरी किंवा राजकीय स्वातंत्र्याचा उपभोग घेण्यास असमर्थ असतात. म्हणजेच आर्थिक विषमता कमी झाली तरच सामान्य जनतेच्या नागरी आणि राजकीय स्वातंत्र्याला अर्थ प्राप्त होतो.

स्वातंत्र्य आणि समता या दोन्ही तत्त्वांचा उद्देश एकच आहे आणि तो म्हणजे मानवी मूल्यांचे जतन करणे आणि व्यक्तीला सर्वांगीण विकासाची संधी प्राप्त करून देणे. म्हणून ही तत्त्वे एकमेकांपासून अलग मानता येत नाहीत. **माणसाच्या व्यक्तित्व विकासासाठी आवश्यक असे वातावरण म्हणजे स्वातंत्र्य असेल तर असे वातावरण निर्माण करणारी स्थिती समतेचे तत्त्व प्राप्त करून देत असते असा लास्की यांच्या विवेचनाचा आशय सांगता येईल.**

12.4 लोकशाही समाजवाद

एकोणिसाव्या शतकाच्या अखेरीस युरोपमध्ये लोकशाही समाजवाद विचार उदयास आले. लोकशाही समाजवादाची व्याख्या करणे काहीसे अवघड आहे. कारण त्यामध्ये सुनिश्चित अशी तत्त्वे नसून अनेक विचारवंतांनी आणि राजकीय नेत्यांनी मांडलेल्या विचारांचा तो समुच्चय आहे. मुख्यतः ब्रिटनमध्ये रॉबर्ट ओवेन, सिडने केब, हॅरॉल्ड लास्की, जी. डी. एच. कोल इत्यादी विचारवंतांच्या प्रयत्नातून उदयास आलेल्या समाजवादी चळवळीचा परिपाक म्हणजे लोकशाही समाजवाद होय.

लोकशाही समाजवादामध्ये लोकशाहीतील व्यक्तिस्वातंत्र्याचे तत्त्व आणि समाजवादातील आर्थिक समतेचे तत्त्व यांचा मेळ घालून स्वातंत्र्य व समता यावर आधारित नवा समाज घडविण्याचा प्रयत्न आहे. म्हणजेच, लोकशाहीच्या मार्गाने समाजवादी समाजव्यवस्था निर्माण करण्याचा त्यात प्रयत्न आहे.

औद्योगिक क्रांतीनंतर उदयास आलेल्या कारखानदारीने भांडवलशाही निर्माण केली. कारखान्यात श्रम करून जगणाऱ्या मजुरांचे भांडवलदारांकडून जे शोषण होत असते त्याकडे विचारवंतांचे लक्ष वेधले गेले आणि त्यातून समाजवादी विचार उदयास आले. इंग्लंड हे औद्योगिक क्रांतीचे माहेरघर असल्यामुळे तिथे कारखानदारी मोठ्या प्रमाणात होती आणि कामगारवर्गाचे प्रश्नही तीव्र होते. स्वाभाविकच, समाजवादी विचार तिथे फैलावले.

पण त्याचबरोबर इंग्लंड ही लोकशाहीची जननी होती. लोकशाही परंपरा तिथे रुजलेल्या होत्या. एकोणिसाव्या शतकात कार्ल मार्क्स या विचारवंताने समाजवादाचे उद्दिष्ट गाठण्यासाठी जो क्रांतीचा आणि कामगारवर्गाच्या हुकूमशाहीचा मार्ग सांगितला होता तो इंग्लंडमधील विचारवंतांना आणि जनमानसाला रुचणारा नव्हता. यातून लोकशाही आणि समाजवाद यांच्या समन्वयाचा तिथे प्रयत्न झाला आणि त्यातून लोकशाही समाजवाद ही विचारप्रणाली तिथे उदयास आली.

आपण या आधी पाहिल्याप्रमाणे लास्की यांचा सत्तेच्या केंद्रीकरणाला विरोध होता. सत्तेचे केंद्रीकरण, मग ते आर्थिक सत्तेचे असो किंवा राजकीय सत्तेचे असो; व्यक्तीचे स्वातंत्र्य हिरावून घेणारे असते. यासाठी आर्थिक तसेच राजकीय सत्तेचे विकेंद्रीकरण झाले पाहिजे असा त्यांचा आग्रह होता.

भांडवलशाहीत मूठभर भांडवलदारांच्या हातात संपत्तीचे केंद्रीकरण होत जाते. या आर्थिक सत्तेच्या बळावर भांडवलदारवर्ग राजकीय सत्तेवरसुद्धा आपले नियंत्रण प्रस्थापित करतो. सत्ता आणि संपत्ती एका वर्गाच्या हाती एकवटते. ही स्थिती आर्थिक, सामाजिक आणि राजकीय विषमता निर्माण करणारी असते. ही स्थिती जनसामान्यांचे स्वातंत्र्य हिरावून घेणारी आणि श्रमजीवीवर्गाचे शोषण करणारी असते.

भांडवलशाहीत निर्माण होणारी विषमता आणि आर्थिक शोषण याला लास्कींचा तीव्र विरोध होता. आपण या आधीच पाहिल्याप्रमाणे लास्की हे व्यक्तिस्वातंत्र्याचे खंदे पुरस्कर्ते

होते. पण त्यांच्या स्वातंत्र्याच्या कल्पनेमध्ये समतेचे तत्त्व अंतर्भूत आहे. व्यक्तीला स्वतःचा विकास साध्य करण्यासाठी समान संधी देणारी परिस्थिती म्हणजे स्वातंत्र्य अशी त्यांची स्वातंत्र्याची व्याख्या आहे. जिथे सामाजिक, आर्थिक, राजकीय विषमता असते तिथे ही समान संधी नाकारली जाते. भांडवलशाही अशा प्रकारची विषमता निर्माण करते. म्हणून लास्की यांचा भांडवलशाहीला विरोध होता.

याचा परिणाम म्हणजे लास्की लोकशाही समाजवादाचे पुरस्कर्ते बनले. इंग्लंडमध्ये कारखानदारीची वाढ होत गेली, कामगारवर्गाचा विस्तार होत गेला आणि त्यातून स्वाभाविकपणेच कामगार चळवळीचा उदय झाला. कामगारांच्या प्रश्नावर आंदोलन करणाऱ्या कामगार संघटना उदयास आल्या. या कामगार संघटनांच्या पाठिंब्यावर इंग्लंडमध्ये मजूर पक्षाचा उदय झाला. अल्पकाळात मजूर पक्ष एक प्रबळ पक्ष म्हणून इंग्लंडच्या राजकारणात प्रस्थापित झाला. प्रा. लास्की या पक्षाचे एक प्रमुख नेते होते. काही काळ ते मजूर पक्षाचे अध्यक्षही बनले होते. लोकशाही समाजवाद हे मजूर पक्षाचे उद्दिष्ट होते. या पक्षाची तत्त्वप्रणाली ठरविण्यामध्ये लास्की यांचे योगदान महत्त्वपूर्ण आहे.

कार्ल मार्क्स यांच्या विचारांचा प्रभाव लास्की यांच्यावर होता. पण लास्की हे लोकशाही आणि व्यक्तिस्वातंत्र्य या तत्त्वांचे कट्टर पुरस्कर्ते असल्यामुळे मार्क्सवादातील सर्वच तत्त्वे त्यांना मान्य होणारी नव्हती. मार्क्सवादातील वर्गसंघर्षाची कल्पना त्यांना मान्य होती. भांडवलदारवर्ग सुखासुखी आपल्या हातातील सत्ता आणि संपत्ती यांचा त्याग करण्यास तयार होणार नाही. त्यासाठी श्रमजीवीवर्गाला संघर्ष करून भांडवलदारवर्गाकडून सत्ता हिरावून घ्यावी लागेल हे लास्की यांना मान्य होते. पण त्यासाठी हिंसेचा आणि क्रांतीचा मार्ग त्यांना अमान्य होता. तसेच मार्क्सवादातील कामगारवर्गाच्या हुकूमशाहीची कल्पनाही त्यांना मान्य होणे शक्य नव्हते.

श्रमजीवीवर्गाला संघटित करून या वर्गाच्या संघटनात्मक बळावर सनदशीर, शांततामय मार्गाने राजकीय सत्ता प्राप्त करता येईल आणि या सत्तेच्या आधारे आर्थिक विषमता दूर करता येईल असा त्यांचा विश्वास होता. या दृढ विश्वासातूनच त्यांचे लोकशाही समाजवादी विचार मांडले गेलेले आहेत.

हॅरॉल्ड लास्की यांनी लोकशाही समाजवादाबाबत जे विचार वेगवेगळ्या ग्रंथातून मांडले आहेत त्या आधारे त्यांच्या लोकशाही समाजवादाची ठळक तत्त्वे पुढीलप्रमाणे सांगता येतील :

1. **स्पर्धेऐवजी सहकार्य** : भांडवलशाहीत भांडवलदारांमधील स्पर्धा, साधनसंपत्तीचा दुरुपयोग, भ्रष्टाचार आणि शोषण या अनिष्ट गोष्टी निर्माण होतात. त्याऐवजी समाजातील विविध वर्गात सहकार्य निर्माण केल्यास ते समाजामध्ये सुसंवाद आणि एकोपा निर्माण करेल. म्हणून स्पर्धेऐवजी सहकार्यास प्राधान्य दिले पाहिजे.

2. **संपत्तीच्या केंद्रीकरणाला विरोध** : मूठभर भांडवलदारांच्या हातात संपत्तीचे केंद्रीकरण होऊ नये, देशाच्या साधनसंपत्तीचे वितरण समाजात समन्याय्य पद्धतीने व्हावे, कोणत्याही वर्गाचे शोषण होणार नाही अशी अर्थव्यवस्था असावी.

3. **मूलभूत आणि महत्त्वाचे उद्योग सार्वजनिक मालकीचे** : मूलभूत आणि महत्त्वाचे उद्योग सार्वजनिक मालकीचे असावेत. त्यामुळे अर्थव्यवस्थेचा पाया असणाऱ्या उद्योगात भांडवलदारांची मक्तेदारी निर्माण होणार नाही अणि या उद्योगातून मिळणाऱ्या नफ्याचा उपयोग समाजहितासाठी करता येईल.

4. **खाजगी मालमत्तेचा उपयोग शोषणासाठी होऊ नये** : खाजगी मालमत्तेला लोकशाही समाजवादाचा विरोध नाही. मात्र खाजगी मालकीचा उपयोग शोषणासाठी केला जातो. त्याला लोकशाही समाजवादाचा विरोध आहे. उदा., जमीनदारी, मोठ्या उद्योगात भांडवलदारांची मक्तेदारी इत्यादी.

5. **आर्थिक लोकशाही** : लोकशाही केवळ राजकीय क्षेत्रापुरती मर्यादित राहू नये तर आर्थिक क्षेत्रातही तिचा विस्तार व्हावा. म्हणजे आर्थिक लोकशाही निर्माण व्हावी हा लोकशाही समाजवादाचा उद्देश आहे. अशी आर्थिक लोकशाही निर्माण झाल्याशिवाय राजकीय लोकशाही निरर्थक ठरते. आर्थिक लोकशाही याचा अर्थ, देशाच्या साधनसंपत्तीचे समन्याय्य वाटप करून आर्थिक विषमता व शोषण दूर करणे होय.

6. **घटनात्मक आणि लोकशाहीच्या मार्गावर विश्वास** : समाजवादाचे उद्दिष्ट हे घटनात्मक, शांततामय आणि लोकशाहीच्या मार्गाने साध्य केले पाहिजे. अशा मार्गाने होणारे बदल हेच स्थिर स्वरूपाचे आणि योग्य दिशेने होत असतात. म्हणून हिंसा आणि क्रांतीच्या मार्गापेक्षा लोकशाहीच्या मार्गाने समाजवादाच्या दिशेने वाटचाल करणे श्रेयस्कर होय.

12.5 हॅरॉल्ड लास्की यांच्या विचारांचे मूल्यमापन

हॅरॉल्ड लास्की यांची विसाव्या शतकातील प्रमुख राजकीय विचारवंतांमध्ये गणना होते. श्रेष्ठ दर्जाचे शिक्षक, राजकीय विचारवंत, याचबरोबर मजूर पक्षाचे एक प्रमुख नेते अशी लास्की यांची कामगिरी आहे. त्यांच्या विचारांचा मोठा प्रभाव ब्रिटनमधील तत्कालीन समाजवादी चळवळीवर पडलेला होता.

गुण : लास्की यांनी आपल्या विचारातून उपस्थित केलेले काही मुद्दे महत्त्वाचे आहेत. आधुनिक काळात केवळ सर्वंकष राजवटीतच नव्हे तर लोकशाही देशातही, शासनाच्या कार्यक्षेत्रात झालेल्या फार मोठ्या वाढीमुळे सत्तेचे केंद्रीकरण झालेले आहे. 'कल्याणकारी राज्य' ही संकल्पना उदयास आल्यामुळे मानवी जीवनाच्या जवळजवळ प्रत्येक क्षेत्रात राज्याचा हस्तक्षेप होऊ लागला आहे. अशा परिस्थितीत व्यक्तीचे स्वातंत्र्य सुरक्षित कसे राखता येईल हा महत्त्वाचा प्रश्न बनलेला आहे.

भांडवलशाहीत संपत्तीचे होणारे केंद्रीकरण, त्यातून निर्माण होणारी आर्थिक विषमता आणि शोषण श्रमजीवीवर्गाचे स्वातंत्र्य हिरावून घेत असते. भांडवलदारवर्ग आपल्या आर्थिक सत्तेच्या बळावर राजकीय सत्तेवर नियंत्रण ठेवतो. या परिस्थितीत सर्वसामान्य जनता आर्थिक, राजकीय, नागरी अशा सर्व प्रकारच्या स्वातंत्र्यापासून वंचित राहते हे लास्की यांचे प्रतिपादन मान्य केले पाहिजे.

स्वातंत्र्य आणि समता ही परस्परविरोधी तत्त्वे आहेत; कारण समता निर्माण करण्याच्या कोणत्याही प्रयत्नामध्ये व्यक्तीच्या स्वातंत्र्यावर काही बंधने घालावी लागतात हा काही विचारवंतांचा युक्तिवाद चुकीचा वाटतो. याबाबत लास्कींनी मांडलेले विचार अधिक सयुक्तिक वाटतात. स्वातंत्र्याचा उपभोग सर्वांना घेता आला पाहिजे, तशी क्षमता लोकांमध्ये निर्माण झाली पाहिजे. यासाठी आर्थिक, सामाजिक, राजकीय समता निर्माण होणे ही पूर्वअट आहे, हे लास्की यांचे प्रतिपादन अधिक योग्य वाटते.

लास्की हे प्रातिनिधिक लोकशाहीचे समर्थक होते. या प्रातिनिधिक लोकशाहीत निर्णय प्रक्रियेमध्ये लोकांचा, विविध संस्था आणि संघटनांचा अधिकाधिक सहभाग साध्य करण्याचा प्रयत्न झाला पाहिजे. महत्त्वाचे निर्णय मूठभर सत्ताधीशांनी घेऊ नयेत तर विविध संस्था व संघटनांना त्यात सामील करून घेतले जावेत हा लास्की यांचा आग्रह योग्यच मानला पाहिजे.

दोष : लास्की यांच्या विचारात दाखविले जाणारे दोष पुढीलप्रमाणे आहेत :

(1) लास्की आणि इतर अनेक सत्तावाद्यांनी राज्याच्या सार्वभौमत्वावर हल्ला चढविला, पण राज्याचे सार्वभौमत्व नाकारताना त्याला योग्य पर्याय ते सुचवू शकले नाहीत. समाजात सत्तेची अनेक केंद्रे असतात; प्रत्येक क्षेत्र आपल्या कार्यक्षेत्रात स्वायत्त असते हे मान्य केले तरी या वेगवेगळ्या क्षेत्रांवर नियंत्रण ठेवणारी आणि प्रसंगी त्यांच्या कार्यक्षेत्रात हस्तक्षेप करणारी एक सर्वोच्च सत्ता आवश्यक असते. अशा सत्तेच्या अभावी समाजजीवन सुरळीत आणि सुव्यवस्थित चालणे शक्य नसते. याचे कारण असे की, समाजातील वेगवेगळे गट, संघटना यांचे हितसंबंध वेगवेगळे असतात. वेगवेगळ्या सामाजिक गटात त्यामुळे संघर्ष उद्भवण्याची शक्यता असते; किंबहुना असे संघर्ष निर्माण होतच असतात. अशा परिस्थितीत ते संघर्ष सोडविण्यासाठी आणि तडजोडीने त्यातून मार्ग काढण्यासाठी एखाद्या सर्वोच्च सत्तेची गरज भासते. ही गरज राज्यसंस्था भागवत असते. राज्याचे हे सर्वश्रेष्ठत्व मान्य करावे लागते.

(2) अनेकसत्तावाद, व्यक्तिस्वातंत्र्य आणि समता या तत्त्वांचा पुरस्कार आणि लोकशाही समाजवाद ही लास्की यांच्या विचारातील ठळक तत्त्वे म्हणून सांगता येतील. या तीन तत्त्वांमध्ये परस्पर विसंवाद आहे. लास्की तो दूर करू शकलेले नाहीत. म्हणजेच लास्की यांच्या विचारात एकसूत्रता किंवा सुसंगती नाही, अशी टीका काही अभ्यासकांनी केली आहे.

लास्की हे अनेकसत्तावादी होते. समाजातील विविध संस्था, संघटना ही सत्तेची वेगवेगळी केंद्रे आहेत आणि राज्याने त्यांच्या अंतर्गत कारभारात हस्तक्षेप करू नये असे त्यांचे प्रतिपादन आहे. पण त्याचवेळी ते समाजवादाचाही पुरस्कार करतात. समाजवादी तत्त्वज्ञान राज्याच्या समाजाच्या विविध क्षेत्रांतील हस्तक्षेप आवश्यक मानते. समाजवादाचे उद्दिष्ट साध्य करण्यासाठी किमान महत्त्वाची

उत्पादनाची साधने सार्वजनिक मालकीची करावी लागतात. संपत्तीचे केंद्रीकरण टाळण्यासाठी खाजगी मालमत्तेवर बंधने घालावी लागतात. मजुरांचे शोषण होऊ नये यासाठी किमान वेतन, कामाचे तास, समान कामाबद्दल समान वेतन, निवृत्ती वेतन इत्यादी बाबतीत कायदे करावे लागतात. ही जबाबदारी अर्थातच राज्याची असते. त्यामुळे आर्थिक क्षेत्रात राज्याचा हस्तक्षेप अपरिहार्य ठरतो.

(3) लास्की हे व्यक्तिस्वातंत्र्याचे खंदे पुरस्कर्ते होते. व्यक्तिस्वातंत्र्यावर राज्याची बंधने असू नयेत, प्रत्येक व्यक्तीला स्वतःच्या विकासासाठी पूर्ण संधी मिळाली पाहिजे. यासाठी व्यक्तिस्वातंत्र्यावर राज्याने कोणतीही बंधने घालू नयेत असे ते म्हणतात. पण याचबरोबर ते समतेचेही खंदे पुरस्कर्ते आहेत. समता निर्माण झाल्याखेरीज सर्वांसाठी खरे स्वातंत्र्य शक्य नाही असे त्यांचे प्रतिपादन आहे. हे त्यांचे म्हणणे खरे आहे. पण ही समता प्रत्यक्षात आणण्यासाठी व्यक्तिस्वातंत्र्यावर बंधने घालणे अपरिहार्य ठरते. देशाच्या साधनसंपत्तीचे समन्याय्य वाटप झाले पाहिजे, म्हणजे त्यातून आर्थिक समता निर्माण होईल असे लास्की यांचे प्रतिपादन आहे. पण हे समन्याय्य वाटप करण्यासाठी व्यक्तीच्या आर्थिक स्वातंत्र्यावर काही बंधने घालणे अपरिहार्य असते.

लास्की यांच्या विचारात असे काही दोष दिसून येत असले तरी स्वातंत्र्य, समता आणि बंधुत्व या तीन मूलभूत तत्त्वांशी ते कायमचे एकनिष्ठ राहिले. त्यांच्या संपूर्ण राजकीय विचारांची ही तीन तत्त्वे मूलाधार आहेत. या त्यांच्या निष्ठेमुळेच आपल्या विद्यार्थ्यांवर आणि तत्कालीन तरुणवर्गावर ते मोठा प्रभाव निर्माण करू शकले. त्यांच्या विचारात ज्या विसंगती दिसून येतात तेवढ्या एका कारणामुळे आपण हे नाकारू शकत नाही की, विसाव्या शतकातील ते एक श्रेष्ठ राजकीय विचारवंत होते.

प्रश्नावली

1. हॅरॉल्ड लास्की यांच्या अनेकसत्ताक सिद्धान्ताची चर्चा करा.

2. लास्की यांचा अनेकसत्ताक सिद्धान्त विशद करून त्याचे मूल्यमापन करा.

3. स्वातंत्र्य आणि समता याबद्दलच्या लास्की यांच्या विचारांची चर्चा करा.

4. लोकशाही समाजवादासंबंधी लास्की यांचे विचार स्पष्ट करा.

⊙   **टीपा लिहा :**

1. लास्की यांचे स्वातंत्र्यविषयक विचार

2. लास्की यांचे समतेसंबंधी विचार.

■■■■

संदर्भ ग्रंथ

❧ F. W. Coker : Recent Political Thought

❧ William Ebenstein : Modern Political Thoght

❧ William Ebenstein : Today's Isms

❧ Lawrence C. Wanlass : Gettell's History of political Thought

❧ J. P. Suda : Ancient Political Thought

❧ J. P. Suda : Modern Political Thought

❧ Harold Laski : Grammer of politics

❧ C. L. Wayper : Political Thought

❧ गर्दे दि. का. : पाश्चात्त्य राजकीय विचारवंत

❧ वराडकर र. घ. : पाश्चात्त्य राजकीय विचार

❧ वराडकर र. घ. : राज्यशास्त्र (राज्य लोकसेवा आयोग)

■■■■